Phác Họa Toàn Cảnh Sinh hoạt
20 Năm Văn Học, Nghệ Thuật Miền Nam
(1954 - 1975)

Quyển 2

**PHÁC HỌA TOÀN CẢNH SINH HOẠT
20 NĂM VHNT MIỀN NAM
(1954-1975)
Quyển 2**

DU TỬ LÊ

MẪU BÌA: TRIẾT TRẦN
DÀN TRANG: LÊ GIANG TRẦN
SỬA BẢN IN: PHAN HẠNH TUYỀN

HT PRODUCTIONS + AMAZON, ẤN HÀNH,
CALIFORNIA - 2016

ISBN: 978-1-943101-07-8

DU TỬ LÊ

PHÁC HỌA TOÀN CẢNH SINH HOẠT
20 NĂM VĂN HỌC NGHỆ THUẬT MIỀN NAM
(1954 - 1975)

Quyển 2

HT PRODUCTIONS - 2016

MỤC LỤC

CHƯƠNG 2
BÁO CHÍ

CHƯƠNG 3
HỘI HỌA

CHƯƠNG 4
KÝ SỰ, PHÓNG SỰ

CHƯƠNG 5
THI CA

CHƯƠNG 6
VĂN XUÔI

LỜI NÓI ĐẦU

Phác họa toàn cảnh sinh hoạt 20 năm VHNT miền Nam - 1954 -1975 - Cuốn # 2.

Đây là cuốn thứ 2, trong bộ *"Phác họa toàn cảnh sinh hoạt 20 năm VHNT miền Nam - 1954-1975".*

Như cuốn # 1, nội dung tập sách này, vẫn là những ghi nhận của chúng tôi về một số tác giả từng hiện diện trong sinh hoạt 20 năm VHNT miền Nam, giai đoạn 1954-1975.

- Chúng tôi thấy cũng nên nhắc lại rằng, chúng tôi biết nhiều tác giả có những đóng góp đáng kể trong sinh hoạt 20 năm VHNT miền Nam. Tuy nhiên vì lý do khách quan cũng như chủ quan, chúng tôi đã không có cơ hội được viết về họ; hoặc sẽ viết và sẽ bổ túc sau.

Chúng tôi nhìn sự việc này, như một trong những khuyết điểm của cá nhân chúng tôi.

- Ngược lại, cũng có những tác giả tương đối xa lạ với giới thưởng ngoạn. Nhưng trong ghi nhận riêng của chúng tôi, sáng tác của họ, có được đôi nét đặc biệt, ít thấy nơi những tác giả khác. Đó là lý do khiến chúng tôi chọn viết về họ.

- Cũng như ba bộ sách trước, đã xuất bản là *"Phác họa toàn cảnh sinh hoạt 20 năm VHNT miền Nam 1954-1975"* (cuốn 1), và bộ *"Sơ lược 40 năm VHNT Việt 1975-2015"* (2 cuốn), ở bộ sách này, chúng tôi vẫn chọn cách sắp xếp thứ tự các tác giả theo chữ thứ nhất của tên gọi hay bút hiệu.

- Cuối cùng, dù không cần thiết, chúng tôi vẫn thấy cần ghi lại ở đây, thêm một lần nữa rằng, chúng tôi không phải (và sẽ không bao giờ) tự nhận là một nhà phê bình văn học – Mà, chúng tôi chỉ là người ghi lại ít, nhiều cảm nghĩ của mình về 60 năm VHNT Việt (1954-2015) – như một trân trọng, với lòng biết ơn về những đóng góp tim óc, tài năng của trên dưới 200 tác giả ở tất cả mọi lãnh vực của dòng văn học, nghệ thuật Việt, từ quê nhà tới hải ngoại.

Do đấy, dám mong bạn đọc đón nhận bộ sách này của chúng tôi, như những *"Tùy-bút-nhận-định"* của một cá nhân mà thôi.

Trân trọng,

Du Tử Lê
(California, tháng 7-2015).

CHƯƠNG 1:

ÂM NHẠC

Những Xuân-Khúc
tồn tại cùng vòng quay trái đất.

Mùa xuân là mùa hồi sinh của vạn vật, trong đó có một sinh vật mang tên "Con Người". Vì thế, đa phần nhân loại thường gắn, kết hy vọng tốt lành hơn cho mình, cho gia đình và người thân, nhân dịp đổi mùa mỗi năm này.

Cũng vì tính hồi sinh vừa kể nên từ thi ca tới âm nhạc của bất cứ quốc gia nào, cũng là những con số không nhỏ. Nó không chỉ phản ảnh niềm hy vọng, lời cầu chúc tốt lành cho nguyên một năm dài trước mặt mà, nó cũng cho thấy những thực tế phũ phàng, bất hạnh... của một hay nhiều năm đã qua.

Tuy nhiên, dù thi ca và âm nhạc có phản chiếu sinh hoạt tinh thần giữa hai mùa xuân của một dân tộc ở mặt tích cực là hy vọng, hay tiêu cực là những mất mát, bi quan thì, tôi vẫn thấy có dễ không một nơi chốn nào có nhiều ca khúc viết về mùa xuân đẹp đẽ, nhân bản như nền tân nhạc miền Nam 20 năm.

Những người sinh trưởng ở miền Nam hẳn chưa quên, một nửa đất nước này chỉ có được yên bình trong ít năm khởi đầu! Sau đó, chiến tranh đem theo tai họa, chết chóc... đã từng bước xuất hiện khắp nơi: Từ nông thôn tới thành thị.

Dù vậy, số ca khúc viết về mùa xuân của chúng ta không vì thế mà kém phong phú hay, nghiêng nặng về phía u ám, tuyệt vọng.

15

Nếu phải tính số, ta vẫn thấy số những ca khúc về mùa xuân, tựa như lội ngược nhịp chuyển động mang tính hồi sinh, chúng ta có rất ít. Càng ít hơn nữa, số ca khúc viết về mùa xuân đứng từ phía bóng tối ảm đạm, tồn tại được đến hôm nay.

Đại diện cho khuynh hướng này, ta có thể kể tới ca khúc "Phiên Gác Đêm Xuân" của Nguyễn Văn Đông:

"Đón Giao Thừa một phiên gác đêm
Chào xuân đến súng xa vang rền
Xác hoa tàn rơi trên báng súng
Ngỡ rằng pháo tung bay, ngờ đâu hoa lá rơi

"Bấy nhiêu tình là bao nước sông
Trời thương nhớ cũng vương mây hồng
Trách chi người đem thân giúp nước
Đôi lần nhớ bâng khuâng, gượng cười hái hoa xuân..."

Ngay tự những nốt nhạc và ca từ khởi nguồn của ca khúc, giới thưởng ngoạn đã không thấy, dù thấp thoáng tinh thần thù hận những kẻ gây nên tao loạn mà, chỉ thấy chút buồn dịu nhẹ. Như những cơn mưa bụi và heo may vừa đủ để lòng người bâng khuâng trước cảnh tình người lính giữa mùa xuân nơi biên trấn.

Trước khi ra khỏi ca khúc, tác giả buông tiếng thở dài, là lời than thở với chính mình, hơn là với tha nhân:

"Ước mong nhiều đời không bấy nhiêu
Vì mơ ước trắng như mây chiều
Tủi duyên người năm năm tháng tháng
Mong chờ ánh xuân sang, ngờ đâu đêm cứ đi
"Chốn biên thùy này xuân tới chi?
Tình lính chiến khác chi bao người
Nếu xuân về tang thương khắp lối
Thương này khó cho vơi, thì đừng đến xuân ơi!"

"...*Thì đừng đến xuân ơi!*" cụm từ 5 chữ mộc mạc, đơn sơ, như lời than vãn buột miệng của bất cứ ai trong chúng ta, theo tôi, không thể chân thật, thấm thía hơn! Nhưng tựu trung, toàn bộ ca khúc vẫn không hề lóe lên một tia lửa tuyên truyền dù yếu ớt.

Một ca khúc cùng loại khác, đến nay vẫn còn được nhiều người hát cũng như chịu được sự nghe lại là ca khúc "Xuân Này Con Không Về" của Trịnh Lâm Ngân (bút hiệu chung của Trần Trịnh, Lâm Đệ và Nhật Ngân):

"Con biết bây giờ mẹ chờ tin con
khi thấy mai đào nở vàng bên nương
năm trước con hẹn đầu xuân sẽ về
nay én bay đầy trước ngõ
mà tin con vẫn xa ngàn xa
ôi nhớ xuân nào thuở trời yên vui
nghe pháo giao thừa rộn ràng nơi nơi
bên mái tranh nghèo ngồi quanh bếp hồng
trông bánh chưng ngồi chờ sáng
đỏ hây hây những đôi má đào..."

Nếu đối tượng của ca khúc "Phiên Gác Đêm Xuân" là tâm cảnh người lính đóng đồn, trong vai trò người gác giặc nơi biên ải (hay tâm sự của chính tác giả?) thì, đối tượng của ca khúc "Xuân Này Con Không Về" lại là người mẹ, những đứa em và tình đồng đội.

Người nghe không ghi nhận được một hình ảnh cụ thể nào của người lính nơi trận tiền mà, toàn thể ca khúc là lời trần tình của một đứa con chinh chiến nơi xa; cộng với sự nhớ lại hình ảnh tiêu biểu, đặc thù của những ngày giáp tết là hình ảnh truyền thống gia đình quây quần canh, ngó nồi bánh chưng. Cùng lúc, tác giả cũng cho thấy tấm lòng đau đáu thương mẹ, thương em của người lính trước nhu cầu cần đến sự có mặt của đứa con, người anh lớn:

"Nếu con không về chắc mẹ buồn lắm,
mái tranh nghèo không người sửa sang
khu vườn thiếu hoa đào mừng xuân
đàn trẻ thơ ngây chờ mong
anh trai sẽ đem về cho tà áo mới
ba ngày xuân đi khoe phố phường..."

Và cũng tuyệt nhiên, tôi không thấy chút khói súng hận thù, tiếng gào thét cổ võ bạo lực nào... Ra khỏi ca khúc, vẫn chỉ là lời trần tình của người lính với mẹ già, với em thơ. Lời giải thích hay xin lỗi (nếu tôi được phép nói như vậy), rất hồn nhiên, nhân bản:

"Con biết bây giờ mẹ chờ em trông
nhưng nếu con về bạn bè thương mong
bao lứa trai cùng chào xuân chiến trường
không lẽ riêng mình êm ấm
Mẹ ơi con xuân này vắng nhà
"Mẹ thương con xin đợi ngày mai..."

Sự kiện tất cả các nhạc sĩ của 20 năm văn học nghệ thuật miền Nam, không ai bảo ai, đồng khước từ việc phất cao ngọn cờ thù hận; thề đổ ruột moi gan để ăn sống, nuốt tươi kẻ thù... có thể là một quan niệm hay, cách sống không mang lại cho người dân miền Nam một "chiến tích" nào! Nhưng trên tất cả mọi thứ, nền tân nhạc với những ca khúc mùa xuân ở phía u ám nhất, vẫn đứng ở phía con người phải sống và, được sống như một con người có trái tim, biết thương yêu đồng loại, luôn cả thiên nhiên, khi vạn vật được hồi sinh. Một vòng quay khác của trái đất bắt đầu chu kỳ mới. Chu kỳ khởi đi với niềm hy vọng, sự tử tế mà chỉ sinh vật mang tên "con người" mới có thể dành cho nhau. Đồng thời, cũng dành cho trái đất!

Như đã nói, số ca khúc mùa xuân lội ngược vòng quay trái đất, đập ngoài nhịp đập thiên nhiên, bốn mùa, của hai mươi năm tân nhạc miền Nam, chúng ta có rất ít. Mặt bên kia của sự rất ít này, là số xuân-khúc cực kỳ phong phú, giàu có... Như một may mắn, hạnh phúc cho giới thưởng ngoạn.

Mùa xuân đồng nghĩa với sự hồi sinh của tất cả mọi đọt, mầm. Từ đó, tin yêu, hy vọng lấp lánh khắp cùng trời đất. Tựa trong mỗi chúng ta, vốn tiềm ẩn một phần hay trọn vẹn trái tim thời tiết.

Tôi nghĩ hầu như nhạc sĩ thành danh nào của sinh hoạt nghệ thuật miền Nam hai mươi năm, chí ít cũng có một vài ca khúc viết về mùa xuân. Dù cho chiến tranh, chết chóc vẫn là chiếc bóng thẩm đen, khổng lồ, ẩn hiện... Nó rình rập, chực chờ quấn lên đầu người dân trong vùng lửa đạn, những chiếc khăn tang oan nghiệt! Phải chăng thương yêu không có chỗ trong thần chiến tranh, nhưng nó lại quá dư thừa chia lìa, dư thừa chết chóc?

Chỉ với một mình cố nhạc sĩ Phạm Duy thôi, đến nay, người ta đã đếm được trên dưới mười xuân-khúc. Mà, xuân-khúc nào của ông cũng thấp thoáng hay ngào ngạt hương hoa xuân. (1)

Một trong những xuân - khúc của Phạm Duy tách thoát được sự mô tả một cách chung chung, phơn phớt ngoài da mùa xuân, cho thấy tài năng ngoại khổ của ông, theo tôi là "Xuân Ca."

"Xuân Ca" vẫn theo thiển ý của tôi, không chỉ là một bức tranh xuân tuyệt vời vẽ bằng giai điệu và ca từ, nó còn như một chuyện kể lớp lang về sự tượng hình, rồi ra đời của mỗi chúng ta trong hành tinh địa cầu này:

"Xuân trong tôi đã khơi trong một đêm vui
Một đêm, một đêm gối chăn phòng the đón cha mẹ về.
Xuân âm u lắt leo trong nguồn suối mơ
Bừng reo rồi theo nắng lên từ cha chói chan lòng mẹ..."

(Theo dactrung.com)

Khổ đầu phần ca từ của "Xuân Ca," bằng vào lòng biết ơn, tác giả đã minh thị rằng, khởi từ tình yêu của cha mẹ, thai nhi được tượng hình.

Ở phần ca từ khổ hai, là giai đoạn thai nhi được cất tiếng khóc chào đời:

"Xuân tôi ra góp chung câu gào thiết tha
Là xinh, là tươi có Xuân thuở xưa ước mơ hiền hòa
Xuân xanh lơ, hắt hiu trong trời nắng mưa
Vườn Xuân là Xuân có hoa ngày mai hát Xuân thật dài..."

(Nguồn đd.)

Như một vòng quay không điểm khởi, nên sẽ chẳng bao giờ có điểm kết thúc, những đứa con ra đời từ tình yêu của mẹ cha, một ngày kia sẽ trưởng thành. Vào đời. Kế thừa truyền thống đấng sinh thành (hay thuận theo biến chuyển tự nhiên của luật tạo hóa), chúng ta lại đi tìm cho mình tình yêu đôi lứa... Dù cho hoàn cảnh, điều kiện sống của chúng ta có khác biệt, có gập ghềnh buồn, vui:

"...Xuân tôi sang bến yêu tôi tìm gió trăng
Tình Xuân là Xuân có khi mừng vơi có khi sầu đầy
Xuân yêu đương muốn căng lên nhựa sống ngon
Tìm em gặp em đón Xuân nghìn năm bão Xuân ngập lòng..."

(Nguồn đd.)

Tôi không biết có phải tác giả "Xuân Ca" muốn nhắc nhở chúng ta (cũng như chính ông) rằng, từ ngàn đời, bạo lực, thù hận vốn bị mùa xuân cự tuyệt. Nếu nhân loại có phải đối mặt với những mùa xuân gươm giáo, mùa xuân súng đạn, mùa xuân tai ương thì, đó là hậu quả của những thảm kịch do chính con người chủ xướng để gây cảnh nồi da xáo thịt cho nhau:

"...Xuân lên cao chóp Xuân buông nhịp xuống sâu
Hồn Xuân hồn thiêng ngút lên từ lâu cõi Xuân còn dài
Xuân trong ta đã muôn ngàn lần đã qua
Mặc cho, mặc bao những cơn buồn thương những cơn giận hờn..."

(Nguồn đd.)

Từ đó, tác giả "Xuân Ca" khẳng định:

"...Xuân tôi ơi sức Xuân tôi còn khát khao
Dù nay, dù mai cũng như mọi ai chết trong địa cầu
Xuân muôn năm có ta Xuân còn hỡi Xuân
Thì xin, thì Xuân hãy cho tình nhân sống thêm vài lần."

(Nguồn đđ.)

Một khẳng định đầy tình người. Rất nhân ái.

Nếu "Xuân Ca" của Phạm Duy là bức tranh vẽ lại sự hình thành từ trứng nước của một con người trên phông nền chính là lẽ tử, sinh (đôi khi đậm sắc xám) thì, "Anh cho em mùa xuân," thơ Kim Tuấn (2), nhạc Nguyễn Hiền (3) lại được xây dựng trên tương quan đầy tính thơm thảo giữa mùa xuân trái đất và niềm hân hoan, lạc quan của con người.

Trong xuân-khúc của Nguyễn Hiền và Kim Tuấn, giới thưởng ngoạn không chỉ cảm được nhựa xuân, mạch sống hồi sinh sung mãn, tuôn trào trên cây cỏ, đường phố, nhà cửa mà, người nghe còn cảm nhận được tiếng chim hót, tiếng cười trẻ thơ (kể cả tiếng cười của mùa xuân)... Khiến người nghe khó phân biệt được: Đâu là tiếng cười của Hoa Xuân? Đâu là tiếng cười của muôn loài:

"Anh cho em mùa xuân / nụ hoa vàng mới nở / chiều đông nào nhung nhớ / Đường lao xao lá đầy / chân bước mòn vỉa phố / mắt buồn vin ngọn cây //

Anh cho em mùa xuân / mùa xuân này tất cả / lộc non vừa trẩy lá / Lời thơ thương cõi đời / bầy chim lùa vạt nắng / trong khói chiều chơi vơi // Đất mẹ đầy cỏ lúa / đồng xanh xa mấy mùa / Ngoài đê diều căng gió / thoảng câu hò đôi lứa / Trong xóm vang chuông chùa / trăng sáng soi liếp dừa /Con sông dài mấy nhánh / cát trắng bờ quê xưa // Anh cho em mùa xuân / trẻ nô đùa khắp trời / Niềm yêu đời phơi phới / Bàn tay thơm sữa ngọt / giải đất hiền chim hót / mái nhà xinh kề nhau // Anh cho em mùa xuân / đường hoa vào phố nhỏ / nhạc chan hòa đây đó / Tình

yêu non nước này / bài thơ còn xao xuyến / rung nắng vàng ban
mai // Anh cho em mùa xuân / Nhạc thơ tràn muôn lối."

(Anh cho em mùa xuân. Trọn bài. Nguồn đđ)

Tuy là mặt khác của "Xuân Ca," nhưng cả hai xuân-khúc này,
theo tôi đã có được cho riêng chúng cái định-mệnh-xuân - - Hiểu
theo nghĩa chúng sẽ tồn tại mãi mãi cùng với vòng quay của trái
đất. (4) Dù cho Phạm Duy, Kim Tuấn, Nguyễn Hiền đã không còn
nữa. Họ đã rời bỏ chúng ta, để an cư trong mùa xuân khác. Mùa
xuân vĩnh cửu.

Chú thích:

(1) Nhạc sĩ Phạm Duy sinh ngày 5 tháng 10 năm 1921 tại Hà Nội. Ông
    mất ngày 27 tháng 1 năm 2013 tại Saigon. (Theo Wikipedia – Tiếng
    Việt).

(2) Nhà thơ Kim Tuấn sinh năm 1938 tại Hà Tĩnh (gốc Thừa Thiên / Huế).
    Ông mất ngày 11 tháng 9 năm 2003 tại Saigon. (Theo Wikipedia –
    Tiếng Việt).

(3) Nhạc sĩ Nguyễn Hiền sinh năm 1927 tại Hà Nội. Ông mất ngày 23
    tháng 12 năm 2005 tại quận hạt Orange County, miền nam California.
    (Theo Wikipedia – Tiếng Việt).

(4) Sẽ là một khiếm khuyết khó tha thứ, một khi đề cập tới những Xuân
    khúc nếu không nhắc tới "Ly rượu mừng" của Phạm Đình Chương.
    Nhưng chính vì tính chất lớn lao, hay ngoại khổ của xuân khúc này
    mà, chúng tôi đã có riêng một bài viết về "Ly rượu mừng". Bài viết đó,
    cùng với những ghi nhận khác về tài hoa của tác giả, đã được in trong
    cuốn *"Phác họa 20 năm sinh hoạt VHNT miền Nam 1954-1975"* –
    do Người Việt Books ấn hành, và tái bản lần nhất bởi HT productions
    – 2016)

Tính "biệt ly" trong ca khúc của cố nhạc sĩ Anh Việt.

ịch sử chiến tranh hay cách mạng của một đất nước, luôn có những thời điểm rõ ràng, cụ thể. Thí dụ, cuộc cách mạng Pháp, khởi đầu từ vụ phá ngục Bastille, ngày 11 tháng 7 năm 1789. Hay cuộc nội chiến Nam-Bắc Mỹ, khởi sự ngày 12 tháng 4 năm 1861. Gần gũi hơn với chúng ta, không ai tranh cãi về ngày 19 tháng 8 năm 1945, là ngày toàn dân Việt Nam kháng chiến chống Pháp...

Nhưng, ở những lãnh vực khác, như lãnh vực Văn Học, Nghệ Thuật (VHNT) Việt Nam, tới giờ, người ta có thể đồng thuận với nhau rằng, dòng VHNT tiền chiến, khởi đi từ đầu thập niên 1930. Nhưng không ai có thể chỉ ra một cách rõ ràng và, thuyết phục được tất cả mọi người về thời điểm kết thúc của dòng VHNT ấy.

Một số nhà phê bình văn học đã lấy ngày 19 tháng 8 năm 1945, làm ngày tang của dòng VHNT tiền chiến. Đó cũng là ngày chấm dứt một thời kỳ thanh bình của Việt Nam. Dù tạm bợ trong chế độ quốc gia do người Pháp bảo hộ.

Nhưng thời điểm từ 1946 tới 1954 (trước khi có hiệp định

Geneva và, cuộc đi cư vào miền Nam của hơn 1 triệu đồng bào miền Bắc), thì chúng ta phải gọi đó là thời kỳ VHNT gì?

Có nhiều người gọi đó là thời kỳ VHNT Kháng Chiến.

Tôi thiển nghĩ chỉ danh này không đúng lắm. Bởi nếu có một số văn nghệ sĩ thoát ly gia đình, bỏ thành phố, vào chiến khu tham gia công cuộc chống Pháp – (Mà, không lâu sau, thực tế cho thấy, cuộc kháng chiến của toàn dân đó, đã bị người CS tiếm đoạt) – Thì, cũng có không ít văn nghệ sĩ ở lại vùng quốc gia.

Chưa kể, cũng có rất nhiều văn nghệ sĩ, sau một thời gian đi theo kháng chiến, đã "dinh tê" về "tề," tức trở lại vùng quốc gia. Như các nhà văn, nhà thơ, họa sĩ Vũ Hoàng Chương, Đinh Hùng, Tạ Ty, Mai Thảo, v.v... Các nhạc sĩ, ca sĩ như Phạm Đình Chương, Phạm Duy, Lê Trọng Nguyễn, Nhật Bằng, Thái Hằng, Thái Thanh, v.v...

Lịch sử oan nghiệt của Việt Nam, trong mỗi thời kỳ chiến tranh, ly tán, đều có hiện tượng phía này đã nhìn phía kia, nếu không phải là kẻ thù, chí ít cũng là những kẻ... phản quốc!!!

Những người có tinh thần công bình, với ý thức sáng suốt tối thiểu, không ai có thể quả quyết những người dân ở vùng... "tạm chiếm" là không yêu nước! Trái lại. Tôi có thể khẳng định: Họ yêu nước theo cách của họ.

Cũng thế, dù đứng ở phía nào, quan điểm nào, những người có tinh thần khách quan, cũng không thể phủ nhận tinh thần yêu nước, yêu quê hương, dân tộc của những văn nghệ sĩ sống, hay từ vùng kháng chiến trở về vùng quốc gia kiểm soát.

Vì thế, không ít người cho rằng, dựa vào thời gian khởi sự cuộc kháng chiến của toàn dân Việt Nam năm 1945, làm dấu mốc chấm dứt giai đoạn VHNT tiền chiến, để bước qua giai đoạn mới, giai đoạn VHNT kháng chiến, tự thân thiếu tính thuyết phục trong thực tế.

Bởi vậy, ở lãnh vực âm nhạc, nhiều nhà nhạc - sử (điển hình như nhạc sĩ Trần Quang Hải,) đã khá lúng túng, không biết phải

24

xếp những nhạc sĩ có sáng tác từ trước điểm mốc 1945 vào giai đoạn nào?!?

Khi mà, vì sự giới hạn của phương tiện phổ biến thời đó, khiến sáng tác của một số nhạc sĩ ở giai đoạn này, chỉ được quần chúng biết đến, sau thời điểm vừa kể.

Ngược lại, cũng có những ca khúc sáng tác sau 1945, nhưng lại được quần chúng yêu thích, phổ biến một cách rộng rãi, cùng lúc với những ca khúc ra đời từ thời tiền chiến.

Điển hình là trường hợp của cố nhạc sĩ Anh Việt / Trần Văn Trọng. (1)

Căn cứ vào bài viết nhan đề "Lỡ chuyến đò – Tưởng nhớ nhạc sĩ Anh Việt" của nhạc sĩ Thanh Trang, (tác giả nhiều ca khúc nổi tiếng, trong số đó, có "Duyên Thề") – Thì cố nhạc sĩ Anh Việt / Trần Văn Trọng sáng tác nhạc từ năm 1940. Điểm mốc này nằm trong giai đoạn được khẳng định là giai đoạn VHNT tiền chiến.

Tôi không biết những năm đầu thập niên 1940, nhạc sĩ Anh Việt ở đâu? Nhưng dù ở đâu thì, đó vẫn là thời gian mà, những phương tiện phổ biến nhạc ở miền Nam còn rất giới hạn. Hậu quả, những ca khúc đầu tay của ông, đã không được biết tới.

Phải đợi tới những năm sau 1950, những ca khúc như *"Bến cũ"*, *"Một chuyến đi"*, *"Lỡ chuyến đò"* hay, *"Thơ ngây"* của ông, mới được nhiều người biết tới. Hơn thế nữa, chúng còn được đón nhận như những cơn sốt vỡ da trong tâm hồn người thưởng ngoạn.

Chỉ riêng với ca khúc *"Thơ Ngây"* của cố nhạc sĩ Anh Việt, nhạc sĩ Trần Quang Hải trong bài viết "Nhạc sĩ Anh Việt và dòng nhạc 50 năm sáng tác", đã ghi nhận rằng:

"Trong lịch sử âm nhạc Việt Nam, những nhạc phẩm có tác dụng giao hòa được tâm hồn và trái tim của người trình diễn lẫn người thưởng thức, như nhạc phẩm 'Thơ Ngây,' không phải là nhiều. Chính vì thế 'Thơ Ngây' đã sống mãi với thời gian, không khác gì những nhạc phẩm lãng mạn bất hủ như 'Biệt Ly' của Doãn Mẫn, 'Con Thuyền không bến' của Đặng Thế Phong , 'Nỗi lòng' của Nguyễn Văn Khánh hay 'Em đến thăm anh một chiều mưa' của Tô Vũ, v.v..." (2)

Biệt ly, một ma lực trong sáng tác của cố nhạc sĩ Anh Việt.

Trong bài viết như một thứ kỷ niệm được kể lại một cách chân thành, ý nghĩa của mình, nhạc sĩ Thanh Trang ghi nhận:

"Nhạc sĩ Anh Việt vừa mới qua đời ở Bắc Cali. Biết được cái tin buồn ấy thì tôi đã không tránh được nỗi ngậm ngùi không nhỏ! Có những con người trong cõi nhân gian này họ như thể đánh dấu cho một thời. Họ ra đi vĩnh viễn thì như thể một mảng đời của mình có liên quan gần xa gì đấy đến những con người ấy cũng vĩnh viễn mất đi theo. Tôi không hề có cái may mắn trực tiếp quen biết gì với nhạc sĩ Anh Việt, thế nhưng tôi lại rất quen thuộc với những bài hát của ông.

"Đối với những người nghệ sĩ có thực tài, được người đời biết đến, thì hình như điều ấy - được người đời biết đến tác phẩm của mình - có lẽ mới là điều thực quan trọng. Và nếu như từ thuở còn nhỏ cho đến tận bây giờ tôi vẫn còn yêu thích một số những bài hát của Anh Việt mà tôi quen biết từ xưa thì đối với riêng tôi như thế cũng đã là đủ!

(...)

"Thuở mới tám chín tuổi đầu thì ở Sài Gòn hàng ngày tôi vẫn nghe những bài hát của Anh Việt như 'Lỡ chuyến đò', 'Một chuyến đi', 'Thơ ngây' trên Đài Phát Thanh Pháp Á. Xưa giờ tôi vẫn nghĩ rằng không có những bài hát của lớp nhạc sĩ tiền bối khi xưa như Văn Cao, Phạm Duy, Hoàng Giác, Đoàn Chuẩn, Ngọc Bích, Nguyễn Văn Khánh, Anh Việt, Lâm Tuyền, Việt Lang,... thì tôi đã chẳng bao giờ có được lòng yêu thích âm nhạc như tôi vẫn hằng yêu thích.

"Một bài hát có thời gian tính, khung cảnh cùng môi trường sống trong tâm thức của người nghe. Sài Gòn thời tôi còn nhỏ tương đối 'đất rộng người thưa' gấp bội so với mãi về sau này.

Hay ít ra nó cũng còn tương đối 'vắng vẻ' so với cái thời bắt đầu từ năm 54, với cuộc Di Cư từ Bắc vào Nam. Con đường Đại Lộ 'Charner', sau trở thành 'Nguyễn Huệ', cứ chiều đến, khoảng bốn năm giờ đã đủ hoang vắng để đám con nít tụi tôi kéo nhau ra giữa lộ mà thả diều. Con đường đó dẫn thẳng ra bến sông Sài Gòn. Những buổi chiều lang thang ra đấy, nhìn những con đò chở khách qua sông, phía bên kia bờ 'Thủ Thiêm', rồi nhìn ánh nắng chiều đọng trên triền núi xa xa về hướng 'Vũng Tàu' – 'Cap Saint Jacques'- thì không thể nào không liên tưởng đến bài hát 'Lỡ chuyến đò' của Anh Việt mà hàng đêm tôi vẫn nghe trên Đài Pháp Á. Ai thuở nhỏ không có sự 'gắn bó thiết thân' gì với những bài hát thì tôi không biết. Tôi chỉ biết rằng đối với tôi thì nó là như thế..." (3)

Như nhạc sĩ Thanh Trang, tôi cũng được nghe "Một chuyến đi" của cố nhạc sĩ Anh Việt khi còn rất nhỏ, từ thời Hà Nội tới di cư vào Nam. Tôi nhớ, đó là những ngày tháng đầu tiên khi gia đình chúng tôi đến Đà Nẵng. Rồi Hội An. Xong lại ngược về Đà Nẵng...

Những buổi chiều tựa cửa từ ngôi nhà ở tạm, trên đường Bạch Đằng, còn gọi là đường Bờ Sông, nhìn qua bên kia đường là con sông Đà – Như một tấm gương lớn mênh mông, trong nắng hoàng hôn; với một phần chiếc tầu hay chiến thuyền bị đánh đắm, ngước đuôi tầu trên mặt nước... Hay những ngày nước sông Thu Bồn dâng cao, từ mặt sau của ngôi nhà ở đường Phan Bội Châu, Hội An, thì:

"Ngoài ngàn dặm, đoàn người ra đi / Trong sương lạnh lòng trai bền chí / Ra biên cương xa xăm ngàn phương / Và còn vọng tiếng hát trong sương / Người theo ngàn gió / Biệt ly buồn nhớ / Chờ đợi bao năm / Sống với âm thầm / Chốn ấy xa xăm người đi / Chiếc bóng bên song chờ chi..." (Anh Việt, "Một chuyến đi.") (4)

Dù không hiểu hết ý nghĩa của từng ca từ, nhưng những câu như *"Biệt ly buồn nhớ"* và *"chiếc bóng bên song chờ chi"* thì, dù không hề được quen biết tác giả, tôi vẫn lạnh người với cảm tưởng ông hiểu thấu tâm tư, hoàn cảnh của... tôi. Hơn thế, như thể ông còn muốn hỏi riêng... tôi: *"Chiếc bóng bên song chờ chi"*? (Mặc dù, sự thực nếu ai hỏi, tôi chờ đợi gì thì, tôi sẽ không biết phải trả lời thế nào nữa!"

Cũng vậy, khi ấy, dù tôi không hiểu hết ý nghĩa những ca từ trong ca khúc "Lỡ chuyến đò" của Anh Việt; nhưng ca khúc của ông đã có một tác động mạnh mẽ trong tâm hồn non nớt của tôi.

Chẳng những thế, giai điệu và, rất nhiều ca từ đã mặc nhiên ở lại trong tôi. Như sự ở lại tự nhiên của những bài hát, mẹ tôi đã ru tôi ngay cả những lúc tôi không ngủ, mà thức... ngồi trong lòng bà:

"Chiều vàng lại đem nhớ tiếc thương / Đây người sang với con đò xưa /

Và chiều chiều thôn nữ vấn vương / Duyên tình xưa êm thắm còn đâu / Người nghệ sĩ lăn lóc gió sương / Tơ đàn say đắm quên sầu thương / Dành tình này cho kẻ khổ đau / Quên tình xưa thôn nữ chờ mong // Người của bốn phương / Người đã ra đi có nhớ bao giờ / Dù duyên thề ước đắm với giấc mơ / Đường tơ vấn vương / Đem gieo thắm tươi vào đời đau thương / Và cố quên đi tình người bơ vơ..." (5)

Tôi không biết hấp lực hay ma lực của sáng tác đã khiến không cần một chút cố gắng, tôi vẫn có thể... ậm ừ... hát lại "Lỡ chuyến đò." Cứ như thể ngay từ ngày đó, tôi đã thật sự bị... lỡ chuyến đò rồi vậy.

Sau này, tôi được biết "Lỡ chuyến đò" của Anh Việt đã sớm có cho nó một dị bản.

Lời hai.

Thường thì chúng ta không biết ai là tác giả lời hai! Nhưng riêng với ca khúc "Lỡ chuyến đò," nhiều người biết tác giả là nghệ sĩ Trần Văn Trạch. Vì sau khi cho nó lời thứ hai, người nghệ sĩ "quái kiệt" này, đã đem nó vào chương trình diễn của ông:

"Đò một chiều đưa lỡ khách đi / Nhưng lòng vương chút hương biệt-ly

Và chiều chiều thôn-nữ nhớ mong / Trên đò xưa nghe gió ngàn thông / Người nghệ-sĩ vui nắn phím tơ / Gieo nguồn vui khắp trên trần-gian / Vì ngoài đời ôi lắm khổ đau / Duyên tình xưa ai nhớ chờ mong / Tìm người bốn phương / Nàng nhớ năm xưa khách ấy sang đò / Tình duyên đằm-thắm nay khóc với thương / Đường tơ dở-dang / Mơ theo bóng ai đường đời lang-thang / Vì nước quên đi lời thề năm xưa..." (6)

Điều đáng nói, lời hai của nghệ sĩ Trần Văn Trạch không hề mang tính khôi hài. Ngược lại, lời hai của họ Trần rất ý nghĩa. Chân thành với xu hướng nghiêng nặng tình đất nước!

Tôi nghĩ đó là một trong những ca khúc có lời hai sớm nhất của nền tân nhạc Việt.

Nói cách khác, dù là thi ca hay âm nhạc, một khi tác giả cho thấy khả năng nhập một giữa giai điệu và ca từ, như một thứ "thân / tâm đồng nhất thể," thì đấy là hiện tượng đám đông đã thực chứng tài hoa của nhạc sĩ đó.

Tình khúc Anh Việt, đối nghịch với những nhạc sĩ khác.

Tôi nghĩ dường như chia ly, tan tác, đổ vỡ là một thuộc tính của tân nhạc Việt. Cũng như thi ca, những ca khúc mang tính khổ đau, tuyệt vọng, thường có xu hướng ở được bền lâu trong trí nhớ người thưởng ngoạn.

Nhìn lại lịch sử nền tân nhạc Việt, ngay tự bước khởi đầu, cách đây trên dưới bảy mươi năm (và luôn cả hiện tại) thì, những tình khúc dang dở, tuyệt vọng, thường được yêu thích, được nhiều ca sĩ tìm đến, bước vào, cất tiếng hát như chiếc cầu kỳ diệu nối từ trái tim họ, tới trái tim người nghe...

Tôi không biết những sáng tác như "Buồn tàn thu", "Trương Chi" của Văn Cao; "Biệt ly" của Dzoãn Mẫn; "Con thuyền không bến", "Giọt mưa thu" của Đặng Thế Phong; "Tà áo xanh", "Lá thư"... của Đoàn Chuẩn Từ Linh; "Nỗi lòng", "Chiều vàng" của Nguyễn Văn Khánh; "Tan tác" của Tu Mi; "Nắng chiều" của Lê

Trọng Nguyễn; "Bên Cầu biên giới", "Nghìn trùng xa cách"... của Phạm Duy; hay "Nửa hồn thương đau", "Người đi qua đời tôi" (thơ Trần Dạ Từ) của Phạm Đình Chương...; cùng rất nhiều ca khúc của các nhạc sĩ khác, được sáng tác trong hoàn cảnh hoặc, tâm trạng nào?

Nhưng hiển nhiên, tất cả những tình khúc chia lìa, tuyệt vọng, tự thân, đã có được cho chúng, tính bất tử. Như những đền bù cho nỗi bất hạnh hay, niềm đau mà các tác giả ấy, đã trải nghiệm.

Trường hợp của cố nhạc sĩ Anh Việt / Trần Văn Trọng, không khác.

Những tình khúc tiêu biểu của ông, hiểu theo nghĩa đến hôm nay vẫn còn được giới thưởng ngoạn yêu thích. Mỗi khi nghe lại, thính giả vẫn còn bồi hồi, rung động. Tựa thú đau thương, được tắm lại, một lần nữa nơi bến sông chia ly vậy.

Tôi cũng nhận thấy cảm thức buồn bã, xa vắng nơi những người trẻ, khi họ được nghe những tình khúc như "Lỡ chuyến đò," "Bến cũ," hoặc "Thơ ngây"... của Anh Việt / Trần Văn Trọng. Có thể họ không hiểu rõ lắm ý nghĩa, những gửi gấm tâm sự của họ Trần vì, trong bộ nhớ của họ, không có những hình ảnh, kỷ niệm gần xa với những ca từ ấy. Nói cách khác, có thể họ không hoặc chưa kinh qua những hoàn cảnh như:

"Bến ấy ngày xưa người đi vấn vương biệt ly

"Gió cuốn muôn phương về đây, thấy bóng người về hay chăng?

"Xa nhau bến xưa ngày ấy

"Anh đi thế thôi từ đây

"Sầu chất bên lòng

"Hồn nặng nhớ mong

"Biết đi sầu em mong

"Nhưng ngàn dân đang ngóng

"Dưới trời gió mưa

"Làn gió chiều đưa..."

Ghi nhận thứ nhất của tôi là những cuộc chia tay của những người trẻ hôm nay, không còn là một bến đò, con sông. Hầu hết những chia ly nếu có, thường diễn ra ở sân bay, bến xe, hoặc chí ít, cũng ở nhà ga xe lửa!

Thứ đến, những người trẻ có thể vì không hiểu, nên khó cảm thông với những từ như : *"Biết đi sầu em mong / Nhưng ngàn dân đang ngóng..."*

Lý do thời chinh chiến đã lùi xa. Quá khứ đã đứt đoạn. Tiếng gọi thiêng liêng của tình yêu tổ quốc, không có cơ hội thúc hối, réo gọi nồng nàn trong tim người trẻ hôm nay... Nhưng, ở một mặt nào khác, qua giai điệu, họ vẫn rung động. Họ vẫn có thể buông thả tâm hồn họ, nổi trôi trên những ngọn sóng chia ly buồn bã...

Cũng thế, với tình khúc "Lỡ chuyến đò" của Anh Việt / Trần Văn Trọng, sáng tác năm 1947, diễn tả sự lỡ làng của một tình yêu tuyệt vọng!

Khi người phụ nữ trong ca khúc, mơ ước, khát khao mòn mỏi được "sang sông" tức đi lấy chồng - - Và, người trong mộng của người nàng, không ai khác hơn, là người yêu trong quá khứ:

"Chiều vàng lại đem nhớ tiếc thương
"Đây người sang với con đò xưa.
"Và chiều chiều thôn nữ vấn vương.
"Duyên tình xưa êm thắm còn đâu.
"Người nghệ sĩ lăn lóc gió sương.
"Tơ đàn say đắm quên sầu thương.
"Dành tình này cho kẻ khổ đau.
"Quên tình xưa thôn nữ chờ mong...."

Bối cảnh của chia ly trong "Lỡ chuyến đò" của Anh Việt / Trần Văn Trọng vẫn là bến sông, con đò... Nhưng trong tình khúc này, người đàn ông, tác nhân của tình tuyệt vọng, kẻ gieo đau thương một đời cho người nữ, không phải là người quên mình, ra đi vì đất nước mà, là một... nghệ sĩ... Hiểu theo nghĩa là người chỉ muốn duy trì cho đời mình một cuộc sống "lăn lóc" với "gió sương" mà thôi...

Tôi nghĩ những người trẻ hôm nay, có thể sẽ lấy làm khó hiểu trước ẩn số: Tại sao là nghệ sĩ thì cứ phải... "lăn lóc gió sương" – Mà, không thể có một đời sống bình thường như mọi người? Như thực tế của thời hiện đại?

Nhưng, tôi vẫn tin, khi nghe được "Lỡ chuyến đò" của họ Trần, qua giai điệu tha thiết, những người trẻ vẫn cảm nhận được một điều gì, giống như sự mất mát mà, ca khúc mang lại cho họ.

Bước vào một tình khúc khác, cũng nổi tiếng không kém của cố nhạc sĩ Anh Việt / Trần Văn Trọng: Tình khúc *"Thơ ngây"*. Một tình khúc mà ngay từ thời trung học, cách đây nhiều năm, như sự ghi nhận của tôi, đã được nhiều học sinh chọn hát trong những buổi văn nghệ tất niên của lớp hay, toàn trường:

"Khi ấy em còn thơ ngây

"Đôi mắt chưa vương lệ sầu

"Cười đùa qua muôn ánh trăng

"Đắm xinh đôi môi hồng thắm

"Em ngắm mây hồng hay giòng nước trong

"Thấy lòng vẫn vơ như tìm một bóng ai

"Kìa đôi bướm nhởn nhơ vờn hoa

"Và trong nắng em nhìn đôi chim

"Nắng tơ bướm vàng ánh trăng tiếng đàn

"Bóng thông gió ngàn lòng càng say sưa

"Rồi một hôm

"Có chàng trai trẻ đến nơi này

"Đời em có một lần

"Là lần tim em thấy yêu chàng

"Khi lòng yêu ai
"Môi hồng dần phai
"Lắm buồn nhớ bâng khuâng
"Lắm yêu đương, lắm tơ vương
"Nước mắt không vơi hết lúc thơ ngây!"

Ở tình khúc *"Thơ ngây"* tâm lý của người con gái khi yêu được nhạc sĩ Anh Việt / Trần Văn Trọng ghi nhận rất tinh tế.

Tương tư trong âm thầm, yêu trong tuyệt vọng, đối với người con gái lần đầu bước vào thế giới tình ái... là lối ngõ đương nhiên dẫn tới:

"Môi hồng dần phai / Lắm buồn nhớ bâng khuâng / Lắm yêu đương, lắm tơ vương / Nước mắt không vơi hết lúc thơ ngây!"

Tôi cho rằng, không giống, nếu không muốn nói là nghịch chiều với những nhạc sĩ cùng thời và, luôn cả những nhạc sĩ ở các thế hệ sau mình, cố nhạc sĩ Anh Việt / Trần Văn Trọng không hề "gieo tiếng ác" cho người nữ, trước những đoạn lìa của một cuộc tình mà, ông luôn nhận người nam (hay chính ông?) là tác nhân gây nên những tan nát, đổ vỡ của tình yêu kia!

Thực tế quá khứ cũng như hiện tại, cho chúng ta thấy đa phần những đổ vỡ tình yêu do người nam gây nên, chứ không phải bởi người nữ!

Qua dữ kiện này, tôi cho đó là một trong những nét riêng, rất cá biệt của tình khúc Anh Việt / Trần Văn Trọng. Cái lớn của tình khúc họ Trần, tôi nghĩ, nằm ở điểm đó.

(Aug. 27-2012.)

Chú thích:

(1) Cố nhạc sĩ Anh Việt / Trần Văn Trọng sinh năm 1927 tại Rạch Giá. Theo tư liệu của nhạc sĩ Trần Quang Hải thì, nhạc sĩ Anh Việt lập gia đình với bà Tố Oanh, người Huế, họ Nguyễn. Ông bà có được với nhau tất cả 9 người con, đều đã thành danh. (Wikipedia / Bách khoa toàn thư mở.)

Theo trang mạng Art@all.net trích dẫn bản tin của Dân Sinh News thì:

"Trong giờ tưởng niệm vào chiều Thứ Bảy ngày 22 tháng 3 -2008 ca sĩ Thu Hà, tức bác sĩ Nguyệt đã hát bài Bến Cũ bằng 1 giọng truyền cảm và xúc động để tiễn đưa lần cuối nhạc sĩ Anh Việt tại nghĩa trang Oak Hill, thành phố San Jose.

"Bà Thu Hà cho biết nữ sĩ Tố Oanh là phu nhân của cố nhạc sĩ đã để bản Bến Cũ trên đầu giường bệnh. Nghe nửa chừng thì ông ra đi."

Đó là ngày 14 tháng 3 năm 2008.

(2), (3), (5), (6) Nguồn đd.

(4) Theo trang mạng Dac Trung.

Tài hoa và nhân cách Anh Việt Thu.

Trong số những nhạc sĩ sinh trưởng ở miền Nam, thuộc thế hệ (19)40, chẳng những thành danh sớm mà, từ giai điệu tới ca từ cũng mượt mà, giầu có, là cố nhạc sĩ Anh Việt Thu. Ông là tác giả nhiều ca khúc nổi tiếng khi còn rất trẻ. Nhưng dường như định mệnh ngỗ ngược đã chỉ dành cho ông nửa miệng cười! Tôi muốn nói, cùng thời với ông, có những nhạc sĩ được dư luận, báo chí nhắc nhở tới như những tài hoa trẻ của nền tân nhạc Việt, dù số lượng sáng tác của họ được quần chúng biết đến ít hơn, hoặc giá trị thực hữu của những ca khúc đó là điều cần phải xét lại!

Trả lời câu hỏi điều gì dẫn tới sự bất công này? Một bằng hữu cùng giới với nhạc sĩ Anh Việt Thu cho rằng, vì ông mất quá sớm! Khi ông chưa bước tới tuổi 37 (theo cách tính phương tây.) (1)

Tôi không đồng ý lắm với lý giải này. Tuy nhạc sĩ Anh Việt Thu từ trần có phần sớm sủa hơn các bạn đồng nghiệp của ông – Nhưng chúng ta đừng quên, ngay tự năm 1956, ở tuổi 17, Anh Việt Thu đã nổi tiếng với ca khúc "Giòng An Giang." Và, chỉ ít năm sau, khi vừa bước qua tuổi hai mươi, ông đã khiến không ít nhạc sĩ của miền Nam thời đó, phải nghiêng người, bất ngờ trước độ chín tới của tài hoa ông, qua ca khúc "Tám điệp khúc." Để rồi sau đấy, hàng loạt sáng tác khác mang tên Anh Việt Thu, liên tiếp ra đời. Chúng ta có thể kể những ca khúc như "Chân dung," "Đa tạ," "Người ngoài phố," "Hai vì sao lạc," hay các bài "Nhớ nhau hoài," "Gió về miền xuôi," "Xa dấu ngựa hồng" phổ thơ Thiên Hà v.v...

Nói cách khác, ngay tự những bậc thềm thứ nhất của 20 năm VHNT miền Nam, nhạc sĩ Anh Việt Thu đã có mặt, định hình như một tên tuổi đáng kể.

Lại nữa, khác hơn nhiều nhạc sĩ cùng trang lứa với mình, Anh Việt Thu được ghi nhận là một trong rất ít nhạc sĩ được đào luyện chính quy từ trường ốc. Theo tiểu sử được phổ biến gần đây, trên trang mạng Wikipedia / Bách khoa toàn thư mở thì, nhạc sĩ Anh Việt Thu, tên thật Huỳnh Hữu Kim Sang tốt nghiệp thủ khoa khóa 1 trường Quốc Gia Âm Nhạc Saigon (QGÂN). Cũng trong năm 1963, ông đã đệ trình luận án "Không có tiếng động trong âm nhạc" tại nhạc viện Tokyo. Đồng thời ông cũng là Chủ tịch Hội sinh viên trường QGÂN / Saigon. Cùng với nhà thơ Thiên Hà, Anh Việt Thu chủ trương chương trình Phù Sa, tuần báo Văn Nghệ Truyền Thanh cho đài phát thanh Saigon; và Giờ Âm Nhạc Anh Việt Thu trên đài Truyền Hình VN đầu thập niên (19)70...

Đề cập tới hiện tượng "bất công" thường thấy trong VHNT, cố nhà văn Mai Thảo gọi đó là "cái duyên trong văn nghệ." Nhiều người có thực tài nhưng bị lãng quên. Và, ngược lại. Tôi nghĩ nhạc sĩ Anh Việt Thu, ở trường hợp thứ nhất. Trường hợp "định mệnh ngỗ ngược chỉ dành cho ông nửa miệng cười!" Nhưng trường hợp nào thì, giá trị tự thân nhiều sáng tác của cố nhạc sĩ Anh Việt Thu, cũng vẫn là những hạt ngọc sẽ mãi còn lấp lánh trong kho tàng tân nhạc Việt.

Điển hình như ngay tự sáng tác đầu tay, ca khúc "Giòng An Giang," Anh Việt Thu đã rất sớm cho thấy tính chất cá biệt trong sáng tác của mình.

Nhìn lại hơn nửa thế kỷ tân nhạc Việt, chúng ta có rất nhiều những ca khúc mang tên hoặc, nói về một dòng sông. Nhưng chúng ta không có bao nhiêu ca khúc được tác giả cho dòng nhạc của họ theo chân dòng sông, tới những nơi chốn dòng sông ấy đi qua, ở cùng. Như:

"Giòng An Giang sông sâu sóng biếc / Giòng An Giang cây xanh lá thắm "Lả lướt về qua Thất Sơn / Châu Đốc giòng sông uốn quanh / soi bóng Tiền Giang Cửu Long..." (2)

Ngay đoạn mở đầu của "Giòng An Giang," tác giả đã đem vào được ca khúc của mình 2 địa danh nổi tiếng của miền Nam là Thất Sơn, Châu Đốc và, Tiền Giang (một trong chín nhánh sông của Cửu Long giang.)

Nếu ca từ của ca khúc vừa kể, là thứ ngôn ngữ dung dị thích hợp với dòng chảy êm đềm, ngọt ngào của dòng An Giang thì, qua tới "Tám điệp khúc" ca từ lại được tác giả mặc cho chúng một chiếc áo khác. Chiếc áo có nhiều game màu lênh đênh những gập ghềnh vận mệnh đất nước:

"Trời làm cho mưa bay giăng giăng mây tím dệt thành sầu / Bàn tay năm ngón mưa sa / Dìu anh trong tiếng thở / Đưa tiễn anh đi vào đời / Mẹ Việt Nam ơi! Hai mươi năm ngăn lối rẽ đường về..." (3)

Cụm từ "Mẹ Việt Nam" khá phổ biến trong nhiều ca khúc nói về tình yêu quê hương. Nhưng, theo tôi, có lẽ giai điệu và ca từ "Tám điệp khúc" của Anh Việt Thu tha thiết, chân thành nhất, khiến người nghe dễ đồng cảm với tác giả. Nó không có tính cách kêu gào, thét gọi khiến "Mẹ Việt Nam" (nếu nghe được) tôi sợ, đôi khi cũng phải... giật mình!?

Cũng trong ca khúc "Tám điệp khúc," dù được Anh Việt Thu viết cách đây đã trên dưới nửa thế kỷ, nhưng khi ông dùng tính từ "thiêng" để rọi sáng nghĩa ngữ cho danh từ "sóng," trong câu "Ôi sóng thiêng em về trời" – Rồi tính từ ấy đã được nhắc lại nhiều lần ở đoạn kết:

"...Rừng thiêng lá đổ âm u / Rừng thiêng vang tiếng gọi / Ôi núi thiêng em về nguồn / Mẹ Việt Nam ơi! con xin ghi xin khắc

nguyện lời thề" - - Thì ngay hiện tại, tôi e cũng khó có một nhạc sĩ trẻ tuổi nào, có được!

Song song với việc sáng tác nhạc, đầu thập niên (19)70, nhạc sĩ Anh Việt Thu còn hợp tác với một người bạn có nhà in là nhà thơ Nguyễn Vương, thành lập nhà xuất bản Ngạn Ngữ. Mục đích của nhà Ngạn Ngữ không phải để in nhạc của Anh Việt Thu. Ông chủ trương in truyện, thơ của một số tác giả quen thuộc.

Tôi không biết tính tới ngày từ trần, tác giả "Tám điệp khúc" đã xuất bản được bao nhiêu tác phẩm. Chỉ biết, một trong những cuốn sách cuối cùng mang tên nhà Ngạn Ngữ là truyện dài "Với nhau, một ngày nào" của Du Tử Lê, phát hành tháng 11 năm 1974.

Tôi muốn nhấn mạnh khi làm xuất bản, nhạc sĩ Anh Việt Thu không chỉ trả hết tiền tác quyền một lần cho tác giả mà, ông còn cho tác giả được chọn họa sĩ trình bày bìa, cũng như thỏa mãn mọi đòi hỏi khác của tác giả, nếu có. (4)

Sự kiện này cho thấy, nhạc sĩ Anh Việt Thu không chỉ là một nhạc sĩ tài hoa; ông còn là người có một nhân cách đáng quý trọng trong đời thường nữa.

(Calif. tháng 8 - 2012.)

Chú thích:

(1) Theo tư liệu của nhà thơ Thiên Hà thì Nhạc sĩ Anh Việt Thu tên thật Huỳnh Hữu Kim Sang, sinh năm 1939 tại Cao Miên. Một năm sau, gia đình trở về VN, mới làm khai sinh cho ông - - Ghi sinh ngày 24 tháng 8 năm 1940, tại Cái Bè, Mỹ Tho. Ông mất ngày 15 tháng 3 năm 1975, tại Saigon, để lại vợ và 2 con. Một người bạn khác của Anh Việt Thu, nhà thơ Vũ Anh Sương cho biết, họ Huỳnh có người em ruột tên là Việt Thu. Để nhớ đến trách nhiệm làm anh của mình, ông chọn bút hiệu Anh Việt Thu.

(2) , (3): Theo Wikipedia, Bách khoa toàn thư mở.

(4): Bìa truyện dài này là tranh Nguyên Khai, hình Trần Cao Lĩnh, nhạc Hoàng Quốc Bảo.

Từ Chung Quân tới Phạm Trọng Cầu:
Ngôi làng trong ca khúc Việt.

Xã hội dân sự Việt Nam được xây dựng trên đơn vị căn bản "làng xã", thường được nhiều người gọi một cách thương yêu, thiết tha là "làng tôi". Khái niệm "làng" hay "làng tôi" do đấy, không chỉ là đơn vị nhỏ nhất, có khả năng chống ngoại xâm hữu hiệu và, bền bỉ mà, nhìn ở góc độ khác, thì "làng xã" cũng chính là chiếc nôi ươm trồng, vun xới tình yêu đất nước sâu, nặng.

Phải chăng vì thế, hình ảnh "làng" đã chiếm giữ một vị trí ưu ái trong văn chương cũng như âm nhạc?

Cụ thể, ở lãnh vực âm nhạc chúng ta có rất nhiều ca khúc nồng nàn tình yêu "làng tôi" hay "làng ta." Tuy nhiên, theo tôi, có hai ca khúc nổi bật, được phổ biến, lưu truyền rộng rãi hơn cả, là ca khúc *Làng tôi* của nhạc sĩ Chung Quân và, *Trường làng tôi* của nhạc sĩ Phạm Trọng. (1)

Đó là hai ca khúc một khi đã đến được với người nghe thì, nhiều phần chúng sẽ ở lại bền lâu trong ký ức người thưởng ngoạn. Như một thứ tình yêu quê hương bất biến:

39

"Làng tôi có cây đa cao ngất tầng xanh,

có sông sâu lơ lững vờn quanh,

êm xuôi về Nam

Làng tôi bao mái tranh san sát kề nhau,

bóng tre ru bên mấy hàng cau,

đồng quê mơ màng

Nhưng than ôi!

Có một chiều thu lá thu rơi,

có một chiều thu lá thu rơi,

Ôm súng nhìn quê tôi thầm mơ bóng...ngày về,

Mơ trong bóng ngày về.

Quê tôi chìm chân trời mờ sương!

Quê tôi là bao nguồn yêu thương!

Quê tôi là bao nhớ nhung se buồn!

Là bao vấn vương tâm hồn,

người bốn phương!"

("Làng Tôi," nhạc và lời Chung Quân.) (2)

Trong một bài viết mang tính kỷ niệm, hồi ức, tác giả Phạm Văn Kỳ Thanh (tức nhạc sĩ Phạm Mỹ Lộc) viết về nhạc sĩ Chung Quân, có những đoạn như sau:

"... Thầy Chung Quân tên thật là thầy Tiến. Ngày xưa thầy học nhạc ở Chủng Viện nên Thầy rất giỏi về hòa âm và viết hợp xướng. Sở dĩ học sinh Nguyễn Trãi yêu kính Thầy là vì được học nhạc với Thầy suốt bốn năm từ đệ thất đến đệ tứ. Còn các giáo sư khác trong bốn năm học chỉ học một năm họa hoằn mới học hai năm nếu thầy đó dạy hai môn học khác nhau. Tính Thầy hòa nhã nhưng rất nghiêm khắc. Tôi còn nhớ Thầy viết chữ rất đẹp. Nhiều khi bản nhạc Thầy viết trên bảng học trò không nỡ xóa đi dù hết giờ học. Điều đặc biệt là Thầy "vung" phấn trên bảng đen, chỉ với một nét Thầy tạo được cả năm dòng kẻ nhạc và khóa son cùng một lúc (...)

"Thầy Chung Quân viết nhạc rất ít, nhưng có bài 'Làng tôi'

nổi tiếng cả nước. Theo giai thoại thì nhà sản xuất phim ở Hà Nội trước 54 (hình như phim 'Kiếp Hoa') đã dùng bài 'Làng tôi' nhưng không xin phép, khiến thầy Chung Quân đưa họ ra tòa, thầy thắng kiện. Lúc vào Sài Gòn thầy có tiền 'tậu' vespa rất sớm so với các thầy khác của trường Nguyễn Trãi.

"Trước năm 75, tôi đang học ở San Francisco thì nghe thấy thầy Chung Quân đang học tiến sĩ Sử Học ở New York. Sau đó cho đến khi thầy mất tôi không nghe thêm gì tin tức về thầy nữa. Sở dĩ tôi phải dài dòng để nhắc đến thầy Chung Quân kính yêu là vì ít nhiều, với những dòng nhạc ngây thơ thầy dạy dỗ thời niên thiếu, đã ươm mơ thành những dòng nhạc tình bất hủ sau này của các nhạc sĩ Vũ Thành An, Ngô Thụy Miên, Đức Huy, Nam Lộc, Võ Tá Hân và Phạm Mỹ Lộc (cũng chính là người viết bài này, chưa có ca khúc nào nổi tiếng và trở thành bất hủ cả! Nhưng, vì say mê âm nhạc tôi đã bỏ rất nhiều thì giờ đi đến từng địa phương của quê hương để nghiên cứu dân ca, mong có dịp từ những giai điệu đó viết được những dòng nhạc để trả nợ đất nước, trả nợ những thầy âm nhạc ít nhiều đã hướng dẫn tôi trong quá khứ như Chung Quân, Trần Văn Khê, Phạm Duy, Phạm Trọng Cầu. Và nhất là cống hiến cho các bạn Nguyễn Trãi hoặc khán thính giả bốn phương những âm điệu để quên đi những sự mệt nhọc trong cuộc sống hàng ngày.)..." (3)

Nếu ca khúc *"Làng tôi"* của nhạc sĩ Chung Quân là toàn cảnh ngôi làng của tác giả (?) được vẽ lại bằng âm nhạc qua hai thời kỳ: Thanh bình và chiến tranh thì, ca khúc *"Trường làng tôi"* của nhạc sĩ Phạm Trọng lại thu hẹp bối cảnh "làng" vào một tiêu điểm nhỏ: Ngôi trường làng. Nhưng không vì thế mà sáng tác của họ Phạm kém phần rung động, tha thiết.

Tình cờ nội dung ca khúc *"Trường làng tôi"* của họ Phạm cũng có hai phân cảnh tương phản là thanh bình và chinh chiến! Tuy nhiên, trước khi ra khỏi ca khúc của mình, tác giả đã cho *"tiếng ê a"* vang lên, như khẳng định nhịp đi tới sáng lạng của tương lai trẻ thơ:

"Trường làng tôi cây xanh lá vây quanh
muôn chim hót vang lên êm đềm.
Lên trường tôi, con đê bé xinh xinh
len qua đám cây xanh nhẹ lướt.
Trường làng tôi hai gian lá đơn sơ
che trên miếng sân vuông mơ màng.
Trường làng tôi không giây phút tôi quên
nơi sống bao kỷ niệm ngày xanh.
(ĐK)
Nơi sống bao mái đầu xanh màu
Đời tươi như bao lá xanh, lá xanh
theo tháng ngày chiến cuộc lan tràn
qua xóm thôn nát ngôi trường xưa
Không bóng hình bao trẻ nô đùa,
Cùng nhau vang hát khúc ca vô tư
Mơ đến ngày nước non thanh bình
trong thôn xóm ấm ngôi trường xưa
*
Trường làng tôi nay vang tiếng ê a,
nay in bóng bao em nô đùa
Trường làng tôi không giây phút tôi quên
dù cách xa muôn trùng trường ơi..."

("Trường làng tôi," nhạc và lời Phạm Trọng) (4)

Nếu hiểu làng là chiếc nhau nối liền con người Việt Nam vào với tổ quốc thì, tôi tin, với những người sinh ra, lớn lên ở thành phố, nhưng qua văn chương, âm nhạc, vẫn có thể có được một *"làng tôi"* nào đó, cho riêng mình.

(Calif. Sept. 3rd 2013)

Chú thích:

(1): a- Tới nay, chúng ta vẫn chưa có được một tiểu sử đầy đủ, chi tiết về cuộc đời, sự nghiệp của nhạc sĩ Chung Quân; ngoài bài viết của tác giả Phạm Văn Kỳ Thanh, được web-site "dac trung" phổ biến, mà chúng tôi đã trích dẫn. b- Trong khi đó, theo trang nhà Wikipedia – Mở thì: Nhạc sĩ Phạm Trọng Cầu sinh ngày 25 tháng 12 năm 1935 tại Phnôm Pênh. Ông mất năm 1998 tại Saigon. Họ Phạm từng theo học trường Quốc Gia Âm Nhạc và Kịch Nghệ Saigon; trước khi qua Pháp, thi vào Nhạc viện Paris (Conservatoire Supérieur de Musique de Paris). Ngoài ca khúc *"Trường làng tôi",* ông còn có thêm ca khúc *"Mùa thu không trở lại",* viết trong thời gian ở Paris, cũng được rất nhiều người yêu thích.

Tưởng cũng nên nhấn mạnh: Trước biến cố 30 tháng 4-1975, tác giả *"Trường làng tôi"* ký tên "Phạm Trọng" cho tất cả những sáng tác của ông. Sau tháng 4-1975, ở lại Saigon, ông mới ký đầy đủ ba chữ "Phạm Trọng Cầu" (là tên thật), cho các sáng tác cũ cũng như mới của mình.

(2): Ca từ của ca khúc này, chúng tôi có được nhờ sự giúp đỡ của hai nhạc sĩ Vũ Thành An và Nguyên Bích.

(3) Theo Phạm Văn Kỳ Thanh, trang nhà "dactrung," phần liệt kê tên các nhạc sĩ.

(4) Nđd.

43

Gắn bó hữu cơ nào giữa một bài thơ của Xuân Diệu và, tiếng hát Duy Trác?

1.

"Tôi là con chim nhỏ
Một hôm đến giữa cuộc đời
Hót chơi dăm ba tiếng
Mặt đất
Nếu đầy đá sỏi
Tiếng hót tôi xin làm những hạt mầm
Mong cây xanh mọc trên sỏi đá
Nếu sớm mai nào
Em gặp những nụ hồng trong vườn bất chợt
Đấy là chút quà bé mọn
Tôi mang tặng mọi người
Tôi là con chim nhỏ
Đến giữa cuộc đời
Hót chơi...
Đừng kiếm tìm nếu hôm nào em không gặp

Đừng kiếm tìm và đừng thắc mắc

Tôi đã bay đi

Những nụ hồng để lại

Nếu còn nhớ đến cánh chim

Xin em hãy chăm chỉ vun trồng chút quà bé mọn

Và khi vui vẻ

Hãy kể chuyện cho mọi người nghe

Rằng:"Ngày xưa... xa lắm... lâu rồi...

Có một con chim nhỏ

Đến giữa cuộc đời hót chơi..."

(Lời giã từ, thơ Đỗ Trung Quân.)

Tôi không nhớ tôi đã nghe bao lần cái "intro." vốn là một bài thơ của Đỗ Trung Quân, mở đầu đĩa nhạc *Giã Từ* tiếng hát (Khuất) Duy Trác, được đọc bởi chính giọng của họ Khuất. (1)

Tôi cũng không hiểu tại sao tôi không thể bước vào phần nhạc của tiếng hát này, nếu không nghe tới nghe lui nhiều lần, phần dẫn nhập ấy.

Tôi không nghĩ, giọng đọc ấm áp mang đầy tính thong dong, tự tại của ông, cho tôi cảm tưởng đấy là lời xin lỗi dịu dàng dành cho riêng tôi (một trong những người yêu mến tiếng hát Duy Trác), khiến tôi cảm động.

Tôi cũng không nghĩ, đa số những ca khúc ông chọn để làm thành *"giã từ"* hầu hết là những ca khúc mà tôi từng nghe / sống cùng. Như những "chứng nhân" hay những ngọn nến mà, sáp và tim bấc là những kỷ niệm bất hoại của đời sống tình cảm tôi gập ghềnh trải dài hơn nửa thế kỷ. Đó là những ca khúc như *Mắt buồn* tức *Một mùa đông,*" thơ Lưu Trọng Lư, nhạc Phạm Đình Chương, *"Đừng lừa dối nhau"* của Y Vân, *"Tơ sầu"* của Lâm Tuyền, *"Biệt Ly"* của Dzoãn Mẫn, *"Cô láng giềng"* của Hoàng Quý...

Có dễ vì càng nghe, tôi càng thêm thấm thía lời nhắn nhủ:

46

"Đừng kiếm tìm nếu hôm nào em không gặp / Đừng kiếm tìm và đừng thắc mắc / Tôi đã bay đi / Những nụ hồng để lại..."

Có dễ vì càng nghe, tôi càng ngậm ngùi với lời nhắn: *"Nếu còn nhớ đến cánh chim / Xin em hãy chăm chỉ vun trồng chút quà bé mọn / Và khi vui vẻ / Hãy kể chuyện cho mọi người nghe / Rằng: "Ngày xưa... xa lắm... lâu rồi... / Có một con chim nhỏ / Đến giữa cuộc đời hót chơi..."*

Phải chăng, vì thế, càng nghe, tôi càng thêm thấy "xa lắm...", "lâu rồi...", "ngày xưa"...

Phải chăng, vì thế, càng nghe tôi càng thấy rõ, sẽ không bao giờ tôi (chúng ta) còn gặp / nghe được tiếng hót của con chim nhỏ đến giữa cuộc đời hót chơi...

Mặc dù họ Khuất vẫn còn đó. Nếu muốn, tôi (chúng ta) vẫn có thể gặp ông.

Nhưng cách gì thì gặp gỡ đó, cũng vẫn là gặp gỡ một con người, chứ không phải gặp gỡ một tiếng hát.

Và, tôi không biết, có phải vì con người là con vật có trí nhớ ngắn, nên tôi cũng không biết mỗi *đi xa,* mỗi biến mất khỏi địa cầu này của những tài năng, những trí tuệ, sẽ được đám đông tưởng nhớ bao lâu?!!

Nhưng có hề chi! Cũng chẳng quan trọng gì với một con người, một nhân cách như Khuất Duy Trác.

Mỗi lần nghe tiếng của ông, trong phần dẫn nhập trước khi bước vào đĩa nhạc *"Giã từ",* tôi luôn nhớ tới bài thơ vào tập *"Gửi hương cho gió"* của Xuân Diệu, xuất bản cách đây trên 60 năm.

Hiển nhiên Đỗ Trung Quân mượn ý của Xuân Diệu khi viết *"Tôi là con chim nhỏ / đến giữa cuộc đời / hót chơi dăm ba tiếng"...* để viết bài *"Lời giã từ"* dành riêng cho tiếng hát DuyTrác. Nhưng tôi vẫn thấy trường hợp Duy Trác rất gần thơ Xuân Diệu. Nhất là với những nhấn mạnh, mang tính khẳng định như *"ngứa cổ hát chơi."* Hay *"Kêu tự nhiên, nào biết tại sao kêu"* trong nguyên bản.

Với riêng tôi, họ Khuất không hề là con *"chim nhỏ."* Trí tuệ và tài năng của ông, như đôi cánh lớn, có khả năng đo đạc nhiều tầng không gian cao, rộng.

Xin quý vị cùng tôi đọc chậm hai khổ đầu thơ Xuân Diệu:

"Tôi là con chim đến từ núi lạ / Ngứa cổ hát chơi / Khi gió sớm vào reo um khóm lá / Khi trăng khuya lên ủ mộng xanh trời / Chim ngậm suối đậu trên cành bịn rịn / Kêu tự nhiên, nào biết bởi sao ca / Tiếng to nhỏ chẳng xui chùm trái chín / khúc huy hoàng không giúp nở bông hoa..." (2)

Tôi biết, trong lãnh vực trình diễn ca khúc, chúng ta có nhiều ca sĩ nổi tiếng. Tiếng hát của họ được rất nhiều người yêu thích. Nhưng khi hát, khi ra bộ, khi tác điệu... họ vẫn nhớ mình là ai!

Duy Trác thì không. Ông ở trường hợp khác. Trường hợp ngược lại. Tôi muốn nói tới sự gạn sạch hay biến mất mọi cá tính, mọi dấu vết nhân thân.

Mỗi lần nghe Duy Trác hát, tôi thường có cảm nhận, lúc trình bày một tình khúc, Duy Trác không gửi trong tiếng hát mình một lý lịch trích ngang nào. Ông hát dễ dàng, thanh thản như thể ông đang thở. Đang trò chuyện với khoảng không trước mặt.

Sự kiện Duy Trác hát như thở, như trò chuyện với khoảng không trước mặt, theo tôi, chính là tính *"ngứa cổ"*, là *"kêu tự nhiên, nào biết bởi sao ca"* mà Xuân Diệu đã viết xuống trong thơ của mình.

Phải chăng, cũng vì thế mà có khá nhiều ca khúc, dù ông là người đầu tiên được nhạc sĩ nhờ chuyển tải tới thính giả, như những ca khúc *"Áo lụa Hà Đông,"* thơ Nguyên Sa, nhạc Ngô Thụy Miên, *"Mắt biếc"* nhạc và lời Ngô Thụy Miên – Hoặc đó là những ca khúc trước ông đã có người hát, như *"Mắt buồn,"* thơ Lưu Trọng Lư, nhạc Phạm Đình Chương," *"Biệt ly"* của Dzoãn Mẫn, *"Đừng lừa dối nhau"* của Y Vân, *"Dạ khúc"* của Nguyễn Mỹ Ca, *"Tơ sầu"* của Lâm Tuyền, *"Cô láng giềng"* của Hoàng Quý, *"Đường về miền bắc"* của Đoàn Chuẩn, *"Hương xưa"* của Cung Tiến, *"Em tôi"* của Lê Trạch Lựu v.v... Thì những người hát sau ông, thường khiến người nghe nhớ tới tiếng hát của ông. Mặc dù, tôi lập lại:

"Duy Trác hát như thở, như đang trò chuyện với khoảng không trước mặt. Không lưu một chút dấu vết nhân thân..."

2.

Vẫn là thơ Xuân Diệu, bài kể trên, ở những đoạn kế tiếp:

"Hát vô ích thế mà chim vỡ cổ / Héo tim xanh cho quá độ tài tình / Ca ánh sáng bao lần dây máu đỏ / Rồi một ngày sa rụng giữa bình minh. / Tôi réo rắt chẳng qua trời bắt vậy / Chiếc thuyền lòng, nước đẩy phải trôi theo / Gió đã thổi, cho nên buồm phải dậy / Hồn vu vơ, tội ấy ở mây đèo./ Nghiệp tài tử nghìn xưa đông lắm chắc / Chúng tôi hùn làm một kiếp đa duyên..."

Cảm thức riêng tôi cho thấy, dường có một tương tác hữu cơ nào đó, giữa thơ Xuân Diệu viết từ đầu thập niên 1940 và, tiếng hát Duy Trác, hai mươi năm sau (đầu thập niên 1960).

Giữa lúc họ Khuất đang *"... réo rắt chẳng qua trời bắt vậy / chiếc thuyền lòng, nước đẩy phải trôi theo "* thì tai trời ách nước sập xuống nửa phần đất tự do còn lại của tổ quốc. Thảm kịch 30 tháng - 1975.

Kịch bản này đã đóng lên trán Khuất Duy Trác (cũng như gần triệu người khác,) con dấu "ngụy quân ngụy quyền." Cái giá họ Khuất phải trả cho kịch bản bi thảm ấy là 11 năm tù cải tạo.

Mãi tới năm 1992, ra khỏi nước, tiếng hát hay cánh chim lớn có khả năng đo đạc rộng lớn đất, trời kia, mới có lại cho nó *"nghiệp tài tử ngày xưa đông lắm chắc / chúng tôi hùn làm một kiếp đa duyên."*

Tiếc thay, chỉ ba năm sau, năm 1995, họ Khuất chọn rút lui khỏi tiền trường.

Chọn lựa ấy, không phải nghệ sĩ nào cũng làm được. Nhất là giữa khi đang trên đà nhận đón vinh quang.

Tóm lại, tôi muốn nói, nếu Xuân Diệu sinh ra để được / bị nhận nghiệp thi ca thì, Khuất Duy Trác sinh ra để được / bị nhận nghiệp ca hát... Họ có chung một mẫu số. Tôi muốn gọi đó là mẫu số *"trời bắt vậy"*. Mẫu số của *"bao lần dây máu đỏ"*. Mẫu số của *"nghiệp tài tử"*. Và, từ hai chân trời, hai thế hệ đủ *xa cách* để làm thành *xa lạ*, vậy mà họ đã *"hùn"* nhau... *"làm một kiếp đa duyên"*.

Khác nhau chăng, Xuân Diệu để *"chiếc thuyền lòng, nước đẩy phải trôi theo"*. Trong khi Duy Trác thì ngược lại. Ông dứt khoát *"giã từ."*

3.

Năm 1995, giải thích về quyết định *"giã từ"* cuộc chơi hay, sự chấm dứt gửi tặng nhân gian món quà *"bé mọn"* theo cách nói khiêm tốn của ông, trong một trả lời phỏng vấn của nhạc sĩ Thanh Trang trên đài phát thanh VOVN ở Houston, Texas, họ Khuất nói:

"... Vâng thì dĩ nhiên đời sống thay đổi, hoàn cảnh sống thay đổi thì âm nhạc phải thay đổi, cái tình yêu nó cũng phải thay đổi, cái cách bày tỏ tình yêu nó cũng phải thay đổi. Vậy kết luận về âm nhạc tiền chiến mà anh thích thì tôi cũng đồng ý thôi, bởi vì đó là sự dịu dàng, đó là thơ, ngay cả thơ nói về hạnh phúc hay nói về sự bất hạnh chứ nó không phải là một chất rượu nó không phải là lửa, nó không phải là sự nồng nàn như là âm nhạc bây giờ... thì dĩ nhiên là khi những bài nhạc tiền chiến ngày xưa chúng mình nghe, rồi mình hát, mình thích bởi vì nó cũng đính kèm theo một chuỗi những cái kỷ niệm, kỷ niệm là chính. Bây giờ thì tuổi trẻ họ đã có đời sống khác, họ có những kỷ niệm khác, và họ thích bày tỏ tình yêu khác, cách yêu đương nó khác, do đó tôi nghĩ rằng là hát tình ca cũng phải khác đi.

"Thế thành ra bây giờ có cái điều mà bây giờ tôi mới dịp nói ra là cái lúc mà tôi ngưng hát đó, thì tôi bị vướng vào một sự lúng túng một sự lẩn quẩn là nhạc tiền chiến, đối với riêng cá nhân tôi, tôi thấy nó không còn thích hợp nữa, bởi đời sống nó đã thay đổi quá nhiều rồi, mà nhạc mới của các anh em trẻ ở đây, những người trẻ ở đây thì tôi chưa thấm được, nên tôi không biết hát cái gì, không biết hát cái gì thành thử tôi phải thôi..."

Khi trò chuyện với nhạc sĩ Thanh Trang, tác giả *"Duyên Thề,"*

Duy Trác lập lại nhiều lần sự không thích hợp hay, khó hòa cùng nhịp rung cảm tình ca của lớp người trẻ hiện nay... Bởi vì:

"Bây giờ tuổi trẻ đã có đời sống khác, họ có những kỷ niệm khác, và họ thích bày tỏ tình yêu khác, cách yêu đương khác..."

Do đó ông nghĩ tình ca cũng đã khác đi. Và, đó là điều:

"... mà bây giờ tôi mới có dịp nói ra là cái lúc mà tôi ngưng hát đó, tôi bị vướng vào một sự lúng túng, một sự luẩn quẩn là nhạc tiền chiến. Đối với cá nhân tôi, tôi thấy nó không còn thích hợp nữa. Bởi đời sống nó đã thay đổi quá nhiều rồi, mà nhạc mới của các anh em trẻ ở đây, những người trẻ ở đây thì tôi chưa thấy được. Nên tôi không biết hát cái gì... Thành thử tôi phải thôi..."

Tất cả những phát biểu trên của Duy Trác, nam danh ca một thời của 20 năm sinh hoạt văn học, nghệ thuật miền Nam, theo tôi chỉ là cách nói.

Bằng cớ, trước khi tự tay tắt đi những ngọn đèn nghìn nến chiếu rọi vào tên tuổi mình, trong ba năm sau cùng ở hải ngoại, Duy Trác cũng đã hát một số ca khúc của một số nhạc sĩ (không còn trẻ) nhưng vẫn thuộc thế hệ sau biến cố 30 tháng 4 - 1975. Họ là lớp nhạc sĩ thế hệ 75 nơi quê người, như Đăng Khánh, Phạm Anh Dũng, Mai Anh Việt...

Ngay Ngô Thụy Miên, xuất hiện sớm hơn những nhạc sĩ vừa kể ít năm trước thời điểm 1975, ở quê nhà, cũng đã quá xa thế hệ nhạc tiền chiến.

Lại nữa, nếu tôi không lầm thì hôm nay ở hải ngoại cũng như tại quê nhà, vẫn có không ít những ca sĩ thuộc thế hệ 8x hoặc 9x tìm về nhạc tiền chiến. Họ tìm về ngọn nguồn của lãng mạn Việt Nam: Tân nhạc.

Từ đấy, tôi vẫn muốn nhấn mạnh rằng, tất cả những gì họ Khuất phát biểu liên quan tới "*nghiệp tài tử ngày xưa đông lắm chắc*" chỉ là một cái cớ. Một cách nói. Cái cớ hay cách nói của một nghệ sĩ biết lúc nào phải nói: "*Thôi!*" "*Thôi!*" Một chữ đơn giản, ngắn gọn tưởng chừng dễ dàng phát ra, trong rất nhiều trường hợp, nhưng theo tôi nó lại rất khó, quá khó cho một nghệ sĩ danh tiếng.

Uy lực của cám dỗ danh vọng, tiếng vỗ tay, lời xì xào của đám đông ngưỡng mộ... vốn là những nhà tù được đúc bằng vàng!

Hầu hết nghệ sĩ mơ ước được chui vào. Nhưng hiếm thay, một tên tuổi đang / còn chói lọi hào quang, lại chọn xô cửa, bước ra.

Giã từ.

Trong ghi nhận riêng của tôi, Duy Trác không chỉ nói được tiếng *"thôi"* với sân khấu, phòng thu mà, ông còn nói được tiếng *"thôi"* với cả những họp mặt bằng hữu giới hạn, tư riêng. Ông cũng nói *"thôi!"* với chính ông, lúc một mình đối bóng.

Thái độ hay cung cách ứng xử quyết liệt này của Khuất Duy Trác, khiến tôi nhớ tới những ngợi ca tư cách của ông trong lao tù, do những người bạn tù của ông kể lại. Dù cho không một phút nào ông quên được bên ngoài cửa ngục, ông còn có một mẹ già, một vợ trẻ, 6 con thơ và 5 đứa cháu, hôn trầm trong mòn mỏi ngóng đợi tin ông.

4.

Hôm nay, khi tôi ngồi viết những dòng chữ này, thời gian kể rằng, nó đã bỏ lại sau lưng nó tiếng hát Duy Trác. Nó cũng giải thích cho tôi hiểu, như thể nó rất miễn cưỡng làm việc ấy, vì Duy Trác. Vì ông đã tuyên bố *"giã từ!"*

(Khi thời gian dùng hai chữ *"miễn cưỡng"* theo chỗ tôi hiểu thì, phải chăng nơi đáy sâu tâm hồn nó, ít nhiều là lòng cảm phục?)

Mười lăm năm với một đời người, như Khuất Duy Trác, không phải là con số ngắn ngủi. Cũng không phải là đoạn đường dưới lá. Ngõ về dưới hoa!

Tôi không thể hình dung cuộc sống của ông, nếu gần đây, tôi không bất ngờ nhận được bài viết của ông, do một người bạn từ

Denver gửi cho. Như một nhắc nhở, khuyên nhủ tôi về tuổi già của chính tôi.

Qua bài viết là những lời tâm tình hay, một thứ triết lý sống với tuổi già của họ Khuất, nhân đó, ông cũng cho biết phần nào phần đời sống gập ghềnh nắng, mưa tự những ngày niên thiếu của ông.

Tôi nghĩ, sẽ không thể có một tư liệu nào chính xác hơn về người nghệ sĩ này, ngoài những gì do chính ông kể lại.

❝ Năm 1992 gia đình tôi tới Mỹ, một quốc gia tự do và nhân đạo, với 13 nhân khẩu. Không ngờ, vốn chỉ là một ca sĩ tài tử và đã bị chính quyền Cộng Sản giam cầm và cấm hát suốt 17 năm, tôi vẫn được một trung tâm ca nhạc tiếng tăm mời sang Paris tổ chức một buổi hội ngộ với thính giả và thu những băng nhạc nghệ thuật.

"Các thính giả đã vào cả hậu trường chào mừng tôi, buồn vui, mừng tủi. Tôi chỉ còn nhớ, và nhớ mãi, một câu chào, như mâu thuẫn và thật lòng:

" 'Bác (hay chú) chẳng thay đổi gì cả, chỉ già đi nhiều thôi.'

"Ồ! Tôi đã già đi! Chắc chắn rồi. Nhưng tôi đã không có thì giờ nghĩ đến. Làm sao có thì giờ nghĩ đến khi không biết ngày nào hết cảnh lao tù để về chung sức với vợ nuôi nấng 6 đứa con, 5 đứa cháu và một mẹ già đau yếu. Nhất là nỗi đau mất 3 đứa con và 7 đứa cháu trên biển cả. Nỗi đau quá lớn khiến mẹ đã té ngã và trở thành phế nhân với nửa người bất động.

"Trong đời sống của mỗi con người, ai cũng có 3 giai đoạn: tuổi thơ, tuổi thanh xuân và tuổi già.

"Riêng tôi tuổi thơ hầu như không có. Cha mẹ mất sớm, bị những người lớn tuổi trong đại gia đình hành hạ; năm 12 tuổi tôi đã bỏ đi sống một mình.

"Tôi còn nhớ, hồi đó ở vùng kháng chiến Việt Bắc tôi thi vào trường Sư Phạm; với học bổng 18 kg gạo, 180 đồng tiền thức ăn, và 1 chai dầu dùng để thắp đèn học đêm. Nghỉ hè, trường không phát học bổng, tôi phải đi hái trà và đạp trà thuê. Cuối ngày lãnh tiền đủ đong được chút gạo, hái rau rừng làm thức ăn. Với đủ mọi hình thức kiếm tiền lương thiện, tôi đã phấn đấu học hành, làm việc với châm ngôn do mình đặt ra: không hận thù những người đã hành hạ mình và phải cố gắng học cho thành tài. Cả hai châm ngôn này tôi đã thực hiện đầy đủ và chân thành. Bỏ vùng Việt Bắc, trở về Hà Nội rồi di cư vào Nam, tôi đã cố gắng hoàn tất việc học, trở thành luật sư đồng thời lập gia đình năm 1961.

"Ngẫm nghĩ lại, tuổi thơ không có, tuổi thanh xuân cũng không được bao nhiêu. Sau khi gia nhập Luật Sư Đoàn được 2 năm và lập gia đình được hơn 1 năm, vào năm 1962 tôi được gọi nhập ngũ. Dĩ nhiên, phục vụ đất nước trong thời chiến tranh là nghĩa vụ thiêng liêng của con dân một nước. Nhưng rời bỏ gia đình mới được hơn một tuổi, bỏ lại vợ và con thơ để làm nghĩa vụ người trai trong 13 năm rưỡi rồi tiếp theo là 11 năm tù đày trong các trại tù Cộng Sản; thì hỡi ôi tuổi thanh xuân của tôi đã mất hút tự bao giờ tôi cũng không còn nhớ được nữa. Ra tù và sang đến Mỹ năm 1992 thì tôi đã ở vào tuổi 56. Các thính giả có bảo là già đi nhiều thì cũng phải thôi. Tiếp tục vật lộn với đời sống để nuôi gia đình nên mối ưu tư về tuổi già, về những chăm sóc cho tuổi già được sống hợp lý, tốt đẹp cũng không phải là điều dễ dàng. André Maurois đã viết:

" 'Năm, sáu chục năm trời nếm trải những thành công và thất bại, hỏi ai còn có thể giữ được nguyên vẹn những điểm sung mãn thời trẻ? Đi vào hoàng hôn của cuộc đời như đi vào vùng ánh sáng đã điều hòa, ít chói chang hơn, mắt khỏi bị lóa bởi những màu sắc rực rỡ của bao ham muốn. Và như vậy già là một tất yếu của vòng đời, một chuyện đương nhiên khi người ta tính tuổi, cớ sao phải lảng tránh?'

"Có trẻ thì có già, đó là nhịp điệu của vũ trụ, đâu cần phải khổ đau vì già? Trái lại, phải làm sao để có một tuổi già hạnh phúc. Trong thời gian tôi theo học tại trường Luật, có một người bạn đã gửi cho tôi một tấm thiệp giáng sinh trên đó có ghi toàn văn bản dịch của bài thơ 'TUỔI TRẺ (YOUTH)' của Samuel

Ullman. Lời lẽ bài thơ thật là sâu sắc, đầy tinh thần lạc quan, nó ảnh hưởng sâu xa đến tôi trong mấy chục năm nay. Mặc dầu nó được viết ra từ năm 1918, lúc tác giả đã 78 tuổi nhưng ý tưởng thật mới mẻ. Xin trích một vài câu tiêu biểu:

" 'Không một ai lại già cỗi đi vì những năm tháng trôi qua. Chúng ta già nua bởi vì ruồng bỏ lý tưởng của mình. Năm tháng có thể làm nhăn nhúm làn da của chúng ta, nhưng sự từ bỏ tinh thần hăng say, phấn khởi mới làm tâm hồn chúng ta héo hắt.'

"Tướng Douglas Mc Arthur rất tâm đắc với bài thơ này và ông đã cho trưng bày bài thơ ngay tại phòng làm việc của ông ở Tokyo khi ông đang là Tư Lệnh Quân Đội Đồng Minh đặc trách công việc giải giới và phục hồi nước Nhật sau chiến tranh.

"Rồi vào năm 1946, tạp chí Reader's Digest ấn bản tiếng Nhật đã phổ biến toàn văn bài thơ bất hủ này bằng Nhật ngữ. Nhân dân Nhật đã hân hoan đón nhận cái tín hiệu đầy lạc quan, tích cực và năng động của bài thơ không vần này. 'Cũng từ đó họ đã hăng say dấn thân vào việc tái thiết đất nước, khiến nước Nhật lấy lại được vị thế cường quốc về kinh tế, chính trị cũng như văn hóa như ta thấy ngày nay...' "

Sau 15 năm "*giã từ*," hôm nay trên bậc thềm tuổi già, ông lại gửi tới những người từng yêu mến ông, một tiếng nói (tiếng hát khác): Lời cảm ơn gửi tới những huấn luyện viên của hội Từ Bi Phụng Sự của thầy Hằng Trường.

Riêng cá nhân tôi, nơi trang viết này, tôi lại muốn gửi lời cám ơn của riêng tôi, tới người bạn đời của ông. Người phụ nữ một đời lênh đênh chìm, nổi theo chồng, như một chiếc bóng đầu tiên và, cuối cùng của Khuất Duy Trác:

- Bà Dương Ấu Oanh.

(Calif. Sept. 2010.)

Chú thích:

(1) Trung tâm Diễm Xưa thực hiện và phát hành tại Hoa Kỳ, 1995.

(2) Xuân Diệu là một trong những nhà thơ lớn của thời kỳ thơ Tiền chiến. Ông sinh ngày 2 tháng 2 năm 1916 ở Bình Định, mất ngày 18 tháng 12-1985 tại Hà Nội. Tác phẩm *Gửi hương cho gió* là thi phẩm thứ hai của ông, xuất bản năm 1945.

Có chăng mùi hương trong tiếng đàn vĩ cầm Đan Thọ?

Nhìn lại sinh hoạt 20 năm VHNT miền Nam, một số nhà nghiên cứu cho rằng, cuộc di cư khổng lồ của hơn một triệu người miền Bắc vào Nam, đã thổi ngọn lửa đổi mới, rực rỡ lớn cho sinh hoạt VHNT, cho vùng đất trù phú, êm ả này.

Một số người khác, lại ví von rằng, sự thay da đổi thịt của sinh hoạt văn nghệ miền Nam, tựa như một cuộc cách mạng quyết liệt, lay động, đổi thay tận gốc rễ nếp sinh hoạt văn nghệ của miền Nam.

Ở lãnh vực tân nhạc, người ta ghi nhận sự xuất hiện của hàng hàng, lớp lớp những tác giả trẻ mà, Trịnh Công Sơn, được coi là một hiện tượng đặc biệt. Bên cạnh đó, những tên tuổi khác như Nguyễn Đức Quang, Anh Việt Thu, Vũ Thành An, Trầm Tử Thiêng, Từ Công Phụng, Ngô Thụy Miên... đã đóng góp phần của họ, để làm thành cái được gọi là "đợt sóng mới". Đó là thế hệ nhạc sĩ khởi nghiệp ở điểm mốc cuối hoặc sau thập niên (19)60.

Tuy nhiên, thực tế, những "đợt sóng mới" này vẫn không thể làm lu mờ, hay đẩy lùi sự chói lòa những tên tuổi lớn thuộc thế hệ tiền chiến hoặc, khởi nghiệp từ những năm đầu thập niên

(19)50 như Dương Thiệu Tước, Phạm Duy, Phạm Đình Chương, Văn Phụng, Nguyễn Hiền, Tuấn Khanh, Y Vân, Hoàng Thi Thơ, Anh Bằng, Lê Dinh, Minh Kỳ, Nguyễn Văn Đông, Nhật Bằng v.v... Phải chăng đó là một trong những điểm đặc thù của dòng tân nhạc miền Nam 20 năm?

Giống như lãnh vực thi ca, khi một nhạc sĩ thuộc thế hệ trước 1954 đã định hình thì, vị trí của họ là vị trí bất biến. Kể cả những nhạc sĩ có số lượng tác phẩm không nhiều lắm. Nhưng, nếu ca khúc của họ, đã được quần chúng đón nhận thì chúng là những viên ngọc bất hoại. Đó là những tác phẩm đã vượt qua được vạch phấn thời gian. Sống còn, sau thử thách với những ngọn lửa vùi dập, lãng quên mau...

Nằm trong trường hợp vừa kể, ở lãnh vực thi ca, người ta thấy có nhiều thi sĩ chỉ cần để lại cho đời một bài thôi, cũng đã đủ thành bất tử. Tỷ như Vũ Đình Liên với bài thơ "Ông Đồ Già"; Hữu Loan với "Mầu Tím Hoa Sim"... Về phía tân nhạc, chúng ta có một Nguyễn Văn Tý với "Dư Âm". Một Nguyễn Văn Khánh với "Nỗi Lòng". Một Lê Hoàng Long với "Gợi Giấc Mơ Xưa". Một Vũ Thành với "Giấc Mơ Hồi Hương" hoặc, một Hoàng Dương với "Hướng Về Hà Nội"...

Hiện tượng này, cũng ứng hợp với nhạc sĩ Đan Thọ – Tác giả của hai ca khúc đã sớm trở thành những viên ngọc quý của kho tàng tân nhạc miền Nam. Đó là ca khúc "Tình Quê Hương" phổ từ thơ Phan Lạc Tuyên và, "Chiều Tím" phổ từ thơ Đinh Hùng. Đặc biệt, ca khúc "Chiều Tím" còn có thêm cho riêng nó một định mệnh khác thường...

Theo lời kể của nhạc sĩ Đan Thọ thì, ngoài phần thơ (sẵn có từ trước), thi sĩ Đinh Hùng còn hợp tác với ông, để hoàn tất phần ca từ thứ hai.

Ở lời hai này, thi sĩ Đinh Hùng đã đem được hình ảnh tiêu biểu của nhạc sĩ Đan Thọ vào "Chiều Tím" qua phần ca từ mở đầu phần thứ hai:

"Từ đấy đàn nhớ thanh âm chùng dây vĩ cầm..." trước khi

dòng nhạc đi tiếp với những lời thật đẹp, như thơ, nồng nàn hương tình yêu mà tiếng đàn vĩ cầm của Đan Thọ giữ được và gửi vào tâm hồn người thưởng ngoạn:

"Người xa vắng rồi chiều sang em ơi!
Thương ai hoa rơi lá rơi ...
Người ấy lòng hướng trăng sao, hồn say chiến bào
Tìm trong tiếng đàn ... mùi hương chưa phai
Ý giao hòa người nhớ chăng?
Mây gió ... bốn phương giăng hàng
Mùa thu thêu áo nét hoa mơ màng
Và em với chàng kề vai áo ... vấn vương
Chiều hỡi! Đàn nhớ mong nhau, tình thương bắc cầu
Người đi hướng nào ? Tìm trong chiêm bao
Tóc bay dài, gió viễn khơi ..." (2)

Căn cứ theo tiểu sử do web site Đất Việt.com ghi lại thì nhạc sĩ Đan Thọ sinh năm 1924 tại Nam Định. Ông sở trường Violon và Saxophone Tenor. Từ năm 1936 tới 1942, ông học chữ và nhạc tại trường Thầy Dòng Saint Thomas d' Aquin (Nam Định). Thầy dạy violon là Frère Maurice. Sau đấy, từ năm 1942 tới 1945, ông học hòa âm, và sáng tác với giáo sư Tạ Phước cùng Vũ Đình Dự. Ngay trong năm 1945, ông đã được mời chơi đàn violin tại phòng trà Thiên Thai của nhạc sĩ Hoàng Trọng (Nam Định). Từ năm 1948 tới năm 1954 ông gia nhập Ban Quân Nhạc Đệ Tam Quân Khu Hà Nội cùng với các nhạc sĩ Nguyễn Túc, Nhật Bằng, Văn Phụng, Nguyễn Khắc Cung, Nguyễn Cầu, Nguyễn Hiền...

Hai nhạc phẩm đầu tay của ông (sáng tác chung với cố nhạc sĩ Nhật Bằng), nhan đề "Bóng Quê Xưa" và "Vọng Cố Đô" sáng tác năm 1952. Năm 1956, ở Saigon, ông trở lại học thêm về kèn Saxophone với Quân-Nhạc-trưởng Schmetzler và nhạc sĩ Phi Luật Tân Mano Umali. Năm 1954 tới 1956, khi ban quân nhạc di cư vào Nha Trang, ông sáng tác ca khúc bất tử "Tình Quê Hương" – Phổ từ một bài thơ của nhà thơ Phan Lạc Tuyên

Vẫn theo Web site Đất Việt.com thì những ca khúc như "Chiều Tím" (thơ Đinh Hùng), rồi "Xa Quê Hương" (viết chung với Xuân Tiên), "Mimosa Thôi Nở" (thơ Nhất Tuấn), "Dương Cầm" (ý thơ Mùi Quý Bồng) được ông viết trong thời làm việc ở Saigon.

Năm 1956 và 1961, với tư cách Trưởng Ban Nhạc Nhẹ của Đài Phát Thanh Tiếng Nói Quân Đội ông được cử vào phái đoàn nghệ sĩ của miền Nam, đi trình diễn tại Bangkok và Manila.

Như một số nhạc sĩ cùng thời với mình, hằng đêm, nhạc sĩ Đan Thọ trình diễn ở nhiều phòng trà, vũ trường... Ông cũng thu thanh tiếng đàn vĩ cầm của ông cho các đài phát thanh và, vô tuyến truyền hình quốc gia.

Được con bảo lãnh qua Hoa Kỳ, tháng 3 năm 1985, ông có nhiều năm định cư tại miền Nam California. Trước khi di chuyển về lại thành phố New Orleans và hiện nay là Houston, Texas.

Để khuây khỏa nỗi buồn của cảnh đời tỵ nạn, nhạc sĩ Đan Thọ đã học cách hòa âm nhạc bằng máy computer. Bên cạnh đó, ông còn có thêm một thú vui êm đềm khác là nuôi chim hoàng anh.

Bản chất vốn chí tình, cởi mở với bằng hữu, tác giả "Chiều Tím" đã không ngần ngại truyền thụ nghệ thuật nuôi chim hoàng anh tại nhà, cho bất cứ ai có ý muốn bước vào thú nuôi chim tại nhà, nhẹ nhàng này. Hơn thế nữa, để khuyến khích, ông cũng sẵn sàng tặng cho bằng hữu, những cặp chim hoàng anh tốt nhất, ra đời từ "trại hoàng anh tại gia" của ông. (3)

Tôi không biết tác giả "Tình Quê Hương" có tìm thấy mối tương quan nào chăng giữa tiếng hót của chim hoàng anh và, tiếng vĩ cầm sớm đi vào ca khúc của ông? Nhưng, tôi trộm nghĩ, cách gì thì nơi thẳm sâu tâm hồn người nhạc sĩ tài hoa, nặng lòng với quê hương này, vẫn mãi là:

"... Chiều hỡi! Đàn nhớ mong nhau, tình thương bắc cầu
Người đi hướng nào ? Tìm trong chiêm bao
Tóc bay dài, gió viễn khơi ..."

Khi 'chùm dây vĩ cầm' nổi trôi
theo vận nước lênh đênh.

Bản chất tác giả "Tình Quê Hương", là một người chọn cho mình một đời sống ngăn nắp, nghiêm chỉnh. Nhưng cũng như nhiều người khác, định mệnh cá nhân tức biệt nghiệp và, định mệnh chung của đất nước, tức cộng nghiệp, đã ném người nhạc sĩ tài hoa Đan Thọ vào những gập ghềnh thời sự gió bão!

Trong một bài phát thanh trên đài VOA vào trung tuần tháng 3 năm 2003, nhà báo Trường Kỳ đã ghi nhận khá đầy đủ về phần đời trôi nổi của nhạc sĩ Đan Thọ. Qua trích đoạn dưới đây, những người yêu mến dòng nhạc trữ tình của Đan Thọ, mới được biết thêm rằng, tác giả "Chiều Tím" không chỉ nổi tiếng như một vĩ cầm thủ mà, ông còn nổi tiếng với tiếng kèn saxo và nhạc Jazz nữa:

"Trong lãnh vực vũ trường, Đan Thọ là một trong những nhạc sĩ kỳ cựu nhất. Trước ngày đất nước chia đôi, ông đã từng với nhạc sĩ Nguyễn Túc trình diễn tại nhiều phòng trà ở Hà Nội. Vừa vào đến Sài Gòn, ông đã được mời cộng tác ngay với vũ trường 'Grand Monde' tức 'Đại Thế Giới'. Năm 57 ông qua vũ trường Đại Nam cộng tác với ban nhạc gồm nhiều nhạc sĩ nổi tiếng.

"Đến năm 62, vì lệnh cấm khiêu vũ nên ban nhạc này đổi qua trình diễn nhạc Jazz với một thành phần gồm các nhạc sĩ nổi danh như: Văn Hạnh, Lê Văn Thiện và Huỳnh Anh. Đối với khán giả Việt Nam thời đó, trình diễn nhạc Jazz là một điều mới mẻ. Do đó ban nhạc của vũ trường Đại Nam đã lôi cuốn được rất nhiều người đến thưởng thức.

"Một thời gian sau ông về vũ trường 'Croix Du Sud', sau đó đổi tên là 'Tự Do'. Tại đây ông cộng tác với các nhạc sĩ Hoài Trung, Hoài Bắc cùng với Lê Văn Thiện, Huỳnh Anh, Nguyễn Văn Thanh, Văn Ba, vv... Sau đó ông được giải ngũ vào năm 1969 để sang cộng tác với vũ trường Mỹ Phụng cho đến năm 72 và sau đó là phòng trà Bồng Lai.

"Tại miền Nam trước biến cố tháng 4 năm 75, trong rất nhiều năm, bóng dáng Đan Thọ với cây vĩ cầm hoặc với cây kèn saxo đã là một hình ảnh quen thuộc với những người lui tới các phòng trà và vũ trường về đêm (......)

"Sau năm 75, Đan Thọ cộng tác với ban nhạc của Đoàn Kịch Nói Kim Cương gồm trên 10 nhạc sĩ. Trong đó, ngoài ông, còn có những nhạc sĩ Xuân Tiên, Lâm Thoại Nguyên, Ngọc Chánh, Lê Văn Thiện, Phạm Văn Phúc, Đài Trang, Đặng Văn Hiền, vv... Ông từng cùng với Đoàn Kịch Nói Kim Cương ra Hà Nội trình diễn vào năm 1980 trong vòng một tháng với nhiều thành công tốt đẹp.

"Trong thời gian còn ở lại Việt Nam, ông đã cùng với ban nhạc này đi diễn ở nhiều nơi như Nha Trang, Phan Rang, Phan Thiết, vv... Cho đến năm 80 ông quyết định xin nghỉ. Có thể nói đúng hơn là nhạc sĩ Đan Thọ đã không còn tìm thấy được nguồn vui trong nghệ thuật sau khi ông ngưng cộng tác với đoàn Kim Cương vào năm 1980, để sau đó ông dành cả thì giờ của mình cho gia đình cùng với thú nuôi chim của ông và đã từng đoạt giải thưởng..." (dongnhacxua.com) (4)

Với những người bị kẹt lại Saigon, sau biến cố 30 tháng 4-1975, đều hiểu rằng, để có được một việc làm không thôi, khoan tới tới việc làm có dính dáng gần xa tới chuyên môn hay nghề cũ của mình, nó khó khăn không kém gì đường lên... trời...

Vậy mà tác giả "Tình Quê Hương" đã quyết định dứt bỏ công việc phù hợp hoàn toàn với nghề cũ của ông.

Cá nhân tôi cho rằng, đó là một quyết định liều lĩnh, can đảm. Phần nào, nói lên tư cách của người nhạc sĩ tài hoa này, trong thời điểm ngặt nghèo bi kịch của đất nước. Một chọn lựa không phải ai cũng có thể làm được, khi ở vị trí của ông.

"Tuy không còn đi lưu diễn nhưng Đan Thọ chưa có thể xa rời sân khấu. Mặc dù sống dưới những sự đổi thay của xã hội, nhưng thời gian này đối với ông có những kỷ niệm khó quên. Cùng với nhạc sĩ Cao Phi Long và một số nhạc sĩ khác như Trí,

Hòa, vv..., ông được mời cộng tác với vũ trường Maxim's ở trên lầu.

"Tại địa điểm này Đan Thọ và các nhạc sĩ trong ban đã khiến khán giả thích thú với nghệ thuật trình bầy loại nhạc Zigane, trong số có rất nhiều khán giả người ngoại quốc thuộc các nước xã hội chủ nghĩa. Đêm cuối cùng trước khi ngưng cộng tác với Maxim's để ngày hôm sau rời khỏi Việt Nam, phái đoàn Hungary thường đến nghe ban nhạc của ông biểu diễn đã mang hoa lên tặng ông và hôm sau còn đến tận nhà ông tặng thêm, vì ban nhạc thường đàn bài 'Danse Hongroise No 5' của Brahms rất được người Hungary ưa thích..." (5)

Tôi trộm nghĩ, có dễ trong số những người yêu mến dòng nhạc trữ tình của nhạc sĩ Đan Thọ, cũng ít ai biết ngoài vĩ cầm, đã trở thành một thứ ID, thẻ nhận dạng tài hoa Đan Thọ, ông còn là một hảo thủ nhạc Jazz, một lãnh vực âm nhạc, tương đối xa lạ với người Việt thời trước tháng 4-1975.

Cũng nhờ tiếng saxo (trái tim đằm thắm nhất của nhạc Jazz) mà, nhạc sĩ Đan Thọ cùng gia đình, trên nguyên tắc, từ trại tỵ nạn, sẽ đi định cư tại vùng Hoa Thịnh Đốn, do hồ sơ bảo lãnh bởi em người bạn đời của ông thì, cuối cùng, ông đã được phái đoàn Mỹ cho ông đổi từ Washington DC về New Orleans, chiếc nôi nhạc Jazz của thế giới.

Tuy được New Orleans, quê hương nhạc Jazz chào đón, như một đứa con thương yêu trôi dạt tới từ bên kia Thái Bình Dương; nhưng vì nhớ bạn, nhớ không khí vũ trường, hai nhu cầu sinh hoạt tinh thần quan trọng một đời mình, cuối cùng nhạc sĩ Đan Thọ lại di chuyển về miền nam California.

Tại miền đất ấm này, người nhạc sĩ gương mẫu của gia đình, đằm thắm với bằng hữu, dù đã bước qua tuổi 60, vẫn ban ngày, đi làm, cuối tuần, cùng một số bằng hữu thân thiết từ thời Việt Nam, ông trở lại sân khấu với cây violin và saxo cho vũ trường Ritz của nhạc sĩ Ngọc Chánh.

Tiếng vĩ cầm cũng như saxo của ông, không chỉ làm thức dậy

những kỷ niệm một thời Saigon của những khách chơi lịch lãm thuở xưa mà, còn trải những thảm hoa rung động, lắng xuống chiều sâu tâm hồn lớp khách trẻ nữa.

Năm 1995, nhạc sĩ Đan Thọ tuyên bố giải nghệ trong một buổi sinh hoạt văn nghệ đặc biệt tại Vũ trường Ritz. Ông cho biết, sự cống hiến một đời cho âm nhạc của ông, tới thời điểm đó là quá đủ. Tuổi tác, sức khỏe không cho phép ông "trụ" lâu hơn trên sân khấu, dưới ánh đèn màu.

Cuộc chia tay với sân khấu và ánh đèn của tác giả ca khúc "Tình quê hương" gây xúc động sâu xa cho hàng trăm tân khách. Khi màn nhung khép lại, bóng tối nhạt đi, chuyển dần sang ngày kế tiếp, một không khí bùi ngùi, bịn rịn đã diễn ra giữa người nhạc sĩ tài hoa và, các tân khách tưởng chừng không có phút chấm dứt!!

Nhưng cùng lúc đó, ở một nơi khác, trong căn nhà ngăn nắp thuộc thành phố Garden Grove, có một người phụ nữ vẫn chong đèn đợi chồng về. Đó là người bạn đời của tác giả "Chiều Tím".

Đan Thọ, "những hạt giống đất / trời trong tâm hồn nhiều thế hệ.

Nhắc tới người phụ nữ mấy chục năm liên tiếp, chong đèn cuối khuya, đợi chồng – Bà Đan Thọ, trong một bài viết, cố nhà báo Trường Kỳ ghi nhận:

"Nhớ lại khoảng thời gian dài hoạt động không ngưng nghỉ của người chồng nghệ sĩ, bà Đan Thọ cũng đã phải khâm phục sức làm việc của ông. Điều đó cũng đã chứng tỏ được sự thông cảm lớn lao của bà khi Đan Thọ dấn thân vào con đường phục vụ âm nhạc.

"Đáng ghi nhận hơn cả là thời gian ông còn ở Sài Gòn: 'Chưa bao giờ ông ấy có mặt ở nhà trước 2 giờ sáng... Từ sáng cho đến 2 giờ đêm, ông ấy ở đâu chứ không ở nhà'. Với một vẻ âu yếm, bà nói thêm 'Ông ấy muốn làm gì ông ấy cứ việc làm, nhưng mà 2 giờ tôi cứ ngồi đợi cửa. Không bao giờ tôi đi ngủ trước, mấy chục năm như vậy. Thành ra ông ấy đâu có dám đi đâu vì biết tôi ngồi đợi cửa mà!', như lời kể của bà Đan Thọ.

"Một điều không ai ngờ là trong suốt quá trình hoạt động của Đan Thọ, hầu như chưa hề ai thấy mặt vợ ông tại vũ trường cũng như tại các đài phát thanh ông cộng tác. Hai vợ chồng nhạc sĩ Đan Thọ hiện đang hưởng những chuỗi ngày nhàn hạ, nương tựa nhau trong lúc xế chiều tại Houston với sự thường xuyên liên lạc hay gặp gỡ con cháu từ Tampa đến Houston.

"Khá nhiều bạn bè nghệ sĩ cùng thời với ông đã nhắm mắt xuôi tay. Riêng Đan Thọ còn đây trong những buổi chiều tím của cuộc đời. Chắc hẳn người nhạc sĩ lão thành đang mỉm cười mãn nguyện với những gì ông đã cống hiến cho nền âm nhạc Việt Nam, trong vai trò một nhạc sĩ sáng tác và nhất là một nhạc sĩ trình diễn bên cạnh cây vĩ cầm, giờ đây đã im tiếng. Còn chăng chỉ còn là vang vọng dư âm của những ngày xưa cũ..." (6)

Tôi vẫn nghĩ, nếu có những "im tiếng" hiểu theo nghĩa bặt tăm, như lẽ tự nhiên của một đời người thì, quanh đời sống ta, cũng có những "im tiếng" nghịch lý. Tôi muốn nói tới những trường hợp chính sự "im tiếng" về phương diện thể chất ấy, lại giúp cho những tiếng nói khác sáng lên. Đằm thắm hơn. Rực rỡ hơn. Ý nghĩa hơn. Và, vì thế, những tiếng nói khác đó, lại nhận được nhiều hơn, những biết ơn, từ phía đám đông: Những người đứng ở mặt bên kia của sự "im tiếng".

Cụ thể, ta thấy sự "đi xa" của các nhạc sĩ Phạm Đình Chương, Trần Thiện Thanh, Trầm Tử Thiêng, Nguyễn Đức Quang v.v... khiến khi nghe lại sáng tác của họ, dường như chúng hay hơn, cảm động hơn... Tâm lý này cũng đến với những người hôm nay, đọc lại thơ của những tên tuổi như Vũ Hoàng Chương, Đinh Hùng, Nguyên Sa, Mai Thảo...

"Chùm dây vĩ cầm" của chúng ta, khác hơn. Ông hiện còn và, có thể sẽ còn ở với những người yêu ca khúc của ông, nhiều chục năm nữa. Nhưng "Chiều Tím", "Tình Quê Hương" hai ca khúc phổ từ thơ của ông, cũng có phần lấp lánh, ngọt ngào hơn, khi tiếng vĩ cầm của ông đã không còn vang dội đêm thâu..

Tôi nghĩ, nói tới thơ phổ nhạc là nói tới tính gắn bó giữa thi ca và âm nhạc, như một cặp song sinh có chung một định mệnh. Hầu như, các nhạc sĩ của chúng ta, chí ít cũng đôi lần tìm đến thi ca, như tìm đến người tình lý tưởng, trong định mệnh âm nhạc của đời họ.

Lại nữa, nếu có những bài thơ đã được một nhạc sĩ nào đó, soạn thành ca khúc thì, điều đó, vẫn không có nghĩa là sẽ không có một hay nhiều nhạc sĩ khác tìm đến, để thi triển võ công mình. Nhưng, vẫn theo tôi, lịch sử thơ phổ nhạc của chúng ta cũng cho thấy, có những bài thơ một khi đã trở thành ca khúc thì không còn một nhạc sĩ nào muốn tìm tới nữa. Nếu đó là một phối ngẫu tuyệt hảo giữa thơ và nhạc. Điển hình như không một nhạc sĩ nào còn muốn thi thố võ công của họ với "Ngậm Ngùi"! Khi lục bát Huy Cận đã bị Phạm Duy "chặn cửa". Hoặc một "Chiều", thơ 5 chữ của Hồ Dzếnh, "Mộng Dưới Hoa" thơ 7 chữ của Đinh Hùng, đã bị Dương Thiệu Tước, Phạm Đình Chương... "Khóa sổ".

Tại sao? Câu trả lời có dễ vì những kết hợp kia không chỉ đạt tới mức cao nhất của một hôn phối tuyệt hảo mà, mỗi nốt nhạc của những tài hoa vừa kể đã nhập được vào hồn riêng của từng con chữ thi ca.

Câu trả lời này, cũng giải mã phần nào sự ngừng chân, đứng lại của các nhạc sĩ khác trước "Chiều Tím" và, "Tình Quê Hương" của Đan Thọ.

Đan Thọ phổ nhạc thơ không nhiều. Nhưng nếu:

"Chiều tím chiều nhớ thương ai, người em tóc dài
Sầu trên phím đàn, tình vương không gian
Mây bay quan san, có hay?
"Đàn nhớ từng cánh hoa bay, vầng trăng viễn hoài
Màu xanh ước thề, dòng sông trôi đi
Lúc chia tay còn nhớ chăng?

"Ai nhớ ... mắt xanh năm nào
Chiều thu soi bóng, nắng chưa phai màu
Kề hai mái đầu nhìn mây tím ... nhớ nhau ...
"Chiều tím chiều nhớ thương ai, còn thương nhớ hoài
Đàn ơi nhắn dùm người đi phương nao
Nếp chinh bào biếc ánh sao ..." (7)

Cho thấy giai điệu đã choàng thêm nhiều vòng hoa lãng mạn cho gốc cây lãng mạn của lời thơ; đưa niềm thương nhớ tới những chân trời bát ngát hoa bay, cùng vầng trăng xa xôi và, dòng sông trôi đi, mang theo mọi hy vọng của lời thề nguyền lúc chia tay của đôi tình nhân... Thì ở ca khúc "Tình Quê Hương":

"Anh về qua xóm nhỏ,
Em chờ dưới bóng dừa.
Nắng chiều lên mái tóc,
Tình quê hương đơn sơ.
"Quê em nghèo, cát trắng,
Tóc em lúa vừa xanh.
Anh là người lính chiến,
Áo bạc màu đấu tranh .
"Em mời anh dừng lại,
Đêm trăng ướt lá dừa,
Bên nồi khoai mới luộc,
ngát hương vườn ngâu thưa
Em hẹn em sẽ kể:
Tình quê hương đơn sơ
"Mẹ già như chiều nắng,
Nhớ con trai chưa về,
Ruộng nghèo không đủ thóc
Vườn nghèo nong tằm thưa
Ngõ buồn màu hoang loạn
Quê nghèo thêm xác xơ..." (8)

Lại hiến tặng cho người nghe một giai điệu thiết tha khác. Cái thiết tha thắm đậm tính chất đơn sơ của khung cảnh thôn dã. Cũng là "đêm trăng" cũng là "lời hẹn", cũng là "hương thơm" một tình yêu... Nhưng đó là "Đêm trăng ướt lá dừa" và, "bên nồi khoai mới luộc". Cũng là "Em hẹn em sẽ kể" – Nhưng đó là lời hẹn kể về một tình yêu hay "Tình quê hương đơn sơ"(?) Và, cũng là "ngát hương", nhưng đó là hương của "vườn ngâu thưa"– Không phải là mùi hương trong hồi tưởng... "tìm trong tiếng đàn... mùi hương chưa phai" (trong Chiều tím).

Đó là hai khía cạnh đời sống tinh thần, vốn luôn hiện hữu trong tâm hồn dân tộc Việt. Nhưng sự khác biệt của hai ca khúc này, giống như trời và đất!.

Bằng vào tài hoa riêng của mình, nhạc sĩ Đan Thọ đã thả những hạt giống "trời /đất" kia sâu trong tâm hồn nhiều thế hệ.

(Garden Grove, July 18-2013)

Chú thích:

(1) Trích lại từ Wikipedia.

(2) Dactrung.com

(3) Một trong những người nhận được sự hướng dẫn và cung cấp chim hoàng anh là nguyên luật sư Đỗ Xuân Hòa, thời họ Đỗ còn mở văn phòng chuyên về pháp lý ở khu phở Nguyễn Huệ, đường Bolsa, thuộc thành phố Westminster, nam Cali.

(4), (5) Nđd.

(6), (7), (8) Nđd.

"Mùa Thi", ca khúc cho Đỗ Kim Bảng, một chỗ đứng riêng, lẻ.

Mùa hè dù ở quốc gia hay phương trời nào, cũng là mùa đáng ghi nhớ vì, đó là mùa nghỉ học của tuổi thơ và, tuổi hoa niên.

Mùa hè đối với tuổi trẻ Việt Nam còn ý nghĩa, rực rỡ hơn nữa, với những chói đỏ từng khoảng trời hoa phượng vỹ, tiếng ve và những trang "Lưu bút ngày xanh". Đó cũng là mùa của những hứa hẹn gặp lại. Hoặc những chia tay bằn bặt giữa những đôi bạn của sân trường, vì hoàn cảnh riêng, không cho họ một hẹn ước gặp lại. Đó cũng là mùa đáng ghi nhớ nhất của tuổi trẻ Việt Nam, ngay cả với những người không có nhiều mùa hè trong tuổi hoa niên, hay chưa một lần lưu lại bút tích những tình cảm thơ ngây, trong sáng của mình, cho các bạn cùng lớp.

Có lẽ vì thế mà nền tân nhạc 20 năm của miền Nam, đã để lại cho chúng ta nhiều ca khúc mùa hè hân hoan, rộn rã. Điển hình như ca khúc "Hè Về" của cố nhạc sĩ Hùng Lân (1922-1986). Hoặc "Khúc Ca Mùa Hè" của cố nhạc sĩ Canh Thân (1920-1975):

"Về đây ta lắng nghe muôn cung đàn
Đường tơ tha thiết vương hương nồng nàn
Về đây nghe bao câu hát du dương mơ màng
Và về đây tắm ánh sáng trăng huy hoàng
"Khúc ca mùa hè
Lắng trong chiều về
Vang trong đêm êm đềm thánh thót
Ngân nga tiếng ai ca
Khúc ca mùa hè..." (1)

Chúng ta cũng có những ca khúc của nhiều nhạc sĩ khác viết về mùa hè. Đó là những mùa hè không đằm thắm. Những mùa hè của "lưu bút ngày xanh" mà Thanh Sơn là nhạc sĩ chuyển tải được tiếng lòng với nhiều game màu khác nhau của tuổi học trò. Ông giống như "sứ giả", "phát ngôn nhân" thân thiết, gần gũi nhất của tuổi học trò. (2) Trong số những sáng tác cho mùa hè, cho phượng vĩ của ông, thì ca khúc "Lưu Bút Ngày Xanh" là bài hát ở lại bền lâu nhất trong tâm hồn của những người từng có một thời sân trường, lá biếc – hoặc từng đôi lần được nghe ca khúc này:

"Lòng xao xuyến mỗi khi hoa phượng rơi
Nhắc lại câu chuyện buồn..." (03)

Cũng vẫn là Thanh Sơn, với ca khúc "Nỗi buồn hoa phượng": Sự chia tay hay đoạn lìa của tuổi niên thiếu trong những mùa hè, không trở lại, hoặc không bao giờ còn có nữa của tuổi trẻ, được ông ghi lại với tất cả xúc cảm giữa sân trường, mùa phượng vĩ, khi ngoái nhìn biệt ly đầu đời:

"...Tiếng ve nức nở buồn hơn tiếng lòng,
biết ai còn nhớ đến ân tình xưa
Đường xưa in bóng hai đứa nay đâu,
những chiều hẹn nhau hết rồi,
giờ như nước trôi qua cầu..." (04)

Tuy nhiên, mùa hè, không chỉ là mùa tạm biệt sân trường, mùa chia tay trong những "lưu bút ngày xanh" mà, mùa hè cũng còn là mùa của các "sĩ-tử" khăn gói đến trường thi. Dù ở cấp độ nào thì một "sĩ tử" khi vượt qua được một kỳ thi để bước lên bậc cao hơn của hành trình học vấn thì, cũng có thể ví như "cá vượt vũ môn", cơ hội bay nhảy, vươn tới những chân trời học vấn khác.

Nhưng, dường như nền tân nhạc 20 năm của sinh hoạt nghệ thuật miền Nam đã không để lại cho chúng ta, nhiều lắm, ca khúc viết về mùa thi!

Mùa mà nỗi âu lo, thấp thỏm không chỉ chất trên đôi vai nhỏ bé của học trò, chúng còn đè nặng lên tâm trí của các bậc phụ huynh nữa. Chúng ta biết, đã có không ít những bậc phụ huynh mất ăn, mất ngủ, thức trắng nhiều đêm, thậm chí theo con đến tận cửa trường thi, để nâng đỡ, khích lệ tinh thần con em trong những giây phút căng thẳng, sau nhiều tháng, năm đèn sách.

Mùa hè, hay mùa thi, do đó là mùa thể hiện cụ thể nhất mối quan tâm, lòng thương yêu đến xót ruột, buốt gan của các bậc phụ huynh, đối với những "sĩ tử" của họ – Vốn là truyền thống hy sinh đời mình cho sự tiến thân của con cái qua đường học vấn... Nhưng không vì thế mà văn chương, âm nhạc đã cho chúng ta nhiều sáng tác ghi lại hiện tượng đặc thù của những đấng sinh thành Việt. Nếu không muốn nói ngược lại là, quá ít.

Trong số ít ỏi những ca khúc viết về mùa thi thì, sáng tác "Mùa Thi" của nhạc sĩ Đỗ Kim Bảng là ca khúc được biết đến nhiều nhất. Nó gắn liền với mùa thi của các "sĩ tử" vậy.

Họ Đỗ, ở lãnh vực này, hiện ra như người bạn lớn, duy nhất, thấu hiểu, chia sẻ nỗi ưu tư, thấp thỏm của các "sĩ tử", đời nay!

Đỗ Kim Bảng và, ca khúc "Bước chân chiều chủ nhật".

Có thể rất nhiều người biết tên nhạc sĩ Đỗ Kim Bảng. Bởi ngoài một số ca khúc rất nổi tiếng, ông còn là một nhà giáo dạy nhiều trường khác nhau – Từ các trường trung học phổ thông, tới Võ Bị Đà Lạt. Nhưng, là người ít khi nói về mình, nên có dễ ít ai biết rõ tiểu sử của ông.

Trong số những tư liệu được lưu trữ trên Internet thì, tư

liệu sau đây, về cuộc đời cũng như sự nghiệp của họ Đỗ, theo chỗ chúng tôi thấy, tương đối đầy đủ hơn cả. Tài liệu vừa kể cho biết:

"Nhạc sĩ Đỗ Kim Bảng gốc Quảng Nam, sinh năm 1932 tại Huế. Ông là bạn đồng khóa với nhạc sĩ Phạm Mạnh Cương từ trường trung học Khải Định cho đến trường Cao đẳng Sư phạm và Đại học Văn khoa Hà Nội. Ông học đàn với nhạc sĩ Lê Quang Nhạc, học lóm nhạc lý Tây phương với nhạc sĩ Văn Giảng và học thêm cổ nhạc với nhạc sĩ Nguyễn Hữu Ba. Những năm học trung học ông tham gia sinh hoạt văn nghệ trong trường và trong Gia đình Phật tử với các bạn như Phạm Mạnh Cương, Hồ Đăng Tín, Hoàng Nguyên, Kiêm Đạt, Diên Nghị, Tạ Ký (thơ), Minh Tuyền (nhiếp ảnh), Lữ Hồ (văn học)...

"Năm 1949, ông sáng tác ca khúc "Mục Kiền Liên" và trình bày trong mùa Vu Lan tại Huế.

"Năm 1951, ông làm bài "Mùa thi " được ban hợp ca Thăng Long dựng thành nhạc cảnh và trình diễn nhiều nơi ở trong nước.

"Hôm nay mùa thi, bao nhiêu người đi
Xe rộn ràng, lớp ồn ào, niềm vui vấn vương.
Thi ơi là thi, sinh mi làm chi,
"Bay" nghẹn ngào, "bám" ồn ào, buồn vui vì mi" .

"Sau đó được ban Gió Nam của nghệ sĩ Trần Văn Trạch cùng ban Thăng Long trình diễn "Mùa thi" tại Hà Nội năm 1954. Ban Thăng Long đã làm bài hát này nổi tiếng và đưa tên tuổi ông đến giới hâm mộ nhạc VN.

"Năm 1953, ông ra Hà Nội học tại Đại học Văn khoa và Cao đẳng Sư phạm. Trong thời gian này ông học thêm âm nhạc với nhạc sĩ Hùng Lân. Cuối năm 1954, ông di cư vào Saigon.

"Năm 1955, ông tốt nghiệp Cao đẳng Sư Phạm, được bộ Giáo dục biệt phái sang bộ Quốc phòng và dạy tại trường Võ Bị Quốc Gia Đà Lạt từ 1955 đến 1960. Trong thời gian này ông sáng tác bản "Khúc hát ngày mai" được ban Thăng Long trình bày trên đài phát thanh Saigon và đài Quân đội.

"Năm 1960 về lại bộ Giáo dục ông dạy tại trường Trần Lục rồi Nguyễn Du. Trong năm này ông cho ra đời bài "Mưa đêm ngoại ô" và năm 1963 bài "Bước chân chiều Chủ nhật" do Thanh Thúy hát.

"Năm 1965 ông nhập ngũ khóa 21 trường Võ bị Thủ Đức... Ra trường với cấp bậc chuẩn úy (...) Năm 1969 ông được biệt phái về lại bộ Giáo dục và tiếp tục dạy học cho đến tháng 4-1975. Sau đó, ông đi học tập cải tạo đến năm 1978.

"Năm 1980, ông vượt biên rồi định cư tại Hoa Kỳ. Ông đi học lại nghề cũ và dạy học ở Boston cho đến 1999 thì về hưu. Trong thời gian ở Mỹ ông phổ nhạc bài thơ "Tháng ba đi hành quân" của Trần Hoài Thư.

"Ngoài những nhạc phẩm nêu trên ông còn những sáng tác khác như: Mưa đêm ngoại ô, Sương đêm, Vòng tay giữ trọn ân tình, Vui dựng gia đình, Xin dìu nhau đến tình yêu."

(Trích Nguyệt San Việt-Nam, chủ đề "Những Nhạc Sĩ Gốc Huế"
(Bách khoa toàn thư mở - Wikipedia)

Tuy nhiên, nhạc sĩ Đỗ Kim Bảng không chỉ nổi tiếng với ca khúc "Mùa thi", một ca khúc hiếm hoi của kho tàng tân nhạc miền Nam 20 năm. Ông cũng không chỉ nổi tiếng với thể loại nhạc đạo, điển hình qua ca khúc "Mục Kiền Liên" mà, ông còn nổi tiếng, đồng thời nhận được sự trân trọng của những người cùng giới, khi ông sáng tác ca khúc "Bước chân chiều chủ nhật" năm 1963.

Ở thời điểm này, dòng tân nhạc miền Nam đang bị quá tải bởi những hình ảnh "anh anh / em em" sướt mướt, ủy mị... Hoặc bị "hội chứng mùa thu" vì, nhạc sĩ nào, dù lớn hay bé, chí ít cũng có dăm ba ca khúc viết về mùa thu... Mặc dù miền Nam về phương diện khí hậu, thời tiết, mỗi năm chỉ có hai mùa rõ rệt là mùa nắng và mưa. Khí hậu hay thời tiết miền Nam, không giống miền Bắc. Mùa thu hay mùa đông, nếu có chỉ thoảng qua trong tưởng tượng, trong hư cấu của rất nhiều nhạc sĩ mượn mùa thu, để "biểu dương" tính lãng mạn cao độ của mình?!.

Đỗ Kim Bảng thì không. Tuyệt nhiên ông không cố tình ôm lấy hay "thét gào mùa thu". Ngược lại, ông để lại cho đời "Bước chân chiều chủ nhật" – Một ca khúc với giai điệu mới lạ khiến tự thân nó bật sáng. Chói lọi. Một cõi. Ngay ca từ của ca khúc này, người ta cũng không tìm thấy một nhân xưng đại danh tự "anh anh / em em" nào. Ngoài một chữ "tôi", nhân xưng đại danh tự ngôi số ít, mở đầu phân khúc cuối: "tôi thích lang thang trong chiều chủ nhật".

Cách khác, với tôi, ngọn hải đăng soi suốt dòng chảy ca từ của "Bước chân chiều chủ nhật" chính là "những bước chân" và "những chiều chủ nhật" nào đó, của một Saigon, xưa, cũ:

"Đêm vẫn chưa buông nhưng chiều dần tàn
Mây tím giăng ngang trên trời Sài Gòn
Phố phường chìm trong tiếng đời nỉ non
Lòng ai như vấn vương, ai về chan chứa tình thương

"Ôi tiếng chân đi trong chiều chủ nhật
Nghe quá bâng khuâng nghe sao rời rạc

Như từng hạt mưa rớt đều mái hiên
Nhịp chân vương bóng đêm, khuất dần cuối đường phố yên

"Bước chân khoắc khoải đi khi ngày vui vừa hết,
thôi luyến lưu mà chi
Bước chân nhuốm hoàng hôn
bước chân đếm chờ mong
đếm bao nỗi buồn niềm thương

"Tôi thích lang thang trong chiều chủ nhật
Nghe tiếng chân vang lên từng điệu nhạc

Để lòng nhẹ ru với thành phố im

Vì ngày mai nắng lên, phố phường xóa nhòa bước êm"

(Trọn bài)

Với tôi, khi ông viết "Bước chân nhuốm hoàng hôn" rồi "bước chân đếm chờ mong / đếm bao nỗi buồn niềm thương" thì hai động từ "nhuốm" và "đếm" khá hiếm thấy trong ca từ nhạc Việt. Nhất là động từ "nhuốm" trong câu "bước chân nhuốm hoàng hôn". Ngay với các thi sĩ của chúng ta, chẳng phải ai cũng có thể sử dụng động từ này đúng chỗ và đẹp đến như thế.

Để kết luận bài viết ngắn này, tôi muốn nói, số ca khúc họ Đỗ để lại cho đời sau, không nhiều. Nhưng chỉ với một "Bước chân chiều chủ nhật" không thôi, Đỗ Kim Bảng cũng đã xứng đáng để chúng ta nhớ tới ông, như một điểm son của lịch sử tân nhạc miền Nam, 20 năm vậy.

Garden Grove, July 2014

Chú thích:

(01), (03), (04) Nđd.

(02) Theo Wikipedia - Mở thì, nhạc sĩ Thanh Sơn sinh ngày 1 tháng 5 năm 1938 tại Sóc Trăng. Tên thật Lê Văn Thiện. Ngoài bút danh Thanh Sơn, ông còn có thêm bút danh Sơn Thảo nữa. Ông được biết đến từ thập niên 1960 với những ca khúc trữ tình nói về tuổi học trò đi sâu vào ký ức của học sinh, nhiều thế hệ, như "Nỗi Buồn Hoa Phượng, Lưu Bút Ngày Xanh, Nhật Ký Đời Tôi, Trả Lại Thời Gian"... Khoảng thời gian sau, ông nổi tiếng với các ca khúc mang âm hưởng dân ca Nam bộ và dòng nhạc bolero. Ông mất ngày 4 tháng 4 - năm 2012 tại Saigon.

"Hoàng Nguyên: Những vòng Nguyệt Quế cho người tình, Đà Lạt".

Tôi không biết cố nhạc sĩ Hoàng Nguyên (1932-1973) có phải là người đầu tiên đem thành phố thơ mộng Đà Lạt ở miền Nam vào âm nhạc hay không? Nhưng, hiển nhiên, một trong những ca khúc viết về Đà Lạt của ông như "Đường Nào Lên Thiên Thai," "Bài Thơ Hoa Đào," "Ai Lên Xứ Hoa Đào"... thì, ca khúc "Ai Lên Xứ Hoa Đào" đã trở thành "bạn-tâm-tưởng" của rất nhiều người.

Ca khúc vừa kể được Hoàng Nguyên viết khi ông mới 18 tuổi và mau chóng nổi tiếng tới mức sau này, nó trở thành một trong những ca khúc của hình thái "Tân-Cổ-Giao-Duyên" ngay những ngày tháng hình thành đầu tiên của nỗ lực phối hợp nghệ thuật này – Với phần cổ nhạc do soạn giả Viễn Châu soạn, nghệ sĩ Tấn Tài, trình bày.

Nếu bài thơ "Còn Chút Gì Để Nhớ" của nhà thơ Vũ Hữu Định, phải nhờ tới "chiếc đũa thần" ở phần nhạc của nhạc sĩ Phạm Duy, để vinh danh thành phố Pleiku thì, chiếc vương miện dành cho Đà Lạt của Hoàng Nguyên lại là "thành phẩm" của riêng ông từ ca từ tới giai điệu:

"Ai lên xứ hoa đào dừng chân bên hồ nghe chiều rơi
Nghe hơi giá len vào hồn người chiều xuân mây êm trôi
Thông reo bên suối vắng lời dìu dặt như tiếng tơ
Xuân đi trong mắt biếc lòng dạt dào nên ý thơ
Nghe tâm tư mơ ước mộng đào nguyên đẹp như chuyện ngày
xưa

"Ai lên xứ hoa đào dừng chân bước lần theo đường hoa
Hoa bay đến muôn người ngại ngần rồi hoa theo chân ai
Đường trần nhìn hoa bướm rồi lòng trần mơ bướm hoa
Lâng lâng trong sương khói rồi bàng hoàng theo khói sương
Lạc dần vào quên lãng rồi đường hoa lặng bước trong lãng
quên" (1)

Hai phân khúc đầu của "Ai Lên Xứ Hoa Đào" được Hoàng Nguyên/Cao Cự Phúc ghi lại những nét chính của Đà Lạt bằng những hình ảnh sống động tương tác với "khách lãng du" qua những nhân cách hóa có tính máu-thịt giữa thiên nhiên và con người, đã rất sớm cho thấy tài hoa của ông, cùng khả năng sử dụng hình ảnh và chữ nghĩa, như:

"Xuân đi trong mắt biếc lòng dạt dào nên ý thơ"

Hoặc:

"Hoa bay đến muôn người ngại ngần rồi hoa theo chân ai"

Là những ca từ chứa đựng khá nhiều thi tính. Nhưng họ Cao không dừng ở đó. Ông đẩy ca từ của ông, lên một bậc cao hơn, khi cố tình khai thác đặc tính đảo ngữ mà chỉ ngôn ngữ Việt mới cho phép. Tôi muốn nói tới việc Hoàng Nguyên/Cao Cự Phúc đã vận dụng sự lập lại một vài từ kép một cách ý nhị... Như các cụm từ "Hoa bướm/bướm hoa," "quên lãng/lãng quên":

"Đường trần nhìn hoa bướm rồi lòng trần mơ bướm hoa"

Hay:

"Lạc dần vào quên lãng rồi đường hoa lặng bước trong lãng
quên"

Từ điệp khúc tới phiên khúc cuối, trước khi hoàn tất chiếc vương miện dành cho nhan sắc Đà Lạt, họ Cao cho thấy mối tương quan đằm thắm hơn giữa hoa và người, khi ông so sánh màu hoa đào với môi, má người yêu. Cuối cùng, ông nhắc nhở du khách khi rời xứ hoa đào xin đừng quên mang về một cành hoa... Vì hoa, khi ấy không chỉ là một vật thể có đủ hương sắc mà, chúng còn chính là nỗi lòng, quá khứ của du khách nữa.

Tôi không biết đã có bao nhiêu du khách khi rời xa Đà Lạt, ngoài hành lý mang theo, còn là một cành hoa anh đào, như lời kêu gọi của họ Cao... Nhưng tôi tin, Đà Lạt đã phần nào thơ mộng hơn, cũng như đào ở thành phố lãng mạn này đã phần nào đẹp hơn, thắm thiết hơn, không chỉ trên hoa mà, còn trên môi, má và luôn cả tâm hồn du khách nữa.

Với một trái tim mẫn cảm, một tài năng rất sớm sủa được công nhận như trường hợp Hoàng Nguyên/Cao Cự Phúc, nhiều người cho rằng, họ Cao xứng đáng, rất xứng đáng để được hưởng nhận một đời sống nhẹ nhàng, êm ả tựa những ca từ (như thơ) của ông.

Nhưng thực tế đời thường đã hắt trả lại cho họ Cao, những phũ phàng, bất hạnh, như thể đó là "phần thưởng" mà định mệnh ganh ghét đố ky, đã dành riêng cho ông.

Cụ thể, cũng rất sớm, những ca khúc đẫm, đẫm chia lìa, những giai điệu, ca từ ngất, ngất đớn đau mang tên Hoàng Nguyên/Cao Cự Phúc ra đời như những nhát dao oan nghiệt xẻ nát đời ông.

Tiêu biểu cho tâm bão của phần đời tối ám này là ca khúc "Cho Một Người Tình Lỡ" hay "Đừng Trách Gì Nhau."

Tôi luôn nghĩ, một khi đau khổ, bất hạnh nhận chìm một tài năng nghệ thuật xuống tận đáy bùn địa ngục thì, đó là lúc mọi khả năng mang tính tài hoa, lãng mạn sẽ như thủy triều rút khỏi mọi bến bờ!

Trên bãi cát thực tế, đời thường sẽ khó có một hình ảnh thơ mộng, đầm ấm nào, ngoài những xác rác vương vãi... tựa chứng tích hiển nhiên tàn nhẫn mà bước chân hủy diệt của trận bão lầm than kia, đã cố tình để lại.

Tôi cho cảm nhận này khá đúng với trường hợp của cố nhạc sĩ Hoàng Nguyên/Cao Cự Phúc – Nếu chúng ta làm một cuộc so sánh giữa ca từ óng ả, mượt mà, nhiều thi tính giữa "Ai Lên Xứ Hoa Đào" của ông, trước đấy "Đừng Trách Gì Nhau" sau đó.

Ở "Đừng Trách Gì Nhau" họ Cao vẫn có được cho ca khúc của mình giai điệu đẹp thiết tha (tới mủi lòng) – Nhưng ca từ của ca khúc này, lại như những lời nói dung dị, những hình ảnh mộc tới nhức nhối. Người nghe không hề tìm thấy một hình ảnh, một liên tưởng mang tính sáng tạo nào suốt chiều dài ca khúc. Phải chăng, cũng chính nhờ tính mộc, những lời nói bình thường, trực tiếp thốt ra từ tâm cảnh đứt đoạn ấy mà, nó đã cho ca khúc của họ Cao những xung động trực tiếp, đánh thẳng vào rung cảm người thưởng ngoạn. Nó là một câu chuyện kể lớp lang, trung thực, như người trong cuộc tâm sự với một người bạn sẵn lòng chia sẻ bất hạnh của mình:

"Ngày nào gặp nhau quen nhau yêu nhau rồi sống bên nhau
Những tưởng dài lâu như trăng như sao cho đến bạc đầu
Nào ngờ trời mưa mưa rơi không thôi nát tan tình đầu
Nước mắt rơi mau long lanh giọt sầu xót xa niềm đau
"Nào ngờ tình yêu đưa ta lênh đênh vào chốn mê say
Những tưởng thời gian không đi trong cơn mê đắm tuyệt vời
Nào ngờ giờ đây ly tan ly tan lứa đôi lạc loài
Giữa chốn u mê đêm đêm một người trách thương một người
"Ôi trời làm giông tố
Để người thầm trách người sao hững hờ phụ người
Ôi nửa đời gió sương.
Mà còn đắng cay mà còn chua xót vì nhau
"Cuộc tình nào không thương đau anh ơi đừng trách chi nhau (2)
Trót vì mình vô duyên nên đôi nơi mang mối tình sầu
Vì trời còn mưa mưa rơi không thôi cuốn trôi tình người

Oán trách nhau chi bơ vơ nhiều rồi xót xa nhiều rồi." (3)

Hoàng Nguyên, một đời tình không đầm ấm.

Ở khía cạnh khác, ít người biết hơn, khía cạnh "thầy, trò" và cũng là đồng nghiệp, tri kỷ, nhạc sĩ Nguyễn Ánh 9, trong một bài viết về Hoàng Nguyên, tựa đề "Cung đàn tài hoa bạc mệnh," ghi nhận về họ Cao như sau:

"Hoàng Nguyên vĩnh viễn ra đi đã gần phần tư thế kỷ, gửi lại cho đời không ít những tác phẩm đáng trân trọng, bởi nét nhạc tài hoa và ca từ thấm đậm, buồn man mác. Có lẽ trong lòng những người yêu nhạc sẽ mãi mãi vang vọng những giai điệu đầy kỷ niệm của thời kháng chiến 9 năm chống thực dân Pháp... 'Nếu hiểu rằng anh đi vì lũ giặc tham tàn, thì em ơi, em chớ sầu thương chi! Em thấy chăng khói súng của giặc thù còn mịt mùng và còn che khuất mờ...' Nhạc sĩ Hoàng Nguyên đã viết ca khúc 'Anh Đi Mai Về' này ở tuổi 20 tràn đầy nhiệt huyết trong bối cảnh cả dân tộc đang trường kỳ kháng chiến. Bài hát tức khắc được đón nhận nồng nhiệt và phổ biến rộng khắp. Hiếm có những nhạc sĩ trẻ xưa nay tìm được thành công dứt khoát ngay tác phẩm đầu tay của mình và nhanh chóng thành danh như anh.

"Với tôi, Hoàng Nguyên như vẫn còn ở đâu đó quanh đây và những kỷ niệm với anh còn như mới hôm qua... Anh Hoàng Nguyên-Cao Cự Phúc của tôi. Tôi gặp anh lần đầu tiên cách nay hơn 40 năm, khi đang học trường Yersin ở Đà Lạt, thành phố thơ mộng sau này đã đi vào các tác phẩm vượt thời gian của anh. Dạo đó, biết tôi là một chú học trò mê âm nhạc có chút năng khiếu, Hoàng Nguyên đã để tâm chăm sóc. Chủ Nhật hàng tuần, anh vào trường nội trú đón tôi ra 'nhà' anh chơi và ân cần truyền đạt cho tôi những kiến thức ban đầu về âm nhạc. 'Nhà' anh ở thật ra chỉ là một căn phòng đơn sơ, trong khuôn viên trường Bồ Đề Đà Lạt, nơi anh đang dạy Anh văn cho các lớp trung học. Một chiếc giường đơn, một bàn viết bằng gỗ thông và một cây đàn guitar treo trên vách. Thời gian đó, Hoàng Nguyên còn phụ trách các buổi phát thanh của Hội Phật Giáo trên làn sóng Đà Lạt. Một hôm, tôi rất bất ngờ và hạnh phúc được anh 'mời' tham gia ban nhạc phát thanh của anh. Đó là lần đầu tiên tôi bước vào 'nghề ca nhạc', năm 1956.

"Năm đó, Hoàng Nguyên đang phác thảo ca khúc Bài Thơ Hoa Đào:

Chiều nào dừng chân phiêu lãng,
Khách đến đây thấy hoa đào vương lối đi..."

"Tôi hân hạnh là người ái mộ đầu tiên được anh đàn và hát cho 'nghe thử' những âm điệu lời ca lãng đãng sương khói núi đồi của Bài Thơ Hoa Đào. Tôi vẫn nhớ như vừa ra khỏi giấc mơ còn tươi rói: chúng tôi ngồi co ro trong căn phòng nhỏ của anh; bên ngoài trời cao nguyên xam xám và mưa nhỏ. Đằng kia, những cánh hoa đào vừa lìa cành theo cơn gió bất chợt... Hỏi 'Chắc anh đã chọn Đà Lạt làm quê hương?' Đôi mắt u hoài sau cặp kính trắng của anh hình như chợt xa khuất hơn: 'Không, anh chỉ ghé chân để tạm mưu sinh và tìm cảm hứng...'"

"Vâng, Hoàng Nguyên chỉ 'ghé chân' – như anh viết 'dừng chân phiêu lãng' nơi phố núi mù sương này một quãng thời gian ngắn nhưng cũng đủ để anh viết nên hai ca khúc tiêu biểu về một vùng đất thơ mộng dễ yêu: Bài Thơ Hoa Đào và Ai Lên Xứ Hoa Đào, hai ca khúc bất hủ đã làm rung động trái tim nhiều thế hệ người yêu nhạc, mãi mãi gắn chặt nghệ danh của anh với địa danh nổi tiếng này.

"Ai lên xứ hoa đào, dừng chân bên hồ nghe chiều rơi.
Nghe hơi giá len vào hồn người, chiều Xuân mây êm trôi.
Thông reo bên suối vắng, lời dìu dặt như tiếng tơ...

"Bẵng đi một thời gian, chúng tôi gặp lại nhau ở Sài Gòn khoảng đầu thập niên 70. Lúc ấy, tôi đã đi vào lĩnh vực ca diễn và Hoàng Nguyên đã bị động viên vào binh chủng Quân Cụ chế độ cũ. Như một số các nghệ sĩ khác cùng thời, buổi sáng anh thường đến uống cà phê ở nhà hàng Thanh Thế, đường Nguyễn Trung Trực. Nghe nói dạo đó tình cảm gia đình anh gặp chuyện không vui. Anh trở nên u uất hẳn và có lẽ vì thế anh đã rất thích bài hát Summertime có âm sắc blues-jazz trầm mặc đang thịnh hành và được phát thường xuyên ở nhà hàng Thanh Thế. Tác phẩm Cho Người Tình Lỡ của anh ra đời khoảng thời gian đó, chịu phần nào âm hưởng khắc khoải của Summertime.

"Nhớ mà chi, đau thương qua rồi
Thương mà chi, xót xa cũng đắng cay...

"Năm 70, bài Không của tôi được Khánh Ly thu vào đĩa 45 vòng do hãng đĩa Tình Ca Quê Hương sản xuất, mặt sau có bài Cho Người Tình Lỡ do Thanh Lan hát. Ngày hãng đĩa trao tặng đĩa hát nói trên cho chúng tôi, Hoàng Nguyên thân mật vỗ vai tôi, thì thầm: 'Mau quá Ánh hỉ? Mới ngày nào ở Đà Lạt, anh em mình nói chuyện âm nhạc nhập môn, bây giờ Ánh đã có bài thu đĩa với anh...' Vẫn là ngôn phong của một người anh ân cần, trìu mến!

"Hoàng Nguyên còn để lại một tác phẩm khác, được yêu mến không kém các ca khúc đã có của anh, mà anh viết về xứ Huế, quê anh: Tà Áo Tím.

"Một chiều lang thang bên dòng Hương Giang
Tôi đã gặp một tà áo tím, nhẹ thấp thoáng trong nắng vương
Mầu áo tím sao luyến thương...

"Hoàng Nguyên đột ngột chia tay với không gian âm nhạc của chúng ta một buổi sáng năm 1973 trong một tai nạn giao thông khi anh từ Vũng Tàu trở về Sài Gòn. Ở độ tuổi 50 chín muồi rung động và từng trải cuộc đời. Tôi thầm nghĩ, nếu Hoàng Nguyên chưa vội ra đi chắc chắn ca mục của anh sẽ còn nối tiếp bằng những ca khúc dịu dàng, thanh thoát trong đó nỗi u hoài được nâng lên thành những vần thơ trong vắt..." (Nguyễn Ánh 9 - Nđd)

Trong bài viết của mình, nhạc sĩ Nguyễn Ánh 9 đã nhắc tới một khía cạnh khác của tài hoa Hoàng Nguyên/Cao Cự Phúc. Đó là khía cạnh thể hiện tình yêu nước nồng nàn của họ Cao, qua ca khúc "Anh Đi Mai Về":

"Nếu hiểu rằng anh đi vì lũ giặc tham tàn

Thì em ơi! Em chớ sầu thương chi

Em thấy chăng khói súng của giặc thù

Còn mịt mùng và còn che khuất mờ

(...)

Anh đi mai về chiến thắng

Anh đi mai về chiến thắng

Khi súng quân thù thôi vang trên non sông

Tươi thắm màu cờ vui reo trên kinh thành

Anh đi mai về hòa bình

Anh đi mai về hòa bình

Ca khúc khải hoàn không còn hận biên cương

Quân cướp bạo tàn thôi xéo dầy quê hương."

(Trích "Anh Đi Mai Về") (Nđd)

Cũng trong tinh thần yêu đất nước, yêu quê hương, cố nhạc sĩ Hoàng Nguyên còn có ca khúc "Em Chờ Anh Trở Lại" - Một ca khúc đẹp từ giai điệu tới ca từ mà, có thể nhiều người không biết, họ Cao là tác giả:

"Hôm nào chúng mình ngồi với nhau

Vầng trăng lặng lẽ soi hai mái đầu

Có vì sao lạc vào mắt biếc

Ngước lên nhìn nhau

Anh thì thầm

Ngàn năm sau

Mắt em còn sâu?

"Bây giờ bây giờ mình cách chia

Vì đâu? Vì đâu? lứa đôi chia lìa

Bây giờ, ai một mình chiếc bóng

Vẫn mong chờ ai, nhớ thương nhiều

Nhìn đăm đăm thấy đâu người yêu?!

"Ngày anh ra đi, đường nắng chưa phai mầu

Dòng sông chia ly, lờ lững chưa hoen sầu
Ngờ đâu chân anh, lạc bước khi qua cầu
Chiều nay bâng khuâng, chợt xót thương đời nhau
"Ngày anh ra đi, rặng liễu chưa xanh màu
Mà nay bên sông, liễu khuất bến giang đầu!
Mười mấy năm qua rồi...
Còn gì đâu? Còn gì đâu?
Có chăng là đớn đau!
"Em chờ anh trở lại chốn đây
Đường xưa còn đó sánh đôi vai gầy
Em chờ anh tìm về lối cũ
Có em còn đây
Bên sông này
Đợi chờ ai về trong vòng tay"

(Ca khúc "Em Chờ Anh Trở Lại") (Nđd)

Để kết thúc bài viết này, chúng tôi cố tình ghi lại trọn vẹn ca khúc "Em Chờ Anh Trở Lại" - - Mang ý nghĩa một trả lại cho họ Cao, với lòng biết ơn...

Dù ông từ trần đã lâu, nhưng tôi tin, tài hoa của ông góp cho nền tân nhạc miền Nam 20 năm, vẫn hằng "trở lại" (hay ở lại) với chúng ta nhiều thế hệ nữa!

Khía cạnh quê hương, đất nước trong tình khúc Hoàng Nguyên.

Theo trang mạng Wikipedia-Mở thì đời thường cũng như đời tình của cố nhạc sĩ Hoàng Nguyên/Cao Cự Phúc là xâu chuỗi những gập ghềnh, bất hạnh. Khiến nhiều người đã đi tới kết luật rằng, cho tới lúc từ trần (khi còn rất trẻ) tuồng họ Cao không hề có cho riêng mình, một khoảng lặng êm đềm, hạnh phúc dài lâu nào?!? Tiểu sử của tác giả "Đừng trách gì nhau" được ghi như sau:

"Hoàng Nguyên (1932-1973) là một nhạc sĩ tên tuổi, tác giả các ca khúc nổi danh như Ai Lên Xứ Hoa Đào, Cho Người Tình Lỡ.

"Ông tên thật là Cao Cự Phúc, sinh ngày 3 tháng 1, 1932, tại Quảng Trị. Lúc nhỏ theo học trường Quốc Học, Huế. Đầu thập niên 1950, Hoàng Nguyên tham gia kháng chiến nhưng rồi từ bỏ quay về thành phố.

"Lên ở Đà Lạt, Hoàng Nguyên dạy học tại trường tư thục Tuệ Quang, thuộc chùa Linh Quang, khu số 4 Đà Lạt, do Thượng Tọa Thích Thiện Tấn làm hiệu trưởng. Thầy giáo Cao Cự Phúc dạy Việt Văn lớp đệ lục. Thời gian ở đó, ông là thầy giáo dạy nhạc cho Nguyễn Ánh 9, người sau này trở thành một nhạc sĩ nổi tiếng đồng thời là nhạc công chơi đàn dương cầm.

"Năm 1956, trong một đợt lùng bắt ở Đà Lạt, do trong nhà có bản Tiến Quân Ca của nhạc sĩ Văn Cao, người mà Hoàng Nguyên rất ái mộ, Hoàng Nguyên bị bắt và đày ra Côn Đảo khoảng năm 1957.

"... Ở Côn Sơn, thiên tình sử của người nghệ sĩ Hoàng Nguyên mở đầu với cảnh tình éo le và tan tác. Là một tài hoa đa dạng, người tù Hoàng Nguyên được vị chỉ huy trưởng đảo Côn Sơn mến chuộng nên đã đưa chàng ta về tư thất dạy nhạc và Việt Văn cho ái nữ ông, tên H. năm đó khoảng 19 tuổi... Mối tình hai người nhóm lên vũ bão. Trăng ngàn sóng biển đã là môi trường cho tình yêu ngang trái nầy nẩy nở.

"Chợt khi người con gái của chúa đảo mang thai. Mối tình hai nhịp so le bị phát giác. Để giữ thể thống cho gia đình. Vị chúa đảo giữ kín chuyện này và chỉ bảo riêng với người gây ra tai họa là nhạc sĩ Hoàng Nguyên: ông ta đòi hỏi Hoàng Nguyên phải hợp thức hóa chuyện lứa đôi của hai người và ông vận động cho người nhạc sĩ được trả tự do..." (Lâm Tường Dũ - Tình Sử Nhạc Khúc).

Hoàng Nguyên được trả tự do, trở về Sài Gòn, tiếp tục sáng tác và dạy học ở trường tư thục Quốc Anh. Năm 1961, Hoàng Nguyên theo học Đại Học Sư Phạm Sài Gòn, ban Anh Văn. Trong thời gian theo học đại học, Hoàng Nguyên có quen biết với ông Phạm Ngọc Thìn, thị trưởng thành phố Phan Thiết. Bà Phạm Ngọc Thìn là nữ diễn viên Huỳnh Khanh, mến mộ tài năng của Hoàng Nguyên đã nhận ông làm em nuôi. Hoàng Nguyên dạy kèm cho Ngọc Thuận, con gái ông bà Phạm Ngọc Thìn. Hai người yêu nhau và Hoàng Nguyên trở thành con rể ông bà Phạm Ngọc Thìn. Trước đó Hoàng Nguyên có ý định quay lại với cô gái ở Côn Sơn, nhưng cô đã đi lấy chồng. Ca khúc "Thuở Ấy Yêu Nhau" ra đời trong khoảng thời gian đó.

Năm 1965, Hoàng Nguyên bị động viên vào Trường Bộ Binh Thủ Đức. Sau đó chuyển về Cục Quân Cụ, dưới quyền của Đại tá Nhạc sĩ Anh Việt-Trần Văn Trọng và được giao quản lý ban nhạc Hương Thời Gian của Anh Việt. Hương Thời Gian xuất hiện trên truyền thanh và truyền hình Sài Gòn thu hút khá đông khán thính giả.

"Ngày 21 tháng 8 năm 1973 ở Vũng Tàu, Hoàng Nguyên mất do một tai nạn xe hơi." (Nđd)

Tới nay, tôi chưa thấy một tư liệu nào ghi rõ hai sáng tác bi lụy nổi tiếng nhất của họ Cao là "Đừng Trách Gì Nhau" và "Cho Người Tình Lỡ" ca khúc nào viết trước và cho, hay từ mối tình nào?

Nhưng theo tiết lộ của một người bạn (không làm văn nghệ) sát cánh, bên cạnh Hoàng Nguyên/Cao Cự Phúc tính tới những ngày cuối cùng của đời ông thì, mối tình của họ Cao với NT, em gái của nữ diễn viên H.K. cũng đã dẫn tới đoạn kết bi thảm, có phần đau đớn hơn mối tình với cô gái con ông chỉ huy trưởng trại tù Côn Sơn ngày nào - Vì, đó là kết cuộc họ Cao bị phản bội trong thời gian người con gái này đang chung sống với ông (?). Đó là sự kiện người phụ nữ ấy có liên hệ tình ái với một người đàn ông hoạt động trong lãnh vực xuất bản sách! (Người đàn ông này cũng đã qua đời cách đây nhiều năm, tại Saigon. Người vợ chính thức của ông ta, hiện cư ngụ tại miền Nam Cali).

Dù không ai biết chắc thời điểm sáng tác của hai ca khúc vừa kể, nhưng giai điệu cũng như ca từ của "Cho Người Tình Lỡ" vẫn là những lời nói "mộc" – Những lời nói đi ra từ cõi lòng tan nát – Với những câu như:

"Khóc mà chi yêu thương qua rồi
Than mà chi có ngăn được xót xa
Tiếc mà chi những phút bên người
Thương mà chi nhắc chi chuyện đã qua..."
(...)
Mình nào ngờ tình rơi như lá rơi
Ngày tình đầy vòng tay ôm quá lơi
Để giờ này một người khóc đêm thâu
Một người nén cơn đau, nghe mưa mà cúi đầu

Hoặc nữa:

Thế là hết nước trôi qua cầu
Đã chìm sâu những tháng ngày đắm mê
Thôi đành quên những tiếng yêu đầu
Những lời yêu ấy nay đã quá xa..."
(Trích "Cho Người Tình Lỡ") (4)

Nhắc tới những tình khúc không đầm ấm của cố nhạc sĩ Hoàng Nguyên/Cao Cự Phúc, tôi cho sẽ là một thiếu sót, nếu không đề cập tới ca khúc "Tà Áo Tím." Vì "Tà Áo Tím" của họ Cao cũng là một tình khúc nổi tiếng của ông.

Một nguồn tin khác cho biết, trước khi dấn sâu vào cuộc tình thương đau thứ hai, lúc được tin người yêu đầu của ông đang sống Huế, ông đã bay ra cố đô, tìm cô. Khi tìm được, ông mới hay, nàng đã có gia đình. Trở lại Saigon, ông viết "Tà Áo Tím." Như một lời từ biệt. Khai tử một giai đoạn, chia tay một quá khứ! Ca từ "Tà Áo Tím" có phần nhẹ nhàng thủ thỉ hơn. Dù kết cuộc vẫn là "... Người áo tím qua cầu/ Tà áo tím phai màu/ Để dòng Hương Giang hờ hững cũng nao nao":

"Một chiều lang thang bên dòng Hương Giang
Tôi gặp một tà áo tím
Nhẹ thấp thoáng trong nắng vương
Màu áo tím ôi luyến thương
Màu áo tím ôi vấn vương
(...)
"Để rồi chiều chiều lê chân bên dòng Hương Giang
Mong tìm lại tà áo ấy
Màu áo tím nay thấy đâu
Người áo tím nay thấy đâu
Dòng nước vẫn trôi cuốn mau
"Rồi chợt nghe tin qua lời gió nhắn
Người áo tím qua cầu
Tà áo tím phai màu
Để dòng Hương Giang hờ hững cũng nao nao"

(Trích "Tà Áo Tím") (5)

─────────

Chú thích:

(1) Nguồn Wikipedia-Mở.

(2) Câu đầu của phiên khúc cuối, hầu hết các tư liệu trên mạng đều ghi là "EM" thay vì "ANH"! Vì không có bản nhạc chính trong tay, nên chúng tôi không biết có phải do nữ ca sĩ tự ý đổi, theo thói quen (như ở một số ca khúc phổ thông khác) – Hay đó là nguyên bản?

(3) (4) (5) Nđd.

Lê Trọng Nguyễn với ca khúc "Nắng Chiều".

Nhạc sĩ LÊ TRỌNG NGUYỄN

N hững người theo dõi sinh hoạt âm nhạc ở miền Nam Việt Nam vào giữa thập niên 1960, hẳn chưa quên rằng trong chương trình nhạc FM, thỉnh thoảng, người nghe lại bắt gặp một nhạc phẩm rất quen thuộc, bài "Nắng Chiều" của Nhạc sĩ Lê Trọng Nguyễn, được hòa tấu bởi một dàn nhạc symphony of the New York City.

Có thể nói, đấy là một trong vài nhạc phẩm Việt Nam đầu tiên, cất cánh, bay lên và ra khỏi không gian hạn hẹp của đất nước. Nhạc phẩm hòa tấu này, bây giờ, thỉnh thoảng, người ta vẫn còn được nghe lại trên những chuyến bay từ Hoa Kỳ về vùng Đông Nam Á và, ngược lại.

Sinh thời, nhạc sĩ Hoài Bắc Phạm Đình Chương, một người bạn rất thân với Nhạc sĩ Lê Trọng Nguyễn, hơn một lần kể rằng, nhạc phẩm "Nắng Chiều" là ca khúc nổi tiếng nhất, trong số rất ít những sáng tác của họ Lê, có lời.

Gọi là ca khúc có lời vì, họ Lê tuy viết nhạc từ những năm đầu thập niên 40, nhưng ông chỉ viết những nhạc phẩm không lời. Lê Trọng Nguyễn không hề viết ca khúc, hiểu theo nghĩa một nhạc phẩm có lời hát đi kèm. Hay lời hát là chính mà giòng nhạc chỉ giữ nhiệm vụ đẩy, đưa lời hát lên cao mà thôi.

Một thời, chung quanh ca khúc "Nắng Chiều", được một số người trong giới âm nhạc nhắc tới không phải vì tự thân ca khúc mà, vì một giai thoại đẹp, liên quan tới ca khúc ấy.

Những người biết chuyện kể lại, đại ý: Đầu thập niên 1950, khi Lê Trọng Nguyễn gặp một thiếu nữ Nhật Bản, làm việc cho tòa lãnh sự Nhật Bản ở Saigòn, hai người yêu nhau... Lê Trọng Nguyễn viết ca khúc "Nắng Chiều", để đánh dấu mối tình của mình. Cuối thập niên 50s, hết nhiệm kỳ, người con gái xứ Mặt Trời Mọc này, mang nhạc phẩm "Nắng Chiều" về nước, chuyển sang lời Nhật, cho trình bày trên một đài phát thanh Nhật Bản...

Đầu thập niên 60, Shoshi Koe vận động với bộ ngoại giao Nhật, xin trở lại làm việc tại Saigòn. Năm 1961, Shoshi được toại nguyện. Cuộc tình giữa một nhạc sĩ Việt Nam và một cô gái Nhật được nối tiếp. Ở thời điểm 1963, Lê Trọng Nguyễn sáng tác thêm hai ca khúc. Đó là các bài "Sao Đêm" và "Chiều Bên Giáo Đường". Cả hai ca khúc vừa kể của ông, đều được những người làm nhạc và yêu nhạc ở Saigòn, đón nhận như những hạt ngọc quý của tân nhạc Việt Nam, vì tính nghệ thuật cao của chúng.

Vẫn theo dư luận thì cuộc tình dị biệt chủng tộc kia chỉ kéo dài thêm được 3 năm, thình lình bị đứt đoạn. Cuối năm 1963, không biết vì lý do gì, Shoshi bị chính phủ Nhật gọi về nước.

Trước khi chia tay người yêu, Shoshi nói, cô sẽ vận động để trở lại Việt Nam hoặc đưa Lê trọng Nguyễn qua Nhật Bản, để chính thức thành hôn. Nếu không làm được điều ấy, cô sẽ chấm dứt đời sống của mình.

Một năm sau, năm 1964, một số báo ở Tokyo, đã đăng tải về cái chết của Shoshi, đồng thời chuyện tình giữa cô và một nhạc sĩ Việt Nam cũng đã được nhắc tới...

Một lần nữa, ca khúc "Nắng Chiều" lại thắp lên những ngọn lửa rát bỏng đau đớn, chia lìa trong tâm hồn dân Nhật. Và, giới làm nhạc Hoa kỳ chú ý tới ca khúc "Nắng Chiều" của Lê Trọng

Nguyễn, cũng khởi từ cái kết thúc bi thảm của cuộc tình dị chủng đó (?)

Tuy nhiên, khi được hỏi về giai thoại trên, bởi một ký giả thì, nhạc sĩ Lê Trọng Nguyễn lại cho nó một "nguồn gốc" khác. Ông nhấn mạnh, "giai thoại" kể trên không có thật. Nó có, do một bằng hữu nào đó, thương, mến ông mà thêu dệt ra.

Ngược lại, những người tin có mối Việt-Nhật đó, thì lại lý luận rằng, nếu không có người con gái Nhật Bản kia thì, dân Nhật sẽ không bao giờ biết tới ca khúc "Nắng Chiều". Bởi vì thời gian "Nắng chiều" của Lê Trọng Nguyễn ra đời rồi nổi tiếng, ở miền Nam không chỉ có duy nhất ca khúc ấy. Mà, còn có nhiều ca khúc khác, cũng hay từ giai điệu tới ca từ không thua gì "Nắng chiều". Chưa kể mức độ phổ cập những ca khúc đó, còn sâu, rộng hơn "Nắng Chiều" nữa.

.

Theo trang mạng Wikipedia-Mở thì: "Nhạc sĩ Lê Trọng Nguyễn sinh ngày 1 tháng 5 năm 1926 tại Điện Bàn, Quảng Nam. Cha mất sớm, mẹ ông nuôi hai con đến tuổi trưởng thành. Em gái lập gia đình và sớm qua đời, Lê Trọng Nguyễn và mẹ nuôi ba đứa cháu nhỏ.

"Ông từng học ở Hà Nội trong khoảng 1942 đến 1954, thời gian đó ông có làm bạn với nhạc sĩ Nguyễn Xuân Khoát. Trước 1954, Lê Trọng Nguyễn từng phụ trách âm nhạc cho toàn thể Liên Khu Năm... nhưng sau đó ông rời bỏ và về cư trú tại Hội An.

"Lê Trọng Nguyễn có dạy âm nhạc tại trường trung học Nguyễn Duy Hiệu. Sau khi theo học hàm thụ trường École Universelle của Pháp, ông tốt nghiệp và trở thành hội viên của SACEM – Hội Nhạc sĩ Pháp (*La Société des auteurs, compositeurs et éditeurs de musique*) với một số tác phẩm, trong đó được biết đến nhiều hơn cả là bản *Sóng Đà giang* (Đà giang trong bài hát là dòng sông Thu Bồn, ở Quảng Nam).

"Tuy là nhạc sĩ, nhưng Lê Trọng Nguyễn không sống bằng âm nhạc. Năm 1965, ông làm Giám đốc công ty Centra Co., một công ty thương mại của Pháp. Từ năm 1968, ông là Giám đốc điều hành của công ty Sealand tại Đà Nẵng. Năm 1970, sau khi lập gia đình với bà Nguyễn Thị Nga, ông từ bỏ chức vụ Giám đốc công ty SeaLand về sống tại Sài Gòn. Năm 1970, ông làm Giám đốc nhà máy Dầu hỏa Cửu Long. Sau biến cố 1975, ông mở lớp dạy nhạc tại nhà và tự chế tạo các loại đàn do chính tay ông làm để sinh sống.

"Lê Trọng Nguyễn đến Hoa Kỳ vào tháng 3 năm 1983, định cư tại Rosemead cùng vợ và bốn người con. Ông mất ngày 9 tháng 1 năm 2004 tại bệnh viện City of Hope, Rosemead vì bệnh ung thư phổi.

"Lê Trọng Nguyễn viết ca khúc đầu tay *Ngày mai trời lại sáng* năm 1946. Ông sáng tác không nhiều, nhưng các nhạc phẩm của ông đều có giá trị nghệ thuật cao, với giai điệu và lời ca trau chuốt, nhiều hình ảnh đẹp. Trong những tác phẩm của Lê Trọng Nguyễn, nổi tiếng hơn cả là bản Nắng Chiều, được ông sáng tác vào năm 1952. Nhạc phẩm này không chỉ nổi tiếng ở Việt Nam mà nó còn được biết tới nhiều ở Nhật Bản, Đài Loan, và Hồng Kông với tên *Bản tình ca Việt Nam*. *Nắng chiều* cũng là ca khúc trong bộ phim cùng tên năm 1971 của đạo diễn Lê Mộng Hoàng với sự tham gia diễn xuất của diễn viên nổi tiếng Thanh Nga.

"Trong một cuộc phỏng vấn, Lê Trọng Nguyễn đã nói: *"Tôi viết bản đó ở Huế, thời gian sau khi bỏ vùng kháng chiến về thành... Tâm sự tôi trong bài* Nắng chiều *nó như thế này, kể anh nghe cho vui. Sau cuộc đảo chính của Nhật vào đêm 9 tháng 3 năm 45, có một gia đình công chức Nam triều từ Quy Nhơn chạy ra tạm trú ở Hội An, mà tôi cũng ở Hội An lúc đó. Gia đình đó có một người con gái. Tôi yêu người con gái ấy!"*

"Lê Trọng Nguyễn không chỉ là một nhạc sĩ, ông còn là một học giả uyên bác về âm nhạc, như lời nhận xét của Phạm Đình Chương, người bạn thân của ông..."

Lê Uyên và Phương, "hợp đồng tác chiến" trên sân khấu.

Chuyện kể, cuối thập niên 1960 đầu thập niên 1970 hai nhà thơ từ Saigòn lên Đà Lạt công tác; nhân tiện, tham dự một số sinh hoạt văn nghệ tại thành phố sương mù nổi tiếng này.

Trong những ngày sinh hoạt với giới trẻ ở Đà Lạt, tình cờ họ được nghe và, chú ý tới dòng nhạc cũng như nghệ thuật trình diễn nồng nàn của đôi song ca ở vùng đất "Hoàng triều cương thổ".

Điểm đặc biệt, đôi song ca vừa kể, lại là một cặp vợ chồng trẻ. Rất trẻ. Khi trình diễn, họ như một cặp tình nhân đang ở đỉnh cao nhất của tình yêu đắm đuối. Tựa không lâu, một sớm mai nào, họ sẽ mất nhau.

Một đặc điểm khác, cũng đáng kể không kém: Họ chỉ hát những ca khúc do người chồng sáng tác.

Là những những người vốn có chủ tâm phát hiện, trân quý những tài năng mới ở lãnh vực văn học, nghệ thuật, một trong hai thi sĩ kia đã ngỏ lời mời cặp vợ-chồng-như-tình-nhân về Saigòn. Đôi song ca đó, chính là cặp nghệ sĩ Lê Uyên và Phương.

Những người đầu tiên được hai nhà thơ giao trách nhiệm giới thiệu họ với giới trẻ Saigon, thời điểm ấy, là lãnh tụ sinh viên Đỗ Ngọc Yến, và nhà thơ Đỗ Quý Toàn...

Khi ấy, chiến tranh đã đem tai họa xắn xổ bước vào từng thành phố, ở lại từng căn nhà, trong bối cảnh này, hiện tượng nhạc kêu đòi chấm dứt chiến tranh của Trịnh Công Sơn, như một chất gây nghiện, bắt đầu lan rộng cùng khắp miền Nam. Những người trẻ đô thị nắm tay nhau, tràn ra đường phố. Họ cất cao tiếng hát trên những đổ vỡ. Họ hát, như hát trên những xác người. Hiện tượng đối kháng hay, hành vi chống đối xã hội một cách vô thức của giới trẻ, là một phản ứng tự nhiên, bình thường ở nơi những xã hội có tự do và dân chủ.

Nhưng dù vậy, cõi giới tân nhạc như một chất gây nghiện bất ngờ của Trịnh Công Sơn, vẫn chỉ là một dòng chảy, bên cạnh những dòng chảy tân nhạc khác, có mặt trước đó. Nó vẫn tồn tại. Vẫn được đám đông yêu thích từ nhiều năm, tháng trước. Nó trở thành một món ăn tinh thần mà, người dân miền Nam không thể thiếu. Đó là dòng chảy Tình Ca. Động mạch chủ, nhịp đập chính của cơ thể bất cứ nền âm nhạc của vùng đất hay, thời đại nào.

Cách khác, những hiện tượng, những phong trào âm nhạc, dù đáp ứng được nhu cầu giai đoạn của thời đại, chúng vẫn chỉ là những mạch phụ, bên cạnh nguồn mạch chủ.

Nói tới những mạch phụ, chảy song song với nguồn mạch chính thì, ngoài hiện tượng nhạc phản chiến của Trịnh Công Sơn, chúng ta còn có dòng chảy của những ca khúc viết về đời sống, tâm tình người lính nơi tuyến đầu, liên hệ tới máu mủ, ruột thịt, tình yêu thương của họ gửi nơi những người thân, ở hậu phương. Tôi xin được dùng cụm từ "Tình khúc thời chinh chiến," để chỉ danh dòng chảy này.

Đó là những tình khúc ngợi ca sự hy sinh tuyệt vời của người lính hay, những tiếng thở dài, lời chia buồn trước những tang chế, mất mát của mỗi gia đình hoặc, ở đời sống chung quanh.

Một phần đời thực tế, hàng ngày hầu hết người dân miền Nam phải đối mặt.

Khi đề cập tới hiện tượng nhạc phản chiến của Trịnh Công Sơn như một chất gây nghiện, lây lan nhanh chóng giới trẻ miền Nam, tôi không hề muốn nói, điều ấy có nghĩa, lúc nào giới trẻ cũng hùng hục xông ra đường phố, phất cao ngọn cờ chống chiến tranh, đòi hòa bình.

Khi đề cập tới những Tình khúc thời chinh chiến, tôi cũng không có ý nói, điều đó có nghĩa, giới trẻ miền Nam, thường trực sống với niềm hãnh diện, hay ủ rũ đau buồn vì cường độ và hậu quả khốc hại của cuộc chiến.

Trong một ngày, ít hay nhiều, cũng có giới trẻ thành phố thu mình một góc riêng. Lắng nghe, nhìn ngắm, cảm nhận nỗi buồn riêng của hoàn cảnh mình. Phần số mình. Đó là những giây phút họ cô đơn. Nhưng cũng là những giây phút họ sống thật nhất, với chính họ, theo tôi.

Đó cũng chính là lúc tình ca, động mạch chủ của bất cứ vùng đất hay thời đại nào, về lại ngôi vị muôn đời bất hoại của nó.

Nhưng Tình ca là gì? Nếu không phải là tấm gương phản chiếu mọi mẫu mã tình cảm của những người yêu, xa nhau, hoặc mất nhau? Cốt lõi của Tình ca theo tôi là tính lãng mạn. Thơ mộng. Tính lãng mạn, thơ mộng mà nhân loại có được, tôi nghĩ, nó như một đặc ân Thượng đế đã dành riêng cho con người.

Nói tới lãng mạn hay thơ mộng, là nói tới những cảnh giới hầu hết trừu tượng. Không cụ thể. Yếu tính này, chúng ta thấy rất rõ trong những tác phẩm văn chương lãng mạn và dĩ nhiên, trong ca từ của hầu hết tình ca. Hơn thế, tính trừu tượng của tình ca, còn thể hiện ngay từ nơi tựa đề nhiều ca khúc.

Thời Tiền chiến, dòng tân nhạc chúng ta đã có những tình khúc thiết tha, nhung, lụa như "Gửi gió cho mây ngàn bay", "Gợi giấc mơ xưa", "Chuyển bến", "Mầu thời gian"... Sau đấy, chúng ta có "Nghìn trùng xa cách", "Nửa hồn thương đau", "Hoài cảm",

"Chiều tím"... Gần hơn chút nữa, chúng ta có "Ru ta ngậm ngùi", "Một cõi đi về", "Niệm khúc cuối", "Trên ngọn tình sầu" vân vân...

Trong bối cảnh ấy, đầu thập niên 1970, qua chiếc cầu nối là những nhân vật tôi đã nhắc ở đầu bài: Tình khúc Lê Uyên Phương. Những tình khúc đến với giới trẻ, như một luồng gió mới.

Trên sân cỏ, trong khuôn viên đại học Văn Khoa, Saigòn, ngày ấy, những người trẻ tham dự buổi trình diễn đầu tiên của Lê Uyên và Phương, giống như những người tình cờ bước ra khỏi những căn hầm thiên kiến của mình. Họ thấy một bầu trời khác. Họ được uống một loại nước mát khác. Từ một dòng suối khác.

Sự kiện này khiến cho buổi trình diễn đầu tiên của cặp song ca Lê Uyên và Phương, chỉ một sớm một chiều, trở thành hiện tượng.

Rất nhiều ký giả đã tìm gặp, phỏng vấn cặp vợ chồng nghệ sĩ, như tình nhân. Rất nhiều phòng trà mời họ ký hợp đồng trình diễn, với những khoản thù lao họ không chờ đợi...

Nhưng bầu trời và, dòng suối làm thành hiện tượng bất ngờ đó là gì?

Thưa, trước nhất, tình ca của Lê Uyên Phương, là một tình ca ra khỏi "truyền thống tình ca" của mọi thời đại.

Cũng là tình ca, nhưng từ nhan đề mỗi ca khúc, cho tới giai điệu, ca từ, được nhạc sĩ Lê Uyên Phương xây dựng trên căn bản dung dị, dễ hiểu của chữ và, nghĩa.

Ngay tự nhan đề của một số ca khúc nổi tiếng của LUP, cũng cho thấy tính tả thực! Thay vì nói "Trên ngọn tình sầu" (cách nói của Từ Công Phụng), Lê Uyên Phương viết "Tình khúc cho em." Thay vì viết "Bên đời hiu quạnh," hay "Vết lăn trầm"... (cách nói của Trịnh Công Sơn,) thì LUP đặt tên cho ca khúc của mình là "Vũng lầy của chúng ta," hoặc "Cho lần cuối"...

Với những tựa đề giản dị như vậy, người nghe, dù ở trình độ nào, cũng hiểu ngay. Không cần phải động não.

Bên cạnh đó, Lê Uyên Phương cũng cho một số ca khúc của ông những nhan đề tương đối bóng bẩy (trong một chừng mực nào đó.) Thí dụ "Lời gọi chân mây" hay, "Bài ca hạnh ngộ"...

Trung thành với chọn lựa của mình, rất nhiều ca từ của nhạc sĩ Lê Uyên Phương, cũng cho thấy dường ông chủ tâm đem vào phần ca từ của mình, một số ngôn ngữ đời thường. Những ngôn ngữ tả chân. Thậm chí ta có thể gọi đó là ngôn ngữ nói, vốn ít thấy trong ca từ của những nhạc sĩ cùng thời với ông.

Thí dụ trong tình khúc nổi tiếng "Vũng lầy của chúng ta" ông viết:

"Yêu nhau giữa đám rong rêu hay dòng nước cuốn <u>lêu bêu</u>
"Đi qua những phố thênh thang, đi qua những <u>trái tim khan</u>
"Đi qua phố bước lang thang, đi qua với <u>trái tim khan</u>..."
"Theo em xuống phố trưa mai đang còn <u>nhức mỏi</u> đôi vai
"Theo em bước xuống cơn đau, bên ngoài nắng đã lên mau"
(...)
"Ta <u>sống trong vũng lầy</u>
"Một ngày vùi dần, còn vùi sâu, còn vùi sâu
"<u>Trong ngao ngán</u> không dứt hết cơn <u>cơn ê chề</u>..." (1)

Ở bài "Tình khúc cho em," một ca khúc nổi tiếng khác, họ Lê viết:

"Thương em khi yêu lần đầu
"Thương em <u>lo âu tình sau</u>
"Dù gương xưa <u>không được lau</u>..." (2)

Hoặc ca từ của một số tình khúc quen thuộc khác nữa, như ở bài "Lời gọi chân mây," ông viết:

"...Em ơi! Xin em, xin em nó <u>yêu thương đậm đà</u>
"Để rồi ngày mai cách xa

"Để rồi ngày mai...cách xa." (3)
Hay trong ca khúc "Hãy ngồi xuống đây":
"...Cho cơn buồn này <u>rót nóng tung hoang</u>
"Cho thiên đường này bốc cháy
"Trong cơn chia phôi <u>chia phôi tràn trề</u>..." (4)

Tôi nhớ, vào khoảng giữa thập niên 1980, trong một buổi trình diễn nhạc ở quán café LUP, ngã tư đường số 5th và đường Euclid, thuộc thành phố Santa Ana, Ca Li, khi được mời lên sân khấu, một nhạc sĩ lão thành, phát biểu rằng, nếu nét đặc thù trong nhạc Trịnh Công Sơn là "não tính" thì, đặc tính trong dòng nhạc Lê Uyên Phương là "dục tính."

Cá nhân, tôi không thấy một ám ảnh tính dục nào trong cõi giới âm nhạc của tác giả này.

Qua hầu hết những ca khúc họ Lê đã viết, tôi lại thấy, cõi giới tân nhạc của ông là một loại "Nhật ký tình yêu", viết bằng âm nhạc của một thị dân:

"Theo em xuống phố trưa nay đang còn chất ngất cơn say
"Theo em bước xuống cơn đau, bên ngoài nắng đã lên mau..."
(Bđd)

Hay:

"Hãy ngồi xuống đây
"Như loài cỏ tranh chen nhau từng hàng
"Xoắn xít bên nhau vui chơi cuộc đời có dáng hôm nay..."
(Bđd)

Hoặc:

"Trên phố khuya âm thầm trong gió đông
"Trên phố khuya âm thầm như ngóng trông
"Mắt thơ ngây màu môi sẽ phai nhanh
"Tuổi yêu thương còn xanh..."
(Trích "Đêm chợ phiên mùa đông." (5)

Hoặc nữa:

"Ái ân ơi đừng phụ lòng ta
"Nhớ thương sâu xin gửi người xa
"Khóc nhau trong cuộc đời..."
(Trích "Dạ khúc cho tình nhân") (6)

Có chăng, người ta không thấy trong ca khúc của Lê Uyên Phương những ẩn dụ văn chương như tình ca của những tác giả khác. Người ta cũng không tìm thấy tính hào hùng, lạc quan của những người lính nơi trận tiền, hay những hạt lệ nhỏ xuống cho những chiến sĩ nằm lại nơi chiến địa, như ca từ của Trần Thiện Thanh.

Người ta cũng không tìm thấy những khắc khoải, băn khoăn về một đất nước bị nhận chìm trong chiến tranh, chia cắt, tàn bạo như trong nhạc của Trầm Tử Thiêng, qua những ca khúc "Kinh khổ" hay "Chuyện một chiếc cầu đã gẫy".

Người ta càng không thể tìm thấy trong cõi giới âm nhạc Lê Uyên Phương, những câu hỏi mang tính triết lý sâu xa, quặn thắt ruột gan về thân phận, quyền làm người, như hầu hết các ca khúc của Trịnh Công Sơn...

Nhưng, người lại tìm thấy những buồn, vui đời thường của tuổi trẻ đô thị trong nhạc Lê Uyên Phương. Điều mà trước cũng như sau họ Lê, không một nhạc sĩ nào bước vào. Rọi lớn.

Tính chất "Nhật ký tình yêu" viết bằng âm nhạc của Lê Uyên Phương, do đấy, đã đáp ứng một phần nhu cầu thanh niên thành phố. Khi họ cần tìm một khoảnh khắc tạm nguôi quên những bế tắc, tuyệt vọng, bất mãn về một tương lai bất định. Họ muốn quên, để sống với hiện tại. Dù cho đó là một hiện tại bị rình rập, vây quanh bởi những bất trắc:

"Giờ này còn gần nhau, gần thắm thiết trong mối sầu
"Gần bối rối biên giới từ lòng đau

"Giờ này còn cầm tay, cầm chắc mối duyên bẽ bàng
"Cầm chắc mắt môi ngỡ ngàng
"Cầm giá buốt thương đau, ngày mai ta không còn thấy
nhau..."

(Trích "Cho lần cuối") (7)

Hoặc:

"Này anh ơi, suối reo sườn đồi
"Này chim ơi, reo mừng cuộc đời ghi tên
"Rồi như khi lớn lên
"Rồi như khi úa tàn
"hoa thơm vẫn chờ nắng vàng dâng hương..."

(Trích "Bài ca hạnh ngộ") (8)

.

Trong sinh hoạt trình diễn của tân nhạc miền Nam, 20 năm, trước cặp vợ chồng nghệ sĩ Lê Uyên và Phương, chúng ta chỉ có đôi song ca Ngọc Cẩm - Nguyễn Hữu Thiết. Tương quan xã hội của họ, cũng là tương quan vợ chồng. Nhưng, khởi nghiệp, họ không hát sáng tác của nhạc sĩ Nguyễn Hữu Thiết mà, ca khúc mang lại sự nổi tiếng cho họ là một tình khúc của cố nhạc sĩ Hoàng Thi Thơ. (Bài "Gạo trắng trăng thanh." Cùng một số ca khúc khác.)

Không lâu, sau sự xuất hiện của cặp song ca Lê Uyên và Phương, giới yêu nhạc ở Saigòn được thưởng thức nghệ thuật trình diễn của cặp vợ chồng nhạc sĩ Từ Công Phụng - Từ Dung. Giống trường hợp Lê Uyên và Phương, cặp song ca này, chỉ trình bày những sáng tác của người chồng: nhạc sĩ Từ Công Phụng. Tiếc rằng, họ không được thành công lắm. Và, thời gian trên sân khấu của họ cũng không dài, lâu, vì biến cố 30 tháng 4-1975. Cũng chính biến cố này, đã đưa tới sự chia tay giữa hai người!

Tuy nhiên, tôi thấy cần phải nói ngay rằng, sự kiện một cặp vợ chồng nghệ sĩ không hát nhạc ai khác, ngoài sáng tác của

102

người chồng (hay người vợ,) chỉ tạo được chú ý buổi đầu. Đường dài, nó không hề là yếu tố dẫn tới thành công.

Trường hợp Lê Uyên và Phương cũng vậy. Ngoài yếu tố vợ chồng, về từ Đà Lạt, thời đó, dư luận còn xôn xao tin đồn nhạc sĩ Lê Uyên Phương bị ung thư. Căn cứ vào sự kiện ông có một cái bướu khá lớn nơi ngón tay cái. Do đấy, không ai có thể biết ông sẽ sống thêm được bao lâu.

Nhưng, ngay cả dư luận có phần thuận lợi về phương diện tình cảm của đám đông, cũng không thể đem thành công đến cho cặp song ca này, nếu không có dòng nhạc mới, lạ của Lê Uyên Phương. Nhất là nghệ thuật trình diễn nồng nàn của Lê Uyên.

Nhìn lại thời điểm hơn bốn mươi năm trước, người ta thấy, đa số các nữ ca sĩ thường rất nghiêm trang hay, hết sức chừng mực khi trình bày một tình khúc. Không ai dám đem "lửa" lên sân khấu qua những biểu cảm của tay chân, cơ thể trong những tình ca, hầu hết chậm và buồn. (Trừ những ca khúc được viết sau này ở thể điệu New Wave)

Tính chất đam mê, cuồng nhiệt trên sân khấu của Lê Uyên đã thổi những ngọn lửa đắm đuối sang người bạn đời của mình. Nó cuốn Lê Uyên Phương nhập đồng theo dòng nhạc của chính ông. Từ tính cách đặc biệt vừa kể, trên sân khấu, Lê Uyên và Phương, đã có được với nhau một "hợp đồng tác chiến" mà, không một cặp ca sĩ nào, trước họ, có được. Nói cách khác, ngoài giọng "khào" bẩm sinh, Lê Uyên còn hát bằng cả con người cô nữa.

Tôi có cảm tưởng, khi bước lên sân khấu, đứng cạnh Lê Uyên Phương, Lê Uyên là một người khác. Cô không chỉ hát bằng chất giọng đi từ thanh quản. Cô cũng không chỉ hát bằng rung động đi ra từ nhịp đập rộn rã của trái tim. Mà, tiếng hát của cô, còn đi ra từ toàn thể cơ thể. Thậm chí, nó còn có thể đi ra từ những chân tóc, ngón tay, ngón chân... của cô nữa.

Tất nhiên, đó chỉ là một cách nói. Nhưng với tôi, cách nói ấy cho thấy rõ hơn, ghi nhận sau đây:

- Tình ca Lê Uyên Phương + Tiếng hát Lê Uyên + nhân thân Lê Uyên Phương, là ba yếu tố làm thành bất khả phân ly. Như thể giữa ba thành tố này, đã có một tương thích hữu cơ mà, theo cách nói của những người trẻ hôm nay là tính "chemistry" định mệnh, không thể giải thích.

- Theo tôi, chính tính chất chemistry / hữu cơ giữa ba thành tố kể trên, đã làm thành hiện tượng Lê Uyên và Phương, rực rỡ một thời, sinh hoạt trình diễn miền nam Việt Nam.

- Phải chăng vì thế, sau Lê Uyên và Phương, người ta thấy, cũng có những cặp song ca mà, tài năng, nghệ thuật diễn tả của họ, không còn là câu hỏi cho bất cứ người nào – Nhưng khi họ chọn tình khúc Lê Uyên Phương để trình diễn thì, dù họ là ai, chúng vẫn hiện ra như một tác phẩm không trọn vẹn.

Tôi muốn nói, tình ca Lê Uyên Phương sẽ còn ở mãi với chúng ta. Như một kỷ niệm quý. Nhưng khi Lê Uyên Phương không còn nữa (9), thì trách nhiệm duy trì sự nghiệp âm nhạc của ông được trút lên vai Lê Uyên. Và, tôi tin Lê Uyên sẽ hoàn tất một cách tốt đẹp trách nhiệm này.

(Sept. 2011.)

Chú thích:

(1,) (2,) (3,) (4,) (5,) (6,) (7,) (8): Theo dactrung.com

(9) Nhạc sĩ Lê Uyên Phương tên thật Lê Văn Lộc. Ông sinh ngày 2 tháng 2 năm 1941 tại Đà Lạt, mất ngày 29 tháng 6 năm 1999 tại miền nam California.

Ngọc Bích,
tác giả bài hát 'Suy Tôn Ngô Tổng Thống'.

Không rõ do ai đề nghị, nhưng ngay tự những năm đầu tiên khi mới về miền Nam chấp chính, cố Tổng Thống Ngô Đình Diệm đã có chính sách ưu đãi giới văn nghệ sĩ di cư từ miền Bắc vào Nam; qua chương trình đồng hóa vào quân đội một số nhà văn và nhạc sĩ. Cấp bậc trong quân đội của những văn nghệ sĩ được đồng hóa đó, căn cứ theo bằng cấp để ấn định cấp bậc từ hạ sĩ quan tới sĩ quan.

Trong số những văn nghệ sĩ xin đồng hóa với một cấp bậc nào đó của quân đội, ở giai đoạn đầu tính từ năm 1955, về phía những nhà văn, nhà báo, người ta thấy có những nhà văn như Đỗ Tốn, tác giả "Hoa Vông Vang"; Nguyễn Mạnh Côn, tác giả "Đem Tâm Tình Viết Lịch Sử"; Thanh Nam, tác giả nhiều tiểu thuyết được xuất bản tại Hà Nội, trước cuộc di cư 1954, v.v...

Phía nhạc sĩ xin đồng hóa vào quân đội, có phần đông đảo hơn. Như các nhạc sĩ Ngọc Bích, Đan Thọ, Anh Bằng, Xuân Tiên, Nhật Bằng v.v...

Lý do chính khiến các văn nghệ sĩ phải xin đồng hóa vì chế độ động viên, quân dịch thời đó. Nếu không xin đồng hóa để

105

được ở lại Sài Gòn, họ sẽ bị đưa đi phục vụ tại những đơn vị hoặc thành phố xa Sài Gòn. Sự kiện này sẽ gây trở ngại lớn cho nghề làm báo, viết văn hay, chơi nhạc cho các phòng trà, dancing, phòng thu...

Trong số những văn nghệ sĩ được đồng hóa đợt thứ nhất vào quân đội thì, nhạc sĩ Ngọc Bích là một trong những nghệ sĩ chọn ở trong quân ngũ tới tháng 4, 1975.

Nhạc sĩ Ngọc Bích được nhiều người ở miền Nam biết tới vì, ông là tác giả phần nhạc của bài "Suy Tôn Ngô Tổng Thống." (Lời do nhà văn Thanh Nam phụ trách)

Tiền thân của ca khúc này là bài "Vè Bảo Đại" cũng là sáng tác chung của Ngọc Bích và Thanh Nam.

Dĩ nhiên khi ca khúc có nội dung "Suy Tôn Ngô Tổng Thống," nhà văn Thanh Nam đã phải cho nó những ca từ khác.

Tuy nhiên, có thể ít người biết rằng nhạc sĩ Ngọc Bích cũng là một trong những nhạc sĩ thuộc thế hệ thăng hoa hóa nền tân nhạc Việt Nam, ở giai đoạn mới phát triển. Ông có rất nhiều tình khúc còn được lưu truyền tới ngày hôm nay.

Về những ca khúc nổi tiếng của nhạc sĩ Ngọc Bích, được nhiều người thuộc (nhưng sau này, ít người biết rõ tác giả là Ngọc Bích), có thể những ca khúc tiêu biểu như "Con Đò Đưa Xác" (lời Nguyễn Văn Đức) "Đôi Chim Giang Hồ," "Khúc Nhạc Tương Tư," "Mộng Chiều Xuân," "Đón Gió Mới," "Trở Về Bến Mơ" v.v...

Ông cũng là nhạc sĩ có nhiều ca khúc được các ca nhạc sĩ khác chọn để trình bày trên sân khấu hoặc thu đĩa. Như ca khúc "Đôi Chim Giang Hồ" của ông, được nhạc Tuấn Khanh, chọn để trình bày trong cuộc thi tuyển lựa ca sĩ của đài Pháp Á ở Hà Nội năm 1953. Chính ca khúc này đã giúp tác giả "Hoa Soan Bên Thềm Cũ" đoạt giải khôi nguyên cuộc thi. Hay ca khúc "Con Đò Đưa Xác" của ông, được nhạc sĩ Châu Kỳ (tác giả "Trở Về") chọn để thu đĩa từ những năm đầu thập niên 1950...

Ngay nam danh ca Anh Ngọc, thuở khởi nghiệp, cũng chỉ hát các sáng tác của Ngọc Bích mà, được nhiều thính giả ưa thích.

Trong một bài viết có tính cách nhắc lại một số kỷ niệm với Ngọc Bích, nhạc sĩ Phạm Duy kể:

"Trong những năm đầu thập niên 50, vài ba nhạc phẩm của anh (Ngọc Bích), đã được rất nhiều người ưa thích khi được phóng đi trên đài phát thanh Hà Nội như các bài Hương Tình, Trở Về Bến Mơ v.v... qua giọng ca Tâm Vấn. Thanh niên Hà Nội ưa nhạc Ngọc Bích vì tính chất Jazz của nó, đa số soạn theo nhịp swing rất mới mẻ so với những ca khúc khác...

"Nhạc mang tính chất lãng mạn của Ngọc Bích lúc đó có phần ngang ngửa với nhạc Đoàn Chuẩn, Từ Linh..."

Vậy, nhạc sĩ Ngọc Bích Là ai?

Tổng hợp một số tư liệu được phổ biến trên nhiều trang mạng, người ta được biết:

Nhạc sĩ Ngọc Bích tên thật là Nguyễn Ngọc Bích, sinh năm 1924 tại Hà Nội; (một vài tư liệu khác lại cho rằng ông sinh năm 1925), trong một gia đình gia thế. Thân phụ của ông, là Bác Sĩ Nguyễn Huy Bằng, được ghi nhận là người có tài sử dụng nhiều nhạc cụ cổ truyền như đàn bầu, tỳ bà, tam thập lục v.v...

Ngay từ năm mới lên 10, Ngọc Bích đã tỏ ra có năng khiếu đặc biệt về âm nhạc.

Thoạt tiên, ông bắt đầu học về ký âm pháp với thầy Nguyễn Văn Thông cùng thời điểm với các nhạc sĩ cũng nổi tiếng sau này như Đỗ Thế Phiệt, Nguyễn Văn Huấn, Nguyễn Văn Ngạc, Nguyễn Hiền, Tu Mi-Đỗ Mạnh Cường.

Sau khi tốt nghiệp tiểu học, ông thi đậu vào trường Bưởi (tiền thân của trường Trung học Chu Văn An sau này). Cũng năm đó, ông tham dự đơn ca ở Nhà Hát Lớn Hà Nội. (Đó là chương trình tuyển lựa ca sĩ xen giữa các màn kịch, do cố nhạc sĩ Thẩm Oánh phụ trách)

Vẫn trong lãnh vực âm nhạc, sau này, ông còn được nhạc sĩ Nguyễn Thiện Tơ hướng dẫn thêm một thời gian.

Năm 1940, nhạc sĩ Ngọc Bích được mời qua Côn Minh, Trung Quốc, trình diễn.

Năm 1942, theo cố nhạc sĩ Nguyễn Hiền thì Ngọc Bích là nhạc sĩ Việt Nam trẻ nhất được ban giám đốc của vũ trường Takara, ở khu phố Khâm Thiên mời tham gia ban nhạc của họ. Đó là khiêu vũ trường đầu tiên, chơi nhạc sống tại Hà Nội.

Giữa năm 1942, khi vừa bước vào năm thứ hai, bậc cao đẳng tiểu học, ông rời trường Bưởi để chuyên tâm theo con đường âm nhạc.

Năm 1943, ông lại cùng một ban nhạc lớn của Hà Nội sang biểu diễn tại Côn Minh, giúp vui cho lực lượng Đồng Minh ở thành phố này.

Khi cuộc kháng chiến chống thực dân Pháp bùng nổ năm 1945, nhạc sĩ Ngọc Bích tham gia kháng chiến ở Liên Khu 3, cùng với người bạn học cũ là nhạc sĩ Nguyễn Hiền.

Theo nhạc sĩ Phạm Duy thì trong thời gian ở Lào Kai, họ Phạm cũng đã có dịp hát chung với nhạc sĩ Ngọc Bích tại quán Biên Thùy và hai người còn sinh hoạt chung với nhau ít năm sau đó.

Nhạc sĩ Ngọc Bích bắt đầu sáng tác từ năm 1947. Ông khởi đầu sự nghiệp âm nhạc của mình với các ca khúc viết theo nhịp swing và blues. Hai thể điệu được coi là rất mới lạ thời đó.

Trong những năm đầu của thập niên 1950, một số nhạc phẩm của ông đã được nhiều người ưa thích, khi những ca khúc ấy được giới thiệu trên Đài Phát Thanh Hà Nội...

Nhạc sĩ Nguyễn Hiền cho biết, thời gian kháng chiến chống Pháp là khoảng thời gian nhạc sĩ Ngọc Bích sáng tác được nhiều tình ca giá trị nhất. Những tình khúc như "Khúc Nhạc Chiều Mơ," "Thiếu Nữ Trên Mây Ngàn" (tức "Bông hoa rừng"), "Lời Hẹn Xưa,"

"Con Đò Đưa Xác, "Thuở Trăng Về," "Đêm Trăng Xưa," "Bến Đàn Xuân," "Đôi Chim Giang Hồ," "Dưới Trăng Thề"...

Nhạc sĩ Phạm Duy lại cho biết, cũng với nhịp điệu swing và blues, Ngọc Bích đã dùng cho những bài ca phục vụ kháng chiến như "Say Chiến Công," "Bà Già Giết Giặc"...

Thất vọng trước những dấu hiệu cho thấy cuộc kháng chiến chống thực dân Pháp đã bị những người cộng sản lợi dụng, chi phối, năm 1949, Ngọc Bích rời bỏ chiến khu, trở về Hà Nội.

Cùng với làn sóng người di cư từ miền Bắc vào miền Nam, năm 1954, nhạc sĩ Ngọc Bích vào Sài Gòn. Ban đầu ông làm việc tại các nhà hàng có ca nhạc, sau đó để tránh bị đi lính, ông xin đồng hóa vào quân đội, phục vụ tại Đài Phát Thanh Quân Đội.

Ở miền Nam, ông tiếp tục sáng tác và chơi nhạc cho các ban nhạc thuộc đài phát thanh Pháp Á, đài Sài Gòn, đài Quân Đội.

Mặt khác, ông cũng là một thành viên được nể trọng trong những ban nhạc chơi cho các vũ trường, trên sân khấu đại nhạc hội ở các rạp chiếu bóng...

Tháng 4 năm 1975, di tản khỏi Sài Gòn, tới Hoa Kỳ, nhạc sĩ Ngọc Bích chọn định cư tại miền Nam Cali. Tại đây ông tham gia nhóm AVT hải ngoại do nhạc sĩ Lữ Liên đứng đầu cùng với nhạc sĩ Vũ Huyến (tác giả ca khúc, "Cô Hàng Nước"...).

Sau đó ban AVT cùng Thúy Liễu, vợ của nghệ sĩ Lữ Liên, thành lập ban thoại kịch Gió Nam, đã hợp cùng đoàn nghệ sĩ của cố nhạc sĩ Hoàng Thi Thơ qua Âu Châu trình diễn rất sớm, chỉ một năm sau biến cố tháng 4, 1975.

Năm 1988, khi nhạc sĩ Nguyễn Hiền đến Hoa Kỳ, Ngọc Bích và Nguyễn Hiền cùng các nhạc sĩ bạn như Nguyễn Lưu, Phi Hùng... thành lập ban Saigon Band, với tham vọng vực dậy sinh hoạt âm nhạc có tính chính quy ở quê người.

Sinh thời, nhạc sĩ Nguyễn Hiền từng nhấn mạnh rằng bạn ông, nhạc sĩ Ngọc Bích là một người rất cẩn trọng trong lĩnh vực sáng tác. Ông quan tâm rất nhiều về cách sử dụng các âm giai, cung bậc sao cho thích hợp với nội dung của từng ca khúc.

"Mặc dù ông là người du nhập hai thể điệu swing và blues coi như rất sớm vào nền tân nhạc Việt. Nhưng ở một mặt nào khác, ông cũng là người chủ trương né tránh tối đa những quãng cách mang tính phương Tây. Ông luôn cố gắng gìn giữ, duy trì bản sắc Việt Nam trong nhạc của mình... Ông rất sợ nhạc của ông nghiêng nặng khuynh hướng tây phương..." Nhạc sĩ Nguyễn Hiền nói.

Tác giả "Khúc Nhạc Tương Tư," Nguyễn Ngọc Bích từ trần ngày 15 tháng 10, năm 2001 tại miền Nam Cali.

Ông mất đúng một tuần sau khi tham dự đám tang nhạc sĩ Hoàng Thi Thơ ở thành phố Westminster, quận hạt Orange County!

Tuy nhạc sĩ Ngọc Bích là người được nhiều nhạc sĩ cùng thời đánh giá cao qua nhiều sáng tác, với nhiều thể loại khác nhau. Ông cũng là nhạc sĩ được mời chơi cho vũ trường đầu tiên ở Hà Nội và xuất ngoại khi còn rất trẻ... Nhưng trong đời thường, những người biết ông, đã có chung một nhận xét:

- Bản chất ông là người lặng lẽ tới khép kín!

Sự khép kín hay lặng lẽ của tác giả "Con Đò Đưa Xác" đã dẫn tới nhiều thắc mắc nơi nhiều bằng hữu của ông.

Những người này kể rằng, sinh thời, vì có tài, lại nổi tiếng sớm nên nhạc sĩ Ngọc Bích được rất nhiều phụ nữ săn đón. Vậy mà tác giả "Trở Về Bến Mơ" với những ca từ não lòng người như:

"Nghẹn ngào niềm nhớ nhau
"Thương xót ai trăng sầu bên mái lầu!
"Hay đớn đau vì câu hẹn kiếp sau!
"Trăng ứa màu lệ dâng ướt ngàn sao!"

Đã không hề đáp ứng tình cảm của những người nữ đó. Chính sự kiện này đã khiến dư luận một thời, đặt câu hỏi, "Phải chăng nhạc sĩ Ngọc Bích khép kín trái tim ông vì một mối tình oan trái nào đó?"

Chung quanh chuyện tình
bí ẩn một đời của nhạc sĩ Ngọc Bích.

Theo một vài nhà nghiên cứu 20 năm tân nhạc miền Nam, thì song song với dòng chảy tình ca sinh động, mới mẻ, ở những phần còn lại của lãnh vực sáng tác ca khúc, người ta có thể chia thành nhiều thời kỳ. Đại để như:

-Thời kỳ 1955-1960, là thời gian được mùa của những ca khúc nhắm tới quê hương miền Bắc của hơn 1 triệu người di cư vào miền Nam. Đây cũng là thời kỳ nền tân nhạc miền Nam đề cập tới sự hình thành một xã hội mới, ở phần đất mới của quê hương.

Tiêu biểu cho thời kỳ này, ta có thể nhắc tới ca khúc "Giấc Mơ Hồi Hương" của Vũ Thành, "Khúc Nhạc Ly Hương" của Lâm Tuyền, "Thương Về 5 Cửa Ô Xưa" của Y Vân, "Sầu Ly Hương" của Lam Phương, "Nỗi Lòng Người Đi" của Anh Bằng...

Trong khi những ca khúc nói về sự hình thành hay hứa hẹn một xã hội mới, một niềm tin yêu, hy vọng nơi vùng đất mới, có thể kể tới những ca khúc như "Nắng Đẹp Miền Nam" (của Hồ Đình Phương & Lam Phương), "Hò Leo Núi" của Phạm Đình Chương, "Khánh Hội Và Em" của Phan Hồng Sơn, "Gạo Trắng Trăng Thanh" của Hoàng Thi Thơ...

Kế tiếp là thời kỳ mà một số nhạc sĩ quen gọi là phong trào "nhạc chiến dịch", khi chính quyền của nền Đệ Nhất Cộng Hòa phát động những chiến dịch như chiến dịch bình định những vùng trước 1954 thuộc quyền kiểm soát của chính quyền CS Hà Nội; chiến dịch tiêu diệt các giáo phái; cổ võ quốc sách tòng quân nhập ngũ...

Ở giai đoạn này có những ca khúc được nhiều người biết, như "Anh Đi Chiến Dịch" của Phạm Đình Chương, "Tình Quê

Hương" của Đan Thọ (phổ thơ Phan Lạc Tuyên) "Chiều Biên Khu" và "Hoa Soan Bên Thềm Cũ" của Tuấn Khanh...

- Sau đó là thời kỳ nền tân nhạc của miền Nam nói nhiều về tình yêu trong chiến tranh và những ca khúc phục vụ cho chiến dịch "Chiêu Hồi" của chính phủ. Đó là giai đoạn 1960-1970.

- Cuối cùng, giai đoạn 1970 tới tháng 4, 1975, là thời kỳ tân nhạc miền Nam được mùa với những ca khúc trực tiếp nói về sự leo thang của chiến tranh, chết chóc, hy sinh...

Ở thời kỳ này có hai khuynh hướng đối chọi nhau, nhưng cùng được giới thưởng ngoạn đón nhận... Đó là khuynh hướng ca ngợi những hy sinh tổn thất của miền Nam, của người lính VNCH. Điển hình như một số ca khúc của Trần Thiện Thanh, Phạm Duy, Trầm Tử Thiêng... Hoặc chống chiến tranh của Trịnh Công Sơn, Tôn Thất Lập, Phạm Thế Mỹ, Phạm Duy...

Ngay dòng chảy của tình ca thuộc 20 năm tân nhạc miền Nam, cũng là một dòng chảy khác. Sự thay da đổi thịt của tình ca, là một đổi thay quyết liệt: Từ giai điệu tới ca từ.

Bản chất tình khúc, trước sau vẫn có một mẫu số chung: Lãng mạn. Nhưng chất lãng mạn của giai đoạn này, ở miền Nam đã không còn lầy lội trong bi lụy, tuyệt vọng, cùng đường.

Ngôn ngữ được các nhạc sĩ viết tình ca sử dụng, cũng là thứ ngôn ngữ ít nhiều trực tiếp phản ảnh thời đại; với những tự do phóng dật, những triết lý mang tính thời thượng và, những cái tôi đặc thù, cá biệt (trở thành chung). Chúng không còn bóng gió xa xôi, với những sáo ngữ mông lung, mơ hồ nữa.

Trước biến chuyển tận gốc kể trên, một số nhà nghiên cứu nền tân nhạc Việt Nam cho rằng, nhạc sĩ Ngọc Bích đã từ chối tham dự vào chuyển động lớn của biển sóng tân nhạc Việt (?) Hoặc ông không thích hợp với những hăm hở trẻ trung, của nhịp đập có phần gấp gáp, sôi động của trái tim miền Nam (?)

Tôi nghĩ, không ai có thể cho chúng ta câu trả lời rõ ràng về trường hợp của nhạc sĩ Ngọc Bích, ngoại trừ chính ông. Dù cho sau năm 1954, ở Saigon, ông có viết một số ca khúc như "Nắng Mới" "Tiếng Hát Bình Minh" hoặc "Đón Gió Mới"... Nhưng thực tế cho thấy ông không thành công lắm.

Nói cách khác, giai đoạn huy hoàng nhất của sự nghiệp âm nhạc Ngọc Bích là những năm trước 1954.

Ở thời kỳ này, ngay cả những ca khúc viết cho nhu cầu kháng chiến chống Pháp, sáng tác của ông, cũng được đón nhận nồng nhiệt. Thậm chí ca khúc có tính tuyên truyền kích động lòng yêu nước, mang tên "Bà Già Giết Giặc" của ông - - Kể chuyện một bà cụ khi nhận nấu cơm cho lính Pháp, đã lén bỏ thuốc độc vào nồi cơm, khiến tất cả toán lính Pháp này ngộ độc và chết hết sau đó.

Sự phổ cập của ca khúc này rộng lớn tới mức cụm từ "bà già giết giặc," sau đó đã trở thành một thứ "thành ngữ" mà hôm nay, nhiều người còn dùng khi muốn nói tới một phụ nữ lớn tuổi nhưng vẫn có khả năng làm những việc mà nhiều người trẻ không dám...

Nếu nhạc sĩ Ngọc Bích từng có một thời kỳ thành công rực rỡ với cả hai thể loại tình khúc và ca khúc phục vụ nhu cầu chính trị giai đoạn thì, trong đời sống riêng, ông lại là người gần như hoàn toàn bí ẩn!

Trên trang mạng Bách Khoa toàn thư mở Wikipedia, phần tiểu sử nhạc sĩ Ngọc Bích ghi rằng, nhạc sĩ Ngọc Bích lập gia đình với ca sĩ tên Lệ Nga. Ông có một con trai tên Kim Ngọc với người phụ nữ này.

Nhưng bài viết nhan đề "Ngọc Bích qua con mắt Phạm Duy" lại có một đoạn nguyên văn như sau:

"... Ngọc Bích khi tới Mỹ, cùng với Vũ Huyến trở thành 2 ca sĩ trong bộ ba AVT. Cùng với Lữ Liên họ được mời đi hát nhiều nơi trên đất Mỹ. Họ còn được tham gia vào đoàn văn nghệ Hoàng Thi Thơ, đi lưu diễn Châu Âu, Châu Phi... Đó là chưa kể với khả năng đánh bass, kéo accordion, đánh keyboard, Ngọc Bích luôn luôn có 'show' để có tiền thù lao, đủ nuôi sống anh chàng nghệ sĩ trường kỳ độc thân này."

Sinh thời, cố nhạc sĩ Nguyễn Hiền, vốn thân thiết với nhạc sĩ Ngọc Bích từ những ngày ở Hà Nội, cũng nhiều lần đề cập tới cuộc sống một mình của tác giả "Khúc Nhạc Tương Tư."

Trước hai tư liệu trái nghịch này, những người quan tâm tới nhạc sĩ Ngọc Bích không biết sự thật nằm phía nào

Như đã nói, cố nhạc sĩ Ngọc Bích có một đời sống khá bí ẩn. Ông gần như không tâm sự với ai, về phần đời tình cảm riêng của mình. Ông cũng không tiết lộ với ai về linh hồn hay, nguồn cảm hứng từ người nữ hoặc mối tình nào, giúp ông đã để lại hôm nay, những tình khúc đẫm ngất đau thương, bặt bặt chia lìa kia. Như:

"Gió chiều thầm vương bao nhớ nhung - Người yêu thoáng qua trong giấc mộng - Vui nguồn sống mơ - Những ngày mong chờ - Trách ai đành tâm hững hờ!...

"Hãy trả lời lòng anh mấy câu - tình duyên với nhau trong kiếp nào - Xuân còn thắm tươi - Anh còn mong chờ - Ái ân kẻo tàn ngày mơ." (Mộng Chiều Xuân)

Hay:

"Chiều vàng rơi trong khúc nhạc tương tư - Đời phiêu lãng sống những ngày mong chờ - Thấu tình ta chăng hỡi người phương xa - Cung đàn theo với lòng thiết tha -... - Lòng sầu lên trong những ngày cô đơn - Mùa xuân đến với mối tình âm thầm - Bóng huyền chưa phai, hỡi người ngây thơ - Mong chờ trong khúc nhạc ái ân." (Khúc Nhạc Tương Tư)

Hoặc nữa:

"Ngày nào một giấc mơ - Đâu những đêm trăng mờ ai ngóng chờ - Khi áng mây thành thơ nhẹ gió đưa - Theo tiếng đàn thuyền mơ tìm bến xưa - Một chiều mùa chiến chinh - Xuân ngát hương thanh bình say mối tình - Khi ánh trăng về vui đời thắm xinh - Bóng dáng huyền thầm mơ lúc tuổi xanh." (Trở Về Bến Mơ)

Trong khi đó, theo nội dung cáo phó đăng tải trên một vài tờ báo xuất bản tại quận hạt Orange County sau ngày 15 tháng 10, năm 2001 (ngày nhạc sĩ Ngọc Bích từ trần), thì phần "tang gia" ghi:

"Nguyễn Kim Dũng, con trai, và gia đình"...

Nói cách khác, chẳng những không có tên bà Lệ Nga mà cũng không có tên Kim Ngọc, như tài liệu đăng tải trên trang mạng Wikipedia.

Tuy nhiên, sự kiện này, đối với những người ái mộ nhạc sĩ Ngọc Bích, vẫn đã là một niềm vui đáng kể. Vì: "Bề gì, nhạc sĩ Ngọc Bích cũng đã có người nối dõi."

Tóm lại, nếu có những cái chết giống như sự chấm dứt một chương sách, hay sự gia tăng âm vực, làm bật lên nét đẹp đoạn coda một ca khúc thì, cũng có những cái chết lại bật lên những câu hỏi mà trước đó, chưa một ai lên tiếng.

Cái chết của nhạc sĩ Nguyễn Ngọc Bích ở trường hợp thứ hai.

Tôi muốn nói tới sự kiện bất ngờ, một sự kiện không ai chờ đợi, không ai tiên liệu. Nhưng nó đã xảy ra!

Đó là sự kiện nhân giỗ 49 ngày của cố nhạc sĩ Ngọc Bích, một người em của ông, từ tiểu bang khác về Cali, dự lễ giỗ anh mình.

Giữa không khí tưởng niệm giới hạn trong tình thân đầy ngậm ngùi, xót thương kẻ vắng mặt, ông nói:

"Anh Bích tôi sáng tác không nhiều. Nhưng nhan đề ca khúc nào của anh tôi, nếu không có chữ 'mộng,' thì cũng có chữ 'mơ' và, gần như quá nửa những sáng tác ấy, có chữ 'xuân.' Chữ 'xuân' không có ngay nơi nhan đề thì cũng có đâu đó, trong bài hát.

"Ngày xưa, có lần tôi đã hỏi anh Bích tôi rằng, tại sao anh thích mấy chữ đó quá vậy? Bộ anh không thể lựa cho nhan đề nhạc của anh một chữ nào khác hay sao? Thì, mặt anh tôi sa sầm xuống. Anh trả lời tôi bằng cái nhìn lặng lẽ. Chịu đựng.

"Cái nhìn lặng lẽ của anh ấy khiến tôi bắt rùng mình! Từ đó, không bao giờ tôi dám hỏi thêm.

"Về chuyện di tản thì anh Bích tôi, theo đài Mẹ Việt Nam di

tản tới đảo Phú Quốc, nhiều ngày trước ngày 30 tháng 4. Chúng tôi kẹt lại Saigon, nhiều năm sau mới vượt biên đi thoát.

"Tôi nhớ đâu khoảng một hai ngày trước 30 tháng 4, giữa lúc Saigon cực kỳ hỗn loạn, chúng tôi nhận được một bức thư tay, gửi cho anh Bích, do ai đó đem tới tận nhà. Khi ấy anh Bích tôi đã đi mất tiêu. Cá nhân tôi cũng không hy vọng gì gặp lại anh. Tuy vậy, tôi vẫn thấy trường hợp nào thì cũng nên biết lá thư nói gì. Cuối cùng tôi là người đọc...

"Đó là lá thư của một người đàn bà tên Xuân. Viết rất vắn tắt. Khó hiểu.

"Đại ý lá thư bảo anh Bích tôi ở lại chờ bà ấy. Bởi vì mọi chuyện đã đổi khác."

Trong lá thư, tôi nhớ có câu:

" 'Đã tới lúc chúng ta có thể sống đời sống thật chứ không còn là giấc mơ nữa.'

"Nhiều năm sau, gặp lại anh Bích ở Mỹ, tôi kể lại câu chuyện và cho anh biết, tôi vượt biên, bị cướp sạch sẽ! Ngay quần áo tôi cũng không còn, nói chi bức thư...

"Anh tôi im lặng. Tôi nghĩ anh thông cảm hoàn cảnh của tôi.

"Nhưng chẳng vì thế mà anh nói với tôi một lời nào, về người đàn bà kia.

"Bởi thế, trước vong linh anh tôi ở đây hôm nay, tôi không dám thêm thắt điều gì... Tôi muốn nói là tôi không biết, có phải đó là người đàn bà trong những bản nhạc của anh tôi hay không!"

Dù cho tới hôm nay, không một ai trong chúng ta có câu trả lời rõ ràng về linh hồn hay nguồn cảm hứng của những tình khúc, như những hạt ngọc mà, cố nhạc sĩ Ngọc Bích đã lưu lại cho chúng ta. Nhưng, chúng ta cũng không nên quên rằng, không phải bất cứ một nghệ sĩ nào khi mất đi, cũng để lại cho hậu thế, những món nợ tinh thần to lớn, như trường hợp tác giả "Mộng Chiều Xuân," Ngọc Bích.

116

Tôi muốn nói, cách gì, ông cũng đã tận hiến đời ông, cho một Việt Nam. Bất diệt. Và, chúng ta, trải qua nhiều thế hệ, đã nợ ông. Món nợ tinh thần lớn và, những câu hỏi, sẽ vĩnh viễn không có câu trả lời thỏa đáng, cho chúng ta, những người yêu mến tài năng ông.

(3 tháng 5, 2010)

Nhạc Sĩ Nhật Bằng,
phiên bản khác của đời Nghệ Sĩ.

Trước đây, gia đình nào có con, em bị liệt vào thành phần "văn nghệ sĩ" thì, họ coi đó là một bất hạnh, hoặc một điều gì tựa như kém may mắn! Hiện nay, thành kiến kia đã thay đổi. Chẳng những thế, nhiều gia đình còn mơ ước, chạy chọt cho con, em mình trở thành ca sĩ hay tài tử... Vì đã có tiếng lại còn kiếm được nhiều tiền. (Trừ các... nhà thơ Việt Nam! Dù họ có nổi tiếng bao nhiêu thì đa số vẫn nghèo, không sống nổi, nếu không làm thêm một công việc nào khác).

Tuy nhiên, một số người vẫn còn giữ định kiến: Phàm là văn nghệ sĩ thì, hầu hết đều có một đời thường luông tuồng, buông thả, bê bối, vô trách nhiệm với gia đình... Định kiến này được xây dựng trên căn bản: Văn nghệ sĩ thường không sống với thực tế, lý trí. Họ sống thuần bằng cảm tính, với buồn / vui bất thường, cùng những quyết định bốc đồng...!?!

Thực tế, không hẳn vậy. Theo tôi, giới nào, ngành nghề nào cũng có những người sống rất nghiêm túc. Chúng ta cũng từng biết, nhiều người không thuộc giới văn nghệ sĩ, nhưng đời sống của họ có khi còn luông tuồng, buông thả hơn cả các văn nghệ sĩ nữa. Ngược lại, chúng ta cũng có những văn nghệ sĩ nổi danh, nhưng lại có một cuộc đời ngăn nắp, chỉn chu không thua gì một người bình thường chỉn chu nào khác.

Điển hình cho mẫu nghệ sĩ vừa kể, với tôi, là cố nhạc sĩ Nhật Bằng.

Những người yêu nhạc ở miền Nam, trong khoảng thời gian từ 1955 tới 1975, ít, nhiều hẳn đã từng thuộc hoặc, có nghe qua một vài ca khúc, trong số những ca khúc nổi tiếng của nhạc sĩ Nhật Bằng như *"Đợi Chờ"*:

"Trăng lắng sâu vào đêm đợi chờ.
Đêm thế gian quạnh cô mịt mờ.
Như ném ai vào cõi bơ vơ.
Nhưng vẫn chưa tìm thấy người mơ..."

(Theo Wikipedia-Mở) (1)

Hoặc:

"Chiều nay sương rơi ướt vai người khách giang-hồ,
Trời thu hiu-hắt lá rơi nhẹ cuốn theo giòng.
Rồi còn tìm đâu? những năm xưa ngày ấy,
Bên nhau tiếng đàn êm-đềm nhẹ lá vàng rơi..."

(Trích Nhật Bằng, "Một chiều thu") (2)

Hoặc nữa:

"Ngàn hoa thắm tươi hé môi mừng chào đón xuân
Bầy chim tung cánh bay trên muôn cành cùng hát vang
Tính tang tính tang tiếng đàn vang lời ca mừng xuân vàng
về cùng ta hòa vui thắm tươi.
Tay cầm tay cầm tay đều múa nhịp theo điệu ca cùng hát khúc
ca xuân.

Xuân về chim hót ca, hoa nở tình thướt tha
Êm đềm ánh huy hoàng khúc bình minh đang reo vang..."

(Trích Nhật Bằng, "Khúc Nhạc Ngày Xuân," hay "Khúc nhạc mừng Xuân") (3)

Chẳng những nổi danh sớm, tác giả "Một chiều thu" còn được ghi nhận là đẹp trai, thư sinh ngay cả khi ông đã lớn tuổi. Vậy mà, cho đến ngày từ trần, nhạc sĩ Nhật Bằng vẫn là một người đàn ông gương mẫu. Một người chồng lý tưởng. Một người chủ gia đình rất đáng được nhiều phụ nữ mơ ước...

Là một trong vài người bạn thâm niên, hiểu rất rõ cuộc sống đời thường của cố nhạc sĩ Nhật Bằng, trong bài *"Nhật Bằng, chúng tôi thương tiếc anh!"* nhà văn Văn Quang viết:

"Trong số những nhạc sĩ tôi quen biết, một điều có thể khẳng định ngay rằng Nhật Bằng là một nhạc sĩ tài hoa nhưng không hề "bay bướm". Anh có dáng người nhỏ nhắn, đẹp trai kiểu thư sinh, ăn nói nhỏ nhẹ và luôn tỏ ra hòa nhã trong mọi cách giao thiệp. Thấy anh, người ta cứ nghĩ là một sinh viên hơn là một nghệ sĩ. Cuộc sống của anh cũng lại gắn bó với gia đình, xa lánh những chỗ ăn chơi chỉ trừ một thứ duy nhất anh thích là mạt chược, nhưng là thứ mạt chược 'còm', phải nói là 'rất còm' mới đúng. Đó là thú vui của gia đình anh. Nếu cả nhà anh hợp lại đã thành một bàn mạt chược, đôi khi có thể thừa chân và gồm toàn những 'danh thủ' chứ không phải loại lơ mơ. Cái thú vui ấy hoàn toàn là một thú vui gia đình.

"Tôi biết anh từ khi về làm ở Sài Gòn năm 1957, khi anh phục vụ ở Đài Phát Thanh Quân Đội (ĐPTQĐ), hồi đó ĐPTQĐ còn là một căn nhà nhỏ nằm ở mặt tiền đường Hồng Thập Tự, ra vô tự do, không một người lính gác. Ông Vũ Quang Ninh còn làm trưởng đài và ông Vũ Đức Vinh tức nhà văn Huy Quang làm phó kiêm trưởng ban biên tập. Ban nhạc thì gồm toàn những nhạc sĩ ca sĩ thượng thặng từ 'Đệ tam quân khu' ngoài Hà Nội chuyển vào Nam. Các anh Canh Thân, Đan Thọ, Anh Ngọc, Ngọc Bích, Văn Phụng, Xuân Tiên, Xuân Lôi, Vũ Huyến... đều có mặt trong căn nhà nhỏ bé này. Thật ra thì đó là những nghệ sĩ được đồng hóa vào quân đội theo khả năng và như thế dĩ nhiên không phải 'động viên' vào lính ra chiến đấu ngoài chiến trường (...)

"Dù khác nhau về công việc và cấp bậc cũng như tuổi đời, nhưng chúng tôi coi nhau như anh em bạn bè và riêng tôi vẫn giữ một sự kính trọng đặc biệt với những ông bạn này. Nhật Bằng và tôi hồi đó đều chưa lập gia đình, nhưng chưa có một lần đi chơi chung. Tôi quen anh chừng hơn một năm sau anh mới lập gia đình với chị Tường Vi, lúc đó cũng là một nhân viên khả ái của đài PTQĐ. Cả hai anh chị có một cuộc sống đầm ấm, khép kín trong một gia đình nền nếp của những công chức cấp cao thời trước khi còn những ông Đốc phủ sứ, những ông Tham ông Phán (...)

"Suốt những năm tháng làm việc bên nhau, Nhật Bằng lặng lẽ lo công việc 'không chuyên môn' của mình. Anh làm hết nhiệm vụ, tròn trịa như một công chức gương mẫu, không chú ý tới bất cứ chuyện gì khác. Sau một ngày làm việc cho Đài, anh có cuộc sống riêng với những ban nhạc, những tổ chức văn nghệ, những sân khấu ca nhạc, phòng trà mà anh cộng tác. Anh không hút thuốc, không uống rượu, khi lái chiếc xe hơi cũ, khi đi xe gắn máy đến nơi làm việc. Trong bộ đồ 'nhà binh' rất gọn gàng, tươm tất, Nhật Bằng vẫn cứ là một thư sinh ngồi ngay ở bàn điện thoại của ban thông tin thời sự ngay căn phòng trực của đài..." (4)

Tôi vẫn nghĩ, nếu có một điều gì, đáng được gọi là chân lý bất biến (dù ở Đông hay Tây) cho một đời người thì, đó là cái chết. Và, cái chết cũng chính là sự công bằng duy nhất nhất mà, thượng đế dành cho mỗi chúng ta.

Tuy nhiên, đối với một cá nhân nổi tiếng, nhất là giới nghệ sĩ thì, sự nằm xuống của một tài năng, không có nghĩa sẽ có cùng một mẫu số. Tôi từng thấy có những tài năng văn học, nghệ thuật được ghi nhận là rất lớn, nhưng khi ông (bà) ấy nằm xuống, lại có nhiều nguồn dư luận trái chiều...

Sự kiện này không xảy ra với nhạc sĩ Trần Nhật Bằng.

Ngay khi những tin tức đầu tiên về tình trạng sức khỏe của họ Trần có phần nguy kịch, lập tức tin ấy đã được những người trong giới, từ hải ngoại tới trong nước, thông báo cho nhau với tất cả lo lắng và, phản ứng có tính cách tâm linh là, thầm cầu nguyện cho tác giả "Đợi chờ" sớm vượt qua cơn nguy kịch.

Thí dụ, trong bài "Nhật Bằng, chúng tôi thương tiếc anh", của nhà văn Văn Quang có đoạn:

"... Ngày 7-5-2004, khi tôi vừa vĩnh biệt anh Phi Thoàn thì lại nghe tin anh đã từ trần lúc 8 giờ sáng ngày 8-5 (giờ VN). (5) Thật ra hôm trước tôi đã nhận được e mail của anh Thái Thủy báo tin anh Nhật Bằng phải đưa đi cấp cứu, nhưng khó có hy vọng qua khỏi. Tôi điện thoại sang Virginia hỏi thăm, chỉ gặp anh Hoàng Hải Thủy và Hoàng Song Liêm, hai anh xác nhận là Nhật Bằng vẫn còn nằm trong bệnh viện. Nhưng nay thì đã có tin anh ra đi rồi. Tôi điện thoại cho Nhật Hào, người con trai lớn của anh đang sống ở Sài Gòn cùng với vợ con và cũng là một ca sĩ có hạng của thành phố Sài Gòn bây giờ (...)

"Tôi điện thoại thông báo tin này cho một số bạn bè anh ở Sài Gòn, người nào cũng giật mình thương tiếc một người bạn chân thật hiền hậu, không ngờ anh ra đi nhanh thế. Nhạc sĩ Lê Hoàng Long thì la lên: 'Trời sao thế, nó là phù rể trong đám cưới của tao đấy'. Rồi anh lặng đi một lát mới nói được: 'Có e mail thì cho tao gửi lời chia buồn cùng gia đình, chứ tao biết làm gì hơn bây giờ. Anh em... thế là xa nhau mãi'. (6) Đó cũng là lời tôi chuyển đến gia đình anh Nhật Bằng của những anh em bạn bè của anh còn ở lại Sài Gòn. Anh còn nhiều bạn lắm và tất cả đều thương tiếc anh." (7)

Cũng thế, một nhạc sĩ nổi tiếng khác là Thanh Trang, trong bài viết nhan đề "Thương Tiếc Nhật Bằng (Viết sau khi Nhật Bằng qua đời)" đăng tải trên tạp chí Cỏ Thơm số tháng 5-2004 cho biết: Ngay khi được ca sĩ Anh Ngọc thông báo hung tin, Nhạc sĩ Trần Nhật Bằng từ trần, ông đã điện thoại cho rất nhiều bằng hữu chung của ông và họ Trần như các ông Nghiêm Phú Phi, Vũ Quang Ninh, Nguyễn Hiền v.v...(8)

Trong bài viết có tính cách hồi ký của mình, tác giả "Duyên

Thề" ghi lại gần như nguyên văn cuộc điện đàm giữa ông và ca sĩ Anh Ngọc, như sau:

"... Sáng thứ Bảy 08/05 tôi với ông Anh Ngọc lại mỗi người một đầu dây điện thoại! Ông mở đầu:

"- Tôi vẫn còn bàng hoàng về sự ra đi của anh Nhật Bằng!

"- Dễ hiểu, bởi hai anh sống gần với nhau; đang giữa cái bình thường trong sinh hoạt hàng ngày của nhau mà mỗi bên đều có thể tiếp cận, rồi đùng một cái có những việc bất tường như thế, anh bàng hoàng là phải!

"- Một nửa thế kỷ quen biết nhau, cùng hoạt động văn nghệ, biết bao kỷ niệm để có thể kể cho anh nghe! Đúng như xưa giờ anh vẫn nhận xét, ngoài tài năng, anh Nhật Bằng còn là một con người có tư cách và đức độ. Suốt thời gian dài quen biết anh ấy, tôi chưa hề thấy anh nổi giận một lần nào, và chưa hề làm mất lòng bất cứ một ai! Anh đúng là một người hiền!

"- Theo cái nghĩa 'hiền nhân' cổ kính của thời xưa?

"- Vâng, theo cái nghĩa 'hiền nhân!'..."

Sau khi thông báo tin dữ với nhạc sĩ Nguyễn Hiền (9), nhạc sĩ Thanh Trang đã ghi lại một phần cuộc điện đàm đó như sau:

"- Nhật Bằng là một người hiền lành, nhũn nhặn, khiêm tốn!

"- Xưa, Anh quen thân với anh Nhật Bằng như thế nào?

"- Ấy là hồi 1950, khi Nhật Bằng cùng với cánh Vũ Huyến, Đoàn Chuẩn kéo nhau 'về Thành'. Lúc ấy tôi đang dạy ở trường Việt Nữ, đường Phạm Phú Tứ tại Hà Nội. Tôi kéo Nhật Bằng về đó cùng dạy học. Ngày đó tôi còn làm trưởng ban nhạc ở khách sạn 'Hotel de Paris'. Năm đó có cái 'Đại Hội Phụ Nữ Tương Tế' được tổ chức tại Nhà Hát Lớn. Tôi đem cả ban nhạc của 'Hotel de Paris' đến đấy trình diễn. Tôi kéo theo Nhật Bằng, và anh ấy lên hát bài gì đấy có những câu như 'Con mèo mà trèo cây cau', cũng như bài 'Con vỏi con voi...' và khán giả rất tán thưởng.

"- Tức là mấy bài của Nguyễn Xuân Khoát?

"- Ừ!

"- Anh nhắc đến năm 50 khi các vị ấy 'trở về Thành', nhưng quê quán anh Nhật Bằng hẳn không phải ở Hà Nội?

"- Đúng! Sanh ở Hà Nội nhưng quê nội của Nhật Bằng ở Thanh Hóa! Chú có biết Nhật Bằng là hậu duệ của Thượng Tướng Trần Nhật Duật đời nhà Trần hay không?

"- Em không biết!

- A! Còn Ông Nội xưa là Quan Án Sát Trần Nhật Tình ở Thanh Hóa! Bố là Cụ "Tham" Hạc!

"- Có dạo ở Sài Gòn em đọc báo thấy có bài nói rằng cái Ban 'Hạc Thành' gồm bốn anh em Nhật Bằng, Nhật Phượng, Thể Tần, Hồng Hảo là có liên quan đến tên thân phụ của bốn người?

"- Không phải! Như đã nói, quê Nội của Nhật Bằng ở Thanh Hóa, và ở Thanh Hóa có cái thành cổ gọi là "Hạc Thành"!

"- Ra thế!..." (10)

Qua một số trích dẫn tiêu biểu kể trên tôi trộm nghĩ, có dễ chúng ta không có nhiều nhạc sĩ được những người cùng ngành nghề công nhận, ngợi ca nhân cách và tài năng, như cố nhạc sĩ Nhật Bằng.

Với tôi, ông là tấm gương lớn của nhân cách và tài năng; hay sự hài hòa giữa nghệ sĩ và, đời thường vậy.

.

'Trần thế bao nhiêu người luyến tiếc sầu thương' Nhật Bằng.

Lịch sử nền tân nhạc Việt Nam trên dưới 80 năm cho thấy, có khá nhiều nhạc sĩ nổi tiếng ngay tự sáng tác đầu tay, khi họ còn rất trẻ. Tuy nhiên, cũng không ít những ca khúc đó, tự thân không có được sự hòa hợp hay, đồng bộ giữa giai điệu và ca từ. Một số những ca khúc này, được yêu thích vì giai điệu mượt mà, trong khi ca từ đôi chỗ lại gượng gạo, ngô nghê hoặc vô nghĩa.

Cũng là người nổi tiếng ngay với ca khúc đầu tay "Đợi

Chờ"(còn được biết dưới tên "Hoa Trăng") sáng tác khi cố nhạc sĩ Nhật Bằng chỉ mới 17 tuổi; nhưng, theo lượng giá của nhiều nhạc sĩ đồng thời thì, "Đợi Chờ" đã có được một hợp hôn tốt đẹp giữa ca từ và giai điệu:

"Trăng lắng sâu vào đêm đợi chờ / Đêm thế gian quạnh cô mịt mờ / Như ném ai vào cõi bơ vơ / Nhưng vẫn chưa tìm thấy người mơ // Ta đi ngóng trông em / trong bóng đêm dài ... tan / Ngàn tơ vàng chìm lắng / mơ dáng ai về / trong ánh trăng vàng / Như gió đi tìm hương / như chim nhớ mùa / khát khao tình xưa / Ta níu xin thời gian / đừng cho phai úa / kiếp duyên tình mộng mơ // Ta thiếp đi vì đêm tàn rồi / Bên khúc sông lạnh riêng mình ngồi / Ôm đóa hoa đọng ngát hương môi / Xa vắng cho lòng nhớ xa xôi." (9)

Với thành công của "Đợi Chờ" như ngọn hải đăng dẫn đường, Trần Nhật Bằng đã cho ra đời nhiều tình khúc khác... Chúng cũng được giới thưởng ngoạn yêu thích; làm thành một thứ thẻ nhận dạng, định hình sự nghiệp âm nhạc của họ Trần. Đó là những tình khúc như "Thuyền Trăng":

"... Ta nghe trăng sầu ngàn năm soi chốn giang đầu
Thương anh Trương Chi yêu nàng Ngọc Nữ đêm nào
Câu hát ân tình muôn đời duyên kiếp chưa phai
Hồn còn nghẹn ngào hận tình sầu mộng về đâu?

"Thuyền trôi chèo nghiêng trên sông lặng lờ
Vầng trăng khuất sau chân mây mơ hồ
Lắng nghe sông buồn dạo lên khúc ca
Thuyền hỡi nhớ về cùng bến mong chờ." (10)

Hoặc:

"Chiều nay sương rơi ướt vai người khách giang-hồ,
Trời thu hiu-hắt lá rơi nhẹ cuốn theo giòng.
Rồi còn tìm đâu? những năm xưa ngày ấy,
Bên nhau tiếng đàn êm-đềm nhẹ lá vàng rơi.

"Đàn còn vang nhịp theo tiếng xưa
Dưới trăng bên thềm vai kề ta xây ước mơ.
Chiều về lòng nhớ tới những phút ấy
Ngày nào đầy vui thơ nay khuất xa rồi.

"Chiều thu đem tới với ta bao nỗi u sầu.
Còn tìm đâu thấy những khi nhịp bước trên cầu.
Mộng đẹp đầy thơ ước xây bên nhà ấm
Nay thu đã về như nhủ lòng nhớ tình xưa."

("Một chiều thu", nhạc và lời Nhật Bằng) (11)

Hoặc nữa:

"Chiều ơi về đâu,
Chiều đi lòng nhớ bao nỗi u sầu.
Chiều sương im lắng buồn.
Mờ xa đôi cánh chim lùa theo gió.

(...)

"Nhưng giấc mơ tan.
Vương theo gió bao cung đàn.
Đâu dáng duyên xưa
Một chiều thu ta còn nhớ.

"Nhớ hồi còn thơ,
Vai kề vai trong tiếng tơ.
Tuy xa vắng ta vẫn mong chờ,
Chiều sao hờ hững lạnh lùng thờ ơ.

("Bóng chiều tà", nhạc và lời Nhật Bằng") (12)

Sự thực, Nhật Bằng không chỉ thành công với những tình khúc đẹp từ giai điệu tới ca từ mà, ông còn được biết đến, được yêu thích với khá nhiều những ca khúc nồng nàn tình yêu nước. Như:

"Người ơi! Nước Nam của người Việt Nam
Vì đâu oán tranh để lòng nát tan
Đây Bến Hải là nơi ngăn cách đôi tình
Đứng lên tìm chốn yên vui thanh bình

"Người ơi! sống chi cuộc đời thương đau
Về đây áo cơm đùm bọc lấy nhau
Đây nỗi lòng người dân tha thiết mong chờ
Cớ sao người vẫn đang tâm thờ ơ

"Người về đây sống vui đời thắm tươi
Miền tự do đắp xây cho muôn đời
Nhịp cầu mến thương gieo vương ngàn nơi
Xuân thanh bình rộn ràng muôn lòng trai

"Người ơi ước mong ngày tàn chinh chiến
Để toàn dân sống trong cuộc đời ấm êm
Ta nhắn gửi về nơi quê cũ xa vời
Hỡi ai lạc bước mau quay về đây."

("Về đây anh" Nhật Bằng – Nguyễn Hiền) (13)

Hoặc thắm đẫm tình yêu thiên nhiên, từ đó, họ Trần gửi niềm tin trong sáng của ông vào con người và tương lai...

Điển hình như ca khúc "Khúc nhạc ngày xuân". Ca khúc này cũng còn được biết dưới tựa đề thứ hai là "Khúc nhạc mừng xuân") mà, mỗi độ xuân về, chúng ta vẫn được nghe - - Mặc dù có thể nhiều người không biết đó là sáng tác của Trần Nhật Bằng:

"Ngàn hoa thắm tươi hé môi mừng chào đón xuân
Bầy chim tung cánh bay trên muôn cành cùng hát vang
Tính tang tính tang tiếng đàn vang lời ca mừng xuân vàng

128

về cùng ta hòa vui thắm tươi.
Tay cầm tay cầm tay đều múa nhịp theo điệu ca cùng hát khúc
ca xuân.

Xuân về chim hót ca, hoa nở tình thướt tha
Êm đềm ánh huy hoàng khúc bình minh đang reo vang..." (14)

Nhìn chung, trước cũng như sau điểm mốc 1954, nền tân nhạc của chúng ta, có rất nhiều tình khúc sướt mướt chia ly, phản bội, thống trách hoặc tuyệt vọng, cùng đường... Nhưng hầu hết tình khúc của Trần Nhật Bằng lại nằm ngoài mẫu số bi lụy ấy.

Tình khúc của họ Trần cũng đề cập tới những lỡ làng, dang dở... Tuy nhiên, chúng vẫn đem đến cho giới thưởng ngoạn những rung cảm nhẹ nhàng. Những nhớ thương man mác. Tựa sau mỗi chia, tan, ông vẫn nâng niu, trân trọng đổ vỡ. Như thể nhờ những u buồn kia mà tâm hồn, đời sống ông giàu có, ý nghĩa hơn.

Bên cạnh đó, trong số những ca khúc ông để lại cho đời, còn có một ca khúc theo tôi, mang tính tiên tri, bất ngờ. Tôi muốn nói tới ca khúc "Tình nghệ sĩ". Ở phần ca từ của ca khúc này, có đoạn:

"Rồi ngày mai người đi theo bóng thời gian
Và trần thế bao nhiêu người luyến tiếc sầu thương
Dư âm tiếng đàn còn vang vọng trong muôn tấm lòng
Theo bao lời hát sẽ không bao giờ phai tàn..."

Với bản tính nhu mì, khiêm tốn, tôi không tin khi viết xuống những ca từ trên, họ Trần đã nghĩ gần, xa tới ngày ông phải từ giã cuộc đời này. Nhiều phần, tôi nghĩ, ông viết cho sự nằm xuống của một bằng hữu nào đấy của ông. Nhưng, nó lại ứng nghiệm cho chính ông. Bởi vì, ông sẽ được mãi nhớ, bởi:

"Dư âm tiếng đàn còn vang vọng trong muôn tấm lòng
Theo bao lời hát sẽ không bao giờ phai tàn..."

Và, theo tôi, ông xứng đáng (rất xứng đáng) để được *"...trần thế bao nhiêu người luyến tiếc sầu thương".*

(Garden Grove, June -2013)

Chú thích:

(1) Nhan đề đầu tiên của ca khúc này là "Hoa Trăng," tác giả viết năm 1947, khi ông mới 17 tuổi. Đó cũng là sáng tác đầu tay của Nhật Bằng.

Theo lời kể của chính nhạc sĩ Nhật Bằng, nhà báo Trường Kỳ trong tuyển tập "Nghệ Sĩ" in năm 2001, ghi lại, như sau: "Đợi Chờ" hay "Hoa Trăng" được tác giả viết trong thời gian ông đang theo học trường học trung học Đào Duy Từ, ở thành phố Thanh Hóa, khi ông ngậm ngùi nhớ về Hà Nội và, mối tình thuở học trò của ông. Khi nhạc sĩ Phạm Đình Chương vào Nam năm 1951, nhạc sĩ Nhật Bằng đã nhờ người bạn thân của mình mang ca khúc "Hoa Trăng" vào Nam phổ biến giùm. Trước khi cho phổ biến nhạc sĩ Phạm Đình Chượng đề nghị đổi tên bài hát thành "Đợi Chờ" và được nhạc sĩ Nhật Bằng đồng ý. Nói cách khác, nhạc sĩ Phạm Đình Chương không dự phần sáng tác. Tuy nhiên, đến nay, vẫn có một số tư liệu ghi "Đợi chờ" sáng tác của Nhật Bằng & Phạm Đình Chương.

Theo chỗ chúng tôi được biết, chưa bao giờ cố nhạc sĩ Phạm Đình Chương cho thấy ông có dự phần trong ca khúc "Đợi chờ" của cố nhạc sĩ Nhật Bằng. Thậm chí, họ Phạm cũng không hề nhắc tới việc ông là người đầu tiên phổ biến ca khúc "Đợi chờ" của bạn ông, ở miền Nam, ngay tự những năm đầu thập niên 1950.

(2), (3), (7), (9), (10), (11), (12), (14): Nđd.

(4) Kể từ ngày ra tù, nhà văn Văn Quang vẫn ở Saigon. Ông từ chối ra đi theo diện H.O., cũng như chương trình Đoàn Tụ Gia Đình.

(5) Nhạc sĩ Nhật Bằng mất lúc 8 giờ 30 tối, ngày 7 tháng 5 năm 2004 (ngày, giờ Hoa Thịnh Đốn).

(6) Ca khúc nổi tiếng nhất của nhạc sĩ Lê Hoàng Long là ca khúc "Gợi giấc mơ xưa." Ông hiện còn ở Saigon.

(8) Nhạc sĩ Thanh Trang nổi tiếng với ca khúc "Duyên Thề" khi còn rất trẻ. Ông hiện cư ngụ tại tiểu bang Cali.

(13) Nhạc sĩ Nguyễn Hiền nổi tiếng từ thời tiền chiến. Ông sinh năm 1927 tại Hà Nội; mất ngày 23 tháng 12 năm 2005, tại miền nam California. Họ Nguyễn để lại nhiều nhạc phẩm giá trị cho kho tàng tân nhạc Việt.

Nguyễn Đình Nghĩa - Tiếng Sáo Thần.

Trong sinh hoạt cổ nhạc Việt Nam, nếu chúng ta có một giáo sư Nguyễn Hữu Ba, khi mới vừa 18 tuổi đã áp dụng hệ thống ký âm pháp Tây phương vào cổ nhạc Việt; sau đấy, ông cũng là người lập Viện Tỳ Bà nhằm phục hưng nền quốc nhạc (1); hoặc chúng ta có một nhà đồ cổ học nổi tiếng, Vương Hồng Sển, với trên 800 cổ vật ông sưu tập được, mà độc đáo nhất là đồ gốm men xanh, trắng thuộc các thế kỷ 17, 18 và 19 (2); hay chúng ta có một Trần Quang Hải, một đời đắm chìm trong nỗ lực sưu tầm, tìm hiểu công dụng, cách sử dụng các nhạc cụ cổ xưa để giới thiệu với thế giới;... thì, chúng ta cũng có một Nguyễn Đình Nghĩa, bậc thầy của các loại sáo trúc và đàn T'Rưng.

Khác hơn những người vừa kể, nơi Nguyễn Đình Nghĩa là một phối hợp tuyệt vời giữa hai con người. Con người nghệ sĩ trình diễn, trung tâm của những ánh đèn nhiều nghìn watts, nơi những tiền trường sân khấu đông, tây: và con người nghiên cứu, sáng tác.

Được biết, họ Nguyễn đã mang tiếng sáo của ông tới những quảng trường đua tranh quốc tế ngay tự khi ông còn rất trẻ.

Nguyễn Đình Nghĩa đã khiến những tên tuổi lừng lẫy, những

chọn lọc cử tọa ở những quảng diễn tại Paris, Bangkok, Manila, Singapore, Cambodia, Laos, phải đứng dậy khi anh trình tấu "Phụng Vũ," một tổ khúc cổ của triều đình Việt Nam, soạn cho tiêu sáo, bị thất truyền từ hàng trăm năm trước. Ông và những đứa con âm nhạc ưu tú, mang dòng họ Nguyễn của ông, cũng đã khiến cho những cử tọa chọn lọc của những trình diễn quốc tế ở New York, ở Maryland, phải nghiêng mình khi ông độc tấu sáo Mèo, Sáo Tiểu, độc tấu đàn T'Rưng và sáo Ensen cùng với sự phụ họa của những thành viên trong gia đình của mình...

Phải nói nghệ thuật Việt Nam, được thế giới biết đến như một thứ nghệ thuật của một dân tộc có chiều dầy lịch sử gần năm nghìn năm, một phần nhờ nơi tài năng và trí tuệ Nguyễn Đình Nghĩa.

Chúng ta sẽ không thể thuyết phục được một ai, nếu chúng ta mang vác niềm tự hào gần năm nghìn năm lập quốc mà, không có một trưng dẫn cụ thể.

Chúng ta sẽ không thể khiến một ai lắng nghe, tin tưởng nơi độ dầy lớn lao của truyền thống văn hóa lạc Việt một khi chúng ta không thể trưng dẫn, trình diễn trước thế giới, những nhạc cụ cổ truyền vốn đã ăn ở, đã nuôi nấng tinh thần tổ tiên chúng ta, từ bao nghìn năm trước.

May mắn thay, vinh dự thay cho chúng ta, khi chúng ta có được một Nguyễn Đình Nghĩa và, những đứa con của ông. Chính Nguyễn Đình Nghĩa, với cây sáo cổ truyền của Việt Nam, đã mang lại niềm hãnh diện cho Cộng đồng Việt tị nạn, khi họ Nguyễn được trao giải thưởng cao quý: Giải "The Indivisual Artist Award," từ tay Thống đốc tiểu bang Maryland, năm 1994, trong một cuộc thi quy tụ hầu hết những nhạc sĩ nổi tiếng nhất của tiểu bang này. Đó là cuộc thi "The Best Musician of the Musical Instruments Performance."

Bên cạnh con người nhạc sĩ trình diễn chói lòa tại các sảnh đường nghệ thuật thế giới, Nguyễn Đình Nghĩa còn là một nhạc sĩ có công tái tạo và cải biến những nhạc khí cổ truyền của đất nước Việt Nam nữa.

Điển hình, trong thời gian chờ đợi giấy tờ đi định cư Hoa Kỳ, Nguyễn Đình Nghĩa đã bỏ ra 9 năm sống với đồng bào Việt gốc Bahar và Rader ở cao nguyên trung phần để nghiên cứu âm nhạc cổ, các loại nhạc khí cổ mà đồng bào Việt gốc Bahar còn lưu truyền.

Kết quả họ Nguyễn đã tìm lại được chiếc đàn T'Rưng và, năm 1981, ông đã thành công trong nỗ lực cải tiến chiếc đàn này. Ông nâng tổng số ống chia âm độ của cây đàn T'Rưng lên tới con số 51 ống. Nhờ thế mà quãng cách khả dụng của chiếc đàn T'Rưng đã lên tới 4 bát độ. Trước đấy, ông cũng thành công trong nỗ lực cải tiến sáo trúc từ 6 lỗ bấm ra 11 lỗ, 16 lỗ, để có thể trình tấu các loại nhạc mà không ảnh hưởng đến đặc tính của cây sáo nguyên thủy.

Tháng 7 năm 1984, Nguyễn Đình Nghĩa và gia đình tới Hoa Kỳ, cùng với cây đàn T'Rưng đã được ông nâng cấp...

Tôi không biết người nhạc sĩ tài hoa của chúng ta, "cây sáo thần" của Việt Nam trước khi từ trần đã mang theo ông về thế giới bên kia, bao nhiêu mơ ước, bao nhiêu sở nguyện chưa hoàn tất? Nhưng, có một sở nguyện lớn của họ Nguyễn, được nhiều người biết là, sinh thời, ông nuôi tham vọng tìm được và, dựng lại toàn bộ chiếc đàn được coi là cổ xưa nhất của Việt Nam đó là chiếc "Đàn Đá Nước." Trong chỗ riêng tư, đôi lần ông từng tâm sự rằng, theo kết quả dò hỏi của riêng mình, ông được biết, các quốc gia như Pháp, Mỹ và Việt Nam, mỗi nơi hiện lưu giữ được một ít mảnh...

Bên cạnh những thao thức khôi phục nền cổ nhạc của dân tộc, để chứng minh với thế giới, ít nhất trong lãnh vực âm nhạc, dân tộc Việt có một lịch sử đáng kể, nếu không muốn nói là đáng được ngưỡng mộ, họ Nguyễn thời còn ở trong nước, cũng như khi đã ra tới nước ngoài, dường như chưa có một thời gian nào, ông ngưng hoạt động, từ nghiên cứu, sưu tầm, tới những nỗ lực không ngừng làm mới ở lãnh vực trình diễn, cũng như thu âm.

Những người yêu quý tài năng và trí tuệ Nguyễn Đình Nghĩa còn nhớ năm 1996, họ Nguyễn đã cho ra đời đĩa nhạc *"The Magic Flute, Nguyễn Đình Nghĩa & Family in Concert."*

Gần như ngay tức thì, dư luận báo chí, truyền thông Hoa Kỳ ở vùng đông bắc Mỹ đã đánh giá đĩa nhạc đó của Nguyễn Đình Nghĩa và các con, là một tác phẩm có giá trị rất lớn về phương diện trình tấu nhạc cụ cổ truyền Việt Nam. Có tờ báo không ngần ngại cho rằng nhờ đĩa nhạc *"The Magic Flute, Nguyễn Đình Nghĩa & Family in Concert"* mà những người Mỹ quan tâm tới lịch sử nền nhạc cổ truyền Việt Nam, hiểu độ sâu và mức cao của dòng nhạc phong phú, lãng mạn này.

Nguyễn Đình Nghĩa nổi tiếng sớm, nhưng đa số chúng ta không biết nhiều về tiểu sử của ông. Mãi khi ông từ trần ngày 22 tháng 12 năm 2005, tại tiểu bang Maryland, thì những chi tiết về tiểu sử của *"tiếng sáo thần Nguyễn Đình Nghĩa"* mới được những người có lòng, bỏ công sưu tầm, biên soạn.

Dưới đây là một vài nét chính về tiểu sử của nhạc sĩ Nguyễn Đình Nghĩa được ghi lại trên một số trang nhà, do trang mạng Bách khoa toàn thư mở Wikipedia phổ biến:

Theo giấy tờ thì nhạc sĩ Nguyễn Đình Nghĩa sinh 1943, nhưng sự thực ông sinh năm 1940, ngày 5 tháng 10. Thuở nhỏ ông được gia đình cho theo học chương trình Pháp, rất sớm ông đã có cảm ứng mãnh liệt với nhạc Việt. Cũng ngay khi còn tấm bé ông được trau dồi nghệ thuật thổi sáo, từ một nhạc sĩ người Trung Hoa. Từ bước khởi đầu này, không lâu sau, Nguyễn Đình Nghĩa được nhiều người biết đến qua tài nghệ sử dụng tiêu, sáo, đàn tranh, đàn bầu... Cuối thập niên (19)60, ông mở lớp, và xuất bản sách sử dụng tiêu, sáo...

Không ít học viên theo học ông, cũng đã trở thành những nhạc sĩ trình diễn có hạng, sau này. Tính đến trước tháng 4-1975, ông cũng là giáo sư thỉnh giảng về nhạc cổ Việt Nam tại các trường Quốc Gia Âm Nhạc và Đại Học Vạn Hạnh. Trước đó, ông cũng thành công trong nỗ lực cải tiến sáo trúc từ 6 lỗ bấm ra 11 lỗ, 16 lỗ, để có thể trình tấu các loại nhạc mà, không làm đặc tính của cây sáo nguyên thủy.

Trong các năm 1994, 1998, 2000, 2002, nhạc sĩ Nguyễn Đình Nghĩa đã được trao tặng giải thưởng "Nghệ sĩ xuất sắc" của Hội Đồng xét định Maryland State Council, tiểu bang Maryland.

Tưởng cũng nên lập lại rằng, ông cùng gia đình trình diễn tại hàng trăm hý viện nổi tiếng ở Hoa Kỳ cũng như Canada. Đó là các hý viện như Wolf Trap, Kennedy Center, Carnegie Hall, New York, Liberty of Congress tại Washington DC, International Folk Festival V.V...

Một người con của nhạc sĩ Nguyễn Đình Nghĩa cho biết, trước khi gặp biến cố tai biến mạch máu não, (ngay trên sân khấu American History of Nature Museum" New York, ngày 11 tháng 5 năm 2003,) ông đã chuyển hóa tâm để vào cõi giới Thiền, với những ca khúc như "Cầu vồng ngũ sắc," "Hành vân," "Lời một dòng sông," vốn là một bài kệ của vua Lý Thái Tôn...

Nếu thỉnh thoảng chúng ta được nghe hay, đọc được ở đâu đó cụm từ "... là một mất mát không gì thay thế được," thì ghi nhận này, ứng hợp hoàn toàn với tài năng và trí tuệ Nguyễn Đình Nghĩa vậy.

(Feb. 2012.)

Chú thích:

(1) Nhạc sĩ Nguyễn Hữu Ba sinh năm 1914 tại Triệu Phong, Quảng Trị. Ông mất năm 1997 tại Saigon.

(2) Học giả Vương Hồng Sển sinh năm 1902 tại Sóc Trăng. Ông mất năm 1996 tại Saigon.

Nguyễn Vũ và, một ca khúc
trở thành kinh-nguyện của nhiều người.

Từ một ngày lễ trọng của những Ky tô hữu, với thời gian, Giáng Sinh đã trở thành đại lễ chung của mọi người, không phân biệt tôn giáo, nhất là đối với tinh thần của người Việt Nam.

Tính phổ cập này, người ta thấy rõ, không chỉ là những biểu lộ hân hoan trên đường phố, trong gia đình mà, còn thể hiện qua văn học, nghệ thuật nữa.

Nhìn lại hai mươi năm VHNT miền Nam, chúng ta thấy, có rất nhiều sáng tác liên quan tới Giáng Sinh, của cả những "kẻ ngoại đạo", đã trở thành những tác phẩm vượt qua được sự sàng lọc cay nghiệt của thời gian.

Hơn thế, cũng có những sáng tác, nhất là ở lãnh vực thi ca hay âm nhạc, còn trở thành chiếc bóng thứ hai, sau chiếc bóng hình hài. Nó là chiếc-bóng-tâm-cảm trải qua nhiều thế hệ. Điển hình cho trường hợp này, tôi trộm nghĩ, chúng ta có ca khúc "*Bài thánh ca buồn*" của nhạc sĩ Nguyễn Vũ.

Ca khúc được mở đầu bằng câu hỏi "*Bài thánh ca đó còn nhớ*

không em?" Trước khi được tác giả đưa dẫn tới những hồi tưởng, những nguyện cầu trăm năm – Mà, kết cuộc là một chia ly bẳn bặt, khi người con gái có đời khác, với biểu tượng ước lệ là *"xe hoa và xác pháo"*:

"... Noel năm nào chúng mình có nhau / Long lanh sao trời thêm đẹp môi mắt / Áo trắng em bay như cánh thiên thần / Giọt môi hôn dưới tháp chuông ngân / Cùng nhau quỳ dưới chân Chúa cao sang / Xin cho đôi mình suốt đời có nhau / Vang trong đêm lạnh bài ca Thiên Chúa / Khẽ hát theo câu đêm thánh vô cùng / Ôi giọng hát em mênh mang buồn.../ Rồi mùa giá buốt cũng qua mau / Lời hẹn đầu ai nhớ dài lâu / Rồi một chiều áo trắng phai màu / Em qua cầu xác pháo bay sau..." (1)

Sau phiên-khúc một và điệp-khúc, khi trở lại với ca khúc của mình, tức phiên-khúc hai, lần này, tác giả *"Bài thánh ca buồn"* lại gửi một câu hỏi khác (không phải cho người yêu của ông) - - Mà đó là một câu tự hỏi mình (Cũng có thể hiểu, như một câu hỏi cho Thiên Chúa): *"Lời nguyện mình Chúa có nghe không?"* Trước khi bước vào tán-thán hay giãi bày tâm sự, ở những Giáng Sinh kế tiếp, còn lại của đời ông:

"Sao bây giờ mình hoài xa vắng / Bao nhiêu đêm Chúa xuống dương gian / Bấy nhiêu lần anh nhớ người yêu.../ Rồi những đêm thánh đường đón Noel / Lang thang qua miền giáo đường dấu yêu! / Tiếng thánh ca ngày xưa vang đêm tối / Nhớ quá đi thôi giọng hát ai buồn / Đêm thánh vô cùng lạnh giá hồn tôi...!"

"Bài thánh ca buồn" hiển nhiên là một câu chuyện được kể bằng âm nhạc với đầy đủ nhập đề, thân bài và kết luận – Nhưng tính tha thiết, chân thành của ca khúc từ giai điệu tới ca từ; vì thế, với thời gian, nó đã trở thành một chiếc bóng thứ hai, u uẩn, đeo dính tâm hồn nhiều người nghe, trải qua nhiều thế hệ. Tôi muốn gọi đó là chiếc-bóng-tâm-cảm hay, một thứ kinh-nguyện-riêng của những người yêu nhau, bất hạnh.

Trong một bài viết hiện có trên Bách khoa toàn thư mở

Wikipedia, ghi ngày 20 tháng 12 năm 2012, tác giả Đức Bình của BBC ghi nhận nhau sau:

"... Đã 40 năm trôi qua, giờ đây khi đặt câu hỏi, trong số các bài hát việt về Giáng sinh, ca khúc nào phổ biến nhất, câu trả lời chắc chắn sẽ là 'Bài thánh ca buồn' của nhạc sĩ Nguyễn Vũ, vẫn không ngừng ngân vang trong những đêm lạnh..."

Vẫn theo tác giả này thì nhạc phẩm *"Bài thánh ca buồn"* một ca khúc của nhạc sĩ Nguyễn Vũ, sáng tác năm 1972, tức cách đây đúng 40 năm và, được hãng đĩa Sơn Ca mua độc quyền; mà người hát đầu tiên là ca sĩ Thái Châu.

Tác giả Đức Bình cũng cho biết, nhạc sĩ Nguyễn Vũ tên thật là Nguyễn Tuấn Khanh. Ông sinh năm 1944 tại Hà Nội. Nhưng trọn thời thơ ấu ông sống ở Đà Lạt. Chính thành phố sương mù này đã tác động nhiều đến bước đường âm nhạc của họ Nguyễn.

Vẫn theo Đức Bình thì:

"... Năm 12 tuổi (1956), cậu bé Tuấn Khanh từng đoạt giải nhất đơn ca thiếu nhi do đài phát thanh Đà Lạt tổ chức. Năm 23 tuổi, Nguyễn Vũ có bản nhạc đầu tay 'Huyền thoại chiều mưa'... Hiện tại, ông có 4 người con gái đều đã trưởng thành nhưng không có ai theo nghiệp âm nhạc của cha. Hiện ông đang mở lớp dạy đàn, dạy nhạc tại Sài Gòn.

"Mỗi ca khúc đều có một số phận, nhưng sau hơn 40 năm khi ca khúc ra đời, cha đẻ của Bài thánh ca buồn – nhạc sĩ Nguyễn Vũ – vẫn còn nguyên sự phấn khích: 'Tôi không nghĩ ca khúc này lại được nhiều khán giả yêu mến đến thế. Khi viết ca khúc ấy, đơn giản tôi đang hoài niệm quãng thời trai trẻ của mình. Cái thời mà tôi chỉ dám ngắm nhìn người tôi mến, không dám mở lời làm quen'.

"Ông kể rằng năm 14 tuổi, ông bị mê đắm bởi một cô gái người công giáo tại thành phố Đà Lạt sương mù. Tình cảm ấy khiến ông cứ lẽo đẽo theo cô trên đường đến nhà thờ. Trong một lần tan lễ, trời mưa rất to, cả hai đành phải trú mưa chung dưới một hiên nhà. Lúc ấy cũng đúng ngày lễ Giáng Sinh. Cô gái và

người nhạc sĩ đều im lặng. Khi nghe ca khúc Silent Night (Đêm thánh vô cùng) phát ra từ nhà bên cạnh, cô gái lẩm nhẩm hát theo, hình ảnh ấy cứ ám ảnh người nhạc sĩ cho đến nhiều năm sau đó, 'trái tim của một gã trai mới lớn thổn thức đến tội nghiệp nhưng lại không có can đảm để làm quen', vào năm 1972, Nguyễn Vũ đã viết lại cảm xúc của mình. Và 'Bài Thánh Ca Buồn' đã ra đời' (...)

"Ở Việt Nam, dù không chính thức nhưng Giáng sinh dần dần được coi như một ngày lễ chung, thường được tổ chức vào tối 24 và kéo sang ngày 25 tháng 12. Ngày nay, ngoài việc cộng đồng công giáo tổ chức lễ Noel theo những nghi lễ của tôn giáo nghiêm trang của mình, lễ Giáng sinh còn là một dịp sinh hoạt văn hóa cộng đồng nhộn nhịp của nhiều tầng lớp dân chúng nói chung, và đối với họ, Noel là một ngày Hội hơn là một ngày Lễ.

"Đã 40 năm kể từ khi ca khúc 'Bài thánh ca buồn' ra đời, đến nay nó vẫn được nhiều người nghe, thích và tiếp tục hát, thậm chí đang có xu hướng trẻ hóa dần dần. "Bài thánh ca buồn" đã thực sự trở thành một trong những ca khúc pop-ballad được nhiều người Việt ưa chuộng vào mỗi dịp Giáng sinh."

Tôi không biết tương lai, để thích ứng với xu hướng âm nhạc mới, rồi đây, ca khúc "Bài Thánh Ca Buồn" của họ Nguyễn sẽ được hòa âm theo dạng thức nào? Nhưng, cách gì thì ca khúc này, cũng sẽ mãi là một thứ chiếc-bóng-tâm-cảm hay, một thứ kinh-nguyện-riêng của những người yêu nhau, bất hạnh. Trong số những người yêu nhau, bất hạnh, có anh C. của chúng tôi.

(Garden Grove, Dec. 2013)

Hình ảnh người lính khác, trong nhạc Nguyễn Văn Đông.

C húng ta có thể nói mà, không sợ sai lắm rằng, dân tộc nào cũng có cho riêng mình, một bài "Chiêu hồn tử sĩ." Tử sĩ, những người lính trải qua nhiều thời kỳ, chết cho quê hương, tổ quốc họ. Do đó, ngay cả thời bình, hình ảnh người lính cũng xuất hiện rất thường, trong thi ca và, trong âm nhạc. Huống hồ chi, nếu đất nước đó, lại là một đất nước chìm, đắm triền miên trong chiến tranh.

Chân dung người lính, nói một cách đơn giản; hoặc còn được gọi một cách văn vẻ là "chinh phu," "chinh nhân" hoặc, "chiến sĩ"... được mô tả như thế nào (?) ra sao (?) thì, chúng tùy thuộc cảm quan từng tác giả. Chúng không nhất thiết phải giống nhau, hay chỉ có một diện mạo.

Thí dụ nhạc sĩ Lê Thương, người đã cống hiến cho nền tân nhạc Việt Nam, một trường ca bất tử: Trường ca "*Hòn vọng phu*". Với trường ca này, chính họ Lê cho biết, được gợi hứng từ tác phẩm "*Chinh phụ ngâm khúc*" của bà Đoàn Thị Điểm. Nên, người lính trong "*Hòn vọng phu*" của Lê Thương là một "*chinh phu*".

Ở một số nhạc phẩm của nhiều nhạc sĩ khác, thì người lính

trong ca khúc của họ, lại được gọi một cách dung dị, là "binh sĩ." Thí dụ hình ảnh người lính trong ca khúc *Ly rượu mừng* của nhạc sĩ Phạm Đình Chương. Một ca khúc như viên ngọc quý, càng ngày càng "lên nước" với thời gian. Trong ca khúc mà chúng ta thường được nghe trong mỗi độ xuân về, họ Phạm cũng đã dành một vị trí trân trọng cho người lính, qua câu nhạc:

"*... Rót thêm tràn đầy chén quan san / chúc người binh sĩ lên đàng / chiến đấu công thành / sáng cuộc đời lành / mừng người vì Nước quên thân mình.*" (1)

Một trong những bất hạnh lớn của dân tộc và, đất nước Việt Nam là thường xuyên chìm, đắm trong chiến tranh, ly tán! Vì thế, hầu như nhạc sĩ nào của 20 năm văn học, nghệ thuật miền Nam, ít hay nhiều, cũng đã ghi nhận hình ảnh người lính. Hình ảnh ấy có thể thấp thoáng hoặc, rõ nét.

Vì vai trò của người lính ở đâu, giai đoạn nào, cũng vẫn là vai trò chiến đấu, hy sinh để bảo vệ quê hương, bảo vệ nòi giống. Nên chân dung người lính thường được mô tả một cách hào hùng như hình ảnh người lính trong ca khúc *"Biệt kinh kỳ"* (nhạc Minh Kỳ, lời Hoài Linh):

"*Bạn ơi! Khi nào ai hỏi đến tên tôi / đời tôi lính chiến cánh chim tung trời / ngày nào khi đất nước hết binh đao / giữa đoàn hùng binh có tôi đi hàng đầu / trở về thành đô nắm tay ta mừng nhau.*"

Hoặc lãng mạn, mang tính biểu tượng cực tả, như hình ảnh người lính, trở thành thương binh, *trong ca khúc* "Ngày trở về" của Phạm Duy:

"*Ngày trở về có anh nông phu chống nạng cày bừa / vì thương yêu anh nên ngày trở về / có con trâu xanh hết lòng giúp đỡ...*"

Ở một cực khác, cực đối nghịch, cũng với Phạm Duy, trong ca khúc *"Kỷ vật cho em"* (thơ Linh Phương,) thì, chân dung người lính lại là:

"*Em hỏi anh, em hỏi anh bao giờ trở lại / xin trả lời, xin trả lời*

142

mai mốt anh về / anh trở về có thể bằng chiến thắng Pleime / hay Đức Cơ, Đồng Xoài, Bình Giã / anh trở về, anh trở về hàng cây nghiêng ngả / anh trở về có khi là hòm gỗ cài hoa / anh trở về trên chiếc băng ca / trên trực thăng sơn màu tang trắng / ..... / Anh trở về chiều hoang trốn nắng / Poncho buồn liệm kín hồn anh / anh trở về bờ tóc em xanh / chít khăn sô lên đầu vội vã... em ơi!"

Trong 20 năm tân nhạc miền Nam, Việt Nam, Nguyễn Văn Đông cũng là một nhạc sĩ nổi tiếng không chỉ với một hai ca khúc viết về người lính mà, với hầu hết những ca khúc ông viết về đề tài này.

Những ca khúc làm thành tên tuổi ông như ca khúc *"Phiên gác đêm xuân"*, sáng tác đêm giao thừa 1956, khi đang đóng quân ở khu 9, Đồng Tháp Mười. Hai ca khúc nổi tiếng khác của họ Nguyễn cũng được ra đời sau đó, là ca khúc *"Chiều mưa biên giới"*, khi ông đóng quân gần biên giới Việt - Miên và *"Mấy dặm sơn khê"*, khi đồn trú ở vùng cao nguyên trung phần.

Nhưng chân dung hay, hình ảnh người lính trong các ca khúc vừa kể của Nguyễn Văn Đông, tuy cũng đậm tính thơ mộng... Nhưng đó là cái thơ mộng dung dị, nhân bản, gần với đa số, với đám đông, những người lính vô danh.

Ông không vẽ chân dung người lính của ông bằng hình ảnh hào hùng như hai nhạc sĩ Minh Kỳ và Hoài Linh. Người lính trong ca khúc của Nguyễn Văn Đông có thể đi ở hàng... cuối chót, của đoàn quân chiến thắng trở về thủ đô – Thậm chí, họ cũng có thể vắng mặt trong những cuộc duyệt binh, mừng thắng trận; khi ông viết:

"Đón giao thừa một phiên gác đêm / chào xuân đến súng xa vang rền / xác hoa tàn rơi trên báng súng / ngỡ rằng pháo tung bay, ngờ đâu hoa lá rơi / ...? Ước mong nhiều đời không bấy nhiêu / vì mơ ước trắng như mây chiều / tủi duyên người năm năm tháng tháng / mong chờ ánh xuân sang, ngờ đâu đêm cứ đi / Chốn biên thùy này xuân tới chi? / tình lính chiến khác chi bao người /

nếu xuân về tang thương khắp lối / thương này khó cho vơi, thì đừng đến xuân ơi! (Trích "Phiên gác đêm xuân.")

Ông cũng không khẳng định người lính của ông phải là người tạo được những chiến thắng lẫy lừng, như chiến thắng Pleime, Đức Cơ... mà, chỉ là những cá nhân bình thường, với những tâm tình, những khát khao, nhớ thương đời thường:

"Về đâu anh hỡi mưa rơi chiều nay / Lưng trời nhớ sắc mây pha hồng / đường rừng chiều cô đơn chiếc bóng / người tìm về trong hơi áo ấm / gợi niềm xa xăm/ Người đi khu chiến thương người hậu phương / thương màu áo gửi ra sa trường / lòng trần còn tơ vương khanh tướng / thì đường trần còn mưa bay gió cuốn / còn nhiều anh ơi!" (Trích "Chiều mưa biên giới.")

Ông cũng không quả quyết rằng, người lính của ông sẽ trở về bằng một chiếc quan tài có "cài hoa". Mà, chân dung người lính trong nhạc Nguyễn Văn Đông là một chân dung bình dị, không quá đặc biệt. Không ngoại lệ. Đó là một con người như bất cứ một con người nào thuộc về đám đông. Vì ngoài bổn phận người lính, thì trong thẳm sâu của tâm hồn người lính, vẫn là một con người (như mọi người), với đầy đủ cá tính thuộc đời thường và, những rung động, cảm nhận chân thật khi đối đầu, cọ xát với thực tế, vận mệnh chung của dân tộc:

"Anh đến thăm, áo anh mùi thuốc súng / ngoài mưa khuya lê thê, qua ngàn chốn sơn khê / non nước ơi, hồn thiêng của núi sông / kết trong lòng thế hệ, nghìn sau nối nghìn xưa / Bao ước mơ giữa khung trời phiêu lãng / chờ mùa xuân tươi sáng, nhưng mùa thắm chưa sang / anh đến đây rồi anh như bóng mây / chốn phương trời ấm lạnh, hoà chung mái nhà tranh / Anh như làn gió, ham ngược xuôi theo đường mây / tóc tơi bời lộng gió bốn phương / nước non còn đó, một tấc lòng / không mờ xoá cùng năm tháng / mấy ai ra đi hẹn về / dệt nốt tơ duyên..." (Trích "Mấy dặm sơn khê.")

Giải thích về hình ảnh người lính trong âm nhạc của mình,

144

một người lính bình thường, đầy nhân bản, tác giả "Phiên gác đêm xuân" cho biết:

Ra trường cấp Thiếu úy, ông được tung ngay vào đơn vị tác chiến. Khi là Đại đội trưởng của Tiểu Đoàn khinh binh 68, ông cùng Tiểu đoàn hành quân suốt chiều dài Nam bộ từ Miền Đông sang Miền Tây. Quần thảo với địch từ Cà Mau, Năm Căn, U Minh lầy lội nắng cháy đến vùng đồi núi chập chùng Thất sơn vùng bảy núi hiểm yếu, Châu Đốc đến Hà Tiên... ông cùng đồng đội đã lao mình trong lửa đạn, trải qua những trận đánh ác liệt vô cùng tàn nhẫn. Ông chứng kiến tận mắt, sự hy sinh, mất mát của đồng đội! Trước những cái chết thật thê thảm bất ngờ ấy, ông có cái nhìn thực tế, rất riêng về lính trong tác phẩm của mình. Nó rất khác với các nhạc sĩ viết cùng đề tài này.

Lại nữa, khi còn là Tiểu Đoàn Trưởng Trọng Pháo 553 yểm trợ cho đơn vị bạn hành quân, ông phải chứng kiến bao cảnh biển máu, thây phơi đầy trận địa do pháo dập từng hồi...ông không khỏi nao lòng trước những thân xác hấp hối, nhờ chuyển lời trăn trối đến người thân, người yêu!

"Tôi tự hỏi, trước những cái chết đau đớn, lặng lẽ của những người lính kia, không có bao nhiêu người biết đến sự hy sinh thầm lặng họ?" Họ Nguyễn tâm sự.

Chưa hết, khi là Trưởng phòng hành quân của Chiến khu Đồng Tháp Mười, ông cùng đoàn trinh sát - thám báo xẻ dọc vùng Đồng Tháp Mười (nơi truyền tụng huyền thoại về giống "lúa ma" nuôi quân đánh giặc Pháp thời Thiên Hộ Vương vào thế kỷ 19.) Từ tuyến lửa Thông Bình Cái Cái, qua Gãy Cờ Đen đến trận đánh Ấp Bắc lừng danh thế giới, vùng Tam Giác Sắc máu lửa, đâu đâu ông cũng thấy máu người lính ngã xuống ở tuổi thanh xuân, đỏ đất, đỏ rạch!

Rồi ông hồi tưởng đến những giờ phút đăng quang, có diễn binh long trọng; có vòng hoa chiến thắng; có huy chương, có kèn trống... Nhưng với ông, đó chỉ là những hào quang phù phiếm trước sự hy sinh mạng sống của những người lính đã nằm xuống nơi chiến địa mà thôi...

Nhạc sĩ Hoàng Thi Thao, một người gắn bó với sinh hoạt âm nhạc tự những năm giữa thập niên 1950, khi ông còn rất nhỏ, cho biết, người đầu tiên trình bày ca khúc *"Chiều mưa biên giới"* của Nguyễn văn Đông là ca, nhạc sĩ Trần Văn Trạch. Họ Trần mang ca khúc này qua Pháp trình diễn. Khi trở về Saigòn, vào đầu năm 1960, tại rạp Hưng Đạo, cùng với nữ ca sĩ Thái Thanh, ông đã trình bày ca khúc ấy với ban Đại Hòa Tấu do nhạc trưởng Nghiêm Phú Phi điều khiển.

Bên cạnh đó, theo một bản tin được phổ biến trên trang mạng Bách Khoa Toàn Thư Mở Wikipedia thì, sau khi hai ca khúc *"Chiều mưa biên giới"* và *"Mấy dặm sơn khê"* của nhạc sĩ Nguyễn Văn Đông được bằng hữu trong giới, trân trọng giới thiệu với quần chúng thì, ngược lại, tác giả cũng đã gặp nhiều khó khăn từ Bộ Thông Tin Saigòn... Cụ thể, năm 1961, bộ Thông Tin đã ra quyết định cấm phổ biến hai ca khúc vừa kể với lý do: Nội dung "phản chiến!" Có thể đưa tới sự sa sút tinh thần của những người lính trấn đóng ở những vùng hẻo lánh, núi non, biên giới...

Hôm nay, nhìn lại, người ta thấy, nhạc sĩ Nguyễn Văn Đông không chỉ cho những người yêu nhạc của ông, một chân-dung-khác về người lính miền Nam Việt Nam, 20 năm. Mà, ở nhiều ca khúc còn lại, ông vẫn trung thành với cảm nhận rất nhân bản, rất con người của mình. Dù cho hình ảnh hay, chân dung của người lính, trong ca khúc của họ Nguyễn, không được chính quyền thời đó, chấp nhận.

Mặc dù họ Nguyễn tình nguyện hiến cuộc đời mình cho quân đội khi ông còn rất trẻ; nhưng bên cạnh tư cách một người lính, ông còn là một nhạc sĩ. Trong vai trò này, ông lại là nhạc sĩ miền Nam, được thế giới biết đến tên tuổi rất sớm.

Điển hình là sự kiện ngay từ năm 1961, nghệ sĩ Trần Văn Trạch đã được đài Europe No. 1 và đài Truyền hình Pháp thu âm, rồi thu hình ca khúc *"Chiều mưa biên giới"* của ông, gây tiếng vang lớn ở Âu châu. "Biến động" ấy tạo sức dội ngược về Việt Nam, khiến chỉ trong vòng 3 tháng, nhà xuất bản Tinh Hoa Miền Nam của nhạc sĩ Lê Mộng Bảo, đã bán hết 60,000 bản nhạc lẻ, phá kỷ lục số ấn bản lớn nhất từ xưa, ở thời điểm đó. Âm vang của ca khúc "*Chiều mưa biên giới*" lại được khuếch tán thêm nữa, khi cũng trong năm 1961, nghệ sĩ Trần Văn Trạch, lần đầu tiên, trình bày ca khúc ấy tại "*Đại nhạc hội Trăm Hoa Miền Nam*" với dàn nhạc của Đài Truyền Hình Pháp, thu "play back." (2)

Tôi cho họ Nguyễn là một trường hợp đặc biệt của giới văn nghệ sĩ miền Nam Việt Nam, 20 năm. Khi, một mặt, ông vẫn chu toàn nhiệm vụ "người lính gác giặc" của mình. Mặt khác, ông vẫn can đảm cất lên tiếng nói của lương tri. Tiếng nói của một kẻ sĩ trước thời cuộc. Những ghi nhận từ đáy tầng khát khao của dân tộc, đất nước...

Vì thế, ngay khi lệnh cấm của Bộ Thông Tin được báo chí thời đó đăng tải nơi trang nhất thì dư luận quần chúng khắp nơi đã đồng loạt phản ứng. Họ bênh vực họ Nguyễn, như bênh vực người phát ngôn trung thực nhất, về những mơ ước, khát khao thầm kín của họ. Phản ứng bất ngờ của đám đông cũng khiến nhiều cơ quan ngôn luận nhập cuộc. Lên tiếng bênh vực. Ủng hộ tinh thần tác giả "*Chiều mưa biên giới.*"

Sự kiện vừa kể, cách gì, cũng không cứu được tác giả thoát khỏi 15 ngày trọng cấm! Lệnh phạt theo quân kỷ. Ban hành bởi Bộ Quốc Phòng. Lý do:

"Đương sự đã không tuân hành huấn lệnh quy định rằng, bất cứ một quân nhân nào, khi sáng tác thơ, văn, âm nhạc... trước khi phổ biến cho công chúng, phải được nhân viên hữu trách của Bộ Quốc Phòng duyệt trước và, cấp giấy cho phép!..."

Lệnh phạt ấy còn kèm theo một điều khoản trói tay, triệt tiêu nỗ lực phát triển tài hoa, nghệ thuật của họ Nguyễn. Đó là điều khoản:

"... Đương sự không được phép xuất hiện trong mọi sinh hoạt ca nhạc nơi công cộng!"

Mặc dù khi ấy, với cấp bậc đại úy, nhạc sĩ Nguyễn Văn Đông đảm nhiệm nhiều chức vụ khá quan trọng như: Bí thư Tổng giám đốc Cảnh sát, Công an và, Chánh văn phòng Bộ Tư lệnh Biệt Khu Thủ Đô.

Hồi tưởng thời điểm này, tác giả *"Phiên gác đêm xuân"* có lần đã tâm sự với một số người thân của ông rằng: Trở thành nhạc sĩ hay nghệ sĩ nói chung, là một trở ngại lớn cho ông, trên bước đường binh nghiệp. Bởi vì những cấp Bộ có trách nhiệm thăng chức đều không tin tưởng giới nghệ sĩ. Họ quan niệm nghệ sĩ là giới ăn chơi, hút xách, lãng mạn, tính khí thất thường... không thích hợp với vai trò điều quân khiển tướng. Mặc dù ngay tự khởi đầu binh nghiệp, họ Nguyễn đã chứng tỏ ông có đầy đủ uy tín, thành tích và, thâm niên để được đề bạt vào những chức vụ quan trọng hơn...

Trường hợp của nhạc sĩ Nguyễn Văn Đông khiến không ít người liên tưởng tới trường hợp của cố đại tá Anh Việt / Trần văn Trọng – Tác giả những ca khúc nổi tiếng như *"Bến cũ"*, *"Thơ ngây"*... Tuy ông không bị nhiều khó khăn, gập ghềnh như trường hợp họ Nguyễn; nhưng với thâm niên quân vụ như họ Trần, cuối cùng, chức vụ cao nhất mà nhạc sĩ Anh Việt được giao phó, cũng chỉ là Cục trưởng cục Quân Cụ mà thôi.

Về mặt trái của tấm huy chương hay sự nổi tiếng, theo ghi nhận của tác giả ca khúc *"Về mái nhà xưa"* là, phản ứng đố kỵ, dèm pha của những người cùng ngành nghề! Khi họ thấy, một sớm, một chiều, chỉ với một ca khúc thôi, Nguyễn Văn Đông đã được quần chúng nhiều giới khác nhau, ái mộ, như ái mộ một thần tượng mà họ chờ đợi đã từ rất lâu.

Bên cạnh đó, họ Nguyễn cũng kể lại một câu chuyện điển hình cho cái mà, ông gọi là "tai họa" cho bất cứ một nghệ sĩ nào, nếu may mắn có được một vị trí tương đối, trong guồng máy chính quyền hay, quân đội. Đó là sự kiện một số không nhỏ những người thân quen, nhân danh "tình nghĩa nghệ sĩ" xin ông can thiệp để họ được làm lính kiểng, lính ma; hoặc, vận động, chạy chọt cho họ được thuyên chuyển từ các đơn vị tác chiến, tiền đồn về văn phòng hoặc hậu cứ! Và, khi bị từ chối thì, cũng chính đám người đó, lại là những người tìm mưu, lập kế ám hại ông nhiều nhất. Tác giả *"Hải ngoại thương ca"* nhớ lại:

"Có lần Tổng thống Nguyễn Văn Thiệu gọi tôi vào dinh Độc Lập, trình diện ông. Ông bảo: 'Anh bị rất nhiều người tố cáo rằng anh lợi dụng danh tiếng nhạc sĩ đi hại đời con gái người ta! Anh đã phá hoại gia cang nhiều gia đình người khác! Anh cũng bị tố là ăn chơi sa đọa, đơn tố cáo chất chồng ở đây... Anh phải stop ngay vì uy tín của quân đội...'"

Dù thường xuyên bị đe dọa bởi những cơn bão lớn, nhiều lúc tưởng chừng con đường binh nghiệp có thể bị cắt ngang, thậm chí rơi vào vòng lao lý, nhưng giữa hai con người quân nhân và nghệ sĩ, thời gian đã cho thấy họ Nguyễn vẫn chọn nghiêng nặng về phía con người nghệ sĩ. Phải chăng, từ sâu thẳm tâm hồn mình, ông từng tự nhắc nhở mình rằng: *"Lòng trần còn tơ vương khanh tướng – thì đường trần mưa bay gió cuốn – còn nhiều anh ơi"*?

Tôi nghĩ, ý niệm "khanh tướng" này của tác giả, nhiều phần đi ra từ câu thơ cổ *"nhất tướng công thành vạn cốt khô."*

Vì thế, sau hai ca khúc bị cấm phổ biến là *"Chiều mưa biên giới"* và *"Mấy dặm sơn khê,"* nhạc sĩ Nguyễn Văn Đông vẫn tiếp tục sáng tác những ca khúc mang tính "phản chiến" như các bài *"Lá thư người lính chiến."* Bài này bị bộ Thông Tin cấm lưu hành vì các câu: *"Mẹ ơi! Cầu xin cho xóm làng quê hương xóa mờ chiến trường – Đồng bào ta cùng thương nhau xóa hận thù đi – xóa đi đường ranh giới..."* Mặc dù, hai câu chót, trong phần ca từ của bài này, ghi rõ rằng: *"Mẹ ơi và con trai của mẹ ngày mai sẽ về... sẽ về – Mẹ ơi! Mẹ hiền ơi! Chớ buồn vì con, nước non chưa tròn..."*

Cách khác, dù mong mỏi hòa bình đến cho dân tộc, nhưng không vì thế mà tác giả từ chối nhiệm vụ của một người lính.

Ca khúc nhan đề *"Anh trước tôi sau"*, Nguyễn Văn Đông viết để tưởng niệm người bạn thuở cùng học với ông ở trường Thiếu Sinh Quân, Vũng Tàu: Cố Thiếu tướng Trương Quang Ân, Tư lệnh sư đoàn bị bắn rớt máy bay, tử nạn khi ông mới 37 tuổi, cũng bị xếp vào loại nhạc "phản chiến." Nội dung ca khúc này chỉ muốn nói, là những quân nhân đã tự nguyện hiến mình cho tổ quốc thì, cái chết là điều đương nhiên sẽ phải đến với người lính. Khác nhau chăng chỉ là thời gian. Sớm, muộn!

Riêng ca khúc *"Anh"* tức *"Anh nhớ gì không anh"* của họ Nguyễn thì bị cấm vì các câu như: *"Nước mắt dân Hời, thành quách một thời tan tành hết bởi đâu? Sao ta nỡ xa ta, xẻ chia sơn hà cho Bắc Nam mình xa cách nhau!"*

Như đã nói, cái tinh thần kẻ sĩ, cái ý thức đất nước, dân tộc, khiến Nguyễn Văn Đông chấp nhận thua thiệt trong binh nghiệp, nhưng bảo vệ được khí tiết của một kẻ sĩ thao thức, trăn trọc trước tang thương đất nước. Nhưng đó là sự lên tiếng của một người lính tự nguyện. Một người lính vẫn làm tròn bổn phận của một công dân thời đất nước binh đao, ly loạn... Sự kiện này vẫn khác, hoàn toàn khác với những nhạc sĩ cũng giương cao ngọn cờ phản chiến; nhưng lại là những người từ chối trách nhiệm của một công dân trước thời cuộc.

Hơn một lần, nhạc sĩ Hoàng Thi Thao từng nói với tôi: "Về phương diện nhạc chống chiến tranh thì, Nguyễn Văn Đông là người thứ nhất, người đầu tiên xông xáo vào con đường nhậy cảm và, gai góc này".

Tuy nhiên, tôi vẫn thấy cần phải ghi nhận một cách công bình rằng, tiếng nói của Nguyễn Văn Đông, cách gì, cũng vẫn là tiếng nói phản ảnh tâm tư của một nghệ sĩ đau đáu trước những đau thương, tang chế của đất nước – Song song với con người chọn con đường binh nghiệp khi còn rất trẻ. Đó là sự khác biệt to lớn, giữa một người đứng trong lửa đạn và, những người đứng ngoài cuộc chiến.

Trong đời nhạc Nguyễn Văn Đông, tình yêu tổ quốc luôn nồng nàn, như thể đó là tình yêu thứ nhất của đời ông:

"Và xin em hiểu rằng, người đi giúp nước nào màng danh chi - Cầu cho đất nước vượt ngàn gian nguy – Lòng anh vẫn nhớ tình

người hôm nay – Đời dâng cho núi sông – Lòng này thách với tang bồng – Đừng làm má thắm phai hồng, buồn lắm em ơi!..."

(Trích "Khúc tình ca hàng hàng lớp lớp")

Hoặc:

"Người về đây giữa non sông này – Hội trùng dương hát câu sum vầy – Về cho thấy con thuyền nước Nam – Đi vào mùa xuân mới sang – Xa rồi ngày ấy ly tan – Tôi đi giữa trời bồi hồi – Cờ bay phất phới tôi quên chuyện ngày xưa – Mong sao nước Việt đời đời – Anh dũng oai hùng chen chân thế giới..."

(Trích "Hải ngoại thương ca".)

Tôi cho đó là tấm lòng, là trái tim của một nghệ sĩ chọn ở với tổ quốc của mình, bằng một tình yêu một chiều mà, không một tình yêu nào có thể so sánh hoặc thay thế được.

Có một vài tài liệu ghi nhận rằng, nhạc sĩ Nguyễn văn Đông sinh năm 1934; nhưng theo sự xác nhận của họ Nguyễn thì, ông sinh năm 1932 tại Quận Nhất, thành phố Saigon. Nguyên quán của ông là tỉnh Tây Ninh, Huyện Bến Cầu. Thuở bé Nguyễn Văn Đông học trường Huỳnh Khương Ninh, Phường Đakao, Tân Định, Saigòn. Năm 1945- 1946 loạn lạc, trường Huỳnh Khương Ninh đóng cửa.

Gia đình gửi ông vào trường Thiếu Sinh Quân Việt Nam, ở thành phố Vũng Tàu, khi ấy ông mới 14 tuổi. Và, con đường binh nghiệp của ông, chính thức khởi đi từ đấy.

Năm 1950 Nguyễn Văn Đông tốt nghiệp trường Thiếu Sinh Quân Vũng Tàu, cũng là nơi xuất thân của trên dưới 30 tướng lãnh thuộc quân lực VNCH cũ. Trong đó, có Thống tướng Lê văn Ty, Tổng tham mưu trưởng đầu tiên của QL/VNCH, người được coi là anh cả của Thiếu sinh quân Việt Nam.

Năm 1951 Nguyễn Văn Đông được cử theo học khóa 4 trường Võ bị Sĩ quan Vũng Tàu. Họ Nguyễn tốt nghiệp thủ khoa với cấp bực Thiếu úy năm 1952. Tưởng cũng nên nói thêm rằng, Đại tướng Cao Văn Viên, người giữ chức vụ Tổng Tham Mưu

Trưởng QLVNCH sau cùng của miền Nam Việt Nam, cũng tốt nghiệp thiếu úy khóa 1 của trường này.

Năm 1953, Thiếu úy Nguyễn Văn Đông tốt nghiệp khóa "Đại đội trưởng" tại Trường Võ Bị Đà Lạt. Cũng năm này, ông có chân trong Ban giám khảo chấm thi Khóa Võ bị Đà Lạt 1953 do Quốc trưởng Bảo Đại chủ tọa lễ bế giảng khóa.

Năm 1954, họ Nguyễn lại được gửi ra Hà Nội theo học khóa "Tiểu Đoàn trưởng" tại Trường Chiến thuật Hà Nội. Ra trường, ông được chỉ định vào chức vụ Tiểu Đoàn trưởng Trọng pháo 553. Đó là năm 1955, khi họ Nguyễn mới 24 tuổi; một tiểu đoàn trưởng trẻ nhất của quân đội.

Trải qua nhiều chức vụ, nhiều đơn vị và đồn trú ở nhiều nơi chốn khác nhau, trước khi được đưa về Saigòn, giữ những chức vụ tương đối quan trọng; cấp bực sau cùng của nhạc sĩ Nguyễn Văn Đông là Đại tá, Trưởng khối lãnh thổ Bộ Tổng tham mưu. Ông cũng từng được trao tặng huân chương cao quý nhất; đó là huy chương Bảo quốc huân chương.

Khi biến cố tháng 4-1975 xẩy ra, như tất cả những sĩ quan QLVNCH khác, Nguyễn Văn Đông bị tù cải tạo. Sau 9 năm 6 tháng, ông được trả về ngày 01/01/1985 với lý do:

"Đương sự bị bệnh sắp chết, nên cho phép gia đình đem về nhà chôn cất!"

Tuy thuộc diện HO, đủ điều kiện để xin định cư tại Hoa kỳ, nhưng gia đình thấy họ Nguyễn đau bệnh quá nặng, không biết chết lúc nào, nên đã giữ ông ở lại, thể theo ước nguyện của ông là, khi chết xin được chôn tại quê nhà.

Về sự kiện này, tác giả "Về mái nhà xưa" cho biết, ông cũng không hiểu do đâu, mà Trời Phật đã nhìn lại ông và, cho ông sống, dù là một đời sống "rất lê lết" (chữ của ông), cho đến ngày hôm nay.

Về cái mà tôi muốn gọi là "nhạc nghiệp" của nhạc sĩ tài hoa Nguyễn Văn Đông, theo một số tài liệu đã được phổ biến ở hải ngoại cũng như tại Việt Nam thì: Nhạc sĩ Nguyễn Văn Đông chính thức tham dự vào sinh hoạt âm nhạc ở miền Nam Việt Nam vào khoảng giữa thập niên 1950. Ông nổi danh ngay với những ca khúc đầu tay như "Chiều mưa biên giới," "Phiên gác đêm xuân," "Súng đàn"... là ba ca khúc ra đời trong năm 1956 và được phổ biến rất rộng rãi. Nhưng ca khúc "Thiếu sinh quân hành khúc" bài hát được công nhận là ca khúc chính thức của trường Thiếu sinh quân Vũng Tàu, Nguyễn sáng tác năm 1948, khi mới 16 tuổi, mới thực sự là sáng tác đầu tay của người nhạc sĩ đa tài này.

Ngoài bút hiệu và cũng là tên thật, Nguyễn Văn Đông, họ Nguyễn còn dùng nhiều bút hiệu khác như Phượng Linh, Phương Hà, Đông Phương Tử, Vì Dân, Hoàng Long Nguyên.

Cũng ngay từ giữa thập niên 1950, trong vai trò Trưởng Đoàn văn nghệ Vì Dân ở Saigòn, Nguyễn Văn Đông đã nhận được sự hợp tác của rất nhiều ca, nhạc sĩ tên tuổi thời đó, như Mạnh Phát, Minh Kỳ, Hoài Linh, Thu Hồ, Quách Đàm, Minh Diệu, Khánh Ngọc và các nghệ sĩ thuộc lãnh vực kịch nghệ, điện ảnh, cải lương danh tiếng như Kim Cương, Vân Hùng, Ba Vân, Bảy Xê, Trần Văn Trạch... Ông cũng cho thấy tài tổ chức và điều khiển các chương trình Đại nhạc hội lớn, rất thành công tại Sài Gòn, cũng như các tỉnh.

Về sinh hoạt liên quan tới đài phát thanh thì, ngay từ năm 1958, nhạc sĩ Nguyễn Văn Đông đã là trưởng ban nhạc "Tiếng Thời Gian" của đài Saigòn. Ban nhạc của ông quy tụ những tên tuổi như Lệ Thanh, Anh Ngọc, Hà Thanh, Minh Diệu, Khánh Ngọc, Mạnh Phát, Thu Hồ, Quách Đàm...

Ở cấp độ quốc gia thì, năm 1959, họ Nguyễn được chọn làm trưởng ban tổ chức "Đại hội thi đua Văn nghệ toàn quốc," tập hợp hơn 40 đoàn văn nghệ, đại diện cho toàn miền Nam; tranh giải liên tiếp 15 ngày đêm tại Sài Gòn. Với tất cả những thành tích kể trên, nhạc sĩ Nguyễn Văn Đông đã được trao tặng "Giải âm nhạc quốc gia". Bà Ngô Đình Nhu là người trao tặng giải thưởng này cho họ Nguyễn.

Nói tới nhạc nghiệp của nhạc sĩ Nguyễn Văn Đông mà, không nói tới thời gian họ Nguyễn làm Giám đốc hãng đĩa nhạc Continental và Sơn Ca, nổi tiếng một thời ở miền Nam, tôi nghĩ là một thiếu sót đáng kể.

Ở vai trò này, với sự hợp tác tích cực của những nhạc sĩ như Nghiêm Phú Phi, Văn Phụng, Y Vân, Lê Văn Thiện... Hai hãng đĩa của ông đã đem sự giầu có, phong phú cho sinh hoạt tân nhạc cũng như cổ nhạc miền Nam, 20 năm; với những album riêng cho từng ca sĩ...

Lại nữa, tôi cho rằng chúng ta cũng sẽ không phải với nhạc sĩ Nguyễn Văn Đông, một người, không chỉ tận tụy cống hiến trọn cuộc đời mình cho nền tân nhạc miền Nam, 20 năm; mà ông còn là người có công đầu trong nỗ lực khai sinh, hình thành rồi phát triển một hình thái nghệ thuật mà, sau này chúng ta quen gọi là hình thái âm nhạc "Tân Cổ Giao Duyên."

Trước khi đi sâu vào lịch sử hình thành của hình thái nghệ thuật từng được chào đón tại miền Nam Việt Nam, tính đến tháng 4 năm 1975, chúng tôi muốn nhắc tới bài "Tân cổ giao duyên" đầu tiên của hình thái phối hợp nghệ thuật đặc biệt này. Đó là bài "Khi đã yêu" sáng tác của Phượng Linh và soạn giả Đông Phương Tử. Do 2 nghệ sĩ nổi tiếng của sân khấu cải lương là Thanh Nga, Minh Phụng thu âm lần đầu, tại Saigòn. Bài "Tân cổ giao duyên" này, sau đó, đã được nhà xuất bản Hồng Hoa ấn hành thành nhạc bản.

Tuy là hai bút hiệu khác nhau, nhưng sự thực, chỉ là một.

Những người yêu nhạc Nguyễn Văn Đông hẳn không quên, với bút hiệu Phượng Liên, ông là tác giả của những ca khúc nổi tiếng như "Bóng nhỏ giáo đường," "Niềm đau dĩ vãng," "Đom đóm," "Khi đã yêu," "Thương muộn," "Lời giã biệt" v.v... Và, bút hiệu Đông Phương Tử họ Nguyễn dùng cho tất cả những sáng tác liên quan đến phần cổ nhạc.

Nhưng phải đợi tới sáng tác "Tân cổ giao duyên" thứ hai, cũng của Nguyễn Văn Đông, đó là bài "Mùa sao sáng", do Mộng

Tuyền trình bày, thì phong trào "Tân cổ giao duyên" mới thực sự rộ lên, không chỉ tại Saigòn mà, khắp mọi miền đất nước...

Tóm lại, đóng góp của nhạc sĩ Nguyễn Văn Đông cho nền tân nhạc Việt Nam là một đóng góp to lớn mà không mấy người cùng thời nào với ông có thể so sánh được.

(Calif. June 2012)

———————

Chú thích:

(1) Nhạc sĩ Phạm Đình Chương từng ghi lại trong tuyển tập nhạc nhan đề *"Phạm Đình Chương, Ly rượu mừng"*, do Phạm Thành xuất bản tại Hoa Kỳ, 1991, thì: Ca khúc *"Ly rượu mừng"* được ông sáng tác năm 1955 tại Saigòn. Để đăng tải trong Giai phẩm Xuân Đời Mới; theo yêu cầu của cụ Trần Văn Ân và, nhà văn quá cố Nguyễn Đức Quỳnh, là hai người chủ trương báo này.

(2) Đại nhạc hội này do nhà xuất bản Trăm Hoa Miền Nam tổ chức. Nhân đây, cũng xin lưu ý, "Trăm Hoa Miền Nam" và "Tinh Hoa Miền Nam" là hai nhà xuất bản nhạc lẻ khác nhau.

Thanh Sơn và phượng vĩ, tiếng ve trong nhạc Việt.

ây giờ là tháng Chín. Mùa tựu trường. Cách gì thì những người trẻ ở khắp nơi trên thế giới, vẫn phải chia tay với mùa hè của họ. Chia tay ở đây, còn mang ý nghĩa, có thể có những học sinh theo gia đình di chuyển đi nơi khác. Họ sẽ tới những sân trường khác. Làm quen với những người bạn mới... Chia tay ở đây, cũng không loại trừ trường hợp vì lý do gì đó, họ chia tay trường lớp, sớm bước vào đời. Nhưng, mùa hè vẫn ở với họ, như một trong những gốc cây kỷ niệm vĩnh cửu thời niên thiếu. Để từ đó, tương lai sẽ mọc thêm nhiều cành, nhánh thương yêu hay đoạn lìa khác.

Như hầu hết chúng ta, ai cũng có một thời... mùa hè. Dù cho mùa hè có (hay không) tiếng ve réo đỏ trên những cành phượng vĩ. Hay mùa hè nắng xót trên những cánh đồng nhấp nhô chân rạ, hoặc chai, nẻ núi, đồi...

Mùa hè, như thế đó, đã mặc nhiên cháy rực hoa phượng và, thấp thoáng những đường bay của tiếng ve không đứt đoạn trong văn chương, nghệ thuật Việt.

Dù mùa hè đã đi qua hay sẽ trở lại thì, những ca khúc vui

tươi, nhảy nhót trên những đôi chân sáo, trong ca khúc "Hè về" của cố nhạc sĩ Hùng Lân, (1) vẫn nổi trôi theo những bước chân nhiều thế hệ:

"Trời hồng hồng sáng trong trong
Ngàn phượng rung nắng ngoài song
Cành mềm mềm gió ru êm
Lọc mầu mây bích ngọc qua mầu duyên
Đàn nhịp nhàng hát vang vang
Nhạc hoà thơ đón hè sang
Hè về trong khóm trúc mềm đầu bờ
Hè về trong tiếng sáo diều dật dờ
Hè về gieo ánh tơ..."

("Hè về" – nhạc và lời Hùng Lân.) (2)

Tôi nghĩ, mùa hè ở đâu cũng có thể tràn ngập tiếng *"đàn nhịp nhàng hát vang vang / nhạc hòa thơ đón hè sang!"* Nhưng có dễ chỉ riêng Việt Nam, mùa hè mới có được những hàng phượng vĩ, phóng tay quệt những mảng sơn đỏ lên bầu trời xanh ngắt. Và, tiếng ve dệt những trường khúc ngày, đêm bất tận như chào mừng, cùng lúc níu chân thời gian hối hả...

Tuy nhiên, vẫn theo tôi, mùa hè trong nền tân nhạc miền Nam, 20 năm, không chỉ về trong *"... khóm trúc mềm đầu bờ"* hay trong *"... tiếng sáo diều dật dờ"* mà, mùa hè của ca khúc còn có những nỗi buồn đỏ thắm, không thua gì mầu hoa phượng; cũng chẳng kém gì tiếng ve khẩn khoản van nài thương yêu những khuya khoắt:

"Mỗi năm đến hè lòng man mác buồn,
chín mươi ngày qua chứa chan tình thương,
ngày mai xa cách hai đứa hai nơi
phút gần gũi nhau mất rồi,
tạ từ là hết người ơi.
"Tiếng ve nức nở buồn hơn tiếng lòng,
biết ai còn nhớ đến ân tình không,

đường xưa in bóng hai đứa nay đâu,
những chiều hẹn nhau lúc đầu,
giờ như nước trôi qua cầu.
"Giã biệt bạn lòng ơi,
thôi nay xa cách rồi,
kỷ niệm mình xin nhớ mãi.
buồn riêng một mình ai,
chờ mong từng đêm gối chiếc,
mối u hoài này anh có hay?
"Nếu ai đã từng nhặt hoa thấy buồn,
cảm thông được nỗi vắng xa người thương,
màu hoa phượng thắm như máu con tim,
mỗi lần hè sang kỷ niệm,
người xưa biết đâu mà tìm.

("Nỗi buồn hoa phượng", nhạc và lời Thanh Sơn) (3)

Tôi không biết trên thế giới trước khi mùa hè tới, học sinh nam, nữ có trao nhau những cuốn sổ ghi lại kỷ niệm, tình bạn thời chung trường, chung lớp như thường thấy ở Việt Nam?

"Lòng xao xuyến mỗi khi hoa phượng rơi
Nhắc lại câu chuyện buồn
Trường còn kia ôi mái đổ tường rêu
Nơi kỷ niệm êm ái
Đâu dư âm của tiếng nói ngây thơ
Ngày hai đứa dìu nhau đến sân trường
Cùng đuổi bướm hái hoa trên cuối đường
Tiếng cười vạn tình thương
"Và thuở ấy biết bao nhiêu buồn vui
Gói trọn trong tuổi đời
Tình đẹp như trang giấy kết vần thơ
Như một nụ hoa trắng
Nhưng bao nhiêu yêu dấu đã phai mờ

Thời gian nỡ vùi chôn tuổi học trò
Người em gái mến thương nơi chốn nào
Bao giờ mình gặp nhau..."

(Trích "Lưu bút ngày xanh", nhạc và lời Thanh Sơn). (4)

Nhưng hiển nhiên, qua những ca khúc của Thanh Sơn và, nhiều nhạc sĩ khác, mùa hè của tuổi trẻ Việt Nam, đã như một cửa gương lớn, đón nhận phấn, hương tình yêu chưa rõ mặt! Nó cũng là mùa của những cuộc chia tay, như một thứ dự báo nhiều đoạn lìa kế tiếp, mai sau...

.

Những chân trời khác, trong cõi nhạc Thanh Sơn.

Tôi không biết, khi sáng tác ca khúc "*Sắc Hoa Màu Nhớ*", nhạc sĩ Nguyễn Văn Đông có liên tưởng tới hai câu thơ quen thuộc, "*Ngày mai trong đám xuân xanh ấy / có kẻ theo chồng bỏ cuộc chơi*"của Hàn Mặc Tử (5):

"Hoa phượng rơi đón mùa thu tới
Màu lưu luyến nhớ quá thu ơi!
ngàn phượng rơi bay vướng tóc tôi,
xác tươi màu pháo vui
tiễn em chiều năm ấy..."

(Nguyễn Văn Đông, trích "Sắc hoa màu nhớ") (6)

Nhưng, qua ca từ của ca khúc này, họ Nguyễn đã cho mùa hè / hoa phượng một nỗi buồn khác. Một cuộc chia tay khác. Nó mang ý nghĩa của một chấm dứt hoàn toàn trường lớp. Chấm dứt đời học trò, bằng một chuyến xe hoa (hay đò ngang)!

Tuy nhiên, người cho phượng vĩ / mùa hè nhiều gam màu nhất, vẫn là nhạc sĩ Thanh Sơn. Ông không chỉ có ca khúc "*Nỗi buồn hoa phượng*" mà, những ca khúc khác của ông viết về mùa hè, như "*Lưu bút ngày xanh*", "*Em vẫn nhớ trường xưa*", "*Hạ buồn*", "*Thương Ca mùa hạ*" v.v. những hoài niệm lung linh ánh sáng hoặc, bóng tối của tuổi học trò

160

Trong số những ca khúc được nhiều người tới giờ vẫn nhớ có bài "*Ba tháng tạ từ*":

"Người ơi thắm thoát niên học hết rồi.
Chúc nhau cạn lời giây phút ly bôi.
Ngày mai tan trường mình không chung lối.
Thương nhau nhiều biết gửi về mô.
Kỷ niệm cũ tan vào hư vô.
"Cầm tay bốn mắt thương cảm nỗi sầu.
Tiễn đưa bùi ngùi phút cuối như nhau.
Đời không bao giờ hợp nhau mãi mãi.
Thương yêu rồi nỡ đành biệt nhau.
Để nhung nhớ muôn vạn ngày sau.
"Thôi nhé, từ đây cách xa trong đời.
Vẫn buồn theo tháng ngày trôi.
Nụ cười khô héo trên môi.
Mỗi lần, thấy phượng nở tim xao xuyến.
Bạn bè đâu chỉ ta một mình.
Nỗi buồn này đành câm nín..."

(Thanh Sơn, trích "Ba tháng tạ từ") (7)

Tình yêu hay tấm lòng thắm thiết của Thanh Sơn dành cho tuổi học trò ở miền Nam, đã gắn bó với mùa hè tới độ, có người cho rằng, nói tới hoa phượng / mùa hè, phải nhớ tới nhạc Thanh Sơn.

Tuy nhiên, nếu chúng ta lãng quên những sáng tác khác trong sự nghiệp âm nhạc của cố nhạc sĩ Thanh Sơn, tôi cho là một khiếm khuyết đáng trách.

Bởi vì ngoài mảng nhạc dành cho sân trường, mùa hè, nhạc sĩ Thanh Sơn cũng có nhiều ca khúc dành cho quê hương, đất nước. Thí dụ những ca khúc như "*Đôi lời cho Huế*", "*Nhớ cánh cò*" "*Bạc Liêu hoài cổ*", "*Yêu dấu Hà Tiên*", hay "*Trở lại thành phố sương mù*", "*Như lục bình trôi*" v.v... Về lãnh vực tình ca, ông cũng có những tình khúc được nhiều người biết đến như "*Chuyện tình* hoa bướm", "Đời hợp tan", "Dối lòng", hoặc "Hãy tìm nhau", hay "Hương tình cũ" v.v...

Ở mảng tình ca, có lẽ tình khúc "Nhật ký đời tôi" là ca khúc đến nay, vẫn còn được nhiều người nhắc nhở nhất:

"Thôi, thế là thôi, là thế đó
dĩ vãng là thơ, đem thơ về ghép nhạc, thành khúc tình ca,
Thôi thế là thôi, là thế rồi,
hiện tại ước mơ nhiều,
cuộc đời rồi đây biết bao giờ mới được yêu.
"Ngược thời gian, trở về quá khứ phút giây chạnh lòng.
Bao nhiêu kỷ niệm, bao nhiêu ân tình chỉ còn lại con số không.
Ai thương ai rồi, và ai quên nhau rồi,
trong suốt cuộc đời tương lai trả lời thôi.
"Một mùa xuân, năm nào hai đứa ngắm hoa đào rơi.
Lo cho số phận, lo cho duyên mình sẽ thành một kiếp hoa.
Sớm nở tối tàn, đời ai không một lần,
quen biết rồi thương, yêu nhau rồi lại xa..."

(Thanh Sơn, trích "Nhật ký đời tôi") (8)

Chọn cho mình cách diễn tả đơn giản, bình dị như phong thổ, như bản chất Nam Bộ ở mọi dạng ca từ, nhạc của người nhạc sĩ tài hoa này đã dễ dàng đến với, lưu lại dư âm sâu đậm trong tâm hồn quảng đại quần chúng.

Được biết, nhạc sĩ Thanh Sơn từ trần ngày 4 tháng 4 năm 2012 tại Saigon. Những giây phút cuối cùng của tác giả *"Nỗi buồn hoa Phượng"*, *"Nhật ký đời tôi"*... được người bạn đời của ông, kể lại:

"... Ánh mắt buồn rười rượi, bà Lê Thị Hương cho biết: 'Tui biết ông ấy yếu, cũng suýt 'đi' mấy lần rồi, nhưng không ngờ lại ra đi nhanh quá. Mới hồi trưa này, ông còn ăn một tô bún bò ngon lành, còn đòi ăn thêm mấy cái chả giò nữa nhưng tui sợ ăn dầu mỡ không tốt nên không cho. Thế mà..."

"Văng vẳng những bản nhạc của nhạc sĩ Thanh Sơn, xen lẫn tiếng kinh kệ siêu thoát, bà Hương nhớ lại giây phút cuối cùng được gần người chồng đã đầu ấp tay gối với bà gần 53 năm trên cuộc đời: 'Ông ấy kêu đau. Tôi và mấy đứa con gọi bác sĩ đến mà không kịp. Lúc đau quá, ông còn nói với bác sĩ: Cứu tôi bác sĩ ơi, tôi mang ơn suốt đời. Tôi đâu có ở ác mà hành hạ tôi thế này. Ông nói đến đó, rồi gồng mình mạnh lên, tay buông xuôi...'" (GDVN – Theo Wikipedia - Tiếng Việt.)

Tuy nhạc sĩ Thanh Sơn không còn nữa và, khoảng trống ông để lại cho gia đình, bằng hữu, những người yêu mến ông là, những khoảng trống không thể lấp đầy...

Nhưng, mùa hè, hoa phượng, tình ca quê hương và tình khúc của ông đã và sẽ còn sống mãi trong tâm hồn người thưởng ngoạn. Dù cho sân trường, phượng vĩ, tiếng ve đã qua đi, và có thể không bao giờ còn trở lại với đời thường của chúng ta nữa.

(Sept. 2013)

_____

Chú thích:

(1) Trang mạng Wikipedia (Tiếng Việt) cho biết, nhạc sĩ Hùng Lân tên thật là Hoàng Văn Cường. Nhưng do nhầm lẫn, giấy khai sinh ghi là Hoàng Văn Hường. Sau lại đổi là Hoàng Văn Hương. Ông sinh ngày 23 tháng 6 năm 1922 tại phố Phủ Doãn, Hoàn Kiếm, Hà Nội, trong một gia đình theo đạo Công Giáo. Ông là người con thứ 4 trong gia đình có 11 anh chị em. Mẹ ông là bà Nguyễn Thị Nhạ, người Phủ Lý, Hà Nam. Cha ông vốn là người họ Nguyễn, tên thật là Nguyễn Văn Thiện, người làng Hương Điền (?), tỉnh Sa Đéc. Ông nội của ông là Nguyễn Minh Châu từ Sa Đéc ra Hà Nội làm việc, mang theo ông Thiện. Sau khi ông Châu trở về Sa Đéc thì gửi lại ông Thiện cho một người bạn ở Sơn Tây, là Hoàng Xuân Khoát. Về sau, ông Thiện được ông Khoát nhận làm con và cho đổi sang họ Hoàng. Từ đó, ông Thiện và các con sau này đều mang họ Hoàng.

(2) Theo trang mạng "dactrung.com"

(3) Nhạc sĩ Thanh Sơn tên thật là Lê Văn Thiện, sinh ngày 1 tháng 5 năm 1938, tại Sóc Trăng. Ông là con thứ mười trong một gia đình có 12 anh chị em. Ông được học nhạc từ hồi tiểu học với nhạc sĩ Võ Đức Phấn; rồi

với nhạc sĩ Lê Thương năm 1955 ở Sài Gòn. Năm 1959 ông ghi danh tham dự cuộc thi tuyển lựa ca sĩ của Đài Phát Thanh Saigon. Đoạt giải nhất, ông được nhạc sĩ Hoàng Trọng mời hát trong ban Tiếng Tơ Đồng. Đây cũng là thời gian ông chập chững sáng tác ca khúc... "Tình học sinh" ca khúc đầu tiên của ông ra đời năm 1962, không nhận được nhiều chú ý. Năm sau (1963) "Nỗi buồn hoa phượng" ra đời, trở thành một trong những ca khúc nổi tiếng nhất viết về mùa hè thời đó. Tiếp theo là những ca khúc viết về đề tài học sinh, và tình khúc của ông, được nhiều tầng lớp khán giả yêu thích. Ông đã viết trên 500 bài hát, với nhiều bài trở nên quen thuộc với công chúng. Năm 2011 ông bị tai biến mạch máu não khi đang cùng trung tâm Thúy Nga thực hiện cuốn Paris By Nigth 103: "Tình sử trong âm nhạc Việt Nam". Sau một thời gian điều trị ông qua đời lúc 14h30 ngày 4 tháng 4 năm 2012, tại Saigon. (Theo Wikipedia, Tiếng Việt).

(5) Trang mạng Wikipedia – Tiếng Việt cho biết: "Hàn Mặc Tử tên là Nguyễn Trọng Trí, sinh ngày 22/9/1912 ở Lệ Mỹ, Đồng Lộc, Đồng Hới và mất ngày 11/11/1940, hưởng dương có 28 tuổi thôi. Ông làm thơ từ năm 16 tuổi, lúc đầu có các bút danh là Phong Trần, Lệ Thanh, từ năm 24 tuổi mới lấy tên là Hàn Mặc Tử (Hàn Mặc có nghĩa là Văn chương). Ông mắc bệnh phong, khi đó chưa có thuốc chữa nên cuối đời theo Hoài Thanh và Hoài Chân thì Hàn Mặc Tử 'đã sống trong một túp lều tranh phải lấy bì thư và giấy nhật trình che mái nhà cho đỡ dột. Mỗi bữa cơm đưa đến người không sao nuốt nổi được vì ăn khổ quá. Cảnh cơ hàn ấy và chứng bệnh kinh khủng đã bắt người chịu bao nhiêu phũ phàng, bao nhiêu ruồng rẫy. Sau cùng người ta vứt hẳn ra ngoài cuộc đời, bị giữ riêng một nơi, xa hết thảy mọi người thân thích'. (Theo AloBacsi.vn - GS.TS Nguyễn Lân Dũng - Báo Nông nghiệp Việt Nam.)" Nđd.

(4), (6), (7̶), (8) Nđd.

Cõi nhạc Trịnh Công Sơn, những cánh cửa mở từ một trái tim tha thiết, Việt Nam.

Tôi vẫn nghĩ, chia ly và bất hạnh là, phần đất mầu mỡ nhất cho những hạt giống hiếm quý nẩy mầm, tươi tốt.

Tôi vẫn nghĩ, đọa đầy và vĩnh biệt là, những thửa ruộng đầu tiên, mang lại cho nhân loại, những mùa gặt nhân phẩm cao quý và, những hạt mầm trí tuệ vạm vỡ mai sau.

Tôi vẫn nghĩ, sự xuất hiện của mỗi thiên tài, trong từng lãnh vực, chính là sự khai mở một cánh cửa khác cho tâm hồn hay não bộ. Nó, tựa những tia sáng hồng ngọc, có khả năng cắt bỏ xích xiềng vong thân, giải phóng tâm thức đọa lạc. Nó, tựa những bông hoa cảm thông, mọc lên từ những phần thịt xương đã lấp.

Nhìn từ lăng kính này, nhạc Trịnh Công Sơn, đã mở ra không chỉ một mà, rất nhiều chân trời, rất nhiều cửa khác.

Sự định hình của cõi âm nhạc mang tên Trịnh Công Sơn là một định hình quyết liệt, dứt khoát. Như một định tinh, cõi nhạc Trịnh Công Sơn đã gửi đi những tín hiệu thương yêu, phát ra những nguồn ánh sáng đùm bọc.

Cùng với vận nước, cõi nhạc Trịnh Công Sơn nổi trôi theo

từng mái đầu Việt Nam, cúi xuống. Cùng với tổ quốc, cõi nhạc Trịnh Công Sơn đã đứng hẳn về phía mái đầu Việt Nam, ngẩng cao.

Sự ở được và ở với chiều dài của năm tháng, vực sâu của lịch sử, cõi nhạc Trịnh Công Sơn tự nó, đã nói lên sự hòa nhập, thấm tan trong từng tế bào, lẫn trong từng huyết quản nòi giống.

Người ta từng cáo buộc nhạc Trịnh Công Sơn là, những lượng bạch phiến, không thừa cũng đủ độ làm tê liệt sức đề kháng hay khả năng miễn nhiễm tiềm tàng trong cơ thể...

Người ta từng cáo buộc cõi nhạc Trịnh Công Sơn là, những khối chất nổ không dư, cũng đủ đưa tới giựt sập một thể chế...

Người ta cũng từng có những âm mưu dùng cõi nhạc Trịnh Công Sơn, như một vũ khí cần có để xâm thực ý chí đấu tranh hoặc niềm tin nơi một lý tưởng...

Trước sau, mọi cáo buộc, mọi khai thác, lợi dụng, chỉ cho thấy, cõi nhạc Trịnh Công Sơn là những hạt kim cương bất hoại.

Trước sau, mọi cáo buộc, mọi lợi dụng, khai thác, đều không làm mờ được những lượng sáng thủy tinh nguyên chất, chiếu ra từ cõi nhạc này.

Tín hiệu phát đi từ những âm vực Trịnh Công Sơn, đã là những tín hiệu của nắng mưa, đời kiếp.

Ánh sáng phát đi từ những giòng nhạc Trịnh Công Sơn, đã là những ánh sáng của lầm than sẽ mất, đời sau sẽ còn.

Cuộc chiến giữa các ý thức hệ, hay giữa những đối lực đã dứt, hai mươi năm đã lùi xa, người ta đã kiểm điểm những thương vong, kết toán những đổ nát..., cùng lúc với nỗ lực thiết kế những rào cản, từ nhiều phía, đã không tắt dập được cõi nhạc Trịnh Công Sơn. Nó vẫn bay bổng, vẫn thẩm thấu trong những nhịp đập Việt Nam lưu lạc.

Từ những đốm lửa bấp bênh trại, đảo; từ những bục gỗ chói lòa điện tử hôm nay; từ những miếng đất trời trắng tuyết, ... ở đâu, cõi nhạc Trịnh Công Sơn, cũng vẫn như một có mặt thân ái, một an ủi, xẻ chia tận cùng.

Mười sáu năm hết rồi bom đạn mà, Việt Nam cuối đất cùng trời, vẫn tiếp tục nâng niu cõi nhạc Trịnh Công Sơn qua hàng trăm ngàn thước băng nhựa, như tìm lại chính mình.

Những VN tị nạn không ngừng cất lên vấn nạn! Những dấu hỏi tiếp tục được đánh xuống:

- Tại sao? Tại sao? Ô! Tại sao?

Phải chăng cõi nhạc Trịnh Công Sơn đã mở ra những cánh cửa mới cho âm nhạc Việt với tính chất tiên tri, qua những cảm nhận siêu hình? Như *"Bao nhiêu năm làm kiếp con người - chợt một chiều tóc trắng như vôi - lá úa trên cây rụng đầy - cho trăm năm vào chết một ngày..."*

Phải chăng cõi nhạc Trịnh Công Sơn đã mở ra những chân trời khác cho âm nhạc Việt Nam, với minh chứng thi, ca là một? Qua những hình ảnh đầy tính thi ca, mang ẩn dụ nhân sinh. Hay Trịnh Công Sơn đã thi ca hóa những phi lý, ngây ngô của ngôn ngữ, để bẩy bật lên cái khía cạnh bất toại của kiếp người, họa diệt vong của một nòi giống? Như: *Vết Lăn Trầm*. Như *Tuổi Đá Buồn*. Như *TìnhYêu Như Trái Phá*. Như *một đàn bò không nhai cỏ*. Như chưa một nhạc sĩ nào lựa chọn những *"như"* như thế.

Tất cả, mọi phải chăng, chỉ là hệ quả của thói quen duy lý thấp tè trên mặt đất.

Chẳng bao giờ ta có được một giải thích minh bạch trước một thiên tài. Cũng như chẳng bao giờ ta có một soi rọi thấu đáo trước một trái tim vốn lớn.

- Mỗi chúng ta, chỉ nắm được một phần sự thật.

- Mỗi chúng ta, trong hữu hạn buồn thảm của mình, với một đôi chân, chỉ có thể chọn lựa bước về, một phía trời thích ứng.

Điều duy nhất ta có thể quả quyết, đó là cõi nhạc Trịnh Công Sơn, khởi đi từ một trái tim Việt Nam tha thiết.

Tôi chưa được đọc chữ viết của nhạc sĩ Văn Cao về cõi nhạc

Trịnh Công Sơn. (*) Tôi cũng chưa được xem sắc màu của họa sĩ Thái Tuấn về chân dung Trịnh Công Sơn. Nhưng tôi tin, hai tài năng hiếm quý này, qua từng loại ngôn ngữ, đã thấy trái tim Việt Nam trong lồng ngực Trịnh Công Sơn là một trái tim rất lớn.

Ở đây, tôi chấp nhận bất trắc, nếu có, để được nói rằng, tôi muốn cảm ơn Trịnh Công Sơn, người đã cho tôi cùng lúc vực sâu và, núi cao.

(Calif. 1991)

(Trích tựa tuyển tập nhạc "*Một Cõi Đi Về*", nhà xuất bản Hồng Lĩnh, California, 1991.)

Chú thích:

(*) Cùng lúc với tuyển tập nhạc "*Một Cõi Đi Về*", nhà Hồng Lĩnh cũng xuất bản tuyển tập nhạc "*Em Ra Đi Nơi Này Vẫn Thế*", của Trịnh Công Sơn, với bài tựa của Văn Cao. Bìa là tranh chân dung họ Trịnh, vẽ bởi Thái Tuấn. (Chú thích của trang nhà dtl.com)

Văn Phụng và di sản âm nhạc lớn.

Trong lãnh vực văn học, nghệ thuật ở nơi nào, thời nào cũng có một số tên tuổi được xưng tụng như những đỉnh cao rực rỡ vì lý do phe phái, chính trị hay địa phương. Tính chất lộng giả thành chân, sự kiện phát hành bạc giả này, đôi khi kéo dài qua nhiều thế hệ. Những thế hệ kế tiếp, bị những bóng ma ám thị, đã nhắm mắt tung hê theo, vì sợ bị chê là kém... trình độ! Nhưng, mặt khác, cũng có những tài năng thực sự bị lãng quên, hoặc không được đánh giá đúng mức!

Một trong những tài năng lớn của hai mươi năm văn học, nghệ thuật miền Nam, chưa được đánh giá đúng mức, phổ cập rộng rãi quần chúng, là cố nhạc sĩ Văn Phụng. Di sản âm nhạc mà ông để lại cho thế hệ sau, là một di sản đồ sộ với nhiều thể tài, thể loại âm nhạc khác nhau. (1)

Từ loại nhạc vui tươi, trong sáng, qua tới loại nhạc chan chứa tình tự quê hương và, nhất là những tình khúc của Văn Phụng, từ trên dưới nửa thế kỷ qua, đã là những món ăn tinh thần đáng kể của người Việt ở cả hai miền Nam, Bắc.

Với hàng trăm ca khúc đã phổ biến, tính tới ngày người nhạc sĩ đa tài này từ trần, thì quá nửa số ca khúc của ông, có chỗ đứng rực rỡ trong tâm hồn người thưởng ngoạn. Chúng đã được thời gian khách quan đãi lọc. Những ca khúc của ông, trở thành những hạt ngọc thuộc về di sản âm nhạc của Việt. Con số đó rất lớn!

Tôi không biết có phải vì tài năng ngoại khổ của ông, bao trùm nhiều kênh, tuyến nghệ thuật khác nhau hay không mà, có rất nhiều sáng tác nổi tiếng của ông đã bị tưởng lầm là của tác giả khác!

Điển hình như ca khúc quen thuộc "Nhớ bến Đà Giang", có những câu như: *"Ai qua bến Đà Giang / Cho tôi nhắn vài câu / Thương về mái tranh nghèo bên hàng cau / Chia ly đã từ lâu / Ôi mong ước làm sao / Bao nhiêu bóng người thân mến năm nào / Tôi thương mái chèo lơi / Bên manh áo tả tơi / Những người lái con đò trên dòng nước / Ai xuôi bến Đà Giang Nghe trăng gió thở than / Bâng khuâng ngắm dòng sông nước mơ màng / Đà Giang nước biếc / Thuyền theo sóng triền miên / Người ơi, có nhớ ? Lòng ta vẫn mong chờ / Tôi mơ bến ngày xưa Bên đôi mái chèo đưa / Nhịp nhàng gió ru hoà duyên tình nước / Ai xuôi bến Đà Giang / Ai qua chuyến đò ngang / Cho tôi nhắn niềm thương nhớ dâng tràn..."* Nhiều người không ngờ là của Văn Phụng.

Cũng thế, với ca khúc *"Trăng sáng vườn chè"* nhiều người có thể hát theo một cách dễ dàng: *"Sáng trăng sáng cả vườn chè / Một gian nhà nhỏ đi về có nhau / Vì tầm tôi phải chạy dâu / Vì chồng tôi phải qua cầu đắng cay / Chồng tôi thi đỗ khoa này / Bõ công kinh sử từ ngày lấy tôi. / Kẻo không rồi chúng bạn cười / Rằng tôi nhan sắc cho người say sưa / Tôi hằng khuyên sớm khuyên trưa / Anh chưa thi đỗ thì chưa (thì chưa) động phòng..."* Nhưng họ lại không biết Văn Phụng là tác giả!

Ở lãnh vực thơ phổ nhạc, Văn Phụng để lại cho đời 3 ca khúc nổi tiếng. Ngoài "Trăng sáng vườn chè," thơ Nguyễn Bính vừa kể, ông còn là tác giả của ca khúc "Các anh đi." Ca khúc này, có những câu như: *"Các anh đi, ngày ấy đã lâu rồi / Các anh đi, đến bao giờ trở lại / Xóm làng tôi trai gái vẫn chờ trông / Làng tôi nghèo nho nhỏ ven sông / Gió bấc lạnh lùng thổi vào mái rạ / Làng tôi nghèo gió mưa tơi tả / Trai gái trong làng vất vả ngược xuôi (...) Làng tôi nghèo xóm nhà tre / Các anh về không chê làng tôi bé nhỏ / Nhà lá đơn sơ... nhưng tấm lòng rộng mở / Nồi cơm nấu đỗ, bát nước chè xanh / Ngồi vui kể chuyện tâm tình xa xôi..."*

Khi được hỏi về tác giả, có người quả quyết là Đan Thọ! (Nhạc sĩ Đan Thọ cũng để lại cho nền tân nhạc miền Nam 20 năm, nhiều ca khúc giá trị. Trong số, có ca khúc "Tình quê hương" phổ từ thơ Phan Lạc Tuyên. Bài thơ tình cờ có cùng một nội dung với ca khúc "Các anh đi," thơ Hoàng Trung Thông, nhạc của Văn Phụng.)

Văn Phụng cũng là tác giả ca khúc "Hôn nhau lần cuối", phổ từ một bài thơ khác, của Nguyễn Bính. Khi ca khúc này được phổ biến, những nốt nhạc tha thiết, chân thành, nâng giấc những lời thơ dỗ dành, an ủi, như những thề nguyền, ước hẹn không thể lãng mạn hơn, đã lấy đi rất nhiều nước mắt của những người nữ giàu tình cảm. Những người cùng hoàn cảnh hay, tự đặt mình vào không gian mà thơ Nguyễn Bính, nhạc Văn Phụng đã mở ra, phóng lớn, ngậm ngùi từng giây trong suốt cuộc chia ly nát ruột, đoạn bào:

"Cầm tay, anh khẽ nói: / Khóc lóc mà làm chi? / Hôn nhau một lần cuối / Em về đi, anh đi / Em về đi anh đi / Rồi một, hai, ba năm / Danh thành anh trở lại / Với em, anh chăn tằm / Với em, anh dệt vải / Ta sẽ là vợ chồng / Sẽ yêu nhau mãi mãi / Sẽ xe sợi chỉ hồng / Sẽ hát ca ân ái / Anh và em sẽ sống / Trong một mái nhà tranh / Lấy trúc thưa làm cổng / Lấy tơ liễu làm mành / Nghe lời anh em hỡi / Khóc lóc mà làm chi / Hôn nhau một lần cuối / Em về đi, anh đi / Em về đi, anh đi..."

Dĩ nhiên, tài hoa ngoại khổ của Văn Phụng, không chỉ ở ba ca khúc phổ thơ vừa kể mà, còn ở các lãnh vực khác.

Một trong những lãnh vực, theo tôi, cố nhạc sĩ Văn Phụng là người đi trước, tiên phong mở đường, ngay những ngày mới di cư từ Bắc vào Nam. Đó là sự ghi nhận với tất cả lòng biết ơn vùng đất mới: Miền Nam.

Còn nhớ, nếu những văn nghệ sĩ sinh trưởng ở miền Nam,

171

không bị ảnh hưởng nhiều lắm, bởi hiệp định Geneva, chia đôi đất nước; thì ngược lại, đối với những văn nghệ sĩ vốn sinh trưởng ở miền bắc, lại là một cuộc động đất, có độ Richter cao ngất. Nó như một trận Tsunami khốc liệt. Gây chấn thương trầm trọng thân, tâm họ. Vì thế, ngay những năm tháng đầu tiên ở miền Nam, về phía văn xuôi, chúng ta đã có một "Đêm giã từ Hà Nội" của Mai Thảo. Phía âm nhạc, chúng ta có ca khúc "Giấc mơ hồi hương" của nhạc sĩ Vũ Thành, với những ca từ như: *"Lìa xa thành đô yêu dấu, một sớm khi heo may về / Lòng khách tha hương vương sầu thương / Nhìn "em" mờ trong mấy khói, bước đi nhưng chưa nỡ rời / Lệ sầu tràn mi, đượm men cay đắng biệt ly..."*

Hay Anh Bằng, với ca khúc *"Nỗi lòng người đi"*: *"Tôi xa Hà Nội năm lên mười tám khi vừa biết yêu / Bao nhiêu mộng đẹp yêu đương thành khói tan theo mây chiều / Hà Nội ơi! Nào biết ra sao bây giờ / Ai đứng trông ai ven hồ khua nước trong như ngày xưa..."* Cùng nhiều ca khúc khác nữa. Dù các nhạc sĩ này không trực tiếp nhắc tới hai chữ Hà Nội, trong sáng tác. Nhưng nội dung vẫn phản ảnh những đau đớn, tuyệt vọng của họ... Khi cuối cùng, họ phải chọn lựa lìa bỏ nơi chôn nhau cắt rốn, phần đất đã vun bồi, ươm giữ bao thành tựu tốt đẹp của họ.

Chỉ một người, tự bước chân thứ nhất trên phần đất mới, sớm ý thức được tấm lòng rộng mở của miền Nam, cảm nhận được những vỗ về thân ái của chín con rồng, chín dòng sông kia, là cố nhạc sĩ văn Phụng.

Cũng chỉ mình ông, sớm ngỏ lời cám ơn miền Nam nhân ái, xởi lởi, bát ngát tình nghĩa đồng bào (như ruộng đồng miền Nam, bát ngát,) qua ca khúc "Ghé bến Saigon." Một ca khúc tự thân là những mạch sống hưng phấn, hân hoan, hãnh diện trong từng nốt nhạc, từng ca từ. Nhịp đập của ca khúc này, đã như những lượng máu rộn ràng chảy trong trái tim Việt Nam. Trái tim ba miền tổ quốc. Mà Saigon, biểu tượng: *"Cùng nhau đi tới Saigon / Cùng nhau đi tới Saigon / Thủ đô yêu dấu nước Nam tự do / Dừng chân trên bến Cộng Hòa / Người Trung Nam Bắc một nhà / Về đây chung sống hát khúc hoan ca / Ngựa xe như nước rộn ràng / Ngập muôn sức sống tiềm tàng / Đèn đêm tung ánh sáng như hào quang / Lòng vui chân bước dật dờ / Đường đi quanh khúc Bàn Cờ / Cùng nhau vui sống ấm say tình thơ / Người ơi Saigon chốn đây / Là Ngọc Viễn Đông / Vốn đã lừng danh / Nắng lên muôn chim đùa hót / Muôn hoa cười đón / Vinh quang ngày mới...*"

Sau Văn Phụng, tân nhạc miền Nam cũng mang đến cho giới thưởng ngoạn những ca khúc ngợi ca miền Nam, ngợi ca Saigon từ một số nhạc sĩ di cư. Nhưng với cá nhân tôi, chúng vẫn là những tỏ tình, những biết ơn muộn màng, thiếu tính sâu sắc, hân hoan chan hòa như ca khúc của Văn Phụng.

Bi kịch tình yêu Văn Phụng / Châu Hà và, kết cuộc có hậu,

Tới bây giờ, tôi vẫn nghĩ, một trong những bí nhiệm đời sống một con người là tình yêu. Tình yêu có thể dẫn tới hôn nhân hay không, theo tôi, lại là một bí nhiệm khác của Thượng đế. Nó nằm ngoài ta, như những cõi giới mà chúng ta không thể hiểu.

Cuộc tình giữa Văn Phụng / Châu Hà, với tôi, là điển hình.

Căn cứ theo bài viết của các tác giả như Lê Quốc Thanh, Lê Minh - Vũ Tuấn Bảo cùng một vài bài viết khác thì, trước năm 1954, ở Hà Nội, tình yêu đã sớm đến với họ, khi nhạc sĩ Văn Phụng và ca sĩ Châu Hà còn rất trẻ. Những người biết chuyện cho rằng, đó là kết hợp không thể đẹp hơn, của một đôi trai tài và gái sắc.

Với Châu Hà, ngoài nhan sắc, còn là tiếng hát uy lực nhất để rao giảng những ca khúc viết về tuổi trẻ, tình yêu, quê hương và đất nước của một Văn Phụng, nhạc sĩ.

Nhưng nếu lộ trình nhân gian bằng phẳng y cứ trên những thuận lý, có dễ chúng ta khó hy vọng có được những tác phẩm bất hủ như "Suối tóc", "Tôi đi giữa hoàng hôn," "Yêu," hay "Chán nản" hoặc "Em mới biết yêu đã biết sầu", vân vân... Quan niệm "xướng ca vô loài" của thân phụ nhạc sĩ Văn Phụng thời đó, đã như một nhát chém tàn khốc của định mệnh ố tài! Hiểu rõ, cuộc tình đầu đời mình, đã gặp phải bức tường thành kiến khắc nghiệt,

Châu Hà lặng lẽ rời bỏ Hà Nội. Lập gia đình sau đấy. (Một hình thức nín lặng. Vùi chôn đời mình.)

Ở lại Hà Nội, Văn Phụng báo hiếu cha mẹ bằng cách đáp ứng những trông đợi của song thân. Như theo học ngành y khoa (dù chỉ được một năm.) Người nhạc sĩ tài hoa của chúng ta, cũng thuận theo chọn lựa của gia đình, kết hôn với một thiếu nữ con nhà gia thế, nổi tiếng xinh đẹp, nết na...

Trên mặt nổi đời thường, cuộc sống người nhạc sĩ trẻ thành danh sớm, êm ả trôi theo dòng chảy của thời thế. Một thời thế cuồng xiết, nhiều biến động. Hung hiểm. Rồi Hiệp định Geneva được ký kết giữa các phe phái ngày 20 tháng 7 năm 1954.

Là một Ky Tô Hữu, gia đình của tác giả "Ô Mê Ly' không thể không rời bỏ Hà Nội, di cư vào miền Nam. Nhưng, cũng nhờ biến cố đổi đời lớn lao này mà, Văn Phụng được giải thoát khỏi những giam cầm, trói buộc của quan niệm cổ hủ. Ở Saigon, vùng đất mới, ông được tự do chọn và, sống với âm nhạc, như một hơi thở khác, sau khi cuộc tình đầu tiên với Châu Hà, bị bức tử.

Trước khi Văn Phụng gặp lại mối tình đầu, Châu Hà của ông ở Saigon, tôi muốn gọi thời gian đó là giai đoạn "bản lề", những sáng tác lấp lánh ánh sáng, thơm ngát niềm vui; đồng thời nhập nhòa, nghẹn ngào bóng tối của nỗi buồn mang tên Văn Phụng, ra đời. Chúng hiện hữu như một mặt khác: Mặt thăng hoa của bi kịch tình yêu. Trong số này, có "Suối Tóc," "Tôi đi giữa hoàng hôn," "Tiếng dương cầm," v.v...

"Suối tóc" đến hôm nay vẫn còn (và sẽ mãi còn) là một dòng suối êm đềm trong liên tưởng từ mái tóc của Châu Hà, người yêu của tác giả, tới dòng chảy của tìm kiếm và, niềm tin sẽ gặp. (Như lời dạy của Chúa, trong Kinh Thánh "... hãy gõ, cửa sẽ mở.")

"Tìm cho thấy liễu xanh-xanh lả lơi / Hay đi tìm dòng suối tóc trên vai / Ghi trong khóe mắt u hoài hình bóng ai / Tôi với em một đêm thu êm ái / Người em gái đứng im trong hồi lâu / Tôi ngập ngừng lòng muốn nói đôi câu / Xin cho suối nước non ngàn tìm đến nhau / Như chúng ta đôi đầu hàn gắn thương yêu..." (2)

174

Ở phần điệp khúc, Văn Phụng cho thấy thoáng qua độ gập ghềnh hay tính đành hanh của định mệnh, khi ông nhấn mạnh:

"Tôi muốn đưa em qua miền giòng núi xanh / Chúng ta cùng thăm con suối dịu êm / Nhưng thiên nhiên không êm như tóc huyền / Nhưng thu qua không trong như đôi mắt em".

Tuy nhiên, không vì thế mà ông cho thấy dấu hiệu buông xuôi, đầu hàng số phận, như diễn biến thông thường của một tình khúc, mà người ta thường thấy nơi nhiều ca khúc khác. Trước khi bước tới phần coda của ca khúc, tác giả vẫn tiếp tục cho dòng nhạc của mình chảy tới trong ngời ngợi tin tưởng, vàng mười lạc quan qua ca từ:

"Lòng tôi muốn viết lên đôi vần thơ / Hay cung đàn cùng nét bút tranh hoa / Xin em biết nhé cho tình hai chúng ta / Trong ý thơ cung đàn và suối tóc mơ." (3)

Tôi không biết có phải vì tính lạc quan hay ca khúc là hợp lưu của ba dòng chảy: Suối tóc, âm nhạc và thi ca (hoặc cả ba), đã làm nên giá trị đặc biệt của sáng tác? Trường hợp nào theo tôi, "Suối tóc" cũng đã vượt khỏi ngưỡng cửa lãng quên của thời gian, để trở thành bất tử.

Cũng trở thành bất tử, một ca khúc khác, được Văn Phụng viết trong giai đoạn "bản lề," là ca khúc "Yêu."

Ở ca khúc này, với những định nghĩa đi ra từ cuộc tình thương đau, kinh nghiệm bản thân, chứ không phải là những cảm xúc vay mượn hay tưởng tượng, hòa hợp với âm điệu như được chắt ra tâm cảnh riêng, như một nhật ký, ghi lại những xung động tình cảm: Từ bước khởi đầu rụt rè, tới khi tình yêu dâng cao hiểu theo nghĩa hồi chuông định mệnh đã gióng giả, cách của nó:

"Yêu là lòng bâng khuâng / nhớ hay thương một chiều thu vương / gió êm đưa xào xạc tre thưa / lá rơi rơi, rơi tả tơi / Yêu là tình dâng cao / gió lao xao ngả hàng phi lau / phút ái ân đắm say tâm hồn / nhớ mãi đêm nào bên nhau..."

Để rồi khi định mệnh hiện nguyên hình một cơn bão lốc, ông an ủi người yêu và mình rằng:

"Thôi yêu dấu mà chi / ngày vui xế bóng đôi lòng chia xa / hồn tàn hơi buốt giá / khi mùa xuân qua úa phai ngàn hoa / Nhớ thương bao nhiêu một người thân yêu / đã đi xa về miền hoang liêu / những trang thư là hành trang theo / cố nhân ơi giận hờn chi nhau..." Cách đây hơn nửa thế kỷ, khi viết xuống dòng chữ "những trang thư là hành trang theo" cho ca từ của mình, theo tôi là một liên tưởng lãng mạn, rất mới mẻ.

Tương tự, ca khúc "Tôi đi giữa hoàng hôn" một ca khúc khác của Văn Phụng, cũng từng làm nên tên tuổi cho nhiều ca sĩ thuộc các thế hệ từ Việt Nam, tới hải ngoại.

Với những người quan tâm hoặc, có đôi chút chú ý về nghệ thuật sử dụng ngôn ngữ, sẽ nhận ra tính xác quyết của tác giả, khi ông lập lại ba chữ "Nhớ. Nhớ. Nhớ"... Điệp ngữ này cho người nghe ý niệm dồn dập, xô nhau, đẩy nỗi nhớ tới cực điểm của một trạng thái tình cảm trong phần điệp khúc:

"Dù cho mưa gió, bên mái tranh nghèo / Dù cho nắng, dù cho sương khói mịt mù / Niềm thương yêu hằng xin mãi mãi không hề phai / Nhớ, nhớ, nhớ đêm nào, trên bến tìm sao / Hai đứa nhìn nhau, không nói một câu / Như thầm mơ ước, ước mơ dạt dào / Như thầm hẹn nhau mùa sau..."

Và, ở câu nhạc kế tiếp, tác giả cũng cho thấy nghệ thuật đảo chữ, một cách hoa mỹ, khi ông hoán đổi vị trí hai chữ "mơ ước / ước mơ" để nâng khao khát "dạt dào" của ông, lên một cấp độ cao hơn...

(Tưởng cũng nên nói thêm rằng, trò chơi chữ nghĩa vừa kể, chỉ có thể làm được với loại ngôn ngữ đơn âm (monosyllable,) cộng thêm năm dấu đặc biệt của tiếng Việt.)

Cũng trong giai đoạn "bản lề" của cuộc tình đứt đoạn, chưa tìm lại được nhau, di sản âm nhạc của Văn Phụng, còn để lại cho đời ca khúc "Tiếng dương cầm."

Một nhạc sĩ, bạn thân của tác giả, thời Saigon kể, người nghe đừng quên rằng, khi còn rất trẻ, Văn Phụng đã là một dương cầm thủ hữu hạng.

Chính "tiếng dương cầm" là môi giới, trung gian hình thành cuộc tình Châu Hà / Văn Phụng. Chúng ta cũng có thể ví, "tiếng dương cầm" của Văn Phụng là chiếc nôi để Châu Hà gửi tiếng hát, tình yêu trăm năm của mình vào đấy. Vì thế, khi sáng tác "Tiếng dương cầm," ở một mặt nào khác, với Văn Phụng còn là một sống lại:

"Trầm trầm êm êm thánh thót /Nhịp nhàng khoan thai thắm thiết / Nhạc lòng đưa câu luyến tiếc / Người ơi còn nhớ Chopin ngày xưa vì ai dệt nên câu nhạc lâm ly / Cho đời say trong tiếng tơ / Cho tình dâng muôn ý thơ / Dù cõi lòng ai mong chờ / Tiếng dương cầm còn vang thiết tha / Riêng mình ta đây với ta / Chìm đắm trong một giấc mơ..."

Tôi không biết câu hỏi "người ơi còn nhớ ..." được ném vào không gian tâm tưởng và, hồi ức của tài hoa Văn Phụng, bao lâu sau mới có hồi âm? Chỉ biết, theo hai tác giả Lê Quốc Thanh và Lê Minh thì, tại Saigon, khi cả Châu Hà và Văn Phụng có lại tự do, thì, cuộc trùng phùng, đã như một phép lạ. Họ đoàn tụ. Để tái sinh nhau!

Từ đó, thêm nhiều, rất nhiều ca khúc rộn rã tiếng cười hạnh phúc, thánh thót tiếng chuông, khánh tin yêu, mang tên Văn Phụng, liên tiếp ra đời...

Tới đây, tôi muốn kết thúc bài viết ngắn của mình, bằng một phát biểu của nhạc sĩ Nguyễn Túc ở Hoa Thịnh Đốn. Khi họ Nguyễn khẳng định: Văn Phụng là một trong những thiên tài âm nhạc của Việt Nam.

Chúng ta biết ơn Văn Phụng. Đã đành. Nhưng, có lẽ, chúng ta cũng không nên quên ghi ơn nữ ca sĩ Châu Hà, nguồn cảm hứng lớn và, cũng là người bạn đời, cuối kiếp của tài hoa âm nhạc ngoại khổ này vậy.

(July 6-2011)

177

Chú thích:

(1) Nhạc sĩ Văn Phụng họ Nguyễn. Ông sinh năm 1930 tại Hà Nội, trong một gia đình gia thế. Thuở nhỏ, ông đã nổi tiếng thông minh và, có năng khiếu đặc biệt về âm nhạc. Năm 15 tuổi trong một cuộc thi dương cầm ở Nhà Hát Lớn, Hà Nội, ông đoạt giải nhất. Năm 16 tuổi ông đã thi đậu tú tài, một hiện tượng hiếm hoi thời ấy. Sáng tác đầu tay "Ô mê ly" viết năm 1948, khi ông mới 18 tuổi. Nhạc sĩ Văn Phụng mất ngày 17 tháng 12 năm 1999 tại Thủ đô Hoa Thịnh Đốn.

(2) Nhân xưng đại danh tự "Tôi" ngôi thứ nhất trong ca khúc này, có bản chép là "Anh."

(3) Đa số ca từ trích dẫn trong bài viết này, dựa vào những bản văn đã được phổ biến trên trang nhà dactrung.com.

Tài hoa Vũ Thành,
qua ghi nhận của những người cùng giới.

Trong sinh hoạt 20 năm VHNT miền Nam, nếu có một nhạc sĩ, ít được quần chúng biết tới, nhưng lại được ngợi ca bởi cả hai giới nhạc sĩ và ca sĩ thì, đó chính là cố nhạc sĩ Vũ Thành. Tài năng, trí tuệ của ông được nhiều người trong giới quý trọng ở ngay những bậc thềm thứ nhất của bộ môn nghệ thuật này.

Nhạc sĩ Vũ Thành tác giả ca khúc nổi tiếng "Giấc mơ hồi hương", tiêu biểu cho tâm tư sâu kín của hơn một triệu người di cư từ miền Bắc vào Nam. Có thể nhiều người đã từng nghe qua, nhưng, cũng có thể không nhiều người lắm biết tên tác giả. Càng ít hơn nữa, những người biết rõ nhân thân của ông. Lý do, họ Vũ gần như không xuất hiện trước đám đông và, báo chí cũng rất kiệm lời về ông! Mặc dù những đóng góp và vai trò của ông, trong lãnh vực tân nhạc thật đáng kể.

Theo một tài liệu phổ biến trên Tự điển Bách khoa toàn thư Wikipedia thì, nhạc sĩ Vũ Thành sinh năm 1926 tại Hà Nội. Ông vừa là nhạc trưởng vừa là một nhạc sĩ sáng tác. Trước năm 1954, nhạc sĩ Vũ Thành là công chức và là nhạc trưởng trong ban nhạc

"Việt Nhạc" của đài phát thanh Hà Nội (...) Sau năm 1954, Vũ Thành di cư vào Nam. Ông có thời gian làm chỉ huy trưởng ngành quân nhạc của QL/VNCH, và từng giữ chức vụ chủ sự phòng văn nghệ Đài phát thanh Quốc Gia, Saigòn. Sau năm 1975, ông định cư và mất tại Hoa Kỳ năm 1987...

Trong bài "Phòng trà đầu tiên ở Hà Nội", nhạc sĩ Phạm Duy viết về tác giả "Giấc mơ hồi hương" như sau:

"Tại phố Hàng Bông Thợ Nhuộm, có thêm Phòng Trà Tuyết Sơn với Vũ Thành thổi sáo tây và đánh guitar tay trái. Nói về nhạc sĩ Vũ Thành thì ông là một trong những người viết nhạc đầu tiên của Tân Nhạc.

"Đầu thập niên 40, nhạc Việt còn nặng những âm điệu ủ ê, sướt mướt của cung Ré thứ trong hầu hết nhạc của Đặng Thế Phong, của Văn Chung, và một số của Văn Cao. Ca khúc Vũ Thành có nét nhạc thanh tao, óng ả đem đến một luồng không khí mới mẻ cho Tân Nhạc. Lấy ví dụ bài 'Say nhạc canh tàn':

Gió xuân đưa mây chiều về
Nắng Xuân đưa tin nhạn về
Giờ này hương lúa thương gợi tình quê
Lòng người tha hương khóc biệt ly
Gió Xuân đưa hương ngập trời.
Ý Xuân thiết tha nghẹn lời
Giờ này ngân phím loan nặng tình phai
Đàn buông lãng du hồn u hoài...
Đêm tha hương lắng trong ly rượu ngát hương
Giấc cô miên canh trường
Hồn người chinh phụ cuốn theo mây nơi sa trường
Âm thanh xưa lả lướt trên đường tơ
Nắm gieo mối cùng sầu lai láng mơ hồ
Ôi quê hương thấu chăng bao niềm luyến thương
Biết chăng bao đêm trường,
Nhẹ lần đường tơ phím, quan sa tình hờ

180

Ôi than chi còn nhắc chi tình xưa
Hồn say tiếng đàn hòa thêm khúc đàn lắng mơ hồ...

"Cũng vẫn là tình cảm chung của các nhạc sĩ thời đó, nói tới tình quê, tiếng tơ, mối sầu (không hiểu vì sao mà sầu?), ca tụng thiên nhiên... nhưng ca khúc Vũ Thành không nằm trong thể tango, rumba, hay slow fox, mà mang tính chất bán cổ điển Tây Phương, nghe rất sang trọng, quý phái. Tôi tin rằng ca sĩ thời đó như Minh Đỗ là phải chọn nhạc Vũ Thành để hát tại phòng trà..." (1)

Phần nhạc sĩ Thanh Trang tác giả "Duyên Thề", trong bài viết nhan đề "Đằng sau những bài hát" thì ghi nhận về cõi giới ca khúc mang tên Vũ Thành như sau:

"... Cũng thời niên thiếu, tôi rất yêu thích những bài hát của cố nhạc sĩ Vũ Thành như 'Nhặt cánh sao rơi', 'Nhớ bạn'. Tôi để ý thấy trong những bài hát của mình, ông Vũ Thành chả bao giờ dùng chữ 'em' khi nói đến hình ảnh một người con gái. Chữ 'em' hiếm hoi mà ông sử dụng thì lại để chỉ... Hà Nội, trong bài 'Giấc mơ hồi hương'! Có lần ngồi chuyện vãn với ông, tôi có nêu nhận xét ấy. Mẫu đối thoại như sau; (ông nói trước):

- Cái bài 'Nhặt cánh sao rơi' ấy mà...

- Dạ...!

- Ngày ấy tôi có cô em họ. Chiều chiều hai anh em thường theo nhau ra bờ sông, ngồi trên bãi cát ven sông. Có lần, lúc đêm đã xuống, có một ánh sao đổi ngôi, tôi chỉ về hướng ấy và nói: 'Người bên phương Tây họ bảo là khi thấy sao đổi ngôi, mình ước gì thì được nấy!' Cô em của tôi nghe có vẻ tin tưởng lắm, nói: 'Lần sau thấy sao đổi ngôi thì em sẽ ước!' Tôi nói: 'Ừ, mà ước nhanh nhanh một chút, bởi sao rơi thì nó nhanh lắm!' Mấy hôm sau, cũng một buổi chiều như thế, hai anh em lại ngồi trên bờ cát ở ven sông, và khi đêm vừa xuống thì chợt có ánh sao đổi ngôi! Cô em tôi lúc ấy thần hồn nát thần tính, buột miệng nói cái câu mà hàng ngày cô vẫn nói với ông Bố: 'Mời Thầy xơi cơm!'

"Kể xong thì cả ông lẫn tôi đều cười. Ông cười không dòn rã

như tôi bởi đối với ông thì đấy là kỷ niệm cũ kỹ, và cười khẽ xong mấy tiếng thì vẻ mặt ông lại lắng xuống...

"... 'Tay trong tay, đôi lòng xao xuyến, ta cùng theo dõi ánh sao dời ngôi long lanh...' Trong bài 'Nhặt cánh sao rơi' có câu như thế! Và ở đoạn kết: 'Màn đêm xuống lạnh gió heo may về! Màn đêm xuống trạnh nhớ bao lời thề! Bạn còn lạc loài phương Bắc sống trong thương đau, đêm sao canh dài, mộng thấy nhau?'

"Tác giả không có kỷ niệm như ông đã kể thì lấy đâu ra bài 'Nhặt cánh sao rơi'? Mà ai có yêu thích những bài hát của Vũ Thành, (ông viết chỉ dăm ba bài để lại với đời thôi), nhất là bài 'Nhớ bạn', thì nếu để ý sẽ thấy ngay là bóng dáng người thiếu nữ ông gọi bằng 'bạn' trong những bài đó chẳng ai khác hơn là cái cô 'Mời thầy xơi cơm' nọ ! ..." (2)

Vũ Thành, giấc mơ hồi hương, không thành.

Là người từng có một thời gian dài cộng tác với ban nhạc Vũ Thành, ca sĩ cũng là giáo sư dương cầm Quỳnh Giao, hiện cư ngụ tại miền Nam Cali viết:

"... Trước năm 1954, nhạc sĩ Vũ Thành là công chức, và là nhạc trưởng trong ban nhạc "Việt Nhạc" của đài phát thanh Hà Nội. Chính thời kỳ nầy nhạc của Vũ Thành được hát nhiều nhất. Âm hưởng thanh tao, óng ả của những dòng nhạc tuyệt vời của Vũ Thành đem đến một luồng không khí mới mẻ cho nhạc Việt, lúc đó còn nặng những âm điệu ủ ê, sướt mướt của cung Ré thứ trong hầu hết nhạc của Đặng Thế Phong, của Văn Chung, và một số của Văn Cao.

"Ngoài tài năng của một người viết 'giai điệu' ông còn là người soạn 'hòa âm phối khí' có công nhất với tân nhạc Việt Nam. Công việc này trái với sáng tác ca khúc, ông làm rất nhiều. Có thể nói hầu hết các ca khúc của Phạm Duy, Dương Thiệu Tước, Thẩm Oánh, Cung Tiến được ông làm đẹp bằng những hòa âm công phu, tuyệt diệu. Ông đã nâng những ca khúc phổ thông lên hàng tác phẩm nghệ thuật.

"Ở đây, tôi xin được nói qua về vai trò quan trọng của người hòa âm. Thính giả khi thưởng thức một bản nhạc thường ghi nhận hai điều khiến họ thích thú: giọng hát của ca sĩ và tác giả của bài hát. Tên của tác giả đôi khi cũng bị bỏ quên hoặc bị lầm lẫn, huống hồ là người viết hòa âm cho ca khúc ấy. Nhưng nếu nghe lại cũng chính ca sĩ và bài hát đó không có phần hòa âm phối khí cho giàn nhạc, chắc chắn sự thích thú giảm thiểu đến 80%. Tôi xin ghi ra ví dụ: Ban hợp ca Thăng Long nếu không có Phạm Đình Chương viết hòa âm và bè cho từng giọng ca, thì thử tưởng tượng những giọng ca vàng ấy sẽ hát ra sao? Có nghệ thuật không nếu họ đồng ca một giọng như một toán quân trong quân trường ...." (3)

Nói cách khác, Vũ Thành là một trong vài nhạc sĩ không chỉ đóng góp tài năng, trí tuệ của mình cho kho tàng ca khúc Việt mà, ông còn là người có công "nâng những ca khúc phổ thông lên hàng tác phẩm nghệ thuật" nữa.

Theo nhận định của một số nhạc sĩ từng theo dõi và, có nhiều cơ hội sinh hoạt với nhạc sĩ Vũ Thành thì, tuy là người sống khép kín, ít giao tiếp với thế giới bên ngoài. Nhưng ông lại là người rất nặng tinh thần hoài hương. Nói rõ hơn là nhớ thao thiết nơi sinh trưởng của ông.

Những người yêu ca khúc của ông, không chỉ cảm được tấm lòng đau đáu của ông dành cho Hà Nội, qua ca khúc "Giấc mơ Hồi hương" với những ca từ như:

"Lìa xa thành đô yêu dấu, một sớm khi heo may về
Lòng khách tha hương vương sầu thương
Nhìn em mờ trong mây khói, bước đi nhưng chưa nỡ rời
Lệ sầu tràn mi, đượm men cay đắng biệt ly
"Rồi đây dù lạc ngàn nơi
Ta hướng về chốn xa vời
Tìm mộng xưa lãng quên tháng ngày tàn phai
Nghẹn ngào thương nhớ em ... Hà Nội ơi
"Ta nhớ thấy em một chiều chớm thu

Dáng yêu kiều của ngày đã qua
Thướt tha bên hồ liễu thưa
Lắng tiếng tiêu buồn của ngàn phím tơ
Thiết tha thề ước ...
mối duyên hờ đã phai mờ trong bóng đêm mơ hồ... (4)

(Mà) trong số rất ít những sáng tác để lại cho đời, nhạc sĩ Vũ Thành còn có ca khúc "Hoài hương dạ khúc", viết trước và sau biến cố tháng 4-1975, ở xứ người.

Vẫn là những nhớ thương quê cũ tới nao lòng, vẫn là những khắc khoải, tưởng như không biết nói với ai, than thở cùng ai, ông viết:

"... Ai nơi quê xưa
Giờ đây khuất mờ chìm trong bóng tà
Gợi niềm thương nhớ
Tàn phai bao năm tháng những ngóng trông cùng chờ
Thôi thôi hoa ơi
Lá ơi mau mau ngừng gió thôi reo bên rừng
Gợi chi ân tình xưa
Đã phai cùng trăng mờ."

(Vũ Thành, Hoài hương dạ khúc, lời #1)

Và, đây là lời # 2:

"... Ai nơi quê xưa

Giờ đây khuất mờ chìm trong bóng tà
Gợi niềm thương nhớ
Tàn phai bao năm tháng những ngóng trông cùng chờ
Thôi thôi hoa ơi
Lá ơi mau mau ngừng gió thôi reo bên rừng
Gợi chi bao ngày vui qua
Hãy thương vầng trăng tà". (5)

Chấm dứt phần lời thứ hai, viết cho ca khúc "Hoài hương dạ khúc" với câu *"Hãy thương vầng trăng tà"*, giống như tiếng kêu thương khản giọng của một con chim lạc đàn giữa thiên nhiên quay lưng và, dĩ vãng khua thức bao kỷ niệm...

"Hãy thương vầng trăng tà" hay hãy thương cho chính tác giả? Bởi vì *"vầng trăng tà"*, ba chữ này, cũng cho tôi liên tưởng tới hình ảnh của chính họ Vũ, những ngày cuối đời, nơi đất khách, quê người của ông.

Tôi biết, cho tới khi từ trần, chưa một lần *"giấc mơ hồi hương"* của ông trở thành sự thật! Cây cỏ, thiên nhiên cũng không cho thấy dấu hiệu chia sẻ lời xin thiết tha của ông.

Nhưng, bằng cách riêng, *"Giấc mơ hồi hương"* đứa con tinh thần của Vũ Thành, (6) đã về và ở lại quê hương, vì giá trị nghệ thuật cũng như tấm lòng thương nhớ quê nhà, vằng vặc tựa trăng sao của ông.

––––––––––

Chú thích:

(1), (5) Nđd.

(2), (3) Tài liệu sưu tầm của Phan Anh Dũng. Nđd.

(4) Theo Wikipedia.

(6) Theo Hồ Đình Vũ thì thân mẫu của nhạc sĩ Vũ Thành là một nhà thơ hoạt động trong Quỳnh Dao Thi Xã, cụ tên là Đào Vân Khanh, đã xuất bản một số tập thơ. Tập cuối cùng của cụ Đào Vân Khanh có tên là "Khúc Nhàn Ngâm".

CHƯƠNG 2:

BÁO CHÍ

Phạm Việt Tuyền,
người chọn "vắng mặt", đáng trân trọng.

Trong sinh hoạt 20 năm Văn học, Nghệ thuật miền Nam Việt Nam, nếu có một người từng giữ nhiều vai trò quan trọng, nhưng không bao giờ muốn bước ra "tiền trường", thì đó là giáo sư, nhà văn, nhà báo Phạm Việt Tuyền (1)

Chúng ta được biết, ông là một nhà văn, nhà thơ, nhà phê bình văn học với nhiều tác phẩm đã được xuất bản. Điển hình như những cuốn "Trên đường Phụng Sự," (Kịch, Xb năm 1947), "Nghệ Thuật Viết Văn", (Biên khảo, Xb năm 1952), "Phá Lao Lung," (Thơ, Xb năm 1956), "Quan Điểm Về mấy Vấn Đề Văn Hóa", (Biên khảo, Xb năm 1953), hay "Phương Pháp Nghị Luận, Phân Tích và Phê Bình Văn Chương", (Biên khảo, Xb năm 1969) vân vân...

Chúng ta cũng được biết ông là giáo sư dạy chứng chỉ dự bị ban Việt Hán, ở Đại học Văn Khoa, Saigòn; hay chứng chỉ Văn chương Việt Nam, cho năm thứ nhất ở đại học Văn Khoa, Huế.

Về con người dạy học của họ Phạm, nhà báo Nguyễn Chí Khả, người từng học ông ở đại học Văn khoa Huế, kể rằng, ông là giảng viên thỉnh giảng dạy về Phương pháp phê bình văn chương cho chứng chỉ dự bị Văn Khoa 1963-1964. Cứ khoảng mỗi 2 tháng, ông lại ra Huế một lần. Ông dạy liên tục trong ít ngày, rồi về lại Saigòn. Vẫn theo nhà báo Nguyễn Chí Khả thì Phạm Việt Tuyền là người rất thương vợ. Mỗi lần ra Huế dạy học, dù chỉ ít ngày, ông thường đến Bưu điện Huế để đánh điện tín về cho vợ, bà Đặng Thị Phương Anh.

Nói về con người làm báo của Phạm Việt Tuyền, những người theo dõi sinh hoạt báo chí miền Nam Việt Nam hẳn chưa quên, nhật báo Tự Do, một trong vài nhật báo uy tín, có số lượng phát hành rất cao thời Đệ nhất Cộng Hòa. Khởi đầu tờ báo này, ngoài Phạm Việt Tuyền, còn có hai nhân vật quan trọng khác là Mặc Thu và Như Phong.

Với bút hiệu Lý Thắng, Như Phong nổi tiếng với trường thiên tiểu thuyết "Khói Sóng", đăng tải hằng ngày; song song với tiểu thuyết trường thiên "Tỵ Bái" của Nguyễn Hoạt, tức Hiếu Chân (người phụ trách mục "Nói hay Đừng").

Nhật báo Tự Do cũng là nơi góp mặt của nhiều tên tuổi khác. Như thi sĩ Đinh Hùng với truyện dài dã sử "Kỳ Nữ Gò Ôn Khâu" (ký bút hiệu Hoài Điệp Thứ Lang). Thơ trào phúng của Thiết Bản Đạo Nhân (Trần Việt Hoài). Hà Thượng Nhân (Phạm Xuân Ninh). Nhật báo Tự Do còn là cơ quan truyền thông đầu tiên, giới thiệu bút hiệu Toàn Phong của Khoa học gia Nguyễn Xuân Vinh, qua những lá thư gửi cho nhân vật tên Phượng; sau này được in thành sách, nhan đề "Đời phi công". Tuyệt nhiên, độc giả không gặp bất cứ một tác phẩm nào, mang tên Phạm Việt Tuyền, xuất hiện trên tờ báo.

Bên cạnh đó, Cơ sở Xuất bản Tự Do cũng giới thiệu tới độc giả miền nam, những tác phẩm đầu tay của nhiều tài năng văn chương, nổi tiếng sau này. Thí dụ Nguyễn Đình Toàn, với "Chị Em Hải"...

Cơ sở này cũng là cơ sở đầu tiên tổ chức một thứ giống như "Chợ sách" ở miền Nam vào giữa thập niên 1960; một sinh hoạt tương đối mới mẻ với Việt Nam, thời đó.

Nhưng, nói tới Phạm Việt Tuyền mà không kể tới những năm tháng ông giữ vai trò Tổng thư ký Trung Tâm Văn Bút Việt Nam (TTVBVN), tôi cho là một thiếu sót không thể chấp nhận được.

Nhà báo kiêm nhà văn Lê Phương Chi, có lần nói với tôi rằng, nếu không có sự tận tụy, kiên nhẫn, quên mình của Phạm Việt Tuyền, thì, sinh hoạt của TTVBVN thời đó, sẽ không có gì đáng nói. Ông cho biết, ngoài việc lo nhật tu sổ sách, giấy tờ, phát triển hội viên và, tổ chức những sinh hoạt có tính cách văn học cho Hội, hàng tháng, họ Phạm còn phải trách nhiệm sự sống còn của nguyệt san Tin Sách nữa.

Vẫn theo ông Lê Phương Chi, Thư ký tòa soạn lâu đời và, cuối cùng của nguyệt san Tin Sách thì, trên nguyên tắc, chủ nhiệm Tin Sách là Chủ tịch đương nhiệm; và chủ bút là Tổng thư ký của hội. Nói cách khác, nhà văn Phạm Việt Tuyền là "xếp" trực tiếp của ông. Nhưng:

"Trong suốt bao nhiêu năm tôi làm thư ký tòa soạn, chủ bút Phạm Việt Tuyền tin cậy tôi hoàn toàn. Ông không đòi hỏi hay đề nghị tôi nên giới thiệu tác phẩm này, hoặc tác giả kia. Ông cũng cho tôi toàn quyền mời người điểm những cuốn sách mà tôi dự định giới thiệu..."

Tác giả truyện dã sử "Đào Mả Tần Thủy Hoàng" cũng không quên nói thêm:

"Mặc dù cá nhân ông Phạm Việt Tuyền thỉnh thoảng cũng có tác phẩm xuất bản, nhưng mỗi khi tôi đề cập tới việc giới thiệu trên Tin Sách, ông đều gạt đi. Ông bảo, không nên. Sợ mang tiếng!"

Về đức tính khiêm tốn, luôn chọn cho mình vị trí đằng sau sân khấu, bên trong cánh gà của Tổng thư ký TTVBVN, tôi nhớ, giữa thập niên 1960, để tạo sinh hoạt đều đặn cho Hội, họ Phạm đưa ra sáng kiến, mỗi tháng, mời một hội viên thuyết trình về một đề tài văn học hay nghệ thuật, do hội viên đó, tự chọn. Nơi chốn (luôn luôn là Thính đường trường Quốc Gia Âm Nhạc, ở đường Nguyễn Du,) cùng những nhu cầu khác như người phụ diễn, trợ huấn cụ, quảng bá tin tức, mời khách tham dự... đều do ông đích thân liên lạc, cung ứng. Diễn giả chỉ cần cho biết đề tài bài nói chuyện mà, không phải đưa ông duyệt trước...

Tháng 10 năm 1965, cá nhân tôi được mời. (2) Trước khi nhận lời, tôi hỏi ông, tại sao, một người tên tuổi, uy tín như ông lại không phải là một trong những người đầu tiên thực hiện kế hoạch? Ông đáp:

"Thì các anh, các chị cứ chịu khó nói trước đi. Khi không còn ai khác, lúc đó, tới phiên tôi cũng đâu có muộn màng gì..."

Tôi hiểu, ông trung thành với chủ trương "tránh mang tiếng!"

Nói tới sự mang tiếng, tôi nghĩ, một số người có thể vẫn còn nhớ, nhật báo Tự Do, trong số Xuân Canh Tý, 1960, in bức tranh vẽ 5 con chuột, đục khoét một quả dưa hấu của họa sĩ Phạm Tăng. Bức tranh được những người chống đối chế độ của Tổng thống Ngô Đình Diệm cắt, treo trong nhà. Họ cho rằng tác giả bức tranh ám chỉ 5 nhân vật trong gia đình họ Ngô. Khi sự việc đến tai những nhân vật hữu trách, họa sĩ Phạm Tăng cũng như nhà văn Phạm Việt Tuyền bị gọi, hỏi. Không ai bị bắt. Nhưng, vốn là người quan tâm tới đời sống của các cộng tác viên, với tư cách chủ nhiệm nhật báo Tự Do, Phạm Việt Tuyền đã đứng ra, xin bác sĩ Trần Kim Tuyến cho họa sĩ Phạm Tăng xuất ngoại...(3)

Tôi vẫn nghĩ: Bất cứ một tổ chức, một cơ quan uy tín nào, cũng thường có một, vài người ở vai trò trách nhiệm; nhưng lại chọn cho mình cái vị trí hậu trường. Chỗ đứng phía sau sân khấu. Họ nhường tiền trường với hào quang, tiếng vỗ tay, cùng những vòng nguyệt quế... cho kẻ khác...

Mặc dù, nếu không có họ, thì cũng sẽ không có tiền trường. Không có hào quang. Không tiếng vỗ tay và, luôn cả những vòng nguyệt quế (dù khiêm tốn.)

Với tôi, nhà văn, giáo sư, người Tổng thư ký TTVBVN thuộc 20 năm Văn Học miền Nam, Phạm Việt Tuyền, chính là một trong

những người, một đời, duy trì cho mình, cái vị trí "vắng mặt",
đáng trân trọng đó.

(Sept. 16 - 09.)

Chú thích:

(1) Theo tài liệu của một số trang web thì, nhà văn Phạm Việt Tuyền, bút
hiệu Thanh Tuyền, sinh ngày 15 tháng 7 năm Bính Dần (giấy tờ ghi
ngày 15 tháng 8 năm 1926.) Đầu thập niên 1980, ông chọn định cư
tại thành phố Strasbourg, Pháp. Ông mất ngày 16 tháng 2 năm 2009.

(2) Cần chi tiết, xin đọc Tin Sách, số đề tháng 12 năm 1965, Saigòn. Tr.
2.

(3) Theo ông Phạm Hải Nam (hiện cư ngụ tại miền nam Cali,) thân nhân
của họa sĩ Phạm Tăng thì, năm 1960, họa sĩ Phạm Tăng được 1 học
bổng về hội họa ở Ý. Ông từng được trao nhiều giải thưởng hội họa rất
cao quý. Trong số đó, có một Gỉai của Tòa Thánh La Mã. Các phiên
bản tranh Phạm Tăng hiện nay, cũng được bán với giá rất cao, ở Âu
châu.

Phan Lạc Phúc,
cha đẻ thể loại văn xuôi "Tạp ghi".

Đ ầu thiên niên kỷ 2000, nhiều độc giả người Việt ở hải ngoại
đã tỏ ra thích thú với cuốn bút ký nhan đề "Bạn bè gần xa"
của nhà báo Phan lạc Phúc, do nhà xuất bản Văn Nghệ ở
miền nam Califonira, ấn hành. Ba năm sau, những người yêu lối
viết nhẹ nhàng, dí dỏm, và chân tình của tác giả này, lại được nhà
Văn Nghệ gửi cuốn thứ hai vào tủ sách gia đình của họ, đó là cuốn
"Tuyển tập tạp ghi".

Sự thực tất cả những bài viết của hai tác phẩm vừa kể, đều là
những bài đã được nhà báo Phan Lạc Phúc cho đăng tải từng kỳ
trên bán nguyệt san Ngày Nay, ở Houston, Texas; và một số tuần
báo xuất bản ở thành phố Sydney, Úc Châu. Nhiều người lần đầu
tiên bước vào thế giới văn chương của họ Phan, đã bị hấp lực của
những bài "tạp ghi" Phan Lạc Phúc thu hút một cách mạnh mẽ.

Đối với giới làm văn nghệ trước tháng 4-1975 ở quê nhà, ký
giả Lô Răng / Phan Lạc Phúc là một nhà báo khá đặc biệt. Tên
tuổi của ông gắn liền với nhật báo Tiền Tuyến.

Nếu hành trình của một ký giả nhật báo, thường phải đi qua
từng giai đoạn, như từ một phóng viên, người làm tin, hay dịch

tin, đi lần tới vai trò thư ký tòa soạn "trang trong", rồi phụ trách "trang ngoài" trước khi có thể trở thành tổng thư ký rồi, chủ bút, chủ nhiệm... (Thì), nhà báo Phan Lạc Phúc khi được mời về cộng tác với nhật báo Tiền Tuyến, nếu tôi nhớ không lầm đã không phải đi qua... "đoạn đường chiến binh" đó.

Ngày xưa, thời VNCH nhiều chục năm trước đây, với giới làm nhật báo, danh từ "trang trong" là tiếng chỉ những người trách nhiệm sắp xếp, dàn dựng phần bài vở không bị chi phối bởi yếu tố thời gian. Nó có thể vẫn là tin tức, nhưng nhiều phần là ký sự, phóng sự, sưu tầm; hoặc những sáng tác như truyện ngắn, truyện dài... tùy theo quan niệm thiết kế nội dung của chủ nhiệm hay chủ bút mỗi nhật báo.

Người ta cũng dùng thuật ngữ "bài nằm", để chỉ những bài được sắp chữ sớm, làm đầy những trang trong đó.

Khi nói "trang trong" một nhật báo, đương nhiên mọi người hiểu tương phản với nó là "trang ngoài".

"Trang ngoài" là trang được hoàn tất sau cùng, với phần tin tức chính trị, thời sự, xã hội quan trọng nhất, nóng bỏng nhất. Hoặc là những điều tra phóng sự mà chỉ riêng tờ báo đó có. Người phụ trách trang ngoài, cũng được gọi chung là thư ký tòa soạn "trang ngoài". Nó là gương mặt, là "thể diện" của tờ báo, nên việc phụ trách "trang ngoài" thường được giao cho một Tổng thư ký tòa soạn.

Ký giả này phải làm việc trực tiếp với chủ bút hay chủ nhiệm, gần như từng giờ, cho tới khi tờ báo được chuyển qua giai đoạn xếp chữ, rồi ấn loát.

Thời trước tháng 4-1975, ở Saigòn, giới làm báo cũng như xuất bản còn phải sắp chữ bài vở bằng tay, do nhóm thợ sắp chữ bốc từng mẫu tự để ráp thành 1 chữ. Cho nên một bài báo được xé thành nhiều miếng, chia cho từng người thợ. Nếu không sắp chữ sớm, tới phút chót sẽ không đủ thợ lo cho việc sắp chữ những trang còn lại, tức trang ngoài...

Một nhật báo ở miền nam Việt Nam xưa, trung bình có 8

trang (cũng có tờ chỉ có 4 trang,) nên thường được chia đôi, đồng đều cho trong và ngoài.

Vì sự nghiệp báo chí của nhà báo Phan Lạc Phúc gắn liền với tờ Tiền Tuyến, nên xin bạn đọc cho phép tôi được ghi lại một cách vắn tắt sự hình thành của tờ báo này; trước khi chúng ta trở lại với ký giả Lô Răng, bút hiệu chính của nhà báo Phan Lạc Phúc, một nhà báo mà theo tôi, là một trong những nhà báo thuộc loại... "ngoại khổ".

Theo ghi nhận của một nhân vật có thẩm quyền về những biến cố lớn của cả hai nền đệ nhất và đệ nhị Cộng Hòa miền nam Việt Nam thì, ngày 19 tháng 6 năm 1965, Quân Đội VNCH chính thức đứng ra nhận lãnh trách nhiệm điều hành đất nước, thay thế chính phủ dân sự, khi đó đang gặp nhiều khó khăn.

Trung tướng Nguyễn Văn Thiệu được bầu vào vai trò Chủ tịch Uỷ ban Lãnh đạo Quốc Gia, tương đương chức vụ Tổng Thống. Thiếu tướng Nguyễn Cao Kỳ là Chủ tịch Ủy ban Hành pháp Trung ương, tương đương chức vụ Thủ tướng.

Năm ngày sau khi thành lập chính phủ, Thủ tướng Nguyễn Cao Kỳ mở cuộc họp báo, công bố quyết định tạm thời đình bản 36 nhật báo, để tân chính quyền duyệt xét lại quy chế báo chí, hầu thích ứng với tình hình mới của đất nước.

Trong thời gian không có báo cho dân chúng đọc, chính phủ của Tướng Kỳ cho xuất bản khẩn cấp 2 tờ nhật báo. Tờ thứ nhất tên là "Hậu Phương," do bộ Thông Tin phụ trách. Tờ thứ hai tên là "Tiền Tuyến," do Cục Tâm lý chiến đảm nhiệm.

Tòa soạn nhật báo Tiền Tuyến được đặt trong vòng rào doanh trại cục Tâm lý chiến ở đầu đường Hồng Thập Tự, gần cầu Thị Nghè, Saigòn.

Vì tính chất giai đoạn, cấp thời, lại do tọa lạc trong doanh trại của cục Tâm Lý Chiến, nên nhật báo Tiền Tuyến những ngày đầu do Trung tá Vũ Quang (hiện cư ngụ tại thành phố Minnesota,) Cục trưởng Cục Tâm Lý Chiến, kiêm Giám đốc Nha Tác động Chiến tranh tâm lý (bộ Thông tin) thời đó, lãnh phần điều hành.

Một tuần sau cuộc họp báo vừa kể, khi các nhật báo được ra lại, tờ Hậu Phương của Bộ Thông Tin, chấm dứt nhiệm vụ. Tờ Tiền Tuyến được duy trì. Trở thành nhật báo chuyên nghiệp của tập thể quân đội miền Nam.

Sau khi tờ Tiền Tuyến trở thành chính thức, Đại úy Phan Lạc Phúc, khi đó đang phục vụ tại trường Huấn luyện Căn bản Chiến tranh chính trị ở đường Lê Thánh Tôn, Saigòn, được điều về làm Tiền Tuyến, trong vai trò Tổng thư ký tòa soạn, với chủ nhiệm là Thiếu tá Lê Đình Thạch, tức Thạch Lê, chủ bút là Thiếu tá Phạm Xuân Ninh, tức nhà thơ Hà Thượng Nhân và, Thư ký tòa soạn là nhà thơ Hoàng Anh Tuấn.

Năm 1967, khi Thiếu tá Lê Đình Thạch (1) được cử đi học lớp Chỉ huy tham mưu ở trường Đại học Quân sự Đà Lạt (sau cải danh thành Trường Chỉ huy Tham mưu,) cũng là lúc nhật báo Tiền Tuyến có nhu cầu sắp xếp lại nhân sự, để thích ứng với sự phát triển của tờ báo. Nhà thơ Hà Thượng Nhân (2) được cử giữ vai trò Chủ nhiệm. Nhà báo Phan Lạc Phúc, Chủ bút, nhà văn Huy Vân (từ phòng Thông tin Báo chí đưa qua,) giữ vai trò Thư ký tòa soạn thay thế nhà thơ Hoàng Anh Tuấn. Lý do, họ Hoàng được bổ nhiệm làm Quản đốc đài phát thanh Đà Lạt. (3)

Vẫn theo ghi nhận của nhân vật kể trên thì, năm 1969, tòa soạn nhật báo Tiền Tuyến lại trải qua một giai đoạn khác. Tờ báo không còn thuộc cục Tâm lý chiến nữa. Nó được đặt trực thuộc Tổng cục Chiến tranh Chính trị, tuy tòa soạn vẫn nằm trong hàng rào doanh trại của cục TLC.

Cũng từ thay đổi vừa kể, năm 1974 khi Trung tá Phạm Xuân Ninh (tức nhà thơ Hà Thượng Nhân) về hưu, vai trò chủ nhiệm của ông, được chuyển giao cho Đại tá Nguyễn Huy Hùng, Phụ tá Tổng cục trưởng Tổng cục Chiến tranh Chính trị.

Với hơn chín năm liên tục trực tiếp trách nhiệm nội dung nhật báo Tiền Tuyến, từ vai trò Tổng thư ký Tòa soạn, tới Chủ bút, nhà báo Phan Lạc Phúc được coi là người có công đầu trong nỗ lực đưa tờ báo vốn bị nhìn là báo của... quân đội, lên ngang tầm với những nhật báo dân sự chuyên nghiệp khác.

Bằng vào uy tín của mình, họ Phan đã thuyết phục được thượng cấp của ông, cho phép ông vượt ngoài "hàng rào kẽm gai", để đi tới những chân trời khác, hầu có thể cạnh tranh với những cao thủ đồng nghiệp ngoài dân sự.

"Ấn chứng võ công" đầu tiên cho sự nghiệp cuộc đời ký giả của họ Phan là mục "Tạp ghi" xuất hiện lần đầu tiên trên Tiền Tuyến, gần như cùng lúc với sự có mặt của ông, ở tờ báo này.

Mục "Tạp Ghi" của ký giả Lô Răng, bút hiệu của nhà báo Phan Lạc Phúc, theo tôi là một dạng tản văn tổng hợp nhiều thể loại văn xuôi khác nhau.

Nó có thể là dạng tùy bút mà không quá nặng văn chương. Nó có thể ở dạng ký sự mà không quá nhiều dữ kiện. Nó cũng có thể được viết dưới dạng kể chuyện, hồi ký. Thậm chí nhận định hay phê bình từ lãnh vực văn chương qua tới chính trị, xã hội...

Trong một bài tạp ghi, tác giả cũng có thể sử dụng nhiều dạng văn chương cùng một lúc mà, không phải bận tâm về kỹ thuật hoặc trầm trọng hơn, vấn đề tu từ pháp. Điều này tạo sự dễ dàng, thoải mái cho người viết...

Một bài tạp ghi của ký giả Lô Răng/Phan Lạc Phúc, thời nhật báo Tiền Tuyến, theo ghi nhận của tôi, trung bình chứa từ 700 tới 1,000 chữ.

Nó không quá dài để trở thành một bài nghị luận. Nhưng nó cũng không quá ngắn để trở thành một đoản văn. Và, sau cùng, cốt lõi của một bài "Tạp Ghi" bao giờ cũng chứa đựng một chủ điểm hay một thông điệp nào đó mà, tác giả muốn gửi tới người đọc.

Một người bạn, nhà báo Nguyễn Chí Khả, kể với tôi rằng, tới hôm nay, anh vẫn còn cảm thấy thích thú với nội dung một tạp ghi của ký giả Lô Răng. Đó là bài họ Phan viết về ông Đại Sứ Mỹ Bunker (?) ở Saigon – Một buổi chiều mưa ra phi trường Tân Sơn

Nhất, đón vợ, cũng là một đại sứ Mỹ ở một quốc gia vùng Đông Nam Á. Ông đại sứ Bunker che dù, kiên nhẫn đợi vợ trong nhiều giờ vì máy bay tới trễ do thời tiết xấu.

Từ hình ảnh này, ký giả Lô Răng đã dẫn người đọc trở lại với ca khúc "Em Đến Thăm Anh Một Chiều Mưa" của Tô Vũ, một nhạc sĩ nổi tiếng thời tiền chiến.

Và tác giả kết luận bài tạp ghi của mình rằng, về phương diện tình cảm, nếu đó là một tình yêu chân thành thì dù Đông hay Tây, người ta đều có những cảm thức và, hành vi lãng mạn giống nhau, dù ở tuổi nào.

Mục Tạp Ghi của ký giả Lô Răng cũng được rất nhiều độc giả yêu thích qua những bài viết của ông về những trận túc cầu lớn, diễn ra ở miền Nam, hay một nơi nào đó, trên thế giới.

Sự kiện này cho thấy, ký giả Lô Răng không chỉ là một nhà báo có công lực thâm hậu về phương diện văn học, nghệ thuật mà, ông còn được đánh giá cao về bộ môn túc cầu. Một bộ môn thể thao ông từng thú nhận, là đã hâm mộ từ khi còn rất trẻ.

Bởi vì mục tạp ghi của họ Phan, giống như một sân chơi chung hay, "vùng oanh kích tự do", nên nó đã có được sự tham gia của rất nhiều cây bút. Từ chuyên nghiệp tới... xuân thu nhị kỳ. Từ nhà văn tới ký giả. Từ nhà thơ tới những học giả, trí thức, độc giả, lâu lâu cao hứng, đóng góp một vài cảm nhận bất chợt của họ...

Vẫn theo ghi nhận của tôi, những năm trông nom nhật báo Tiền Tuyến và phụ trách mục Tạp Ghi, người đóng góp nhiều "Tạp Ghi" nhất, cho ký giả Lô Răng, là nhà văn Thanh Tâm Tuyền. Ông là một trong những người bạn văn chương thân thiết của Phan Lạc Phúc. Người thứ hai, cũng thuộc loại sốt sắng góp tạp ghi cho họ Phan, là nhà văn Thảo Trường.

Đặc biệt, một người bạn văn chương cũng thân thiết với họ Phan không kém, là nhà văn Mai Thảo. Nhưng Mai Thảo dường như không có một "tạp ghi" nào cho bạn. (Hay có mà tôi không nhớ?)

Ở mặt khác, vẫn theo tôi thì, người nhỏ tuổi nhất, nhưng lại được ký giả Lô Răng thường xuyên "nhường đất" của ông để đi bài của người trẻ đó. Người ấy chính là nhà báo Nguyễn Chí Khả.

Như tôi biết, chỉ với tác giả Nguyễn Chí Khả (thêm một hai cây bút khác), ngay khi bài tạp ghi của họ được in ra, thay vì phải làm phiếu, đợi giữa hoặc cuối tháng, lãnh tiền nhuận bút từ quản lý của Ty Trị sự thì, Chủ bút Phan lạc Phúc ưu ái dùng tiền túi của mình, ứng trước nhuận bút cho họ. Phần ông phải đợi tới cuối tháng mới lấy lại được tiền từ quản lý của tờ báo.

Nhuận bút tạp ghi thống nhất, đồng đều cho mọi tác giả, khi ấy là 300$. Số tiền này tương đương với 6 bữa ăn trưa đủ "chất lượng" cho một người, ở Saigon thời đó.

Nguyễn Chí Khả cũng là ký giả trẻ tuổi nhất được nghe họ Phan chọn để đọc, phân tích về thơ của những tác giả nổi tiếng từ thời tiền chiến hoặc trong kháng chiến, như Vũ Hoàng Chương, Xuân Diệu, Hồ Dzếnh, Huy Cận, Hoàng Cầm, Hữu Loan,...

Nhưng theo nhà báo Nguyễn Chí Khả thì ký giả Lô Răng tỏ ra xúc động nhất, là những lúc ông đọc thơ Quang Dũng, người cùng quê Sơn Tây với ông.

Nguyễn Chí Khả nói:

"Tôi có cảm tưởng như những lúc đọc thơ Quang Dũng, ông được sống lại, đắm mình trong không gian Sơn Tây của ông. Hay, những lời thơ kia đã mang ông trở lại quê nhà chỉ còn trong ký ức?"

Vẫn theo họ Nguyễn thì, cha đẻ thể văn "Tạp Ghi" thường đọc thơ vào những lúc rảnh rỗi, hoặc cần nghỉ xả hơi sau nhiều giờ làm việc căng thẳng:

"Nhưng, nếu lúc ông đọc thơ mà bên ngoài trời đang mưa thì theo tôi, không còn một khung cảnh nào hợp hơn, thích thú hơn đối với người nghe. Những lúc đó chỉ còn ông với bài thơ. Không còn người nghe. Không còn điều gì khác..." Nguyễn Chí Khả nhấn mạnh.

Tôi không biết sau khi Nguyễn Chí Khả tình nguyện ra Sư Đoàn 2, đóng ở Đà Nẵng để được gần gia đình, anh có còn thì giờ viết "tạp ghi" cho họ Phan nữa hay không? Tôi chỉ nhớ, anh có một thời gian khá dài là quân số của Cục Tâm Lý Chiến.

Thoạt đầu, Nguyễn Chí Khả phục vụ tại phòng Điện Ảnh và Truyền Hình Quân Đội, trong vai trò tương đương với một đạo diễn quân đội. Tới khi xin thuyên chuyển qua phòng Thông Tin Báo Chí (gọi tắt là phòng Báo Chí,) anh trở thành một phóng viên chiến trường thuộc loại "mũi nhọn." Hiểu theo nghĩa anh rất xông xáo và nhạy bén.

Vì phóng viên chạy ngoài của nhật báo Tiền Tuyến rất ít, chỉ đủ cho những sự kiện quan trọng trong phạm vi đô thành Saigon. Nên phần tin tức, phóng sự thuộc 4 vùng chiến thuật, báo Tiền Tuyến trông cậy vào lực lượng phóng viên chiến trường, của phòng Báo Chí.

Trước khi có nhật báo Tiền Tuyến, các phóng viên chiến trường đi công tác về, phải viết bài cho một trong hai tờ báo của quân đội là bán nguyệt san Chiến Sĩ Cộng Hòa, hoặc nguyệt san Tiền Phong. Nhưng từ khi có Tiền Tuyến, họ được lệnh nộp bài cho báo Tiền Tuyến trước nhất, vì yếu tố thời gian tính.

Thoạt đầu những phóng sự, bút ký hoặc những tiết mục liên quan tới quân đội gói gọn trong một phụ trang, gọi là "Trang Quân Đội" xuất hiện hàng ngày, trên Tiền Tuyến. Sau đó, do cái nhìn hay do nhu cầu đổi mới (?) của chủ bút Phan Lạc Phúc (hoặc lệnh từ đâu, tôi không biết), "Trang Quân Đội" bị hủy bỏ. Phóng sự, ký sự của các phóng viên chiến trường thuộc phòng Báo Chí, cùng tất cả những tin tức liên quan tới chiến sự được "hòa chung với tờ báo. Tùy theo mức độ quan trọng hay "ăn khách" mà phóng sự, ký sự chiến trường được "đi" trang nhất hay vào trang 3.

Và, Nguyễn Chí Khả cũng lại là người có nhiều phóng sự chiến trường, được ký giả Lô Răng chọn đưa ra trang ngoài, hơn bất cứ một phóng viên nào khác.

Tuy không có nhiều cơ hội tiếp xúc với đồng nghiệp, những

người làm nhật báo cùng thời với mình, nhưng họ Phan được nhiều đồng nghiệp, nể trọng.

Họ nể trọng nhà báo Phan Lạc Phúc xuyên qua những chuyến công du nước ngoài. Đó là những lần ông có chân trong phái đoàn báo chí, đại diện làng báo miền Nam Việt Nam, viếng thăm hay, tham dự những buổi họp báo chung, sau những cuộc họp thượng đỉnh đây đó.

Trong những sinh hoạt như thế, họ Phan luôn là người nêu những câu hỏi sâu sắc, chứng tỏ sự hiểu biết thấu đáo về các sự kiện lớn của chính trường.

Một nhà báo từng đi chung với ký giả Lô Răng / Phan Lạc Phúc trong những chuyến xuất ngoại cho rằng, sở dĩ họ Phan có được những câu hỏi khiến người được hỏi phải ngạc nhiên, phải cân nhắc trước khi trả lời, vì căn bản ông có một kiến thức sâu rộng, tích lũy từ những năm tháng đọc và, nghiên cứu sách vở ở nhiều lãnh vực khác nhau. Ông cũng lại là người có khả năng ngoại ngữ vững vàng; nên cập nhật được một cách nhanh chóng, chính xác những diễn biến vừa xảy ra, thông qua hai nguồn tài liệu Anh và Pháp ngữ.

Vẫn theo nhân vật vừa kể thì, Lô Răng/Phan Lạc Phúc (4) là một trong những nhà báo đáng trân trọng của sinh hoạt làng báo miền Nam Việt Nam, 20 năm.

Riêng tôi, tôi không biết nhật báo Tiền Tuyến nên cám ơn phần đóng góp đáng kể của họ Phan? Hay, họ Phan nên cám ơn báo Tiền Tuyến?

Vì, nhờ nhật báo này, mà ông có cơ hội "lừng lững" bước vào nghề báo. Để lại hôm nay, thể loại văn xuôi "Tạp ghi"... Và, bây giờ, nhìn lại, nó như một kỷ niệm. Một kỷ niệm thân yêu và, cũng buồn bã, theo tôi.

(23 tháng 2, 2010)

Chú thích:

(1) Theo tổ chức thời đó, cục Tâm lý chiến (thuộc Tổng cục Chiến tranh Chính trị,) có nhiều khối. Trong số đó, có Khối Kỹ Thuật. Khối Kỹ Thuật

gồm nhiều phòng. Như phòng Thông tin báo chí, phòng Điện ảnh và Truyền hình Quân đội, Đài phát Quân đội, và Nhật báo Tiền Tuyến... Khi ấy, Thiếu tá Lê Đình Thạch, bút hiệu Thạch Lê, là Trưởng khối Kỹ thuật. Vì thế, ông được giao trách nhiệm làm chủ nhiệm đầu tiên của báo này.

(2) Nhà thơ Hà Thượng Nhân sinh năm 1920 tại làng Hà Thượng, huyện Hậu Lộc, tỉnh Thanh Hóa. Vì lòng yêu nơi chốn ra đời nên ông đã chọn cho mình bút hiệu Hà Thượng Nhân. Ngoài bút hiệu này, ông còn bút hiệu thứ hai, Hoàng Trinh, dùng cho những bài thơ tình. Trước khi bị động viên vào quân đội, ông từng là giáo sư của một số trường trung học tại Saigòn. Ông cũng có thời gian giữ chức vụ Giám đốc đài phát thanh Quốc Gia. Sau biến cố 30 tháng 4-1975, ông bị tù cải tạo tới năm 1979 mới được thả. Sau đó, ông cùng gia đình định cư tại Mỹ. Nhà thơ Hà Thượng Nhân cư ngụ tại thành phố San Jose, miền bắc tiểu bang Ca Li.

Cập nhật: Nhà thơ Hà Thượng Nhân từ trần năm 2011 tại San Jose, California, thọ 91 tuổi.

(3) Nhà thơ Hoàng Anh Tuấn sinh ngày 7 tháng 5 năm 1932, du học ngành điện ảnh tại Pháp. Khởi viết từ những năm đầu thập niên 1950. Ngoài thơ, họ Hoàng còn cộng tác với nhiều nhật báo, tuần báo ở Saigòn trong nhiều vai trò khác nhau. Về lãnh vực điện ảnh, trước tháng 4-1975, Hoàng Anh Tuấn đạo diễn khá nhiều phim. Trong số này, cuốn phim "Xa lộ không đèn" được nhiều người biết đến nhất. Sau thời gian đi tù vì bị khép tội hoạt động chính trị chống nhà nước CSVN, ông cùng gia đình định cư tại Hoa Kỳ năm 1981. Đầu năm 2006, một số thân hữu đã xuất bản thi phẩm "Yêu em Hà Nội và những bài thơ khác" của ông. Nhà thơ Hoàng Anh Tuấn từ trần ngày 1 tháng 9 năm 2006, tại San Jose.

(4) Theo tiểu sử được ghi nhận bởi Bách khoa toàn thư mở Wikipedia thì, nhà báo Phan lạc Phúc sinh năm 1928 tại làng Hữu Bằng, huyện Thạch Thất, phủ Quốc Oai, tỉnh Sơn Tây. Cựu sĩ quan QLVNCH. Bị tù cải tạo từ 1975 đến 1985, ông định cư tại Sydney, Australia từ năm 1991. Ngoài bút hiệu Lô Răng, ông còn các bút hiệu khác như: Thiên Khải, Tường Huân, Huy Quân, Thiên Chương... Ông có hai tác phẩm được xuất bản trong vòng 10 năm qua là: "Bạn Bè Gần Xa", bút ký, Văn Nghệ, Hoa Kỳ, Xb năm 2000. (Tái bản tại Úc Châu năm 2001.) Và "Tuyển Tập Tạp Ghi", Văn Nghệ, Hoa Kỳ (Xb năm 2003).

Nhà thơ Thái Thủy, người đứng sau nhiều cột mốc văn học, nghệ thuật miền Nam.

Trong chiều dài sinh hoạt 20 năm văn học, nghệ thuật miền Nam, nhiều nhân vật từng có mặt, tham dự vào những cột mốc đáng kể của dòng sông nước xiết này. Nhưng vì bản tính hay do những hoàn cảnh đặc biệt nào đó, họ không hề xuất hiện nơi "tiền trường". Tôi muốn gọi những người này, là những nhân vật "behind the scene".

Một trong những nhân vật "behind the scene" đó, là nhà thơ Phạm Thái Thủy.

Thái Thủy và gia đình hiện cư ngụ tại miền nam California, từ năm 1997, sau nhiều năm tháng tù đầy bởi biến cố 30 tháng 4-1975.

Cùng với ông Vũ Quang Ninh, Tổng giám đốc hệ thống Little Saigòn Radio, ở Hoa Kỳ hiện nay, nhà thơ Thái Thủy bước vào ngành phát thanh rất sớm, khi ông mới 17 tuổi.

Đó là năm 1955, tại thành phố Hải Phòng, khi cố luật sư Lê Quang Luật, với tư cách Đại biểu Chính phủ Bắc phần, trong 300 ngày cuối cùng, trước khi chương trình di cư đồng bào miền Bắc vào Nam kết thúc, theo hiệp định Genève 1954, dùng phương tiện truyền thanh để kêu gọi, thông báo những chi tiết cần thiết cho số người muốn di cư vào Nam; trước khi thời hạn di cư chấm dứt, theo quy định của hiệp định.

Những người có chiều dài thân thiết với nhà thơ Phạm Thái Thủy trên nửa thế kỷ cho biết, dường như họ Phạm sinh ra để làm công tác truyền thanh, như định mệnh thứ nhất của đời ông.

Bởi vì, khi di cư vào Saigòn, ngay khi chưa có một chọn lựa nào, ông đã được nhà văn Chu Tử giới thiệu với Hồ Hán Sơn; để cùng họ Hồ thực hiện chương trình phát thanh cho Trung tướng Nguyễn Thành Phương, Cao Đài, mục đích ủng hộ chính quyền do Thủ tướng (trước khi trở thành Tổng thống) Ngô Đình Diệm đứng đầu.

Đó là đài "Tiếng nói của Hội Đồng Nhân dân Cách Mạng", trụ sở đặt tại đường Phùng Khắc Khoan, Saigòn.

Khi ông Trần Chánh Thành được Tổng Thống Diệm bổ nhiệm vào chức vụ Bộ trưởng bộ Thông Tin, thì cũng là thời gian đài Pháp Á bị đóng cửa. Văn nghệ sĩ từng cộng tác với Pháp Á được mời về cộng tác với đài Tiếng Nói Quốc Gia (còn được gọi ngắn, gọn là đài Saigòn.)

Ở gian đoạn này, nhà thơ Thái Thủy là phụ tá của nhạc sĩ Dương Thiệu Tước, Trưởng phòng Văn Nghệ của đài.

Cũng ở thời điểm này, hai người bạn của Thái Thủy là Vũ Quang Ninh, Thanh Nam (nhà văn) và, luôn cả Thái Thủy còn là ba chàng độc thân, đã chung tiền mua một căn nhà ở đường Phan Văn Trị, khu Nancy, gần nhà cố họa sĩ Tạ Ty.

Chính tại căn nhà ở khu Nancy ấy, Thái thủy đã gặp gỡ và, mau chóng có một tình thân đặc biệt với cố thi sĩ Đinh Hùng – Trước khi ông cùng Thanh Nam nhận lời Đinh Hùng bắt tay vào việc thực hiện chương trình thi văn Tao Đàn, với lời mở đầu quen thuộc qua giọng đọc của thi sĩ Đinh Hùng:

"Đây Tao Đàn, Tiếng nói của thơ văn miền Tự Do".

Cũng tại ngôi nhà của ba chàng trẻ tuổi… Bắc kỳ di cư kia, Thái Thủy đã gặp nhà thơ Nguyên Sa, để rồi sau đấy, ông trở thành người giữ một vai trò quan trọng của Tạp chí Hiện Đại, phát hành số đầu tiên, tháng 4 năm 1960.

Là người được định mệnh chọn, để gắn bó một đời với nghiệp phát thanh, nhà thơ Thái Thủy trải qua gần như tất cả các đời Giám đốc rồi Tổng giám đốc (sau khi được nâng cấp) của Hệ thống Vô Tuyến Truyền Thanh Việt Nam kể từ 1955 tới tháng 4 năm 1975.

Có cơ hội làm việc với ông Đoàn Văn Cầu, Giám đốc đầu tiên của đài Vô Tuyến Truyền Thanh Việt Nam, Thái Thủy cho biết, ông Cầu là một người không chỉ có công đặt nền tảng cho nền phát thanh Việt Nam thời còn non trẻ mà, ông còn là người rất trọng đãi những văn nghệ sĩ cộng tác với đài, không phân biệt nam, bắc; cũng không phân biệt cổ hay tân nhạc.

Họ Phạm kể, mỗi chương trình và, mỗi nghệ sĩ tham dự vào chương trình trong vai trò biên tập hay, trình diễn, đều được trả đồng đều 200$/ 1 người, cho mỗi chương trình.

Với giá sinh hoạt năm 1955 thì, cát sê 200$ cho một nghệ sĩ trong mỗi chương trình là con số rất lớn.

Cũng chính nhờ ông Đoàn Văn Cầu, khi thấy đài Saigòn đã có chương trình Cổ Nhạc Nam Phần và, Cổ Nhạc Bắc Phần mà chưa có chương trình Thi Văn, nên ông đã liên lạc với thi sĩ Đinh Hùng, đề nghị với tác giả "Mê hồn ca" thực hiện một chương trình thơ văn của đài.

Sinh thời, khi được hỏi về chương trình Tao Đàn, cố thi sĩ Đinh Hùng nói, ông nhận lời đề nghị của ông Đoàn Văn Cầu. Ngặt nỗi ông chỉ có khả năng viết bài, đọc qua làn sóng điện… Nhưng ông lại không có chút kinh nghiệm nào về phương diện kỹ thuật!

Để giải quyết cái "khâu" sinh tử này, Đinh Hùng tìm tới căn nhà ở đường Phan Văn Trị của ba chàng độc thân, như đã nói ở trên.

Kết quả, Thanh Nam, Thái Thủy (về sau, còn có thêm Tô Kiều Ngân) nhận lời hợp tác với thi sĩ Đinh Hùng, dựng bảng Chương trình thi Văn Tao Đàn, "Tiếng nói của thơ văn miền tự do".

Người gánh vác phần kỹ thuật chính, là nhà thơ Thái Thủy.

Để chương được phong phú, đa dạng, bốn nhân vật khai sinh chương trình thi văn Tao Đàn chia nhau đi mời một số nam, nữ nghệ sĩ đảm trách phần diễn ngâm. Giai đoạn khởi sự, người ta nhớ có các nghệ sĩ như Giáng Hương (1), Hồ Điệp, Quách Đàm, Hoàng Thư v.v...

Về nội dung chương trình Tao Đàn được phân chia như sau:

Phần cổ thi, Đinh Hùng phụ trách. Phần thơ văn hiện đại thì Thanh Nam, Thái Thủy và Tô Kiều Ngân đảm nhận.

Khởi đầu, chương trình thi văn Tao Đàn phát thanh 6 buổi một tuần. Thời lượng: 40 phút. Từ 9 giờ 20 tới 10 giờ tối.

Một thành viên có mặt từ đầu trong chương trình Tao Đàn cho biết, ở giai đoạn đó, sinh hoạt văn học nghệ thuật của miền Nam chưa phát triển mạnh mẽ. Thị trường sách, báo còn khan hiếm. Nhất là lãnh vực thơ mới. Để có đủ bài vở cho 6 chương trình mỗi tuần, ban biên tập của chương trình Tao Đàn phải tìm kiếm thơ cũ trong các sách, báo cũ, cũng như tìm đọc thơ văn trong các báo đương thời, hầu có thể tìm kiếm những bài thơ hay, đáp ứng được nhu cầu của chương trình...

Chương trình thi văn Tao Đàn ăn khách tới mức độ, chỉ một thời gian sau, một số soạn giả tuồng Cải lương, như Hoàng Khâm hay, Kiên Giang – Hà Huy Hà... đã đem thể điệu ngâm thơ của miền Bắc vào trong các vở tuồng của họ. Họ gọi cách diễn đạt đó là "ngâm thơ kiểu Tao Đàn".

Ngoài ra, một sự kiện khác, cũng nên được ghi lại: Đó là khoảng đầu thập niên 1960, hai ông Thanh Nam và Thái Thủy lập thêm một chương trình, gọi là chương trình "Thi - Nhạc Giao Duyên."

Như tên gọi, đây là chương trình ngâm thơ xen kẽ với tân nhạc.

Để thực hiện được sự hòa điệu này, Thanh Nam và Thái Thủy đã phải thay phiên nhau làm những bài thơ có nội dung gần với nội dung của các bản nhạc được chọn, trước khi cho hai loại hình thái nghệ thuật này... giao duyên nhau.

Cho đến nay, không ai trả lời được câu hỏi, phải chăng, khởi từ sáng kiến "thi-nhạc giao duyên" mà sau này, miền Nam có thêm một hình thái nghệ thuật khác nữa; được biết dưới tên "Tân - Cổ giao duyên"?

Mặc dù chương trình được quần chúng ủng hộ mạnh mẽ, nhưng với số lượng văn nghệ sĩ cộng tác từ biên tập tới diễn ngâm khá đông đảo, cộng thêm giờ phát thanh khá nhiều, đài Sài gòn mỗi tháng đã phải chi trả một số tiền không nhỏ cho chương trình Tao Đàn...

Vì sự tốn kém quá lớn vừa kể nên vào cuối năm 1957, số lượng buổi phát thanh của chương trình Thi Văn Tao Đàn đã bị rút xuống còn 3 buổi, thay vì 6 buổi mỗi tuần, như những tháng năm đầu.

Cũng thời gian này, ông Giám đốc Đoàn Văn Cầu bị một số người ganh ghét tố cáo với Tổng Thống Diệm tội "nhũng lạm công quỹ"!

Ông Đoàn Văn Cầu bị Tổng Thống Diệm kêu trình diện.

Họ Đoàn thắng thắn khai rằng, ông có chi ra một số tiền lớn cho nhân viên cũng như cộng tác viên của đài Saigon. Nhưng ông xác định, ông không hề tư túi, dù chỉ một đồng của công quỹ.

Họ Đoàn quả quyết: "Xin Tổng Thống cho người điều tra... Nếu tôi có lấy một đồng công quỹ để tiêu dụng cho cá nhân hay gia đình tôi, thì Tổng Thống cứ việc bỏ tù tôi..."

Kết quả, Thống Thống Diệm thấy lời khai của ông Đoàn Văn Cầu là đúng. Nên ông chỉ cách chức họ Đoàn mà thôi.

Trở lại với chương trình thi văn Tao Đàn, năm 1967, khi thi

sĩ Đinh Hùng từ trần, bà Đinh Hùng tới đài Saigòn, gặp nhà thơ Thái Thủy, Trưởng ban Chương trình, xin cho bà thay chồng, tiếp tục điều hành hành chương trình Tao Đàn.

Dù rất cố gắng, bà Đinh Hùng cũng không duy trì được bao lâu, chương trình Thi Văn Tao Đàn do chồng bà sáng lập.

Vì lý do ngân sách, cát sê trả cho các chương trình của đài Saigòn ngày một thêm eo hẹp!

Nhiều năm trước đây, trung tâm Thúy Nga Paris thực hiện video nhạc chủ đề "Mẹ", đã chọn ca khúc "Lá thư gửi mẹ" (thơ Thái Thủy, nhạc Nguyễn Hiền) là một trong mấy chục ca khúc nói về người mẹ Việt Nam.

Nhân dịp này, trả lời câu hỏi về nguyên ủy của bài thơ và ca khúc đó, nhà thơ Thái Thủy cho biết, bài thơ "Lá thư gửi mẹ" của ông được thi sĩ Đinh Hùng chọn đăng trong Giai phẩm Xuân Tự Do, xuất bản tại Saigòn, năm 1955 (2)

Khi nhạc sĩ Nguyễn Hiền tình cờ đọc được bài thơ ấy, họ Nguyễn đã chắp thêm cho nó, đôi cánh âm nhạc. Trọn vẹn ca khúc đó, như sau:

Mẹ ơi! thôi đừng khóc nữa
Cho lòng già nặng sầu thương
Con đi say tình viễn xứ
Đâu có quên tình cố hương
Thương ngóng về quê cũ
Gót thù xéo thảm thê
Bầy trai thầm rơi lệ
Súng gươm hẹn mai về
Con về tắm đẹp lứa
Mẹ cười vun khóm dâu
Mái tranh nghèo vươn khói
Vườn thơm ngát hương cau
Mẹ ơi! thôi đừng khóc nữa
Cho lòng già nặng sầu thương

210

Con đi say tình viễn xứ
Đâu có quên tình cố hương (3)

Tới hôm nay, dù đã hơn nửa thế kỷ, nhưng mỗi khi ca khúc này được cất lên, nó vẫn còn gây xúc động người nghe không ít.

Một người bạn từ thời Hà Nội của nhà thơ Phạm Thái Thủy tiết lộ rằng, tác giả "Lá thư gửi mẹ" làm thơ rất sớm. Từ những ngày niên thiếu tại Hà Nội, ông đã có thơ được đăng tải trên một số báo xuất bản thời đó. Điển hình như tờ Giang Sơn, một tờ báo mà những ai từng sống ở Hà Nội đầu thập niên 1950, không thể không biết.

Vẫn theo lời kể thì, tính đến 30 tháng 4 năm 1975, Phạm Thái Thủy đã sáng tác khoảng vài trăm bài thơ.

Giai đoạn họ Phạm làm được nhiều thơ nhất là thời gian đầu khi mới di cư vào miền Nam và, thời gian ông đảm nhiệm vai trò Thư ký tòa soạn cho Tạp chí Hiện Đại của thi sĩ Nguyên Sa.

Nhưng bản chất Thái Thủy là người khiêm tốn, không thích khoa trương tên tuổi cho nên, ngay từ Việt Nam, khi một vài bằng hữu đề nghị Thái Thủy gom thơ của mình lại, để có thể in thành một tập... Ông đã từ chối...

Người bạn này nói thêm: "Thậm chí khi được định cư tại Hoa Kỳ, cố thi sĩ Nguyên Sa cũng bảo Thái thủy đưa thơ của mình, để nhà xuất bản Đời ấn hành...Ông cũng đành tạ tình thương mến của bạn..."

Thái Thủy không chỉ không nhớ thơ của mình mà, ngay cả số thơ ông lưu giữ được, cũng chỉ độ mươi, mười lăm bài mà thôi.

Về vai trò Thư ký tòa soạn Tạp chí Hiện Đại của Thái Thủy, sinh thời, thi sĩ Nguyên Sa cho biết, đầu thập niên 1960, ông được bác sĩ Trần Kim Tuyến đề nghị thực hiện một tạp chí thuần túy văn học cho miền Nam, song song với những tạp chí đang có mặt như Sáng Tạo, Thế Kỷ 20, Văn Nghệ...

Sự kiện chính phủ muốn có thêm một tạp chí nữa ra đời,

cũng không ngoài mục đích khuyến khích, xiển dương nền văn học nhân bản và, khai phóng của miền nam Việt Nam.

Tác giả "Áo lụa Hà Đông" kể vì ông quá bận bịu với công việc dạy học, nên ông đã mời nhà thơ Thái Thủy phụ trách phần tòa soạn, bài vở. Nhà báo Trịnh Viết Thành phụ trách phần ấn loát và phát hành.

Khi đó, nhà báo Trịnh Viết Thành cũng là chủ nhà in Nam Sơn ở gần ngã tư đường Trương Công Định và Nguyễn An Ninh, Saigòn.

Tạp chí Hiện Đại không chỉ in tại nhà in Nam Sơn mà tòa soạn cũng được đặt trên lầu của nhà in này, để tiện việc điều hành và in ấn.

Vẫn theo cố thi sĩ Nguyên Sa, tuy được tài trợ bởi chính phủ, nhưng cá nhân ông không biết một chút gì về số tiền chi tiêu hàng tháng của Hiện Đại.

Hàng tháng một nhân viên của Phòng Nghiên Cứu Chính Trị của bác sĩ Trần Kim Tuyến đến tòa soạn Hiện Đại, giao thẳng tiền cho nhà báo Trịnh Viết Thành. Nhà thơ Thái Thủy cũng không biết số tiền trợ cấp hàng tháng là bao nhiêu.

Ông chỉ nhận đủ số tiền chi dùng cho việc trả tiền nhuận bút cho các cộng tác viên.

Tạp chí Hiện Đại chủ trương trả nhuận bút đồng đều cho thơ cũng như văn là 1000$ một bài.

Trong một cuộc nói chuyện về "thời" của tạp chí Hiện Đại, nhà thơ Thái Thủy kể, Hiện Đại số 1, ra đời vào tháng 4 năm 1960, ngoài ba nhân vật chịu trách trực tiếp là Nguyên Sa, Trịnh Viết Thành và Thái Thủy, Hiện Đại còn nhận được sự cộng tác tích cực ngay tự những ngày khởi đầu của các tác giả như Nguyễn Duy Diễn, Nguyễn Văn Trung, Đinh Hùng, Thanh Nam...

Khi tờ báo ra được 7, 8 số thì cuộc đảo chánh của đại tá Nguyễn Chánh Thi ngày 11 tháng 11 năm 1960, xẩy ra...

Hậu quả của cuộc đảo chánh này, tuy bất thành, nhưng cũng

để lại khá nhiều xáo trộn trong sinh hoạt chính trị, xã hội, cũng như văn hóa của miền Nam thời ấy.

Chính vì thế, sau khi ra số 10 vào khoảng tháng 2 năm 1961, tờ Hiện Đại đình bản.

Trước thời gian tạp chí Hiện Đại ra đời, là thời gian thi phẩm "Thơ Nguyên Sa" Tập một của thi sĩ Nguyên Sa được xuất bản. Ngay lập tức, thi phẩm đã được chào đón nồng nhiệt, như một hiện tượng hiếm thấy, nhất là trong giới thanh niên, sinh viên, học sinh ở miền Nam (4)

Trong thi phẩm này, có nhiều bài thơ giá trị, viết cho tình bạn. Một trong những bài đó là bài "Bây giờ". Nguyên Sa đề "TặngThái Thủy." Nguyên văn bài thơ như sau:

Thế kỷ chúng tôi chót buồn trong mắt
Dăm bảy nụ cười không đủ xóa ưu tư
Tay quờ quạng cầm tay vài tiếng hát
Lúc xòe ra chẳng có một âm thừa.
Cửa địa ngục ở hai bên lồng ngực
Phải vác theo trăm tuổi đường dài
Nên có gửi cho ai vài giọng nói
Cũng nghe buồn da diết chạy trên môi.
Hai mắt rỗng phải che bằng khói thuốc
Chúng tôi nằm run sợ cả chiêm bao
Mỗi buổi sáng mặt trời làm sấm sét
Nên nhìn đêm mở cửa chẳng đi vào.
Năm ngón tay có bốn mùa trái đất
Chúng tôi cầm rơi mất một mùa xuân
Có cất tiếng đòi to. Tiếng đòi rơi rụng
Những âm thanh làm thành sẹo trong hồn.
Chúng tôi chót ngẩng đầu nhìn trước mặt
Trán mênh mông va chạm cửa chân trời
Ngoảnh mặt lại đột nhiên thơ mầu nhiệm
Tiếng hát buồn đè xuống nặng đôi vai. (5)

Qua những gặp gỡ đây đó, hơn một lần tôi định hỏi Thái Thủy: Giữa thi ca, phát thanh, làm báo... đâu là con người gần nhất với bản chất của ông? (Hay)

- Đâu là con người thật của một Phạm Thái Thủy, sau nhiều thăng, trầm eo xèo nhân thế?

Cuối cùng, tôi thấy không cần thiết. (6)

Bởi vì, cách gì thì, định mệnh cũng đã chọn ông, một đời, làm người đứng sau mọi cột mốc, sinh hoạt văn học, nghệ thuật miền Nam, 20 năm, đã qua.

(Tháng 7-2010.)

Chú thích:

(1) Nghệ sĩ Giáng Hương hiện cư ngụ tại miền nam Cali. Bà là người bạn đời đầu tiên của nam danh ca Anh Ngọc.

(2) Là một thành viên nòng cốt của nhật báo Tự Do, thời gian đó, thi sĩ Đinh Hùng không chỉ tuyển chọn thơ cho tờ báo mà, ông còn viết tiểu thuyết dã sử với bút hiệu Hoài Điệp Thứ Lang và, phụ trách mục "Đàn ngang cung" với bút hiệu Thần Đăng nữa.

(3): Theo dactrung.com

(4): Ấn bản đầu tiên, Saigòn, năm 1958.

(5) "Thơ Nguyên Sa Toàn Tập", trang 53&54. Đời xuất bản. California, 2000.

(6) Cập nhật: Nhà thơ Phạm Thái Thủy sinh ngày 25 tháng 12 năm 1937 tại Hà Nam, Bắc Phần. Ông từ trần ngày 13 tháng 4 năm 2011, tại bệnh viện Valley Hospital, thành phố Fountain Valley, thuộc quận hạt Orange County, nam California; hưởng thọ 73 tuổi.

CHƯƠNG 3:

HỘI HỌA

Nguyễn Đình Thuần, Ảnh hưởng của trường Cao đẳng Mỹ thuật trong 20 năm nghệ thuật miền Nam. (Phỏng vấn).

LNĐ: *Nói tới sinh hoạt của 20 năm văn học, nghệ thuật miền Nam, từ 1955 tới 1975, chúng tôi nghĩ, ta không thể không nói tới vai trò hay, ảnh hưởng của các trường Cao đẳng Mỹ thuật ở thời điểm đó.*

Vì thế, chúng tôi đã có cuộc nói chuyện với họa sĩ Nguyễn Đình Thuần, tốt nghiệp khóa 14 (1974) trường Cao đẳng Mỹ thuật Huế. Ông hiện đang cự ngụ tại miền nam tiểu bang California, Hoa Kỳ.

Trân trọng kính mời quý bạn đọc, theo dõi cuộc nói chuyện của chúng tôi.

Du Tử Lê (DTL): *Thưa anh Nguyễn Đình Thuần, nếu không kể trường Mỹ Thuật Đông Dương thành lập tại Hà Nội năm 1925 bởi một họa sĩ người Pháp, tên Victor Tardieu thì, sự thành hình của những trường Cao đẳng Mỹ thuật Việt Nam, ở miền Nam ra đời trong những hoàn cảnh và thời điểm nào? Học trình bao nhiêu năm?*

Nguyễn Đình Thuần (NĐT): Thưa anh, như tôi biết, sau khi đất nước bị chia đôi bởi Hiệp định Genève năm 1954 thì Trường Quốc Gia Cao Đẳng Mỹ Thuật (QG / CĐMT) được thành lập tại tỉnh Gia Định, thuộc miền Nam tự do. Vài năm sau, trường QG / CĐMT Huế cũng được thành lập. Đó là năm 1957. Trường này được đặt trực thuộc Viện Đại học Huế. Về sau, trường CĐMT Huế lại tách rời Viện Đại học Huế để trực thuộc Nha Mỹ thuật – Phủ Quốc vụ khanh đặc trách Văn hóa. Đây là 2 trường Cao đẳng Mỹ thuật của miền nam VN thời trước tháng 4-1975; với học trình kéo dài 4 năm.

DTL: Để được theo học một trong 2 trường QG / CĐMT như anh mới cho biết, sinh viên có phải trải qua một kỳ thi văn hóa nào không? Nếu có thì điều kiện văn hóa đòi hỏi trước khi được nhận cho thi tuyển là gì?

NĐT: Theo cuốn Kỷ Yếu của trường CĐMT Huế thì chúng ta có thể tóm tắt một số điều lệ liên quan tới điều kiện thi tuyển như sau:

a- Giai đoạn từ 1957 tới 1970:

Muốn được nhận đơn thi tuyển vào trường CĐMT, thí sinh phải có bằng Trung học Đệ nhất cấp, hoặc chứng chỉ tương đương. (Chứng chỉ đã học hết lớp Đệ Tứ).

b- Giai đoạn từ 1970 đến 1975:

Căn cứ theo Nghị định số 273 / QVK/ VH / NĐ đề ngày 3 tháng 8 năm 1971 về việc tổ chức các trường cao đẳng Mỹ thuật thì: Để được thi nhập học năm thứ nhất, thí sinh phải có văn bằng Tú tài một, hoặc chứng chỉ tương đương, kèm theo Học Bạ lớp 11 hay lớp 12.

Về tuổi tác, Nam thí sinh phải ở hạn tuổi từ 18 tuổi (tính đến ngày 31 tháng 12 của năm nhập học,) trở lên.

DTL: Xin anh cho một ví dụ?

NĐT: Tôi thí dụ Niên khóa 1974-1975, trường chỉ thu nhận đơn của những thí sinh nào có năm sinh từ 1956 trở xuống. Hạn tuổi này do Bộ Quốc Phòng ấn định. Ngoài ra, nam thí sinh còn phải có:

- Giấy chứng chỉ hợp lệ tình trạng quân dịch.

- Giấy thỏa thuận cho phép của phụ huynh, nếu thí sinh dưới 21 tuổi.

Vẫn theo nghị định tôi vừa kể trên thì các trường CĐMT Huế và Saigon còn được mở thêm CĐMT Cấp 2. Học trình kéo dài 3 năm. Tổng cộng học trình là 7 năm cho cả hai cấp. Chương trình CĐMT cấp 2 bắt đầu có từ niên khóa 1970 -1971.

Đồng thời, trường CĐMT cũng mở thêm ngành Sư phạm Mỹ Thuật Trung cấp và Cao cấp nữa.

DTL: *Mục đích của ngành sư phạm mỹ thuật là gì? Ai được phép ghi tên học?*

NĐT: Thưa anh, mục đích cung cấp giáo sư Hội Họa cho các trường trung học. Để có thể tham dự những khóa Sư phạm Hội Họa này, học viên phải là các Họa sĩ tốt nghiệp Cao đẳng Mỹ thuật.

DTL: *Với những điều kiện thi tuyển như anh kể, mỗi khóa của các trường CĐMT có nhiều sinh viên không anh?*

NĐT: Theo lời kể của họa sĩ Nguyễn Thị Thịnh, người tốt nghiệp thủ khoa khóa 1 CĐMT Gia Định thì, trung bình trường CĐMT Gia Định tuyển khoảng từ 20 tới 30 sinh viên. Riêng trường CĐMT Huế là trường mà tôi theo học khóa 14, ra trường năm 1974 thì, tương đối ít hơn. Do đó, căn cứ vào cuốn Kỷ Yếu của trường, tôi thấy số sinh viên ra trường không nhiều!

Tôi xin đưa một ví dụ như khóa 1 của trường CĐMT Huế, chỉ có 9 người. Khóa 2, có được 13 người, v.v... Ở đây, tôi cũng xin mở một dấu ngoặc rằng khóa 2 CĐMT Huế, chỉ có 1 sinh viên theo học ban Điêu khắc, đó là cố điêu khắc gia Mai Chửng.

DTL: *Trải qua 20 năm, thời gian học của các trường CĐMT của chúng ta có thay đổi gì không anh?*

NĐT: Thưa anh không. Căn bản vẫn là 4 năm như tôi đã nói.

Nhưng tôi nghĩ, có lẽ cũng nên thêm rằng, riêng giai đoạn từ 1957 tới 1970, sinh viên phải học qua lớp Dự Bị trước khi thi tuyển chính thức vào năm thứ nhất. Tuy nhiên, những sinh viên theo học lớp dự bị không chính thức (chỉ dự thính) cũng được phép thi vào năm thứ nhất. Tất nhiên, những sinh viên này ít có hy vọng thi đậu vì không nắm vững căn bản kỹ thuật!

Ví dụ trong các bài thi vào năm thứ nhất, có bài thi vẽ Khỏa Thân. Bài thi này có hệ số 10. Bởi thế, nếu không biết cách đo đạc tỷ lệ về Anatomie thì rất khó được điểm cao. Tóm lại thưa anh, chương trình học chính thức khi ấy, chỉ còn có 3 năm mà thôi. Nhưng sau năm 1970 thì chương trình học không còn lớp dự bị nữa mà, vào năm thứ nhất ngay.

DTL: *Với bốn năm học chính thức, chương trình được chia ra làm sao, thưa anh?*

NĐT: Thưa anh, chúng tôi phải học khá nhiều môn khác nhau. Kể ra và nếu đi vào chi tiết thì rất dài dòng. Tôi chỉ xin tóm lược học trình đó như sau:

A. Về phương diện chuyên môn:

- Năm Thứ I và năm thứ II: Học Hội họa, Điêu khắc (vẽ khỏa thân là chính), Khảo cổ họa, Tốc họa, Thủy mặc, Cơ thể học, Phối cảnh học, Trang trí Tổng quát, Trang trí Nội ốc.

- Từ năm thứ II đến năm thứ IV có thêm môn Kiến trúc.

B. Về phương diện văn hóa:

Về phương diện văn hóa, ngay từ đầu khóa học, sinh viên phải chọn lấy cho mình một trong hai sinh ngữ chính là Anh văn hoặc Pháp văn. Kế tiếp chương trình học văn hóa của từng năm, được phân chia như sau:

- Năm thứ I: Gồm những môn như Triết học đại cương, Sử Việt Nam và thế giới, Đại cương văn minh Việt Nam. Riêng môn Lịch sử Mỹ thuật thì năm nào cũng có trong chương trình học của chúng tôi. Nói cách khác là kéo dài từ năm thứ I tới năm thứ IV.

- Năm thứ II: Sinh viên bắt đầu được học môn Thẩm mỹ học.

Môn học này cũng kéo dài tới hết năm thứ IV. Đồng thời, chúng tôi cũng bắt đầu được học môn Văn học Nghệ thuật VN và, môn này cũng được dạy cho tới hết năm thứ IV.

- Qua năm thứ III: Sinh viên được chọn ban (chuyên môn.) Trường CĐMT có tất cả 4 ban là: Điêu khắc, Sơn dầu, Sơn mài, và Lụa.

DTL: *Ban nào ít sinh viên theo học nhất thưa anh?*

NĐT: Đó là ban Điêu khắc.

DTL: *Còn ban được sinh viên chọn nhiều nhất?*

NĐT: Là ban Sơn dầu.

DTL: *Như vậy, phải chăng ở hai năm chót, sinh viên chỉ tập chú vào ngành hay ban mà mình đã chọn?*

NĐT: Vâng. Đúng vậy. Ở hai năm cuối, chúng tôi thực tập sáng tác theo thể loại mà mình đã chọn. Thí dụ, tôi chọn học ban Sơn dầu thì tôi chỉ học chuyên về tranh sơn dầu mà thôi

DTL: *Có sinh viên nào bị loại khi đang học nửa chừng?*

NĐT: Như tôi biết thì không thưa anh. Tuy nhiên, đôi khi cũng có một hai sinh viên xin nghỉ học vì lý do đau ốm, hoặc tới hạn tuổi phải thi hành quân dịch...

DTL: *Còn lúc thi ra trường thì sao? Tôi muốn hỏi có ai bị đánh rớt?*

NĐT: Cũng có chứ anh. Có người rớt vì lý do hạnh kiểm. Có người rớt vì học lực kém. Nghĩa là số anh em đó không có đủ điểm trong các học kỳ.

DTL: *Họ có thể xin học lại?*

NĐT: Thưa có. Nếu sinh viên ấy vẫn còn trong tình trạng hợp lệ quân dịch.

DTL: *Thưa anh Nguyễn Đình Thuần, khi chúng ta gọi trường Cao Đẳng Mỹ Thuật thì, tôi có thể hiểu là chúng ta cũng có trường... Trung đẳng hay Trung cấp Mỹ thuật?*

NĐT: Đúng vậy thưa anh. Miền Nam của chúng ta cũng có trường Trung Cấp Mỹ Thuật. Tôi thí dụ như trường Trung Cấp Mỹ Thuật Gia Định. Theo tác phẩm "Nghệ thuật tạo hình Việt Nam hiện đại" của tác giả Huỳnh Hữu Ủy thì trường Trung Cấp Mỹ Thuật Gia Định được thành lập từ năm 1913. Trường này cũng còn được gọi là trường Mỹ Thuật Trang Trí Gia Định. (*)

Vẫn theo tác giả Huỳnh Hữu Ủy trong tác phẩm vừa kể thì, thoạt tiên, trường đó có tên là Trường Nghệ Thuật Bản Xứ Gia Định (École d'Art Indigènes de Gia Định). Cứ sau mỗi lần cải tổ, tên trường lại thay đổi. Trường lần lượt có những tên khác như trường Hình Họa Chạm Khắc và Đồ Họa (École de Dessins et de Gravures.) Rồi trường Nghệ Thuật Thực Hành (École d' Arts Appliqués). Và sau cùng thì trường mang tên là trường Nghệ Thuật Trang Trí và Đồ Họa Gia Định (École d'Arts Decoratif et de Gravures de Gia Định).

DTL: Nhân tiện, nếu được, xin anh cho biết số năm học và chương trình học, tất nhiên, tổng quát thôi, của trường Trung cấp Mỹ Thuật Gia Định?

NĐT: Vâng thưa anh. Học trình của Trường Mỹ Thuật Trang Trí Gia Định kéo dài 4 năm. Sau khi tốt nghiệp trung cấp, nếu muốn tiếp tục, họ sẽ phải thi để lên Cao Đẳng Mỹ Thuật. Điển hình cho trường hợp này là Điêu khắc gia Dương Văn Hùng. Ông hiện cư ngụ tại quận hạt Orange County.

Điêu khắc gia Dương Văn Hùng kể rằng, riêng ông, ông chỉ học có 3 năm trung cấp và đã thi đậu vào trường Cao Đẳng Mỹ Thuật Gia Định.

DTL: Ngoài ra, tôi cũng được biết, dường như chúng ta còn có một trường gọi là trường Mỹ nghệ Thực Hành ở Bình Dương, phải không anh?

NĐT: Vâng. Chúng ta có đến hai trường Mỹ Nghệ đầu tiên được thành lập tại miền nam Việt Nam. Đó là trường Mỹ Nghệ Thủ Dầu Một, và trường Mỹ Nghệ Biên Hòa.

Theo cuốn "Nghệ thuật tạo hình Việt Nam hiện đại" của

Huỳnh Hữu Ủy, cũng như căn cứ theo lời kể của điêu khắc gia Dương Văn Hùng thì năm 1901, trường Mỹ Nghệ ở Thủ Dầu Một được thành lập. Trường chuyên tâm vào việc tạo dựng những đồ trang trí bằng gỗ, như giường, tủ, bàn, ghế...

Ngay khi trường mới mở đã có 40 học viên ghi tên học và làm việc. Một số ít đã có tay nghề trước đấy. Chương trình học gồm các môn như Gỗ (Ébénisterie), Điêu khắc (Sculture), Khảm xà cừ (Incrustation), Đúc đồng (Fonderie de Bronze).

Còn trường Mỹ Nghệ Biên Hòa thì ra đời năm 1907. Khởi đầu có khoảng từ 40 đến 50 học viên. Trường đào tạo những nghệ nhân chuyên làm gốm, sứ, theo kỹ thuật và phương pháp giảng dạy cũ của lò Cảnh Đức Trấn ở Giang Tây, Trung Hoa.

DTL: *Nếu tính đến tháng 4-1975, anh có biết hai trường Cao Đẳng Mỹ Thuật Saigon và Huế, mỗi nơi có được bao nhiêu khóa?*

NĐT: Như tôi biết thì Gia Định có 17 khóa. (Riêng khóa 18 thuộc niên khóa 1974-1975, thì chỉ mới bắt đầu). Huế có 14 khóa (và khóa 15 dang dở...)

DTL: *Một cách chủ quan, xin anh cho biết tại sao số sinh viên tốt nghiệp CĐMT thì nhiều mà trở thành họa sĩ thì lại rất ít?*

NĐT: Theo tôi thì trường CĐMT là nơi trang bị cho các họa sĩ những kiến thức căn bản về kỹ thuật và lý thuyết, để từ đó họ đi vào sáng tác. Nhưng khi tốt nghiệp rồi, một số không theo đuổi nghề nghiệp, hay phải bỏ cuộc vì nhiều lý do lắm!

Chẳng hạn như không còn đủ điều kiện miễn dịch. Họ phải gia nhập quân đội vì đất nước chiến tranh. Có người gặp hoàn cảnh gia đình không thuận lợi. Có người không còn hay giảm thiểu đam mê hội họa... Riêng phái nữ thì phải lo gia đình, con cái...

Nói chung, những người đó không có đủ thời giờ để ôn tập, chắt lọc, suy nghiệm về ngành nghệ thuật mà họ đã theo đuổi, nên đành buông xuôi.

DTL: *Anh có thể cho biết một số tên tuổi họa sĩ tốt nghiệp ở cả hai trường CĐMT Saigon và Huế?*

NĐT: Tôi xin kể một số tên tuổi mà tôi nhớ ra được ngay lúc này. Như họa sĩ Trương Thị Thịnh (tốt nghiệp thủ khoa khóa 1, Saigon 1954-1958). Họa sĩ Hồ Hữu Thủ, Nguyễn Lâm, Đỗ Quang Em. Họa sĩ Nguyên Khai, học khóa 3, CĐMT Huế, nhưng tốt nghiệp CĐMT Gia Định. Điêu khắc gia Trương Đình Quế cũng vậy. Ông học khóa 1 ở Huế rồi chuyển vào Saigon và tốt nghiệp trường CĐMT Gia Định. Họa sĩ Hồ Hoàng Đài tốt nghiệp khóa 1 Gia Định, sau trở thành giáo sư CĐMT Huế. Các họa sĩ Tôn nữ Liên Tâm, Hồ thị Kim Quỳ đều tốt nghiệp trường CĐMT Gia Định. Tôi cũng chợt nhớ tới cố họa sĩ Hiếu Đệ (Nguyễn Tánh Đệ) tốt nghiệp khóa 1, CĐMT Gia Định...

Về những họa sĩ nổi tiếng, từng tốt nghiệp trường CĐMT Huế thì tôi xin tạm kể có các họa sĩ như họa sĩ Tôn Thất Văn, thủ khoa khóa 1 (1957-1961), họa sĩ Nguyễn Thanh Trí, tốt nghiệp ưu hạng, cũng khóa 1. Họa sĩ Trịnh Cung (Nguyễn văn Liễu) tốt nghiệp khóa 2, cố điêu khắc gia Mai Chửng tốt nghiệp khóa 2 (1961-1962). Họa sĩ Đinh Cường, tốt nghiệp khóa 3 (1962-1963). Họa sĩ Rừng (Nguyễn Tuấn Khanh) tốt nghiệp khóa 4 (1963-1964)...

DTL: Thưa anh, tôi muốn được biết anh nghĩ gì về một vài sinh viên bỏ ngang chương trình học, nhưng họ lại rất nổi tiếng sau này. Thí dụ, họa sĩ Nguyễn Trung. Có người còn cho rằng, có thể chúng ta đã có một Nguyễn Trung khác, nếu ông theo học một cách nghiêm chỉnh, cho tới khi tốt nghiệp!

NĐT: Theo tôi, cũng có vài trường hợp sinh viên đã không thể tiếp tục theo đuổi việc học, vì hoàn cảnh này hay hoàn cảnh khác. Nhưng nếu họ nắm vững được phần nào căn bản về kỹ thuật, cộng thêm khả năng thiên phú và, vẫn theo đuổi việc sáng tác rồi gây được tiếng vang hay nổi tiếng, thì cũng hiếm lắm anh ạ.

Trường hợp họa sĩ Nguyễn Trung, theo tôi là do tài năng hiếm có. Thêm nữa, anh ấy đã đoạt giải thưởng hội họa Quốc Gia trong lúc vẫn còn theo học tại trường CĐMT Gia Định.

Tôi nghĩ có lẽ tôi cũng nên nói thêm rằng, có một điều không thành luật lệ rõ ràng ở trường CĐMT là: Sinh viên đang theo học ở trường không được gửi họa phẩm của mình tham dự trong bất kỳ một cuộc triển lãm nào ngoài công chúng!

Có thể họa sĩ Nguyễn Trung bực bội về điều này, nên sau khi được trao giải thưởng, anh đã bỏ ngang, không tiếp tục việc học nữa?

DTL: *Nhân nói về những họa sĩ bỏ ngang việc học ở các trường CĐMT, tôi muốn hỏi ý kiến của anh về những họa sĩ nổi tiếng, nhưng họ không theo học, không tốt nghiệp một trường CĐMT nào? Tôi thí dụ trường hợp của Cao Bá Minh.*

NĐT: Thưa anh theo tôi, đó là những họa sĩ tự học bằng cách tìm hiểu hội họa qua sách vở, qua bạn bè. Họ tự tìm tòi bằng vào niềm đam mê hội họa của họ. Họ nghiên cứu kỹ thuật kèm theo năng khiếu thiên bẩm. Nhưng những người này có thể phải trải nghiệm một thời gian dài hơn, vì kiến thức, chuyên môn không được hệ thống hóa, thiếu phương pháp từ trường ốc. Bù lại, vẫn theo tôi, họ được tự do, không bị ràng buộc bởi những ước lệ của trường ốc trong sáng tác.

Khi nói điều này, cũng là lúc tôi nghĩ tới một số họa sĩ được huấn luyện chính quy ở các trường ốc. Nhưng sáng tác của họ cho thấy, họ chỉ lập lại những gì đã học được. Với những người không may rơi vào trường hợp đó, thì có phải rõ ràng rằng, sự học lại là một rào cản khiến cho họ không thoát ra được?

Trở lại với những họa sĩ nổi tiếng dù không theo học một trường lớp nào, ngoài Cao Bá Minh, hiện cư ngụ tại Orange County, tôi còn biết một số họa sĩ nổi tiếng khác như cố họa sĩ Bửu Chỉ, Trịnh Công Sơn. Như các họa sĩ Hoàng Đăng Nhuận, hiện ở Huế. Như họa sĩ Lê Thánh Thư, hiện ở Saigon v.v...

DTL: *Một cách thẳng thắn và công bình, theo anh thì đâu là những điểm được của các trường CĐMT?*

NĐT: Thưa anh, câu hỏi của anh khiến tôi chợt nhớ tới câu châm ngôn: "Không thầy đố mày làm nên." Ai cũng phải học cả.

Theo tôi, như đã nói lúc nãy, trường là nơi nhằm đào tạo, trang bị cho ta kiến thức. Tôi nghĩ, chúng tôi may mắn có trường để học, tích lũy kiến thức, biết được căn bản để phát triển mọi mặt. Thử nhìn xem thưa anh, nếu không có trường Mỹ Thuật thì nền hội họa Việt Nam đến hôm nay sẽ như thế nào? Những thế hệ đi sau sẽ được đào tạo theo phương pháp nào?

Những họa sĩ tự học, họ chỉ lo vấn đề sáng tác của họ một "cách khác." Nhưng muốn họ truyền đạt, hướng dẫn cho lớp đi sau thì bằng phương pháp nào? Có được hệ thống hóa không? Và như vậy, chúng ta đã thấy được trường ốc quan trọng như thế nào rồi!

DTL: *Hội họa Việt Nam hiện đại là một bộ môn nghệ thuật tương đối trẻ so với một số bộ môn nghệ thuật khác. Nó được hình thành theo cung cách huấn luyện kỹ thuật Tây phương. Do đó, cho ta có thói quen chia trường phái. Tôi thí dụ như trường phái ấn tượng, trừu tượng, siêu thực, lập thể v.v... Câu hỏi của tôi là, anh có thấy sự phân chia đó là hợp lý? Chính xác? Thích ứng với hoàn cảnh thực tế của hội họa Việt Nam? Không biết câu hỏi của tôi có rõ ràng không, anh Nguyễn Đình Thuần?*

NĐT: Câu hỏi của anh rõ lắm. Tôi xin trả lời tóm tắt thế này:

Dựa theo quan điểm học thuật về kỹ thuật của Tây phương, tôi nghĩ có lẽ chúng ta khó tách rời sự phân loại các khuynh hướng hội họa của chúng ta khỏi những trường phái hội họa vốn đã thành hình lâu đời ở phương Tây. Như anh nói, nền hội họa đương đại của chúng ta sinh sau, đẻ muộn nên rất khó phủ nhận rằng chúng ta không bị ảnh hưởng. Vì vậy, sáng tác nào cũng mang hơi hướm của các trường phái ở Tây phương.

Tuy nhiên, họa sĩ Việt Nam thường biểu đạt tâm cảm, rung động của nội tâm Đông phương bằng kỹ thuật của Tây phương. Tôi muốn nói, dù bằng hay, dưới hình thức nào, thì các họa sĩ Việt Nam vẫn diễn đạt tình cảm, sự vật, con người qua tranh của họ một cách trung thực tính chất Việt Nam thưa anh.

DTL: *Câu hỏi chót, thưa anh, theo tôi, vì các họa sĩ Việt Nam* *tự căn bản đã được trang bị kỹ thuật cũng như lý thuyết về hội họa của Tây phương, cho nên, có người cho rằng, các họa sĩ Việt Nam, ít hay nhiều đều bị ảnh hưởng bởi một hay nhiều họa sĩ Tây phương, trải qua từng thời kỳ hay từng giai đoạn sáng tác của mỗi họa sĩ. Cái nhìn riêng của anh về nhận xét này, như thế nào?*

NĐT: Thưa anh, như tôi đã trả lời ở câu hỏi trên, tôi vẫn nghĩ không một họa sĩ nào của chúng ta mà không bị ảnh hưởng bởi những họa sĩ, họa phái của tây phương một cách tự nhiên, dọc theo từng thời kỳ sáng tác của họ. Tuy nhiên, sau những giai đoạn này, nếu người họa sĩ có tài năng thực sự, thì họ sẽ tách rời được khỏi cái cũ, để tự tìm cho mình một đường hướng mới mẻ hơn.

DTL: *Trong tình thần của câu trả lời vừa xong của anh, tôi xin cầu chúc anh, cũng như các họa sĩ Việt Nam ngoài hay trong nước, tiếp tục tìm được cho mình những đường hướng sáng tác mới mẻ hơn, cho nền hội họa của chúng ta thêm phần rạng rỡ...*

NĐT: Cám ơn anh về lời chúc đẹp đẽ ấy.

(Garden Grove, Feb. 2011)

Chú thích:

(*) Tác phẩm của Huỳnh Hữu Ủy do Hội Vaala, California, xuất bản, năm 2008.

Tranh Bé Ký,
dương bản hồn tính người mẹ Việt Nam.

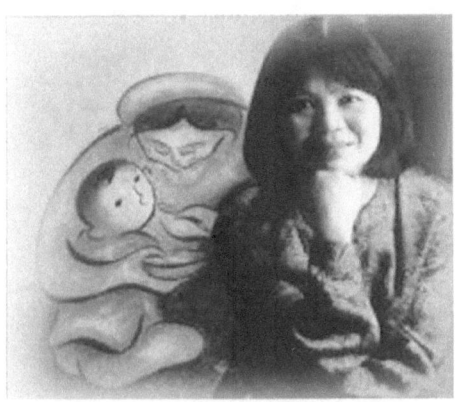

Tranh Bé Ký đơn giản, một mạc, như tâm hồn chị. Một chấm đen thay cho con mắt. Một vạch cong thay cho niềm vui hay nỗi buồn...

Vậy mà, tài tình, lạ lùng xiết bao, ở những nét cọ đơn giản kia, không ngừng dấy lên những rung động Việt Nam. Rất Việt Nam.

Có dễ chẳng một cuốn sách, một tác phẩm biên khảo nào mô tả chân-dung-tâm-hồn người phụ nữ Việt Nam được như tranh Bé Ký.

Tôi cho tranh Bé Ký là dương bản của hồn tính người mẹ Việt Nam vậy.

(Tháng 12-1994)

(Trích "My Beloved Vietnam - Quê Hương Mến Yêu". Hồ Thành Đức Studio XB, California, 2002).

bài ngọc dũng cuối, tháng 6.

tôi vẫn nghĩ, cuối cùng, người đàn ông kia
sẽ chẳng giữ cho mình điều gì
ngay những bức tranh vẽ thời tuổi trẻ
thời mầu sắc như mặt trời
nuốt chửng những vầng trăng, thiếu nữ.
bởi những điều tử tế
từ lâu, ông đã đem cho hết thảy, mọi người,
(không chỉ riêng vợ, con, bằng hữu).
nhưng ít gì cũng phải vài ba chục năm nữa kìa!
trái tim ông trong trẻo quá mà!
những lượng máu luân lưu cũng thơm, lành biết bao!
vậy mà, Văn Sơn Trường báo tin ông đã
đổ xuống.
Đinh Cường, Nguyễn Thế Toàn xác nhận ông đã
đổ xuống.
sự đổ xuống thình lình
như tiếng hú cũng thình lình đổ xuống
của một Tạ Tốn.
(tôi không tin. không tin. không tin. không tin. không tin...)

tôi vẫn nghĩ, cuối cùng, người đàn ông kia
sẽ chẳng giữ lấy cho mình điều gì
ngay những bức tranh vẽ thời luân lạc
thời mầu sắc như mặt trăng
nuốt chửng những mặt trời, thảo mộc, phố xá.
bởi những điều đôn hậu,
từ lâu, ông đã đem cho hết thẩy, mọi người
(không chỉ riêng vợ, con, bằng hữu),
nhưng ít gì cũng phải vài ba chục năm nữa kìa!
tâm hồn ông như đất, vốn lành quá mà!
nụ cười ông như lá, mới xanh làm sao!
vậy mà, Văn Sơn Trường báo tin ông đã
đổ xuống.
Đinh Cường, Nguyễn Thế Toàn xác nhận ông đã
đổ, xuống.
sự đổ, xuống thình lình
như điều tử tế cũng đã thình lình đổ xuống --
hay sự ngúm, tắt thình lình
tiếng cười Lão Ngoan Đồng!
(tôi không tin. không tin. không tin. không tin. không tin...)
tôi vẫn nghĩ, cuối cùng, người đàn ông kia
sẽ chẳng giữ cho mình điều gì
dù chỉ một chấm đen.
thời chấm đen nuốt chửng trong bụng nó
cả một vũ trụ
(hoặc ngược lại.)
bởi ngay những điều không thể cho
từ lâu, ông cũng đã đem cho hết thẩy, mọi người
(không chỉ riêng vợ, con, bằng hữu).
nhưng chí ít cũng phải vài ba chục năm nữa kìa!
ngôn ngữ hàng ngày của ông mới đẹp làm sao!
ký ức ông khỏe mạnh, vạm vỡ biết chừng nào!
vậy mà Văn Sơn Trường báo tin ông đã

đổ xuống.
Đinh Cường, Nguyễn Thế Toàn xác nhận ông đã
đổ xuống.
sự đổ, xuống của một nửa thành phố
(tôi vẫn nghĩ nơi chốn tự thân vốn vô nghĩa
nếu không có những con người tốt lành tháp phần linh hồn
cho nó).

và, ông, (với tôi,) đã gánh vác nửa linh hồn Hoa Thịnh Đốn.
tôi không tin. không tin. không tin. không tin. không tin...
ngay khi cả Hoa Thịnh Đốn xác nhận:
người đàn ông kia đã
đổ xuống. đổ xuống. đổ xuống.
xin lỗi Hoa Thịnh Đốn.
xin lỗi điều tử tế.
xin lỗi nửa phần linh hồn
về lời phủ nhận
không giá trị,
chẳng nghĩa gì
của kẻ
chẳng ra gì,
như tôi,
lúc này,
chỉ ao ước được ăn, ở cùng:
Hoa Thịnh Đốn
của Ngọc Dũng.

(June 26 - 00)

233

Tương tác giữa thi ca và hội họa nơi tài năng Lê Thánh Thư.

N hà xuất bản Giấy Vụn, Saigon, trong những ngày qua, đã ấn hành thi phẩm "viết trong bóng tối. Amen" của nhà thơ và, cũng là họa sĩ nổi tiếng Lê Thánh Thư.

Có thể nhiều người quên rằng trước khi trở thành họa sĩ nổi tiếng, có tranh được trưng bày tại nhiều bảo tàng viện quốc tế, họ Lê vốn là một nhà thơ. Theo tôi, chính thi ca là một bệ phóng huy hoắc, để tác giả "viết trong bóng tối. Amen" (vtbt.A) ném mình vào thế giới tạo hình và, màu sắc.

Từ nền tảng thi ca giàu có của mình, họ Lê đã có được cho tranh của ông những dung lượng thơ mộng, lãng mạn và, luôn cả độ trầm sâu của những game màu, đưa ông tới được những quảng trường hội họa thế giới.

Trong cảm nhận của tôi, sự tương tác giữa Thi ca và Hội họa nơi tài năng Lê Thánh Thư, là một tương tác hữu cơ máu, thịt. Như sự tương tác bất khả phân giữa nắng, gió đất trời, giữa tài năng và những xúc chạm siêu hình, hư ảo.

Cũng nhờ tương tác có tính máu, thịt kể trên mà, tài hoa Lê

Thánh Thư, mỗi thời kỳ, mỗi giai đoạn, như một thân mộc lớn, xuôi thuận thời gian, trổ thêm nhiều cành, nhánh sáng tạo sum suê hoa, trái...

Ngay nhan đề "viết trong bóng tối. Amen" của họ Lê, tôi cho rằng, nó cũng đã là một thực chứng cho những tựu thành, những kết tủa đẹp đẽ, ý nghĩa nằm trong nỗ lực không ngừng đi tới, của ông.

Viết hay vẽ trong "bóng tối" là gì? Nếu không phải là một chỉ danh, xác nhận những dòng thơ (hay những sắc màu, đường nét, hình tượng) vốn đi ra từ vô thức hoặc tiềm thức? Tâm lý học nhập môn từng giải thích đại để, sinh hoạt ý thức của con người có hai phần. Phần hiện ra rõ trên mặt nước của một dòng sông, là phần ý thức. Phần chìm khuất dưới mặt nước là vô thức hoặc tiềm thức. Nói cách khác, tiềm thức là một thứ "tàng kinh các", một kho chứa những cảm nghiệm, những thành / bại, buồn / vui, khổ đau hay hoan lạc của con người.

Là người có đôi chút kinh nghiệm trong lãnh vực chữ, nghĩa, tôi thấy có dễ cũng nên đề cập tới sự hiện ra bất ngờ của những con chữ nơi trang viết Lê Thánh Thư. Bất ngờ hiểu theo nghĩa không một dự báo, những con chữ ở cõi thinh không nào đó, thình lình hiện ra, rớt xuống và, ở lại trong một câu, một khổ thơ. Chúng nằm ngoài chủ tâm kiếm tìm, kiến tạo của họ Lê.

Đó là những con chữ vẫn theo tôi, như được một bàn tay bí nhiệm, cầm lấy những ngón tay thi sĩ, để sai khiển thi sĩ viết xuống. Dù cường điệu tới đâu, trước những con chữ bất ngờ "đắc địa", mang ánh sáng chói lòa về cho nguyên một khổ hay một bài thơ, tôi nghĩ, tác giả cũng không thể xác quyết rằng ông ta đã có ý thức, chủ tâm từ trước rằng, tới câu thơ kia, con chữ đó sẽ xuất hiện ở vị trí ấy!!!

Ở một cấp độ khác, thi ca còn mang lại cho tác giả, cho người đọc những con chữ tuy không mang tính tương thông huyền bí giữa thinh không và con người; nhưng nếu nó có được tính dữ dội thì, những con chữ đó, cũng có khả năng nâng cấp bài thơ. Chúng cũng chứng tỏ được phần nào, mức độ tài hoa của tác giả.

Sự có mặt của những con chữ như thế, (cũng như sự có mặt của một tảng mầu, một đường nét, một hình tượng trong một họa phẩm), thường tạo những cơn địa chấn nhỏ về phương diện mỹ học hoặc tu từ học.

Khả năng gây mê người đọc (người xem tranh) của loại chữ, nghĩa vừa kể, theo tôi, là một tương tác mang tính siêu hình. Tôi nghĩ, khó ai có thể lý giải một cách tường tận, rốt ráo. Cũng như người ta không thể thuật lại một cách minh bạch sự tương quan giữa thần linh và những trang thơ, bức tranh, bản nhạc...của nhiều tác giả nổi danh trong lãnh văn học và nghệ thuật.

.Thay vì theo thứ tự, đi từ bài thơ đầu tiên của thi phẩm "vtbt.A," tôi mở đọc bài cuối. Bài thơ nhan đề "Mọi ngày, ghi..." của Lê Thánh Thư:

"Ngày cả gió
"em về
"nụ cười phủ bóng đèn
"đỏ cái nhìn trai tân
"phồn hoa
"bần thần
"kẻ mộng
"ngậm bùa ăn ngải
"đêm mê
"giấc đàn bà..."

(vtbt.A. trang 128.)

Tôi hiểu, hai chữ "bóng đèn" dẫn tác giả tới tính từ "đỏ" (màu sắc hay cường độ dòng điện.) Tính từ "đỏ" lại gọi, mời tác giả đi qua phần thị giác là "cái nhìn". Nhưng hai chữ "trai tân", định danh cho một người thanh niên còn ngây thơ, trong trắng trong vấn đề nữ giới, thì tôi không nghĩ nó đã được chuẩn bị từ trước. Tôi cho nó có mặt tình cờ. Nó bật ra, ở lại cuối câu thơ, như một thú nhận vội-vàng-hân-hoan của một cảm xúc đột biến. Nó nâng, đẩy cả khổ thơ vào không gian bất ngờ, mới mẻ.

Cũng thế, ở bài thơ thứ ba (vẫn tính từ cuối sách, tính ngược lên,) nhan đề "Blue trên cánh đồng":

"Người đàn ông trở về đứng trên thành cầu
"nghe tiếng tù và tan trên cánh đồng nắng hạn
"đôi mắt màu tro
"ứa ra những hồi niệm nhiều năm mê sảng.

"Tiếng tù và loang kín mặt sông con
"người đàn ông ném đốm lửa chưa tàn
"cánh đồng rạn vỡ chân chim
"nơi này
"cỏ không thể xanh.

"Nơi đây người thức bên kia sông
"bao dáng hình củi mục tưởng trọn đời không thể sống
"vẫn hom hem nụ cười góa bụa
"vẫn hồn quê thanh khiết sáng cả sân nhà
"vẫn thân cò lặn lội qua sông
"bàn chân cắm xuống mặt đất nhếch nhác mùa màng
"người mắt màu tro
"lặng lẽ
"tẩm mình trong nhang khói."

(vtbt.A. trang 125).

Đó là ba khổ thơ đầu của bài "Blue trên cánh đồng". Cả ba khổ thơ đều mang tính mô tả cảm nhận, hành động của người đàn ông có "đôi mắt màu tro", "đứng hát trên cầu", "nghe tiếng tù và" - - Cùng những con đường mà, tiếng tù và vẽ ra, dẫn người đàn ông tới những cảnh vật (thiên nhiên), tới những phần số bấp bênh, bèo bọt (con người)...

Đó là những bức tranh mà, chúng ta có thể đặt kề bên nhau, thành những "bộ tam", "bộ tứ" có cùng một tông màu xám, hợp.

Qua gần 20 chục câu thơ, cá nhân tôi, không cảm nhận được một con chữ nào mang tính bất ngờ hiện ra, rớt xuống dọc trên lộ trình vận hành chữ nghĩa của bài thơ. Phải đợi tới khổ thơ thứ tư, khổ thơ chót:

"*Tiếng tù và cày xới hoàng hôn*
"*trên cánh đồng tràn ngập mộ chí*
"*đâu đây vẳng tiếng kêu*
"*phải tiếng linh hồn gọi nhau từ làng dưới ngược lên*
"*níu ngày chậm lại*
"*chậm lại tàn hương.*"

(vtbt.A. trang 126.)

Khi họ Lê dùng động từ "cày xới", tuy là một dạng của kỹ thuật nhân cách hóa và, độ nóng của hai chữ "cày xới" chưa tới mức như hai hòn than hồng, có thể làm "phỏng" mắt người đọc – Nhưng, với tôi, tự thân, nó cũng đã có được cho nó, tính dữ dội của con chữ! Khi đi theo ngay sau nó là hai chữ "hoàng hôn".

.

Tôi nghĩ, độc giả, luôn cả những người cùng giới, nếu đọc kỹ, với con mắt có ít, nhiều hiểu biết về kỹ thuật làm thơ, cũng như về tu từ và, mỹ học, sẽ không khỏi ngạc nhiên khi rải rác trong thi phẩm "Viết trong bóng tối. Amen" của Lê Thánh Thư, còn có rất nhiều những con chữ bất ngờ, không thua gì hai chữ "cày xới" trong cụm từ "cày xới hoàng hôn." Thí dụ:

"*Em ạ*
"*Đường soi khuya khoắt đom đóm*
""*Mộng lẫn vào đâu đi đâu*
"*Quẫn mái nghèo*
"*Lệch gió*
"*Rẻo vườn thất lộc*
"*Người đi.*

"*Đom đóm về*
"*Vẽ lửa sân hoang*

"Đêm căng chỉ ngang nhà
"Em dập dềnh
"Rách lụa..."

(Trích "Em, lụa là", vtbt.A, trang 92.) Với hai khổ thơ, cộng chung chỉ có 12 câu, vậy mà đã có khá nhiều chữ sống động, ấn tượng như "quẫn" (mái nhà), hay, "đêm 'căng chỉ' ngang nhà"...

Hoặc:

"Ngày lẻ
"Con chim đầu tiên chết khát
"Người nơi đâu về
"Bên đường rung rẩy váy
"Khoe bầu vú hoa thuốc phiện
"Đêm dầm ớt hiểm..."

((Trích "Ngày lẻ," vtbt.A, trang 74.)

Với cá nhân tôi, ảnh-dẫn / guilding image người đàn bà "rung rẩy váy" đã lung linh biết bao... Nhưng khi mạch thơ đi tới kết luận mang tính biểu cảm cao là "Khoe bầu vú hoa thuốc phiện / Đêm dầm ớt hiểm" thì, đó không phải là những con chữ (hình ảnh) ta có nhiều cơ hội bắt gặp nơi những tác giả khác.

Tôi không biết, Lê Thánh Thư sau một thời gian tạm "quên" thi ca để vung cọ với những rung động, tìm kiếm mới mẻ, mở ra những chân trời khác, đã ảnh hưởng vào cõi giới thi ca họ Lê ra sao (?) Khi ông trở về đầu nguồn, hay ngược lại?

"Đường phía núi
"Cỏ tàn khô vất vơ
"Em lùa bò đi để lại mùi da ngai ngái
"Dưới chân núi
"Về muộn
Gió thơm mùi thuốc rê tẩm mật
"Khói vẽ trời xanh
"Khói cuộn người mơ màng

"Chiều cúi mặt mà đi
Da thịt người xông khói.

"Mùa quê bụi bặm
"Cây rạt rào gió
"Cỏ khô rống tiếng bò
"Đường im trường như rắn..."
(Trích "Mùi Quê," vtbt.A. Trang 120)

Hoặc:

"Giữa thế giới đầy lông chó rụng
"Một người
"Bí mật mọc răng nanh
"Nhai rau ráu nhã nhạc
"Ếm giọng thất truyền.

"Giữa mùa định kỳ thay lông chim biếng hót
"Một người
"Công khai lột lưỡi
"Rống lên
"Khúc Caprice 24 của Paganini.

"Giữa bóng đen sổ nét mực tàu
"Bầy muỗi đói vẽ rồng bay ánh sáng
"Một người
"Mơ thành sâu bọ
"Đo mình trên đường ngũ cốc.

"Giữa giấc mơ hình sự
"Thấy đám tù nhân chỉ điểm từng khuôn mặt
"Một người
"À í a
"Requiem... Requiem..."
("Viết trong bóng tối. Amen," trang 84. Trọn bài.)

Tôi cũng không biết, khi họ Lê triệt để khai thác đặc tính của màu Acrylic là sự khô nhanh và, độ dầy của loại màu này, cho phép ông tạo thành chiều thứ ba nơi những bức tranh tưởng chừng như không có matière của ông?

Với số người không hiểu rõ kỹ thuật và, những đổi mới của hội họa hiện đại thì, tranh của Lê Thánh Thư là loại tranh phẳng, bẹt (flat.) Không có matière hiểu theo nghĩa không được tô, đắp nhiều lớp màu lót, trước khi chính thức tạo hình hoặc phân bố màu theo cảm xúc. Sự thực tranh của họ Lê, kể cả những bức ông vẽ một cách cực kỳ đơn giản (nhưng khá khó khăn khi thể hiện) là hình ảnh những cây lau, sậy, những tơ trời, những giải khói vươn giữa khoảng trời bát ngát, nếu tinh ý, sẽ nhận ra độ dày, nổi cộm của chúng.

Điển hình, cụ thể hơn, tôi được xem một bức tranh Lê Thánh Thư, với trọng điểm là con mắt cách điệu. Ông đã dùng dao khoét một đường cong, dài sâu giữa mí mắt và, con mắt, khi Acrylic còn ướt. Sau đấy, ông phết một lớp Oil painting màu xanh xám, để người xem tranh, chỉ cần một chút tinh ý thôi, cũng sẽ nhận ra độ sâu của con mắt hay, chiều thứ ba mà, bức tranh của ông muốn biểu hiện.

Ghi lại một trong những nỗ lực làm mới hội họa của Lê Thánh Thư, tôi chỉ muốn nhấn mạnh: Tính khai phá, nỗ lực mở đường của họ Lê, là bản chất ông (?) Từ đó, tôi cho rằng, với khởi nguồn thi ca, Lê Thánh Thư đã rất sớm, có cho riêng mình tiêu chí: Cách tân. (*)

Nhưng, vẫn theo tôi, dù ở lãnh vực hội họa hay thi ca (nhất là thi ca) họ Lê không chỉ có một trăn trở duy nhất: Làm mới. Tâm hồn Lê Thánh Thư (qua thi ca) còn cho thấy rất rõ những đau đáu của ông về đời thường. Về thân phận hèn mọn của con người trong cuồng nộ giông, bão thời thế:

"Mày tự khai
"Hay mày không
"Mày phản động

"Hay mày không
"Mày muốn sống
"Hay mày không
"Mày tự do
"Hay mày không...
(Trích "Bài khảo cung (vấn & đáp)" vtbt.A., Trang 85.)

Hay:

"Có những điều nên nói lại thôi
"Mỗi người
"Một mòn mỏi
"Mỗi người
"Một nanh sói
"Mỗi người
"Một giấc mơ còi..."
(Trích "Ba bài tự khai", vtbt.A. Trang 89.)

Hoặc nữa:

"Sợ hãi đã ngấm vào máu
"Sợ hãi đã ăn tận xương
"Xứ sở này
"Người sợ tiếng động
"Người sợ đám đông
"Người sợ tường lửa
"Người sợ gõ cửa
"Người sợ chó sủa
"Người sợ mèo kêu
"Người sợ chim hót
"Người sợ nhòm ngó
"Người sợ tiếng chuông
"Người sợ nhịp chân
"Người sợ tin nhắn

"Người sợ giấy mời
"Người sợ lời cuối
"Người sợ thăm hỏi...
(Trích "Về nỗi sợ hãi", vtbt.A. Trang 112.)

Hiển nhiên, trong cảm nhận của tôi, Lê Thánh Thư là một nhà thơ, một họa sĩ tài hoa, với nhiều biến khúc huê dạng.

Tuy nhiên, nếu có dịp, tôi sẽ hỏi ông, chỉ với bài thơ "Về nỗi sợ hãi", nếu phải chuyển thể qua đường nét và, sắc mầu, ông sẽ vẽ thành bao nhiêu bức tranh?

Và, ông có tin đó là những chuyển thể trung thực?

(Calif. June 2012)

Trịnh Cung, con sói đơn độc của hội họa Việt Nam đương đại.

Bốn mươi bảy năm trước, một sự kiện lớn (theo tôi), ở lãnh vực nghệ thuật tạo hình đã ra đời ở miền Nam.

Đó là tháng 11 năm 1966 (*), khi những người trẻ ở độ tuổi mới trên hai mươi, ngồi lại với nhau, thành lập Hội Họa Sĩ Trẻ VN (HHSTVN). Họ quyết liệt, nỗ lực khai phá con đường Hội Họa - Một bộ môn nghệ thuật, tương đối còn xa lạ với đám đông. Họ hăm hở đi tiếp con đường làm mới đường nét và sắc màu, của những tên tuổi đáng kể như Tạ Tỵ, Duy Thanh, Thái Tuấn, Ngọc Dũng... từng một thời vỡ đất.

Thành viên của HHSTVN hầu hết là những người mà tài năng của họ đã được công nhận qua những huy chương cao quý, của những cuộc triển lãm ở cấp bậc Quốc Gia. Những thành viên đầu tiên của HHSTVN, theo một bài viết của họa sĩ Trịnh Cung gồm có: Ngy Cao Uyên, Hiếu Đệ (mất năm 2009), Cù Nguyễn, Nguyễn Trung, Nghiêu Đề (mất năm 1998), Nguyễn Phước, Nguyễn Lâm, Mai Chửng (mất năm 2001), Đinh Cường, Hồ Thành Đức và, Trịnh Cung. (1)

Nếu không kể Ngy Cao Uyên, chủ tịch đầu tiên của HHSTVN

thì, Nguyễn Trung là chủ tịch dài lâu nhất, trước khi chuyển giao vai trò chủ tịch hội, cho cố điêu khắc gia Mai Chửng.

Tài năng, trí tuệ của Nguyễn Trung đã được thực chứng rất sớm với hai thành tích: Huy chương bạc (1960) và, huy chương vàng (1963) triển lãm Mùa Xuân. (2)

Tôi nhớ, sinh thời cố thi sĩ Nguyên Sa (3) từng nói, đại ý, trong học thuật, người ta không chỉ bị ảnh hưởng chiều dọc – Là những người đi trước, (gồm cả những tài năng lẫy lừng thế giới) mà, người ta còn bị ảnh hưởng chiều ngang – Là những người cùng thời, nữa.

Từ nhận định trên, tôi không ngạc nhiên khi thấy một số thành viên HHSTVN, mặc dù cũng là những tài năng đã định hình trong cõi-giới nghệ thuật riêng của họ. Nhưng không vì thế mà số người này không bị ảnh hưởng đường nét, cũng như màu sắc của tài hoa Nguyễn Trung - Con chim đầu đàn của HHSTVN.

Tuy nhiên, tôi vẫn ngạc nhiên khi nhận thấy có những thành viên, dù sinh hoạt, gắn bó với hội ở nhiều mặt, từ thời gian, không gian, tới quan niệm... mà, vẫn giữ được phong cách độc đáo của mình.

Một trong những người đó, vẫn theo tôi, chính là Trịnh Cung/Nguyễn Văn Liễu - Một thành viên sáng lập HHSTVN, từng giữ chức vụ phó chủ tịch hội trong nhiều năm.

Tôi muốn ví ông, như một con sói đơn độc trên lộ trình nghệ thuật cay nghiệt, dài lâu đi tìm cái mới. Mặc dù tôi hiểu, khi một họa sĩ đứng trước giá vẽ (cũng như nhà văn trước trang giấy hay, bàn phím của mình), đó là lúc họ cô đơn nhất.

Về hành trình hay thành tựu của "con sói đơn độc" Trịnh Cung, ký giả Mặc Lâm của đài phát thanh RFA, ngày 11 tháng 5 năm 2014 cho biết:

"Họa sĩ Trịnh Cung sinh quán tại Nha Trang năm 1939. Năm 1957 ông theo học trường Mỹ Thuật Huế và tốt nghiệp vào năm 1962. Cũng trong năm này tác phẩm 'Mùa Thu Tuổi Nhỏ' của ông đã được chọn triển lãm chung với 21 quốc gia.

"Tác phẩm này được trao bằng danh dự, đây là tác phẩm sơn dầu duy nhất của Việt Nam được chọn trong kỳ triển lãm này. Trong giải 'Hội Họa Mùa Xuân' ông được chọn và trúng giải hai lần vào hai năm 1963 và 1964. Đây cũng là giải cuối cùng của mỹ thuật Sài Gòn.

"Họa sĩ Trịnh Cung cũng đã có thời gian giảng dạy tại hai trường mỹ thuật Huế và Gia Định trong tư cách thỉnh giảng. Ông có nhiều triển lãm cá nhân trong và ngoài nước, vào năm 1994 cuộc triển lãm đầu tiên ở nước ngoài của ông diễn ra tại Pháp.

"Năm 1996 ông được Đại Học San Francisco mời giảng dạy mỹ thuật tại trường với tư cách thỉnh giảng. Trong thời gian từ năm 1998 đến năm 2000 ông có nhiều cuộc triển lãm tại Mỹ và tranh của ông được giới mỹ thuật đánh giá cao.

"Mới đây tổ chức Willams Joyner Center mời họa sĩ Trịnh Cung tham gia vào diễn đàn của tổ chức này tại Massachusetts và ông có bài tham luận với đề tài 'Mỹ Thuật Việt Nam Đương Đại Từ Chiến Tranh Đến Hòa Bình.'" (4)

Ở một góc độ khác, nhà thơ Luân Hoán vào sâu những góc khuất của đời riêng Trịnh Cung. Đặc biệt, Luân Hoán còn ghi lại nguồn gốc của ca khúc nổi tiếng, "Cuối cùng cho một tình yêu" (thơ Trịnh Cung, nhạc Trịnh Công Sơn) và, một số chi tiết khác, có thể nhiều người chưa biết, như:

"... Trịnh Cung tên thật Nguyễn Văn Liễu, ra đời năm 1939, tại làng Trạch, cạnh bờ biển đẹp nhất Việt Nam. Cha gốc Quảng Nam, mẹ gốc Nha Trang. Anh theo học tại trung học Võ Tánh Nha Trang. Cùng một số bạn đồng trang lứa, Nguyễn Văn Liễu say mê đọc sách, thích thơ và vẽ vời. Anh dùng bút hiệu Duy Trung cho những sáng tác có hơi thở học trò của mình. Duy Trung biết mơ mộng và biết yêu khá sớm. Một trong những người đẹp của đất Nha Trang làm anh mê say là cô nữ sinh tên Nguyệt, chị họ của nhà thơ Từ Thế Mộng, (một bạn học trên Trung một năm). Yêu Nguyệt, Duy Trung không những mang 'vầng trăng' óng ánh này vào thơ, mà anh còn dùng tên người đẹp để làm bút hiệu cho mình. Cái tên Thương Nguyệt từ đó xuất hiện khá nhiều trên một số báo, tạp chí của thủ đô Sài Gòn. Tôi hình dung ra cái thời khắc Nguyễn Văn Liễu ngồi nắn nót từng nét chữ Nguyệt trên rất nhiều trang giấy. Bàn tay anh hẳn vô cùng bay bướm và trang trọng. Chắc chắn anh phải nghĩ ra nhiều chữ để ghép cùng tên người mình yêu. Có thể là Liễu Nguyệt, Nguyệt Liễu, ... Những gá nghĩa thông thường, hơi quê quê này, không thích hợp với một tay chơi thơ đã có trình độ chơi chữ mới lạ. Yêu Nguyệt nhưng trưng dụng thẳng hai chữ này thì lộ liễu và làm giảm đi nhiều tính cách nghệ thuật. Liễu đã đổi từ Yêu thành từ Thương một cách duyên dáng, tài tình.

"Vì mê thơ, đặc biệt thích những bài thơ viết về xứ Huế, Nguyễn Văn Liễu đến đất cố đô và vào học Cao Đẳng Mỹ Thuật từ năm 1957. Hội họa đã thổi lớn Nguyễn Văn Liễu từng ngày. Tuy vẫn còn lai rai làm thơ, nhưng anh đã đặt hết lòng cho sơn cọ. Bút danh Trịnh Cung được khai sinh, mỗi ngày một lớn mạnh (...).

"... Trịnh Cung chơi thân với Đinh Cường, Trịnh Công Sơn. Tình bạn sớm giúp họ tạo ra cái không khí sinh hoạt thật sinh động hào hứng, khởi sắc. Theo tiết lộ của nhà biên khảo Nguyễn Đắc Xuân, trong giai đoạn này, Trịnh Cung để ý và si mê một cô sinh viên văn khoa Huế có tên là... Nh.Hg và viết được bài thơ để đời 'Cuối Cùng Cho Một Tình Yêu'. Ông Nguyễn Đắc Xuân viết tiếp:

"... 'Trịnh Cung thú nhận cho đến nay Nh.Hg đã có gia đình, có cháu nội, cháu ngoại mà vẫn chưa biết bài thơ phổ nhạc bất hủ ấy Trịnh Cung đã làm cho chính mình.'

"Nhưng trong một bài viết 'Người Tình Cuối Cùng Của Trịnh Công Sơn Là Ai?' phổ biến trên trang web Vietnam.net, vào ngày 28 tháng 2 năm 2005, Trịnh Cung cho biết:

"... 'Đánh dấu lớn nhất và dài lâu nhất cho tình bạn giữa tôi và Sơn chính là bài thơ 'Cuối Cùng Cho Một Tình Yêu' tôi viết vào năm 1958 ở Huế và Sơn đã phổ nhạc vào khoảng giữa năm 1959, trước ca khúc Diễm Xưa và chỉ sau các ca khúc Ướt Mi, Thương

Một Người và Nhìn Những Mùa Thu Đi. Nhiều người đã hỏi tôi viết ca khúc này cho ai? Anh bạn, nhà nghiên cứu Huế học Nguyễn Đắc Xuân đã xác định bài thơ ấy viết cho Nh. Hg, một nữ sinh trường Đồng Khánh (Huế) nhưng thật ra không phải như vậy.

" 'Tôi có nhắc đến cô ấy vì vẻ đẹp rất Huế của Nh.Hg. Nhưng bài thơ ấy là một hư cấu để nói về những năm tháng đầu tiên của một sinh viên tỉnh lẻ từ say đắm đến thất vọng trên con đường tình của Huế. Ca khúc này, Sơn đã làm cho bài thơ tầm thường ấy trở nên bất tử trong nhiều thế hệ người Việt. Điều này tôi không chờ đợi khi chơi với Sơn. Có nhiều năm, gia đình Trịnh Công Sơn in sách nhạc và các nhà xuất bản băng đĩa đã không in tên tôi là tác giả của lời nhạc, vì thế có rất nhiều giới trẻ ngày nay và có lẽ cả mai sau không biết điều này. 'Sống trong đời sống cần có một tấm lòng, để làm gì em biết không? Để gió cuốn đi' (Trịnh Công Sơn). Tôi đang sống với khái niệm: Để Gió Cuốn Đi...'" (5)

Con sói đơn độc, Trịnh Cung: tự 'treo mình trên giá vẽ'!!!

Tôi hằng nghĩ, khi một thảm họa chính trị giáng xuống đầu một dân tộc thì, dù ở đâu, lưỡi dao oan nghiệt của thực tế phũ phàng, sẽ không chỉ lột da, tưa máu đại đa số nạn nhân mà, nó còn là cơ-hội-vàng-mười cho một thiểu số bung thoát khỏi mặc cảm ngục tù, hớn hở nhảy múa, reo hò trên bất hạnh, tang tóc nơi thành phần đại đa số vừa nói.

Cũng thế, thảm kịch tháng 4, 1975 ở miền Nam, đã là cơ hội bất ngờ, không thể... "tốt đẹp" hơn cho thiểu số! tôi muốn gọi đó là "những hân-hoan-bệnh-hoạn" ở tất cả mọi thành phần xã hội – Không loại trừ thành phần văn nghệ sĩ, trí thức.

Đề cập tới thảm kịch của đồng bào miền Nam, nói chung, thành viên của Hội Họa Sĩ Trẻ VN (HHST/VN), nói riêng, con sói đơn độc Trịnh Cung/Nguyễn Văn Liễu, cho biết, đại ý:

Ông không thể không ghi nhận rằng, gạt qua một bên xu hướng nghệ thuật, tài năng hội họa có, thuộc mỗi cá nhân thì,

HHST/VN có tới 1/2 thành viên là thành phần trốn lính. Họ có cùng một xu hướng: Xu hướng... "chống chiến tranh." Một vài thành viên khác, tuy vẫn tuân thủ lệnh gọi nhập ngũ, nhưng lại cho thấy "lập trường thiên tả" vì lý do này, hay lý do khác!

Theo họa sĩ Trịnh Cung, vì thế, khi miền Nam sụp đổ, cả hai thành phần vừa kể trong HHST/VN đã không giấu được hân hoan, mừng rỡ, giống như họ vừa được "giải phóng" khỏi ngục tù mặc cảm "trốn lính" mấy chục năm cũ. Họ tự coi họ thuộc thành phần "kẻ thắng cuộc"!

Một số thành viên còn "thành khẩn" (hay yếu đuối?) sớm đầu hàng, khuất phục quyền lực của "Bên thắng cuộc," bày tỏ hân hoan khi thấy miền Nam bị sụp đổ, bằng cách tự nguyện lao mình vào những chiến dịch do nhà cầm quyền mới phát động, bằng những họa phẩm tuyên truyền cho đường lối cai trị của chính quyền vừa thắng cuộc này.

Để có một cái nhìn cụ thể, chứng minh cho bi hài kịch này, họa sĩ Trịnh Cung/Nguyễn Văn Liễu, đơn cử thí dụ:

"Một thành viên nòng cốt của HHST/VN còn được trọng dụng với một chiếc ghế trong Ban Chấp Hành Hội Mỹ Thuật TP/ HCM... "

Tuy nhiên, cũng như ở phía nhà văn, nếu có những người bẻ bút trước cuộc đổi đời. Công khai bất hợp tác với chế độ mới, dù có bị tù đày, vây khổn, đe dọa... Thì một số thành viên HHST/VN cũng có những người lặng lẽ bẻ cọ – Vì liêm sỉ hoặc, tự trọng tối thiểu của lương tâm văn, nghệ sĩ.

Trịnh Cung/Nguyễn Văn Liễu, nằm trong thiểu số đó.

Ở trường hợp họ Nguyễn, tôi nghĩ, hội họa đối với ông, không chỉ là cái nghiệp mà, nó còn là một niềm tin thiêng liêng. Như Tôn Giáo.

Với bản chất cực đoan, quyết liệt như Trịnh Cung, tôi không nghĩ một quyền lực độc đoán nào, có thể biến cải niềm tin, hay "cải đạo" ông được...

Phải chăng vì thế Nguyễn đã có 10 năm bẻ cọ. Trong số 10 năm "sống như đã chết" của "con sói đơn độc" Trịnh Cung có 3 năm tù cải tạo cộng hai năm từ chối về vùng kinh tế mới.

Được trả tự do từ năm 1979, đến năm 1985, cùng người bạn đời và hai đứa con còn nhỏ, mỗi sớm mai, Nguyễn cùng toàn thể gia đình tất tưởi ra khỏi nhà với gánh xôi của họ. Tối mịt, sau khi bán hết gánh xôi, trước khi thả chiếc thân xác mỏi mòn rã rượi, xuống mặt giường, họ tấp vào một xe bán phở lề đường, ăn vội những bát phở "không người lái (chỉ có bánh, không thịt) để, hôm sau, lại tiếp tục cực hình nhân sinh dành cho những kẻ thua trận – Nhưng, dứt khoát, quyết liệt không đầu hàng. Không thỏa hiệp hầu kiếm chút cơm thừa, canh cặn của tân chế độ.

Tôi không thể hình dung 10 địa ngục, 10 năm kiếp nạn của tài hoa Trịnh Cung/Nguyễn Văn Liễu!

Nhưng tôi tin, vẫn có những đêm, bất ngờ tỉnh giấc, "con sói đơn độc"của hội họa Việt Nam đương đại, ngửa cổ hú trăng...

Đó là những tiếng hú thân phận trầm thống. Không thanh âm. Những vô thanh đã nghẹn ngào trở ngược vào tàng-thức Nguyễn. Nơi những tế bào sáng tạo của riêng Nguyễn, vẫn từng giờ cảnh báo nguy cơ chết dần trong tuyệt vọng.

Tôi cũng trộm nghĩ, những tiếng hú không thanh âm kia, nơi con thú trầm kha thương tích này, cách nào đó, vẫn đi tới, chạm đụng được cõi hư vô. Dù hư vô cũng chỉ có thể gửi lại cho ông những thinh lặng câm-nín-định mệnh.

Tôi không thể hình dung 10 địa ngục, 10 năm kiếp nạn của tài hoa Trịnh Cung/Nguyễn Văn Liễu!

Nhưng tôi tin, vẫn có những đêm, bất ngờ tỉnh giấc, "con sói đơn độc" của hội họa Việt Nam đương đại, phân thân, tách thoát khỏi giới hạn nhục thân, trở thành một thứ Samurai, lạc lõng giữa hoang tàn đất nước – Đánh ra những đường kiếm vô chiêu/ hữu chiêu – Đi tìm "bản lai diện mục" – (hay đi tìm chân dung đích thực một giai đoạn lịch sử?).

Những có/không, những hư huyễn vốn mịt mù, âm u thế sự, tôi tin, cũng sẽ không có một câu trả lời dứt khoát nào cho Nguyễn. Ngoài lưu lượng cuồng xiết của dòng chảy băng băng những hớn hở bệnh hoạn và, cái chết hềnh hệch, chực sẵn.

Tôi nghĩ, hào phóng lắm thì, lịch sử cũng chỉ có thể cho Nguyễn: Tiếng thở dài! Nhắm mắt!

Tôi cũng không biết, nếu năm 1985, một "phép lạ" không xảy ra cho Nguyễn thì, liệu hôm nay, chúng ta còn có một Trịnh Cung/Nguyễn Văn Liễu? Dù cho đó chỉ là chiếc bóng của Nguyễn! Chiếc bóng của con sói đơn độc, hội họa Việt?

Họ Nguyễn kể, thời điểm đó, (thời điểm VN chỉ mới mở cửa cho du lịch Pháp), một Việt kiều Pháp (còn trẻ) yêu tranh Trịnh Cung, từ Âu Châu về lại Saigon, tìm mua tranh của Nguyễn.

Người bạn trẻ sống xa đất nước đã lâu, nhưng những chủng tử VHNT Việt nơi anh, vẫn tiềm tàng một sức sống kỳ diệu.

Người khách trẻ phương xa, mê tranh Trịnh Cung thuật rằng, anh đã trải qua nhiều ngày ở Saigon, tìm hỏi địa chỉ Trịnh Cung, đều thất bại.

Nguyễn ngao ngán, cay đắng cho biết:

"Tất cả những người được người bạn trẻ này hỏi địa chỉ của tôi, đều lắc đầu. Từ chối..."

Ở đoạn trên, tôi dùng hai chữ "phép lạ" để nói rằng, cuối cùng người trẻ yêu tranh Trịnh Cung đã tìm được thần tượng của anh. Và, bức tranh tựa đề "Người chơi vĩ cầm" (khổ 30x40cm) còn sót lại của họ Nguyễn được lôi ra, trao cho người ái mộ với giá 50 Dollars.

Trịnh Cung nói:

"Những ai không sống ở VN, giai đoạn đó, rất khó hình dung được giá trị to lớn của 50 đồng Mỹ kim đó. Với số tiền này, cả gia đình tôi sống được ba tháng, không cần phải đi bán xôi!"

Nhưng "phép lạ" không ngừng ở đó! "Phép lạ" còn hiển lộng tính bí nhiệm của nó, khi từ nó mà họ Nguyễn thấy rằng, cách gì, ông cũng phải cầm lại cọ! Cách gì ông cũng không thể phụ lòng những người yêu mến tranh của ông! Và, cách gì, ông cũng không thể để mình âm thầm chết mục, trong chờ đợi hân hoan của kẻ khác!

Chỉ với 50 Mỹ kim thôi, ông có phương tiện trở lại với "tôn giáo" đầu tiên và sau cùng của mình.

Tưởng cũng nên nhấn mạnh rằng, 10 năm chìm/nổi địa ngục trần gian của Trịnh Cung/Nguyễn Văn Liễu, đã kết tinh thành những trầm tích không thể ý nghĩa và, giá trị hơn cho ông (cũng như cho hội họa VN) khi một trong những bức tranh đi ra từ tâm thế tuyệt vọng kia, gây chấn động cảm thức người thưởng ngoạn, bức: "Treo mình trên giá vẽ/Hanging Himself" (khổ 80x99 cm) ra đời năm 1989. (6)

Đó là một bức tranh theo tôi, không chỉ như một chứng tích khả năng sáng tạo lớn mà, nó còn là phản xạ tự thân hay, tiếng kêu cuối cùng của một con thú, trước khi chọn lấy cho mình cái chết, để xác tín niềm tin tôn giáo của mình.

Chính tính xác tín niềm tin tôn giáo của mình kia, nơi bức "Treo mình trên giá vẽ" của Nguyễn mà theo tôi, đó là bức tranh duy nhất, tới hôm nay, hội họa thế giới, có được.

Trịnh Cung, những đóng góp ngoài giá vẽ.

Đóng góp của tài năng Trịnh Cung/Nguyễn Văn Liễu không chỉ dừng trong giới hạn những tác phẩm hội họa cá nhân mà, ở lãnh vực chuyên môn, họ Nguyễn còn cho thấy ông sở hữu một kiến thức uyên bác về lịch sử tạo hình thế giới – Về những hình thành và, khác biệt giữa các trường phái hội họa của nhân loại...

Tôi hiểu, khi một họa sĩ được đào luyện chính quy nơi trường ốc thì, hầu như ai cũng được trang bị một số kiến thức căn bản về những kênh, mạch tiêu biểu; những thời kỳ dẫn tới sự hình thành nền Mỹ thuật đương đại. Sau đó, tùy xu hướng cá nhân mà, mỗi họa sĩ có những hiểu biết thêm, thấu đáo hơn về những thần tượng riêng, của họ...

Nhưng tôi nghĩ, kiến thức tổng quát chỉ là một phần hiểu biết của mỗi cá nhân trong khu vực chuyên môn của mình. Ở khu vực nghệ thuật trừu tượng như khu vực nghệ thuật tạo hình, hiểu biết này, chưa đủ để diễn giải, soi rọi tới những lớp cắt chập chùng, lấp lánh biến thái vi tế của nghệ thuật (vốn hư ảo). Nhất là với những tài năng ngoại khổ.

Vì thế, dù cho giao tình giữa chúng tôi từ nhiều chục năm qua, vẫn chưa vượt quá giới hạn sơ giao, nhưng tôi vẫn thấy, tôi sẽ thiếu tự trọng, công bình, nếu không nói ra rằng, tôi quý, trọng những bài thuyết trình về hội họa Việt Nam trải qua nhiều thời kỳ – Cũng như nghệ thuật tạo hình Việt Nam, đặt trong toàn cảnh Châu Á-Thái Bình của Trịnh Cung/Nguyễn Văn Liễu tại các đại học hay, những hội thảo chuyên đề từ nhiều chục năm qua của ông.

Tôi cũng cho rằng tôi sẽ thiếu tự trọng, công bình, khi không nói ra rằng, tôi đã hân hoan khi đọc cuốn "Mỹ Thuật Việt Nam Những Vấn Đề Xoay Quanh" – Tập hợp những bài viết hoặc phỏng vấn Trịnh Cung, cho thấy viễn kiến, dự báo và, những quan điểm có tính cách căn-để ở lãnh vực hội họa của Nguyễn. (7)

Ngay lãnh vực lý luận chuyên môn này, họ Nguyễn cũng cho thấy tính khai phóng, xẻ đường, mở tới những chân trời mới, lạ. Như những bài "Cái đẹp có tiêu chuẩn không; Vẽ tranh không bao giờ là muộn; Mầu sắc - Cuộc chơi không đơn giản; Vai trò của trường phái và phong cách trong ý thức sáng tạo; Một số tên tuổi và khái niệm nghệ thuật đương đại; Trao đổi với Nora A Taylor về vấn đề tại sao Việt Nam chưa có họa sĩ lớn; Lối ra nào cho khủng hoảng sáng tạo." Hoặc "Mỹ thuật Việt Nam; Hội Họa Việt Nam thời chiến tranh và hậu quả; Hội họa của những người thành đạt" v.v...

Tôi không biết, có phải vì thụ đắc được những kiến thức rộng, sâu toàn cảnh cõi-giới mỹ thuật VN, nên tên tuổi của họa sĩ Trịnh Cung/Nguyễn Văn Liễu đã vượt khỏi đường nét, sắc màu tranh vẽ của ông, trở thành một thứ bảng chỉ đường, dẫn, đưa một số nhà nghiên cứu hội họa Đông/Tây tìm đến ông (?) – Để treo móc trông cậy của họ vào kho kiến thức uyên bác của Nguyễn về: Lịch sử cùng những biến động tử, sinh của nghệ thuật tạo hình Việt Nam?

Đó là những cơ quan, những nhà nghiên cứu hội họa có thẩm quyền, như: Đại diện của tổ chức nghiên cứu Plum Blossoms (International) LTD (Hồng Kông); Lã Vọng Gallery (Hồng Kông) hoặc tác giả Corinne de Menonville, đại diện nhà Arhis, Paris (Một nhà xuất bản chuyên về lịch sử mỹ thuật của Pháp)... Hầu từ đó, những tác phẩm đồ sộ như những bảng chỉ đường cho thế giới biết đến Hội Họa Việt (từ Nam chí Bắc), qua mọi giai đoạn, thăng trầm – Nhất là nền hội họa Việt, sau biến cố tháng 4, 1975, những tưởng đã yên bề lãng quên với thân phận ốc đảo của mình!

Thực tế, đó là một chân trời mỹ thuật trẻ trung; đầy nghịch lý: Giữa công dụng tuyên truyền và, ngồn ngộn lửa sáng tạo (dù khá nhiều đoạn đường đã bị nám đen chiến tranh, thương tích!)

Tôi không biết có bao nhiêu người trong giới tạo hình Việt, biết được rằng, nếu không có Trịnh Cung/Nguyễn Văn Liễu, thì những ấn phẩm đồ sộ, giá trị như bộ "Uncorked Soul Contemporary Art from Vietnam," do nhà Plum Blossoms (International) LTD Hong Kong, XB năm 1991; bộ "Vietnamese Contemporary Painting," do nhà Lã Vọng Gallery Hong Kong, XB 1992; và nhất là bộ "Vietnamese Painting From Traditional to Modern" của tác giả Corinne de Menonville, do nhà xuất bản lịch sử mỹ thuật-Arhis, XB tại Paris 2003, ấn hành... đã không thể ra đời?

Tôi cũng không biết có bao nhiêu thức giả, họa sĩ Việt từ Nam tới Bắc (ngay cả những họa sĩ Việt sinh sống tại Hoa Kỳ), biết rằng, nhờ những bộ sách nghiên cứu kể trên mà, hội họa Việt Nam thoát khỏi tối tăm ao tù, ốc đảo, để một thời chen chân nơi các thị trường Châu Á như Hồng Kông, Nhật Bản, Đài Loan và, Âu Châu..., khi VN mở cửa đổi mới, vào giữa thập niên 1980...? Mà, người gián tiếp mở được những cánh cửa vừa kể cho Mỹ thuật Việt Nam, chính là Trịnh Cung/Nguyễn Văn Liễu.

Là một người "ngoại đạo," trước đây, tôi hoàn toàn không biết chút gì về "những đóng góp ngoài giá vẽ" của Trịnh Cung/ Nguyễn Văn Liễu! Nhưng dù cho ai đó, biết hay không biết thì, Trịnh Cung/Nguyễn Văn Liễu cũng vẫn là người góp phần mang lại những trữ lượng vinh quang cho hội họa Việt.

Dù cho, chính Nguyễn cũng không hề bận tâm về thành quả mà, ông là người đứng sau, âm thầm kiến tạo.

Tôi đồ chừng, Nguyễn đã quá quen với những phủ nhận, ngộ nhận, bất công mà, định mệnh đời thường cũng như nghệ thuật dành cho ông?

(Cũng như những ngộ nhận, tranh cãi từng bùng lên, bước ra từ những bài viết, phát biểu có tính cách đời thường của Nguyễn, thời gian qua... Tất cả, với tôi, chúng chỉ tựa những "trận bão trong tách trà").

Bởi, như ông có lần tâm sự:

"Tôi không bận tâm. Tôi không đính chính. Vì, rốt ráo, chính tôn-giáo-hội-họa đã 'cứu rỗi' tôi và gia đình tôi. Cũng như thi ca, đã cứu rỗi, đã hồi sinh tôi, từ một mối tình như cổ tích ở cuối đời tôi, cay nghiệt..."

Trước khi bước sâu vào điều họ Nguyễn gọi là "Tình yêu thực sự, cuối đời tôi" của Trịnh Cung/Nguyễn Văn Liễu, tôi nghĩ, có dễ chúng ta cũng nên trở lại đoạn khởi nguồn thi ca thời thanh xuân của Nguyễn. Thời mà thơ đến với Nguyễn như một hạnh ngộ bất ngờ, không hẹn trước của định mệnh.

Tôi nghĩ, trở lại tốt nhất với một Trịnh Cung/Nguyễn Văn Liễu, ở mảng thi ca, không gì hơn là quay về với bài thơ "Cuối cùng cho một tình yêu" của Nguyễn.

Họ Nguyễn nói: "Cuối cùng cho một tình yêu" ông viết năm năm 1958 ở Huế và Sơn đã phổ nhạc vào khoảng giữa năm 1959, và thêm:

"... Bài thơ ấy là một hư cấu để nói về những năm tháng đầu

tiên của một sinh viên tỉnh lẻ từ say đắm đến thất vọng trên con đường tình của Huế..." (Bđd)

Tuy tác giả cho, đó là một bài thơ tầm thường, nhờ nhạc của Trịnh Công Sơn mà trở thành nổi tiếng; nhưng nếu đặt bài thơ trở lại thời gian ra đời thì, "Cuối cùng cho một tình yêu" vẫn có một số hình ảnh mới mẻ xét trong giai đoạn đó. Như:

"Ừ thôi em về, chiều mưa giông tới/ Bây giờ anh vui, hai bàn tay đói/ Bây giờ anh vui, hai bàn chân mỏi..."

Dù vậy, với tôi, bài thơ này tựa trái-bói của một đời cây mới trồng. (8) Phải đợi tới năm 2004, khi một người làm thơ trẻ, tên Nguyễn Thị Phương Lan, (bút hiệu eL), xuất hiện bất ngờ trong đời Trịnh Cung/Nguyễn Văn Liễu thì đó mới là thời điểm Nguyễn gặt hái những vụ-mùa-thi ca sum suê hoa, trái.

Tôi muốn nhắc tới thi phẩm "Nội tình cái hẻm" Trịnh Cung/ Nguyễn Văn Liễu, XB tại Saigon, 2008, do Cửa XB.

Tình yêu của eL, nguồn 'cứu rỗi' đời Trịnh Cung?

Bài thơ thứ nhất, mở vào thi phẩm này, tựa đề "Cáo Trạng số 10/04" sáng tác đầu năm 2005, tác giả viết:

"Có tiếng đàn chìm trong gối
Em cất giấu hớ hênh niềm hoan lạc
Ướt đẫm anh nước trăng tháng 10 ngai ngái men non
Bữa tiệc người không báo trước
Bản giao hưởng nước mắt và thân xác của hai nửa thất lạc
43 năm qua hành trình sự sống và cái chết

"Làm sao em tìm thấy anh trong khói bụi Saigon
Giữa rừng người mang khẩu trang
Chực cận chiến khi đèn ngã tư bật xanh

"Làm sao em tìm thấy anh

Kẻ đào tẩu khỏi con người
Che dấu con thú hoang đằng sau những chiếc mặt nạ thánh
thần cha truyền con nối
Khắc khổ và từ bi
Món thời trang hết thời giở trò khuyến mãi

"Có lời ru của những giọt nước mắt lăn về khởi thủy
Em vụng về vai diễn để chảy loang ướt lộ khoảng tối thiên
đường
Cho anh úp mặt xuống máng cỏ nhận phần nước thánh
Rửa tội sau lần tái sinh

(...)

"Làm sao em tìm thấy anh trong hằng hà quán nhậu bia ôm
Nơi mặt người đã đổi từ đỏ qua xanh
Từ xanh qua đỏ
Trốn chạy lương tâm bằng trò rượu thịt
Hoan hỉ cuộc tự sát

(...)

"Làm sao em tìm thấy anh trong phù phiếm xa hoa bãi rác ô
hợp Sài Gòn
Giữa ngập ngụa mỹ phẩm, mỹ nhân và mùi lừa dối
Anh lẩn quẩn mù lòa mê muội đi thụt lùi từ lối ra
Khi em còn chưa hiện thân là trứng

"Làm sao em tìm thấy anh
Giữa mênh mông lưu lạc ngồn ngộn ảo vọng
Băng qua khoảng cách 43 năm với đôi hài ánh sáng
Em nhân danh tình yêu đòi nợ anh món tội tình tiền kiếp

"Bản cáo trạng số 0 10/2004

Tuyên án treo
Tất cả trả về cội gốc
Bằng cam kết sẽ không bỏ trốn em một giây phút nào nữa
Cho đến khi kiệt sức."

Đó là "Bản cáo trạng..." theo cách nói của Trịnh Cung/Nguyễn Văn Liễu. Hay đấy chính là một thứ "Lý lịch (tình yêu) trích ngang" của Nguyễn?

Trường hợp nào thì bài thơ "Lý lịch (tình yêu "trích ngang" của Trịnh Cung viết về mối tình với người con gái kém ông 43 tuổi, cũng là một trong những đổi mới thi ca dữ dội của tác giả "Cuối cùng cho một tình yêu."

Cái mới của Nguyễn ở bài thơ mở vào thi phẩm "Nội tình cái hẻm" là tính xum xuê hiện thực (qua những cụm từ như "rừng người khẩu trang," "chực cận chiến khi đèn ngã tư bật xanh," "Hằng hà quán nhậu bia ôm" hoặc, "trốn chạy lương tâm bằng trò thịt rượu," "Ngập ngụa mỹ phẩm, mỹ nhân."... sánh vai cùng những siêu thực, hư-vô-ngờ như "em cất giấu hớ hênh niềm hoan lạc," "chảy loang ướt lộ khoảng tối thiên đường" hay, "đôi hài ánh sáng," "món nợ tội tình tiền kiếp"...

Với tôi, đó là một cõi-giới thi khác, của Trịnh Cung/Nguyễn Văn Liễu.

Đó là những thổ ngơi thi ca, nỗ lực loại bỏ thời gian khỏi những hữu hạn mông muội, để xuôi về chân trời ấn-chứng-xanh, dưới dạng những câu hỏi (ẩn sẵn câu trả lời), như:

"Sao em lại đến
Còn gì để nhặt
Ngoài hoang phế thân xác và rác rưởi tâm hồn
Cái chết tầm gửi đang hối hả những giờ phút thèm muốn cuối
*   cùng*

Trong khu vườn hoan lạc lấn chiếm sự lỡ lầm
Của những người đàn bà cầm tinh mèo cái hoang
Rống rách màn đêm trên nóc nhà cháy mùa động tình

259

"Sao em lại đến
Anh quên cắm biển báo vùng nguy hiểm phải dừng
Dù em có mang mặt nạ chống hơi độc và quần áo bảo hộ
Cũng xin đừng chạm đến anh
Sự chờ đợi đã bốc men tuyệt vọng
Chất độc sẽ vỡ tràn vung vãi bọn tinh trùng đói khát điên loạn
trước giờ tự sát tập thể..."

(Trích "Chúc thư con bửa củi")

Hoặc xác quyết định mệnh tận tụy, bất hoán chuyển:

"... Chỉ còn hai ly nước của chúng ta im tiếng thủy tinh
Vì môi em và môi anh
Không cần đường, chanh, sữa, trà và nước đá
Vì tay em và tay anh
Đang lần theo những đường chỉ cất giấu bí mật số phận ngày
mai..."

(Trích "Trong quán trưa")

Hoặc:

"... Thật ra em đã nhận lãnh phần lãi từ lòng hào phóng mê
muội
Không có thói quen đếm lại túi mình
Và thường đánh rơi tương lai
Em tự nguyện làm con tin không cần giải cứu..."
(Trích "Mỗi nhịp anh & những tin nhắn từ eL."

Với những trích đoạn thơ trên, tôi trộm nghĩ, bạn đọc đã nhận ra: Vẫn là những kỹ thuật căn bản của thi ca, như liên tưởng, nhân cách hóa, ẩn dụ... Nhưng tất cả những kỹ thuật vừa kể, đã được Trịnh Cung cho chúng thịt da, cùng hơi thở, nhịp đập mới.

Ở đâu ra những thịt, da, hơi thở, nhịp đập mới của thơ Trịnh Cung hôm nay? Nếu không phải từ tình yêu eL – tình yêu đầu tiên và cuối cùng – "Tình yêu cứu rỗi," như họ Nguyễn đã hơn một lần xác nhận.

Nói về "Tình yêu cứu rỗi" đời mình, ở tuổi 67, họ Nguyễn kể, đại ý:

- Năm 2004, định mệnh gõ cửa, cho tình yêu tinh ròng chảy lênh láng đời ông. Nó khởi đầu từ việc eL nhờ nhà văn Nguyễn Viện, giới thiệu với ông, để học hỏi nghệ thuật phỏng vấn, khi eL mới nhận vai trò phóng viên cho tờ Sinh Viên, Sài Gòn. Ông không kể diễn tiến buổi học đầu tiên của người học trò, ở tuổi 24, đã tốt nghiệp đại học ra sao? Thế nào? Mà, chỉ nói, trước khi chia tay, cô học trò ngỏ ý xin "ông thầy" số điện thoại. "Ông thầy" trao ngay mà, không hề hỏi xin ngược lại, số điện thoại của cô.

- Bất đồ, sáng hôm sau, cô học trò "ngoại lệ" điện thoại cho Nguyễn, nói, cô cần một bờ vai để... khóc." "Ông thầy" nói, bờ vai ông hôm nay đã là một bờ vai già cỗi tháng năm dập vùi bi kịch. Liệu có đáp ứng được nhu cầu của cô?

Ông nói, lúc đó, ông chỉ không kể rằng, ông đã có 11 năm gửi bờ vai giòn, ải của mình cho lãng quên, từ ngày người bạn đời đầu tiên của ông, qua đời vì ung thư. Và, cô học trò duy nhất một tối kia, đã bật khóc...

Tôi nghĩ, chính những giọt lệ của eL, không chỉ hồi sinh bờ vai giòn ải, có 11 năm bị nhận chìm, mất tăm trong cay đắng lãng quên mà, những giọt lệ kia, đã phục sinh trái tim mẫn cảm, tài hoa Nguyễn.

Tôi nghĩ, chính những giọt lệ định mệnh ấy, sau đó, đã giúp eL thú nhận, cô bắt đầu làm thơ kể từ khi đọc, nghe ca khúc "Cuối cùng cho một tình yêu" lúc cô còn rất nhỏ.

Tôi nghĩ, những giọt lệ một khuya nọ, chính là nụ cười (theo nghĩa tinh khôi) của định mệnh chăm chút, cuối cùng đã dành riêng cho Nguyễn. Như một đền bù hay, "thưởng công bội hậu" của Thượng Đế, gửi cho con sói đơn, độc sau 64 năm hú trăng giữa nổi, chìm, sấp, ngửa trần gian này.

......

Người học trò ngoại lệ của Nguyễn, 2004, chính là người bạn đời hôm nay của Trịnh Cung/Nguyễn Văn Liễu, vậy.

(Garden Grove, Tháng Mười 2015)

Chú thích:

(*) Một tài liệu trên trang mạng Wikipedia ghi năm thành lập hội là 1968.

(1) Nguồn: "Nhớ về Hội Họa Sĩ Trẻ Việt Nam trước 1975," Trịnh Cung, báo Người Việt Giai Phẩm Xuân Quý Tỵ, 2013.

(2), (4), (5): Nguồn Wikipedia

(3) Cố thi sĩ Nguyên Sa sinh ngày 1 tháng 3 năm 1932, tại Hà Nội. Ông mất ngày 18 tháng 4 năm 1998 tại California, Hoa Kỳ.

(6) Bức tranh này hiện thuộc về bộ sưu tập tranh của nhà sưu tập tranh nổi tiếng Hà Thúc Cần.

(7) "Mỹ Thuật Việt Nam những vấn đề chung quanh," ấn bản giới hạn do C xuất bản, California, 2010.

(8) "Trái-bói" là thuật ngữ thời xưa của dân quê Việt Nam, chỉ sự đậu trái đầu tiên của một cây mới trồng, thường chỉ cho duy nhất một trái. Nhà vườn phải đợi mùa kế tiếp, mới tính chuyện bội thu...

CHƯƠNG 4:

KÝ SỰ, PHÓNG SỰ

Phan Nhật Nam,
kẻ phục hồi danh dự người chết.

Những năm cuối thập niên 60, đầu thập niên 70, khi các mặt trận ở miền Nam Việt Nam đi tới cực độ tổn thất xương, máu; khi mỗi tấc đất miền Nam là một giải khăn tang, như ý thơ của Lâm Hảo Dũng, thì, sinh hoạt văn học nghệ thuật miền Nam cũng bước tới cực điểm phồn thịnh. Nếu lãnh vực âm nhạc, mang lại cho miền Nam một số gương mặt mới, như Trịnh Công Sơn, Phạm Thế Mỹ, Trầm Tử Thiêng, Trần Thiện Thanh, Song Ngọc, ... thì, lãnh vực văn chương cũng mang lại cho miền nam một số cây bút thuộc thế hệ sau điểm mốc di cư 1954, như Thế Uyên, Nguyên Vũ, Cung Tích Biền, Phan Nhật Nam, Nguyễn Bắc Sơn... vân vân...

Tùy từng góc nhìn, với những cảm nhận riêng tư, mỗi tác giả hiện ra, như một nạn nhân, đồng thời, chứng nhân của cuộc chiến.

Tuy nhiên, trong số những nhà văn phản ảnh thời điêu linh đổ nát tận cùng này, Phan Nhật Nam là chiếc bóng tách biệt với số đông vì, ông chọn con đường bút ký chiến tranh. Ngay tự tác phẩm đầu tay "Dấu Binh Lửa" in năm 1969, Phan Nhật Nam đã mang lại cho thể văn ký sự một kích thước khác, một linh hồn khác.

Đó là kích thước của những sự kiện được ghi nhận từ tâm cảnh và, tâm cảm. Đó là sự lên tiếng một cách dõng dạc, đâu đó cho vong linh những người lính miền Nam đã chết cho tổ quốc, cho lý tưởng tự do của họ.

Với những tác phẩm kế tiếp, như "Dọc Đường Số Một," rồi "Ải Trần Gian" in năm 1970; "Dựa Lưng Nỗi Chết" in năm 1971, "Mùa Hè Đỏ Lửa" in năm 1972, "Tù Binh và Hòa Bình" in năm 1974...Phan Nhật Nam, bằng trang giấy, ngòi bút và, tình yêu ngùn ngụt lửa ngọn dành cho đồng đội của mình, ông đã không ngưng nghỉ trong những trường khúc ngậm ngùi làm thắt xót ruột gan người đọc, kêu đòi thế giới trả lại danh dự, nhìn nhận chỗ đứng của những người lính miền Nam Việt Nam, trong cuộc chiến tự vệ và, bảo vệ tự do của nửa phần tổ quốc Việt.

Mỗi dòng chữ ông viết xuống, mỗi thước đường quê hương ông đã đi qua, mỗi người lính ông đã gặp gỡ, đã vĩnh biệt, đều được ông ghi, nhớ với tất cả rực rỡ của lòng biết ơn chân thành, tinh thần cảm phục nghiêm cẩn – Như thể ông được sinh ra để nhắc nhở mọi người, dù ở đâu, bên này hay bên kia chiến tuyến, cách gì thì, tổ quốc Việt Nam cũng đã có những người con như vậy.

Với tài năng và trái tim nhạy cảm của mình, họ Phan đã nâng cấp thể văn bút ký, vốn từ vị trí khiêm tốn trong bậc thang giá trị văn học, trở thành một thể văn có giá trị ngang tầm với tiểu thuyết, truyện ngắn; chí ít cũng trên phương diện hơi thở của chữ, nghĩa, dữ kiện. Những mảnh đời nóng bỏng thịt, xương chiến địa, những hoạt cảnh chiến tranh đẫm, dầm tình yêu tổ quốc của những người lính miền Nam Việt Nam, nơi những ngòi bút tường thuật tầm tầm, chỉ có thể mang lại cho nó tính chất phóng sự thời cuộc. Hời hợt.

Nhưng, qua ngòi bút Phan Nhật Nam, không chỉ máu, xương người lính, không chỉ có cảnh tượng chiến trường mà ngay tới

266

những ngọn cỏ, những cục đất, những viên đá, những lũy tre, ngọn cau... cũng có được cho nó một sự sống, một linh hồn, một khát khao sinh tồn tới ngậm ngùi, tội nghiệp...

Theo tiểu sử do chính ông phổ biến thì, Phan Nhật Nam Sinh năm 1943 tại Thừa Thiên, chánh quán làng Triệu Phong, tỉnh Quảng Trị. Là cựu học sinh trường Phan Chu Trinh Đà Nẵng, ông tốt nghiệp khóa 18 Võ Bị Đà Lạt, cựu sĩ quan binh chủng Nhẩy Dù, 14 năm lính, 14 năm tù cải tạo, trải qua 14 hầm cấm cố tử hình nơi các trại tù từ Nam ra Bắc, năm 1989 ông mới được tạm tha.

Nếu trước biến cố tháng 4-75, văn chương Phan Nhật Nam là ngọn lửa ngùn ngụt của tình yêu đồng đội, tình yêu đất nước, thì, những năm tháng trong tù, theo lời kể của nhiều bạn tù, họ Phan lại là một trong những ngọn lửa nêu cao danh dự, tinh thần bất khuất của người lính và, cũng là kẻ sĩ miền Nam.

Cuối năm 1993, rời khỏi đất nước trong chương trình H.O., Phan Nhật Nam lại tiếp tục cống hiến cho cuộc đời, cho Việt Nam những tác phẩm như "Những Chuyện Cần Kể Lại," viết về khổ nạn Việt Nam không dấu hiệu chấm dứt, kể từ tháng 3-1975, "Đường Trường Xa Xăm", "Tâm bút của người luôn trên đường đi" – Cả hai cùng được in trong năm 1995. Rồi tới Thi phẩm "Đêm Tận Thất Thanh" in năm 1997" – Là những bài thơ họ Phan viết giữa vũng tối với đêm không cùng của hơn hai mươi năm (1975-1993) nơi các trại tù Long Giao, Long Khánh, Hoàng Liên Sơn, Thanh Hóa; và "Mùa Đông Giữ Lửa" bút ký sau ba năm ở quê người...

Dù ở điểm đứng văn chương nào, bút ký hay tiểu luận; thi ca hay tâm bút, người đọc vẫn thấy tính-chất-người-lính trong chữ nghĩa của ông. Hoặc như ông luôn tự nhận ông là "người lính viết văn".

Với tôi, đó là một Phan Nhật Nam bất biến. Một Phan Nhật Nam nghẹn ngào trên mọi cảnh thổ, mọi đèo, dốc ngặt nghèo của dân tộc và, đất nước.

267

Dù đứng ở điểm đứng văn chương nào, giữa quê cha, trong lao tù, hay phơi phới tự do, xứ người, người đọc vẫn thấy được một Phan Nhật Nam nhất quán với ngọn cờ phục hồi danh dự người lính miền Nam. Khản giọng khẩn thiết kêu, đòi mọi người phải mãi nhớ, phải biết ghi ơn những người đã nằm xuống cho những giá trị nhân bản muôn đời. Dù cho hôm qua, họ là những người thua trận. Ngay cả khi những người thất trận kia, những người nằm xuống nọ, đã không có được một nấm mồ, một bia mộ.

Tùy từng cảm nhận, tùy từng vị trí, tùy từng tâm cảnh mỗi cá nhân, trong hạn hẹp, phù du một kiếp, người ta có thể đồng ý, hoặc không đồng ý với Phan Nhật Nam. Nhưng bằng vào đòi hỏi công bình, khách quan tối thiểu, khó ai có thể phủ nhận tài năng, nhân cách Phan Nhật Nam. Như thế, người ta không thể phủ nhận cuộc chiến miền Nam, hai mươi năm. Bởi vì, đứng trên mọi chủ nghĩa, mọi lý thuyết, mọi chế độ, trước nhất, Phan Nhật Nam là một người Việt Nam. Kế đến, ông là một người lính. Một người lính, dù thất trận, dù đã phải buông súng, đã tù đầy, nhưng chẳng vì thế mà ông quên ông là một người lính, một người lính của miền Nam Việt Nam.

Đúng hơn, ông là một trong số những người lính tiền phong của tổ quốc Việt. Cũng như trong văn chương, vì tấm lòng yêu quân ngũ, yêu đồng đội, thiêng liêng như mối tình đầu, nên đôi khi có những sự kiện, những nhân vật trong ký sự của ông được tiểu thuyết hóa phần nào... Nhưng, với tôi, ông vẫn là chiếc bóng lớn của thể văn bút ký chiến trường, 20 năm miền Nam, điêu linh.

Nhờ ông, mà thể văn này được nâng cấp. Ông cho nó một kích thước, một linh hồn khác.

(Feb. 2003).

268

Phan Nghị, một cây bút phóng sự của 20 năm văn học miền Nam.

Không biết có phải vì thể loại phóng sự, một thể loại rất gần với ký sự, đòi hỏi nơi người viết, nhiều công phu, cũng như phải sống thực với đề tài, hay thâm nhập thực tế bằng cách nào đó, mà trong bộ *"Nhà Văn Hiện Đại"* của Vũ Ngọc Phan, người ta chỉ thấy có ba nhà văn được đề cập là Tam Lang - Vũ Đình Chí, Thiên Hư - Vũ Trọng Phụng và, Trọng Lang - Trần Tán Cửu mà thôi.(1)

Nhiều phần, có thể như nhà văn Vũ Ngọc Phan phân tích trong phần mở đầu chương *"Những nhà viết phóng sự"*:

"Lối văn này thật hoàn toàn mới mẻ ở nước ta, cũng như ở các nước, nó là con đầu lòng của nghề viết báo (...) Về những vấn đề lớn lao cần phải điều tra rất kỹ để mong sửa chữa, cải cách, không thể dùng liên tiếp những bài bút chiến để đập vào tâm trí người ta, nên nhà viết báo thường dùng một lối tả thực như văn ký sự, trào phúng như văn châm biếm, cảm người như văn tiểu thuyết mà trong lại bao gồm tất cả lối bút chiến về người lẫn lối bút chiến về việc, nói tóm lại, dùng cái lối tạo nên một thể linh hoạt và có hiệu lực vô cùng: lối *phóng sự*." (2)

Sự kém "phồn thịnh" đó, cũng tái hiện trong sinh hoạt báo chí miền Nam, 20 năm! Dù số lượng báo cũng như số lượng ký giả ở giai đoạn này, lớn gấp bội so với thời tiền chiến. Nếu tính đến tháng 4 năm 1975, những cây bút phóng sự của miền Nam có thể đếm trên đầu ngón tay. Như Văn Quang, Thương Sinh (một bút hiệu khác của Duyên Anh - Vũ Mộng Long), Nguyễn Đình Thiều, Phan Nghị... Trong số đó, Phan Nghị là tên tuổi nổi bật nhất. (3)

Nếu không kể phóng sự nổi tiếng *"Bờ Lờ"* tức *"Buôn Lậu"* viết trong khoảng thời gian từ 1952 tới 1953, đăng tải trên nhật báo Tia Sáng ở Hà Nội, thì khi vào Saigon, nhà báo Phan Nghị đã nổi tiếng với hai phóng sự được in thành sách, là các cuốn *"Đường mòn Hồ Chí Minh,"* và *"Xứ sở trăm đảo ngàn hoa"* (viết sau chuyến thăm Nhật Bản.)

Theo nhà văn Văn Quang, một trong vài bạn thâm giao với ký giả Phan Nghị thì:

"Phan Nghị thường sống thật, viết thật những gì ông đã tận mắt nhìn thấy, đã trải qua. Như phóng sự buôn lậu thì chính ông thời đó đã từng cùng cánh buôn bán thuốc tây lậu từ 'thành' như Hải Phòng, Hà Nội ra vùng kháng chiến (khoảng từ 1948 đến 1954). Hồi đó gọi là 'vùng tề', gồm những tỉnh lỵ, thành phố do Quân đội Liên Hiệp Pháp cai trị và 'vùng tự do' hay 'hậu phương' do phía gọi là Việt Minh kiểm soát...

"Năm 1954, Phan Nghị làm phóng viên cho nhật báo Ngôn Luận, sau đổi thành nhật báo Chính Luận. Sau 1975 ông tiếp tục viết phóng sự xã hội và dịch bài vở từ báo Pháp cho nhiều nhật báo và tuần báo ở Sài Gòn..."

Một thành viên trong tòa soạn nhật báo Chính Luận cho biết, về phương diện chuyên môn, ban biên tập Chính Luận đánh giá rất cao, những phóng sự dài cũng như ngắn của Phan Nghị.

"Những phóng sự của Phan Nghị, luôn căn cứ trên những sự kiện có thật, là đòi hỏi đầu tiên của thể loại này. Bên cạnh đó, ông lại có những ghi nhận hay phê bình nhậy bén, thông minh, giúp cho người đọc thấy được rõ ràng hơn, mặt bên kia của nội dung thể tài được đề cập. Tuy nhiên, về mặt đời thường, Phan Nghị là người có nhiều cá tính mạnh mẽ..." Nhân vật này nói.

Ở khía cạnh đời thường, trong bài viết nhan đề *"Vĩnh biệt phóng sự gia Phan Nghị,"* tác giả tiểu thuyết *"Chân trời tím"* đã ghi nhận về bạn ông như sau:

"... Phan Nghị có tính rất đặc biệt 'không giống ai'. Tôi quen anh từ những năm anh mới vào Sài Gòn năm 1954, khi ấy tôi làm mấy tờ báo quân đội, anh làm phóng viên cho nhật báo Ngôn Luận, (sau này đổi thành Chính Luận). Đôi khi anh cũng 'áo giáp mũ sắt' đi làm phóng sự chiến trường. Nét đặc biệt tôi nhận thấy ở anh là tính giản dị, ăn nói văng mạng, không cần ý tứ làm gì cho mệt và bất cứ ai rủ anh tham gia cuộc chơi nào anh cũng đi ngay. Cờ bịch thì 'thập bát ban võ nghệ' món nào anh cũng biết, món nào anh cũng thích chơi và chơi theo kiểu đam mê lăn lóc. Vừa đi làm phóng sự về, rủ anh đi đánh phé, đánh chắn, binh sập xám... anh sẵn sàng đi ngay, dù trong túi chỉ còn rất ít tiền cũng cứ đi rồi tính sau (...)

"Anh thường tự coi mình là một thứ 'cao bồi già', sẵn sàng gây chuyện và xắn tay áo tung ra quả đấm liền (...) Nhưng bản chất anh là một người thẳng thắn, chân thật, không lèo lá, có bất cứ chuyện gì anh cũng cứ nói tuột ra. Là người 'ruột để ngoài da', chuyện có sao nói vậy không giữ được cái gì trong lòng. Phan Nghị không bao giờ biết chưng diện, quần áo anh mặc thế nào xong thì thôi, không cầu kỳ, không làm dáng, không ra vẻ, không đóng kịch..."

Ở đời thường, Phan Nghị, như mô tả của nhà văn Văn Quang là người *"... không bao giờ biết chưng diện, quần áo anh mặc thế nào xong thì thôi, không cầu kỳ, không làm dáng, không ra vẻ, không đóng kịch"*...

Nhưng khi tác nghiệp, ngược lại, ông cho thấy tính nghiêm túc trong những phóng sự của mình. Như gia công tìm hiểu, nghiên cứu cặn kẽ đề tài. Đi ngược lại quá khứ, để làm thành những đối chiếu với hiện tại. Nhờ thế, người đọc có được bức tranh xã hội đa chiều và, nhiều sắc màu.

Như trong phóng sự *"Phở Sài Gòn Xưa và Nay,"* viết sau tháng 4-1975, Phan nghị cho thấy "phở" vốn là một món ăn "đặc sản" của miền Bắc, đã có mặt tại miền Nam từ những năm (19)51, 52 ... cùng một thời gian với hai nhà hát ả đào, một ở xóm Monceau và một ở xóm Đại Đồng. Chứ không phải đợi tới cuộc di cư vĩ đại 1954, phở mới theo chân người Bắc vào Nam. Nhưng:

"Cả hai thứ ấy đều rất xa lạ với người Saigon thuở đó. Kiếm được một quan viên biết cầm trống chầu không phải chuyện dễ. Cho nên họ chỉ cầm cự được một hai năm rồi dẹp tiệm, mặc dù họ đã biến nó thành một hình thức như 'kem sờ' ở Bờ Hồ (Hà nội) vào những năm 30 hoặc như 'bia ôm' của Saigon hôm nay. Và phở cũng chịu chung một số phận với nó. Người ta chỉ thích hủ tíu, hoành thánh, bánh xếp nước... Chỉ có độc một tiệm phở được gọi là 'Phở Tuyệc', nằm trên đường Turc (nay thuộc khu vực Đồng Khởi) là kiên trì bám trụ.

"Phải đợi tới sau năm 1954, phở mới thực sự thực hiện một bước nhảy vọt từ Bắc vào Nam. Phở khởi đầu sự bành trướng của nó vào giữa thập niên 50 tới giữa thập niên 60. Có cả một dãy phố phở nằm trên hai con đường Pasteur và Hiền Vương."

Sau khi đã tìm về tận "đầu nguồn" của Phở ở miền Nam, họ Phan mới đưa dẫn độc giả tới những nét chấm phá, nhưng đặc thù chung quanh món ăn phổ thông này. Đó là những bài..."thơ phở", những..."câu đối phở" từng được lưu truyền trong giới "nghiện phở".

Một trong những "câu đối phở" mà nhà báo Phan Nghị ghi lại trong phóng sự của ông, đó là câu:

"Nạc, mỡ nữa làm chi, em nghĩ chín rồi không tái giá."

Câu đối này, theo họ Phan do một "khách làng...phở" thay mặt bà chủ còn trẻ của một tiệm phở nổi tiếng sau thời điểm (19)63 ở Saigon, có chồng chết sớm, nhưng dứt khoát không chịu đi thêm bước nữa. Mặc dù bà được rất nhiều "hào kiệt" theo đuổi! Phan Nghị viết:

"Câu đối sặc sụa mùi phở, nhưng hắc búa nhất là cụm từ 'tái giá', nó vừa có nghĩa là 'đi bước nữa' lại vừa có nghĩa là 'phở tái giá'. Cũng như 'da trắng vỗ bì bạch' của bà Điểm đố Trạng Quỳnh vậy. Hơn ba mươi năm trôi qua, câu đối ấy hiện nay vẫn chỉ có một vế." (Bđd.)

Tuy căn bản của thể phóng sự xã hội là "người thực, việc thực," nhưng trong phóng sự của Phan Nghị, đôi chỗ, người đọc cũng gặp được những mô tả rất tượng hình, như đoạn văn sau đây, khi ông viết về ông chủ một tiệm phở... chui ở phố Thuốc Bắc, Hà Nội:

"Ông Bắc Hải đựng quốc lủi trong cái bong bóng trâu, giấu ở trước bụng, cái áo phủ bên ngoài. Khách nào muốn uống, giơ cái ly xây chừng ra, ông cởi khuy áo, tháo cái nút vòi bong bóng rồi xịt một phát vào ly. Rượu vừa đúng tới mép ly, không tràn ra một giọt nào. Ông bảo đó là cả một nghệ thuật, phải tập mất một tháng mới thực hiện thành công thao tác ấy..." (Bđd.)

Tôi không biết, phóng sự *"Phở Sài Gòn Xưa và Nay"* có phải là phóng sự sau cùng của nhà báo Phan Nghị, người sống lương thiện một đời với cây bút của mình? Nhưng kể từ 9 giờ sáng ngày 18 tháng 6 năm 2004, tức ngày 1 tháng 5 năm Giáp Thân, họ Phan đã vĩnh viễn ra đi trước sự chứng kiến của 5 người con và, một bạn cố tri: Nhà văn Văn Quang.

Để kết thúc bài viết này, tôi muốn mượn một đoạn văn của Văn Quang, trích từ bài viết *"Vĩnh biệt phóng sự gia Phan Nghị,"* (ngày 18 tháng 6 năm 2004), như nén hương truy-tưởng một nhà báo của 20 năm văn học, nghệ thuật miền Nam, không còn nữa:

"... Phan Nghị đã sống như chính những gì anh đã viết và bây giờ anh ra đi thanh thản nhẹ nhàng. Kể từ hôm nay độc giả sẽ không còn có dịp đọc những phóng sự thời đại nóng bỏng của anh nữa,

"Vĩnh biệt phóng sự gia Phan Nghị và tôi vẫn thấy như phút này anh đang mỉm cười, vẫy tay chào bạn bè và độc giả của mình. Tôi muốn mượn hai câu thơ của anh Mặc Thu sáng tác trước lúc lâm chung cách đây ba năm để tiễn người bạn thân thiết của tôi: *'Vào cuộc tung hoành không biết mỏi / ra đi thanh thản tựa như về.'*"

(17-5-2011)

———————

Chú thích:

(1)*"Nhà văn hiện đại"* của Vũ Ngọc Phan gồm 4 quyển; riêng quyển thứ tư, có hai tập Thượng và Hạ. Trọn bộ 5 tập do nhà Thăng Long xuất bản tại Saigon, 1960. Theo tác phẩm này thì, nhà văn Tam Lang / Vũ Đình Chí nổi tiếng với phóng sự *"Tôi kéo xe"*. Vũ Trọng Phụng (Thiên Hư) nổi tiếng với những phóng sự như *"Cạm bẫy người"*, *"Kỹ nghệ lấy Tây"*...trước khi chuyển sang viết tiểu thuyết. Trọng Lang / Trần Tán Cửu nổi tiếng với phóng sự *"Trong làng chạy"* (viết về thế giới kẻ cắp ở Hà Nội khoảng giữa thập niên (19)30...

(2)Sđd., trang 557

(3) Ký giả Phan Nghị tên thật là Phan Văn Nghị, sinh ngày 11 tháng 12 năm 1925 tại Hà Nội. Ông mất ngày 18 tháng 6 năm 2006, tại Saigon, hưởng thọ 81 tuổi.

CHƯƠNG 5:

THI CA

Diễm Châu / Phạm Văn Rao: Người gieo hạt chữ nghĩa trên nương, rẫy Trình Bày.

Tôi nghĩ, khi đề cập tới phần đóng góp của nhóm Trình Bày cho 20 năm văn học miền Nam, mà, không nhắc tới nhà thơ Diễm Châu / Phạm văn Rao, là một thiếu sót – Nếu không muốn nói là, một bất công to lớn đối với ông.

Những người giữ vai trò Tổng thư ký của một số tạp chí có "tuổi thọ" đáng kể và, ít, nhiều ảnh hưởng tới chiều hướng văn học miền Nam, dường có chung một mẫu số. Tôi muốn gọi mẫu số chung đó là sự "vắng mặt," không dương danh. Tương phản với những "phô diễn" ồn ào của một vài tổng thư ký khác.

Sự "vắng mặt" chẳng những đúng với Diễm Châu, trong vai trò Tổng thư ký bán nguyệt san Trình Bày; mà, còn đúng một cách "tàn bạo" – Bởi vì, ngay văn giới, cũng ít người biết vai trò, tên tuổi ông ở tạp chí, cũng như nhà xuất bản này. Dù cho, trên thực tế, vị trí của ông, chỉ sau Thế Nguyên.

Một cách kín đáo, tất cả những bài vở đăng tải trên 3 tạp chí Đất Nước, Nghiên Cứu Văn Học và, Trình Bày đều có sự tham bán của Diễm Châu. Ông cũng là người có ảnh hưởng rất lớn trong hàng 100 tác phẩm được xuất bản bởi nhà Trình Bày...

Tôi nhớ, hơn một lần, nhà thơ Nguyên Sa từng cho rằng:

"Không có Diễm Châu, tôi nghĩ, nhóm Trình Bày đã có một bộ mặt khác. Một bộ mặt không hài hòa. Thiếu... cân đối!"

Đúng vậy. Diễm Châu không chỉ đem đến (còn giữ lại được), cho Trình Bày, nhiều tác giả, thân hữu. Họ là những người đứng ngoài vạch phấn "dấn thân" của Thế Nguyên. Họ không lên tiếng chống đối. Nhưng sự đóng góp, lui tới của những người này, vô hình chung, đã là chiếc thắng, giảm bớt độ lao tới bất cập của chiếc xe văn chương "khuynh tả" này.

Căn bản, Diễm Châu/ Phạm văn Rao là người yêu bạn. Họ Phạm không có nhiều lắm, bằng hữu. Nhưng, ai đó, một khi đã là bằng hữu của ông, thì ông rất thủy chung, chí tình, với người ấy. Ông trân trọng tình bạn, như trân trọng chữ, nghĩa vậy.

Ngược lại, ông cũng được bằng hữu cư xử, tương tự. Tôi nghĩ, đó là một thứ tình yêu thương mà, cả hai phía cùng nương, dưỡng vì tính dễ vỡ do hoàn cảnh "loạn lạc" của nó.

Cho tới ngày toàn bộ cơ sở Trình Bày bị đình chỉ mọi hoạt động, nếu tôi không lầm thì, tủ sách Trình Bày chưa từng in một thi phẩm nào, riêng cho Diễm Châu.

Có lần tôi hỏi Thế Nguyên, tại sao không in "Thơ Diễm Châu"? Thì, Thế Nguyên cho biết, ông có hỏi. Nhưng, Diễm Châu khi thì bảo:

"Chưa đủ thơ."

Khi thì:

"Chưa thuận tiện."

"Chưa phải lúc."

"Dành ưu tiên cho anh em khác!"

Điều này, cho thấy, chọn lựa của Diễm Châu trong đời thường, cũng như trong văn chương, là chọn lựa quên mình. Chọn lựa, lặng lẽ. Lùi, khuất. Nhẫn nại. Cần cù... Những đức tính cần thiết của tổng thư ký một tạp chí văn học.

Hầu hết thời gian có mặt ở 191 Lý Thái Tổ, của Diễm Châu, là thời gian ông cúi xuống những trang báo, trang bài in thử. Ông đọc lại những "bản vỗ," trước khi ký "bông" cho máy chạy.

Ông cho tôi cảm tưởng, ông luôn chọn cho ông, (hay chỗ của ông) là, những góc nhỏ. Những góc nhỏ với ngọn đèn tù mù. Nhưng, sự tù mù này lại được "nâng cấp," trở thành rực rỡ, bởi những tận tụy. Chân tình. Không khoanh vùng. Không định kiến.

Ông cho tôi cảm nhận, với ông, đời sống (luôn cả thi ca), cũng chỉ là những góc khuất. Ông, không bao giờ loay hoay, bận tâm tìm cách thế bước ra tiền trường. Chiếu. Rọi.

Dường ông an lành, ông hạnh phúc với chiếc bóng liu điu và người bạn âm thầm là, trái tim quan hoài tới dòng văn chương Việt Nam, chông chênh, trên những lộ trình thời thế, bất trắc...

Là người một đời đem chữ, nghĩa, đem thi ca đến cho mọi người; nhưng, ông lại cho thấy, dễ chừng, chữ, nghĩa tự thân, vốn ở đó. Thi ca tự thân, vốn ở đó. Ông chỉ là người gỡ, bỏ tấm màn che, xô dạt sương mù, cho văn chương, hiển lộ. Xong bổn phận, ông lại lùi xa. Ông trở về chỗ của mình. Để thơ mình ên, gánh vác định mệnh nó. Dù cho bài thơ, (hay trang văn), rõ ràng được ký tên ông.

Bài thơ trích dẫn dưới đây, theo tôi, phản ảnh phần nào cá tính của Diễm Châu về tương quan giữa tác giả và, tác phẩm:

"Thế là tôi đã lấp đầy một hình chim
"bây giờ cánh chim không còn là của tôi nữa
"nó là của mọi chiều không gian
"của mọi màu đèn của mọi thành phố của mọi làng quê
"của những cành xanh của những cành tím của cả những
cành

"không còn màu sắc
"trên trái đất
(...)

(Diễm Châu, trích "*Bài Thơ,*")

Là giáo sư Anh ngữ cho một số đại học Saigòn, như Kỹ Thuật Phú Thọ, Dược Khoa..., nhà thơ Diễm Châu / Phạm văn Rao, kẹt lại Saigòn, sau biến cố 30 tháng 4-1975. Tám năm sau, 1983, ông mới cùng gia đình được đi định cư tại Pháp, thành phố Strasbourg.

Ở quê người, dù phải nỗ lực để vượt qua những khó khăn trong môi trường sống mới, giai đoạn đầu; nhưng bên cạnh những gập ghềnh kia, Diễm Châu vẫn cho thấy tấm lòng đau đáu, thiết tha với chữ nghĩa, thi ca của ông, thể hiện qua nỗ lực dịch thuật và, hồi sinh nhà xuất bản Trình Bày.

Trong số những tác phẩm được ấn hành dưới bảng hiệu Trình Bày, ở quê người, may mắn thay, có hai thi phẩm của Diễm Châu. Đó là các thi phẩm nhan đề: *"Việt Nam, Tổ Quốc và Em;"* và, *"10 Bài Thơ Ở Paris & Những Mảnh Rời!"*

Nội dung của cả hai thi phẩm vừa kể, dù có là những sáng tác Diễm Châu viết, từ quê nhà, hay ở hải ngoại, tên tuổi một số bằng hữu của ông vẫn xuất hiện dòng đầu, nhiều bài thơ. Thí dụ, bài *"Tự Do,"* ông gửi tặng Thế Nguyên. Bài *"Nói Chuyện Với Người Nói Chuyện Trên Xe Lửa,"* ông đề tặng Đỗ Quý Toàn cùng, nhiều bài khác nữa.

Hai bài thơ đó, như sau:

Tự do.

nhớ Thế Nguyên.

Khi người nghệ sĩ bản địa múa ballet trên chiếc xe cọc cạch
kẻ thiên tài từ paris về giương ống kính
thâu hình một bóng ma
ôi tự do
mi đã cho anh trương chi đỏ những đồng francs yêu nước
mi đoàn kết những chuyến bay việt kiều đầy ắp
những món hàng thâu lợi gấp trăm
mi đã cho bạn bè ta mùi vị mật ong
ảo tưởng thiên đường hé mở
buổi chiều carnaval mi đeo mặt nạ

cột vào lưng ta chiếc pháo thăng thiên
từ chín tầng trời cao ngất
ta ngó nghiêng như cánh diều ác độc
nhìn quê hương quay theo vòng bánh xe
người nghệ sĩ múa ballet đầu cúi
xuống trái tim – nấm mộ
ôi tự do
mi cười như một con rối.

.

Nói chuyện với người nói chuyện trên xe lửa.

gửi Đỗ Quý Toàn.

Không thể ném xuống sông một con mèo xinh đẹp như thế
một con mèo biết rướn đôi mày cong thả nhẹ làn khói thuốc
và nghiêng đầu trên trang báo

không thể ném xuống sông bởi dòng nước mùa xuân
sẽ cuốn mau những mẩu thời gian băng giá nhất
không thể trả lời những câu hỏi đơn sơ (nhưng thật khó)
như bây giờ là mấy giờ chuyến xe lửa này đã tới chưa
ngoại trừ: chết rồi định làm gì
bởi câu trả lời nhất định phải là: yêu!

không thể sống cho lúc vừa qua và chút nữa – dù ở thiên
đường xanh hay địa ngục vàng
bởi lúc này
ngôn từ đã trở thành đạo cụ với ngoại cảnh là đồng hoa – tất cả
chỉ là từ chương.

Diễm Châu,
20. 5. 1984

Nếu bài thơ *"Nói chuyện với người nói chuyện trên xe lửa"*, là
ưu tư của một thi sĩ, gửi cho một thi sĩ thì; bài *"Tự Do"* theo tôi, là
một "ai điếu" muộn, gửi cho linh hồn nhà văn Thế Nguyên!

Nhưng, trên hết, trong sinh phần thơ Diễm Châu, dữ dội nhất, phẫn uất nhất, vẫn là những dòng thơ tả thực. Những ghi nhận hay, cáo trạng trợn trừng, bật máu mắt, của một người cầm bút, trước những bi kịch chưa từng diễn ra, trên đất nước mình. Những dòng thơ không cần vận dụng bất cứ một thứ kỹ thuật kỳ khu nào. Như liên tưởng. Như ẩn dụ (metaphor.) Thậm chí, hoán dụ (metonymy)... Điển hình, bài "Việt Nam, Tổ Quốc và Em," với trên 100 câu thơ thô, nhám, bầy hầy..."hiện thực xã hội":

"VN, những ngày ở thành phố HCM ta là con chó
"ta chạy trên những đường ray cong queo bên những toa tàu đổ
"ta làm kế hoạch lớn cho mi bằng cách lượm nước mắt khô và
gói ghém

"những nỗi niềm thương nhớ.
"VN, bạn bè ta thất tán tứ phương
"đứa bị thủ tiêu trên đường Cửa Thuận
"đứa bặt tin từ Vĩnh Phú, Sơn La
(...)
"VN, ta còn ở Rạch Giá xác một người bạn khác
VN, mẹ cha ta không mồ mả
"lũ anh em ta bây giờ xất bất xang bang
"lũ cháu ta lúc này đạp xích lô ghiền ma tuý và chết cho Heng
Xomrin

"VN, hơn 100 đồ tể của mi ngồi cãi lộn với nhau về chế độ bao
cấp

"Trong lúc người yêu ta bỏ xác ngoài biển khơi
"VN, mi thật là khốn nạn khi sinh ra ta đồng thời với bọn
người ngựa

"những tên bán Chúa phản thầy hạng cú diều độc địa
"VN, ta không còn ai để thở than những buổi tối buồn
"VN, những ngày cúp điện những đêm xét hộ khẩu mi ở đâu?
(...)

"VN, mi còn chiếu phim con heo cho thuỷ thủ Liên Sô ở kho 5

"bọn lính tàu bay nước ngoài ở khách sạn Độc Lập Tự Do của
mi mỗi ngày "dội nước dơ mấy lần xuống đám học trò
trẻ nít?

"VN, mỗi ngày mi nướng bao nhiêu mạng người?
VN, mi làm cách mạng sao dám nói dối?
"VN, mồ cha những thằng công an khu vực của mi
"VN, mỗi ngày mi tra tấn bao nhiêu người vô tội ở Phan Đăng
Lưu, Đại Lợi?

"VN, chừng nào mi mở khách sạn Hilton để bỏ tù thế giới?"
...

Đó là một phần những sự thật mà, Diễm Châu đã ghi lại, viết xuống, bằng lương tri của một thi sĩ. Tôi tự thấy, không cần thiết, phải nói gì thêm, về những dòng thơ "tả chân" này.

Tháng 9 năm 2006, tôi nhận được điện thư của một thành viên trong nhóm chủ trương Web-site Talawas (bộ cũ), hỏi tôi, có đồng ý để Talawas đưa địa chỉ của tôi cho nhà thơ Diễm Châu, ở Strasbourg? (Ông tìm tôi, qua trung gian Talawas). Tôi trả lời, sẵn lòng. Từ lâu, tôi những muốn liên lạc với ông mà chưa có cơ hội. Vì Talawas không cho địa chỉ Diễm Châu, tôi thúc thủ. Đành trông, ngóng thư ông.

Sự chờ đợi nơi tôi, buồn thay, kết thúc bằng một cú điện thoại bất ngờ của một người bạn ở Paris, báo tin, Diễm Châu đã mất! (1)

Gần hai năm, kể từ ngày "Người gieo hạt chữ, nghĩa trên nương, rẫy Trình Bày" từ trần, giữa khi đang gom tài liệu, để viết về ông, tình cờ, một người bạn của tôi, nhà thơ Thành Tôn, (2) từ Việt Nam về lại Hoa Kỳ; gửi cho bản copy, chụp hai trang báo trích từ tạp chí Nhà Văn số đề tháng 1 năm 1975. Đó là một bài viết ngắn của nhà thơ Nguyên Sa. Ông viết về tập thơ sau cùng của tôi, ở Saigòn. Nhưng, gần như toàn thể bài viết của tác giả "Tiễn biệt," lại nói về bài thơ nhan đề *Buổi Tối Ngồi Nhà Diễm Châu"* và, về con người, đời thường của Diễm Châu.

283

Nguyên văn bài viết cách đây đã trên 34 năm đó, như sau:

"Đọc thơ Du Tử Lê / Nguyên Sa: Buổi Tối Ngồi Nhà Diễm Châu."

"Lâu ngày không gặp bạn
"có việc nhờ, nên đi
"nhà bạn xa hun hút
"trong con hẻm âm u.
"Lâu ngày mới gặp nhau
"ta, ngươi cười ha hả
"ngươi đi pha cà phê
"ta ngồi – nằm trên ghế
"ngươi quần đùi, áo lá
"mặt tối như đêm mưa
"bốn mắt ngửa lên trời
"lơ mơ trông phát nản
"ta gác chân lên bàn
"khoe đôi giầy vẹt gót
"sình bám ống quần loe
"giây nịt to nữa chứ
"mừng thê nhi về ngoại
"nhưng tiếc không có ao
"cũng chẳng có vịt, gà
"cho ta thử sức... đuổi
"ta nói chuyện đau lưng
"ngươi tính thôi nghề dạy
"ở nhà còn sướng hơn
" (có vợ nuôi cũng đỡ)
"thời thế và văn chương
"ngươi buồn đầu sớm bạc
"những sợi tóc như gươm
"chém đời tan từng mảnh
"ta than chuyện áo cơm

"nợ nần ngập tới mắt

"càng sống càng còi thêm

"mặt dày hơn da trống

"ngươi hỏi vợ con ta

"thừa cơ ta tả oán

"vợ, con mà nghe ra

"chắc chẳng buồn sống nữa

"lâu ngày không gặp nhau

"ngồi gần hết buổi tối

"ta về lòng lao xao

"cả đêm không ngủ được

"ta bắt chước người xưa

"viết dăm hàng vơ vẩn

"cũng xin gọi là thơ

"để tặng cho ngươi đọc

"ta mong những dòng này

"ít ra cũng giúp ngươi

"một giây, cười ha hả...

"Ông Du Tử Lê,

"Tôi đã nhận được tập thơ '*Đời mãi ở phương đông*' của ông. (3) Sách in đẹp. Đúng là thơ đấy. Tôi đã đọc kỹ, lấy làm thích thú. Hai bài trội nhất theo tôi là '*Khi ở biển với T.C.*' và '*Buổi tối ngồi nhà Diễm Châu.*' Nhà Diễm Châu hình như ở miệt Phú Nhuận phải không ông? Bữa nào rảnh, ông ghé nhà tôi, chúng mình sẽ cùng đi tới '*con hẻm âm u*' đó. Mà ông nhận xét tinh tế lắm. Mặt mũi cái ông Diễm Châu với '*bốn mắt ngửa lên trời*' trông cũng '*lơ mơ*' thật. Một bữa, tôi đi xe nhà binh đưa học trò đi ủy lạo chiến sĩ, xe phóng như bay, ông Diễm Châu với '*bốn mắt ngửa lên trời*', ông ấy vượt xe nhà binh kinh quá. Ông tài, thứ tài xe đua khiếp quá, đành phải nhường ông ấy. Thượng đế, nếu có, trong trường hợp Diễm Châu, quả là một đấng công bình. Ông ấy đã nhét một khối óc cực kỳ thông minh vào một khuôn mặt, đúng như Du Tử Lê nói, '*tối như đêm mưa,*' với những sợi tóc bạc '*như gươm*'.

Nhưng này, tại sao '*thê nhi về ngoại*' ông ấy lại mừng? Ông làm ơn cắt nghĩa dùm tôi."

(Tạp chí Nhà Văn, tháng 1 năm 1975.)

Có thể câu trả lời của tôi sẽ sai bét; nhưng tôi vẫn định bụng, dịp nào gặp nhà thơ Nguyên Sa, tôi sẽ trả lời ông, câu hỏi "cắc cớ" trên.

Định bụng này, tôi chưa kịp thực hiện được thì, biến cố 30 tháng - 1975, xảy ra. Những ngày ở quê người, nhu cầu cơm, áo nhận chìm tôi trong dòng thác mưu sinh bức bách, khiến tôi bẵng quên "món nợ" với nhà thơ Nguyên Sa.

Nhưng, hôm nay...

"Thưa anh Nguyên Sa, câu hỏi của anh ngày nào, chắc chắn đã được người bạn chung của chúng ta, Diễm Châu, trả lời. Và, thưa anh, tôi cũng tin, không ai đủ thẩm quyền hơn Phạm Văn Rao, trả lời anh, chính xác, câu hỏi ấy!"

(May 21 09)

Chú Thích:

(1) Nhà thơ Diễm Châu / Phạm Văn Rao từ trần ngày 28 tháng 12 năm 2006. Ông sinh năm 1937, Hải Phòng.

(2) Nhà thơ Thành Tôn hiện cư ngụ tại nam Cali. Ông còn được biết đến, như một người thiết tha sưu tầm văn chương miền Nam, 20 năm.

(3) Thi phẩm "*Đời mãi ở phương đông*" tuyển tập thơ Du Tử Lê, do nhà Tổng phát hành Hiện Đại, ấn hành tại Saigòn, 1974.

Diễm Châu, thơ.

Như Một Đường Dây Hút Gió.

tặng Ngô Kha

Từ biển cả mênh mang với những cánh đồng cát trắng

tôi trở về thành phố ngủ yên
buổi chiều thức dậy trong khe núi
đá khô chờ giọt mưa rưng rưng
ôi quê hương của một dòng sông
với những triền ngô tỏa mềm ánh sáng
những con đò đan những vết thương
lên mình nước dàn đi
                những mảnh đời rách nát
tôi trở về để nhìn tôi thiêu thân
và nhìn em đội vòng gai hận thù rướm máu
những ngọn đuốc năm xưa thắp màu hỏa hoàng lên áo ấy
và chiều buồn ru mình vào tiếng ve
những cánh dơi bay về cổ thành
và em làm giọt mưa lăn xuống má
ấy thương yêu gầy trong vành nón
và khổ đau lay từng gót chân nai.

một buổi mai tôi tung tăng ngoài lộ
như bóng mây hồng còn đợi nắng phất phơ
tôi ngửa mặt đón làn sương mai
từ mẩu tre ngà khum vòng tay gió biếc
em lặng lờ như tiếng hát
trong vườn cây vả đã đơm bông
tôi níu chùm hoa dâng một ngày đã mất
và hương hoa làm ngây ngất hồn tôi
tôi đưa tinh tú về bên dẫy núi
đón tay em từng ngón vuốt ve
và thảm cỏ thở mùi tóc trầm
và viền môi quyện áng mây đưa
tôi ngửa mặt nhìn tôi trong ánh mắt
thấy em về trong cánh bướm hư vô.

vào trong ngõ lá thuôn xác xơ màu tưởng niệm
tôi lạc mất tôi trong thành phố và em

khi những bước đi của loài rắn quanh co
còn vần vi bên trái táo
những vết chân của loài rất độc
còn cày sâu trên vừng trán dòng sông
những bụi cỏ lấp dần tiếng hót
của loài chim mang định mệnh trong hồn
tôi ngỡ ngàng đuổi theo em như một đường dây hút gió...
Huế, 1969

(Tạp chí Đất Nước số 14, tháng 10-1969)

Phún Xuất Thạch Của Mùa Xuân Khải Huyền.

Trên cánh tay mỏi mệt
trên nét mặt buồn thiu
trên chiếc áo sơ-mi nhàu nát
trên đôi giày gót vẹt
trên đôi vai xiêu xiêu chĩu đổ
trên trái tim mười bốn chặng đường khổ nạn
trên vừng trán tầm tã mồ hôi của cơn sốt xuất huyết
trên đôi môi héo khô của mật đắng giấm chua
mùa xuân trở về như lưỡi đòng đâm suốt bên người
những bông hoa đỏ thắm một ngọn đồi trọc.

mùa xuân trở về với tiếng gà eo óc ở thôn xưa
với người lính già bần thần chối bỏ bình yên
với tình yêu run rẩy
trong ánh sáng xanh xao của đức tin hèn mọn
mùa xuân trở về với ba mươi chín lằn roi
với mão gai làm triều thiên cho người khốn khổ
với áo đỏ bết máu với cây sậy quyền uy
mùa xuân trở về với bảy mươi bảy lần sấp ngã
với những tảng đá loang máu người vô tội
với con đường bụi bặm dốc cao

288

với cánh đồng trống trơn lỗ chỗ những hố bom
rừng lớp lớp bày ra cảnh đìu hiu cách lạ:
những thân cây làm thập tự giữa trời.

mùa xuân trở về với bầy thú săn đuổi con người
với tiếng reo hò của loài kên kên đói khát
năm mươi vì sao giữa một nền trời gạch mặt quay cuồng
năm mươi cánh tay bạch tuộc
                chụp bắt
                      giằng xé
                              hỏa thiêu
phún thạch đã khô trong ống điếu của nhà trí thức
ở phòng bột đen của hãng Pin lớn người công nhân
                            không tìm thấy ánh sáng

những con chuột chũi mãi đi trong bóng tối sự chết
trên lề đường nhân ái Chúa bị quăng ra
mùa xuân xối nước rửa tay
tiếng hò reo của bầy kên kên
                    bầy kên kên
                      bầy kên kên.

(Tạp chí Trình Bầy số 36 & 37, Xuân Nhâm Tý, tháng 02-1972)

Trên Quốc Lộ 4.

Tôi băng trên con đường lỗ chỗ
về miền Tây vựa lúa nước tôi
những cánh đồng mênh mông như lời mời gọi
Những lạch sông rực ánh mặt trời
những cây cầu chênh vênh
những chuyến phà lộng gió
những món quà đượm hương thơm đồng nội
những mẹ hiền và thiếu nữ ngây thơ...
Tôi đi mãi vào miền hy vọng ấy

tưởng chừng như nhịp gót chân tôi
cả trăm vạn người xưa cùng bước
bàn tay nào mở mang bờ cõi
bàn tay nào dựng nước dựng nhà
khi khói lên xanh trên hàng dừa thẳng tắp
khi cá về đầy ắp những bến sông
và lúa vàng rào rạt trổ bông
tôi biết rõ là hơi thở ấy
đã thổi vào lòng đất quê hương
tôi biết rõ những giọt mồ hôi ấy
đã làm sương phủ khắp cánh đồng
và tiếng chim kêu trên bờ lau
nhắc tôi tới những ngày nào đơn độc
cánh tay trần chống trả với thiên nhiên
con cá lội ngu ngơ giữa hai dòng nước biếc
mở cho tôi cánh cửa bình yên
của lao tác hiền hòa của kiên cường bất khuất.

Tôi kiêu hãnh nhìn quê hương lớn mãi
với giấc mơ một dân tộc anh hùng
tôi nghe tiếng người xưa thầm gọi
trong miên man triều sóng biển khơi
và tôi hiểu là đời tôi không thể
ở yên như núi xa
ở yên như dòng sông lặng lờ trôi cùng lục bình
tưởng nhớ.(§)
1961

(trích Đất Nước 1970

290

Diễm Châu dịch thơ

Y. YEVTUSHENKO

Những Cánh Cửa.

Một chiếc xắc tay báu vật,
đôi chút hãi hùng trong mắt,
những sợi tóc uốn lọn hai bên thái dương
thành những chấm hỏi.
Và này đây
                    buồn bã
                                    và nặng nề
a! đây là nhà nàng.
Không bao giờ
                    tôi được biết
                                    khu mộ địa chung quanh
và, tạ ơn Trời, tôi đoán thế,
sẽ chẳng bao giờ rành rẽ.
Trước cửa nhà nàng, nơi tôi đưa nàng về,
chúng tôi rời nhau mau lẹ:
một nụ hôn, một cái vuốt ve
nhưng ánh mắt nàng làm tôi khổ sở
ánh mắt ấy vấy một nỗi buồn
tựa như sự sợ hãi.
Tôi không lạ gì cái trò chơi ấy của phụ nữ:
Ta ôm nhau
                    và ta mơn trớn,
bước qua cánh cửa
                    là ta quên.
Phải,
những cánh cửa đã làm tôi khôn ra.
Quá thường khi,
                    ở nơi này nơi kia,

tôi đã bị xúc phạm nặng nề.
Chính bởi thế
           mặc dù tôi hoàn toàn không muốn,
bởi không còn tin tưởng vào ai,
trên ngưỡng cửa nhà em
              tôi đã bỏ em lại
và nguyền rủa,
           nguyền rủa cánh cửa nhà em.
Ký ức tôi trung thực với tôi.
"Anh đừng ngủ quên", nó bảo.
Trong đôi cánh tay em
           em nâng niu chiều chuộng tôi
nhưng em sẽ trở thành người đàn bà nào khác
ngay khi cánh cửa nhà em khép lại?

Những Giọt Nước Mắt.

Thuở ấy người ta đã bảo tôi:
           "mi rồi sẽ nuối tiếc
những của cải mất đi mà mi yêu dấu".
Thuở ấy người ta đã bảo tôi:
           "mi rồi sẽ khóc
khi những người khác rỏ nước mắt".
Tôi đã thấy chúng những giọt nước mắt này.
           Tôi đã thấy mẹ tôi khóc:
bà đứng,
       tay buông thõng,
đôi vai mỏng manh
      lay động,
và đó là vì lỗi tại tôi.
Cũng như em đã khóc,
           em, người yêu dấu của tôi,
khi tôi phóng tới, với đợt khói,
những lời ác nghiệt ngay giữa mặt em,

292

những lời chua chát và xúc phạm!
Ôi ! lúc ấy em đã ganh với các bạn em biết mấy
và chỉ nhìn tôi cũng đủ làm em đau đớn xiết bao!
Kiêu hãnh,
            em đã ngẩng đầu lên
để cầm nước mắt.
Hôm nay tâm hồn tôi kiêu căng mới thật buồn,
tâm hồn tôi đã bị chính sức nặng của mình nghiền nát,
Ấy đó
        cái giá thật khủng khiếp
của những giọt nước mắt
                    mà tôi đã gây nên.

Trò Chuyện.

Người ta bảo tôi:
                -"Anh thật là can đảm."
Tôi can đảm ?
                Nhưng can đảm ở đâu vậy?
Thật đơn giản, tôi cho là bất xứng
chuyện luồn cúi với bọn khiếp nhược.
Tôi chả "san bằng" một điều gì hết.
Thật đơn giản tôi đã chọn làm bia
            dối trá và khoa trương.
Tôi chỉ có những bài mình viết làm vũ khí
            nhưng không một bài nào là của tên chỉ điểm.
Nếu tôi bênh vực người có thực tài,
bêu diếu bọn văn nhân giả mạo,
ấy chẳng phải một nghĩa vụ tầm thường sao?
A! hãy chấm dứt cái chuyện tôi can đảm!
Tôi nghĩ tới sự hổ thẹn
của con cháu chúng ta,
            khi, thanh toán điều xấu xa, ô nhục,

293

chúng sẽ nhớ tới

cái thời buổi lạ lùng này

khi sự ngay thẳng bình thường nhất

được gọi là can đảm.

(nguồn: TCSH số 217 - 03 - 2007)

Bóng tối, bên kia, nụ cười Hoa Văn, Thi sĩ.

Tôi không nhớ chính xác được gặp Hoa Văn, thời gian nào, quê nhà – Nếu ký ức không phản bội tôi một cách tệ hại, (thì) dường như đó là những năm giữa thập niên 60. Tôi nhớ, buổi sáng, Pleiku, sương mù, tôi vào bộ Tư Lệnh quân đoàn II, tìm Kim Tuấn. Khi đó, nhà thơ Diên Nghị giữ chức vụ Trưởng phòng, hay Trưởng khối CTCT/QĐ II. Tôi xin phép ông, cho tôi chở Kim Tuấn về thành phố. Ông vui vẻ nhận lời; nhắc nhở, trên đường vào phố nếu rảnh nên ghé thăm Anh Hoa.

Tôi nói, đã được đọc đâu đó, thơ Anh Hoa, nhưng chưa biết mặt. Diên Nghị cười. Nụ cười đôn hậu, rất thi sĩ, nói:

"Toa nên thăm hắn. Rất dễ thương!"

Tôi không hiểu điều gì khiến câu nói ngắn, nụ cười đôn hậu của Diên Nghị kia đã ở lại trong tôi rất lâu. Nó ở với tôi nhiều tháng sau...

Trong một lần trở lại Pleiku, khi phòng tranh Dương Ngọc Sum mới khai mạc. Tôi đến chung vui với Sum. Và gặp Hoa Văn lần thứ nhất.

Như ghi nhận của Diên Nghị: Hoa Văn "rất dễ thương". Chàng có nụ cười cũng đôn hậu – Nụ cười rất mực thi sĩ, (như Diên

Nghị) Khi đó người thi sĩ là Tiểu đoàn trưởng Tiểu đoàn 20 Chiến Tranh Chính Trị.

Tôi lại phải xin phép Hoa Văn cho Sum cùng tôi và Kim Tuấn vào phố. Như Diên Nghị ghi nhận, Hoa Văn cho phép ngay. Chàng cười, hỏi chúng tôi có xe không? Tôi nói, có luôn tài xế; do T.T. Triết, Thiết đoàn trưởng Thiết đoàn 2, cho mượn.

Trên xe, Dương Ngọc Sum nói nhiều về sự tử tế, tinh thần liên tài của cấp trên.

Tôi không biết nụ cười, hay sự nói nhiều của Sum về Hoa Văn, khiến tôi chú ý hơn nữa dòng thơ và đời thơ Hoa Văn?

Bước sâu vào thổ ngơi cõi thơ Hoa Văn (thuở đó), tôi không khỏi ngỡ ngàng, khi khám phá được một bất ngờ to lớn:

Đó không phải là một cõi thơ êm đềm, dung dị như trong ý nghĩ nhiều Tôi bắt gặp đâu đó, những câu thơ, hôm nay, còn ở trong tôi, như những hòn than, tự nó âm ỉ những ngọn lửa đìu hiu thân phận.

"Tiền thân lục bát còn ôm
Sầu Cao Bá Nhạ, âm hồn Nguyễn Du"...

Tôi gặp đâu đó, những câu thơ, hôm nay, còn ở trong tôi, như những trái hỏa châu, ngúm tắt từ lâu, sau khi đã hoàn tất công việc của nó. Nhưng một nghĩa nào, với tôi, qua thơ Hoa Văn, chúng lại vĩnh viễn ở cùng chúng tôi – Vĩnh viễn ở cùng một giai đoạn lịch sử, bất trắc; tổ quốc, lầm than.

"Máu xương nghe vẫn thì thào
Bây giờ chiến địa hố hào trong thân"...

Tôi nhớ, khi đề cặp tới Diên Nghị, tới Hoa Văn, hơn một lần tôi nói với Kim Tuấn, tác giả "Những Bước Chân Âm Thầm" rằng, chỉ khi đọc thơ của họ, chúng ta mới thấy được phần bóng tối liu diu ở mặt, bên kia nụ cười, thi sĩ của họ.

Bây giờ, nhiều chục năm sau, gặp lại nhau nơi quê người –

Gặp lại Diên Nghị ở San Jose; Hoa Văn ở Boston, đôi lần tôi muốn nói với họ, những gì, đã nói. Nhưng, lần nào, cuối cùng, tôi cũng tự hỏi: Có cần thiết chăng, lập lại ấy ? Một khi, nơi những người bạn thi sĩ của tôi, sau bao bầm dập, nổi, chìm trên môi họ, vẫn nguyên vẹn những nụ cười thi sĩ .

Đêm nay, giữa khi trận bão Santa Ana Wind còn tiếp tục thổi qua miền nam California này, tôi thấy, đúng là không cần thiết – Hoàn toàn không một chút cần thiết!

Mọi chuyện, cuối cùng, rồi cũng như một (trong những câu thơ mới nhất của Hoa Văn):

"Thoáng thôi hết một kiếp người
Màu da nào cũng ngậm ngùi đau thương."

Thi ca của chúng ta nói chung; của Hoa Văn, nói riêng, đã đủ ngậm ngùi! Nhưng, chúng ta vẫn nói về nỗi ngậm ngùi kia!!! Bởi đó là nỗi ngậm ngùi truyền kiếp?

*

Hoa Văn, dăm bài lục bát mới.

Từ Nay xa Boston Rồi.

(Thân quý tặng các thân hữu và các bạn văn nghệ sĩ của tôi tại Boston)

Một.

Từ tôi về Atlanta
Nhớ chi mà cứ buồn ra buồn vào
Đêm ngồi nhìn mấy vì sao
Còn đâu nữa những hôm nào thân thương
Thôi thì đời vốn vô thường
Hợp tan tan hợp văn chương cũng tình
Áo đời đã bạc màu xanh
Thuyền đời chèo chống thác ghềnh mấy tao
Sá gì bấc lụn dầu hao
Hơn thua nào một tiếng chào cho nhau

Một đời qua mấy bể dâu
Xuân đi xuân lại nỗi sầu mênh mang
Bâng khuâng cuối buổi thu tàn
Lao xao lá rụng ngổn ngang bạc đầu
Khi buồn lại nhớ về nhau
Quên làm sao được xưa sau cạn lòng.

Hai.

Về đây sao thấy lạ người
Lạ đôi chân bước lạ đời cưu mang
Kiếm tìm nào một hân hoan
Quẩn quanh mây khói lo toan bộn bề
Mỗi lần đến mỗi lần đi
Ngơ ngơ ngẩn ngẩn ù lì đợi trông
Mai sau đến cõi vô cùng
Tiếc thôi đời cũng ngàn trùng bay xa
Lặng nhìn chiều mỏng phôi pha
Và con gió mới gọi qua phố buồn
Vẫn còn ôm cái cô đơn
Câu thơ thuở nọ về nguồn ca dao
Ngày lên ngày xuống chiêm bao
Gọi đời thêm một lần cao cả đời
Dẫu cho thiên địa đổi dời
Hồn thơ mai vẫn cùng đời đi lên.

Ba.

Ở đâu không nắng không mưa
Theo đời đưa đẩy đẩy đưa mặc đời
Vẫn còn vui bước chân người
Vu vơ mãi với tình vơi tình đầy
Bụi phồn hoa vẫn đầy tay
Cánh phù du vẫn đường này lối kia
Hoa tàn đêm rụng bờ chia

Chút nâng niu giữa mộng lìa bụi tan
Mộng thôi một giấc mơ tàn
Đời thinh lặng bóng trăng ngàn lặng thinh
Em về quên cả tình xanh
Trái quê hương nặng an lành bước đi
Tóc sầu tuổi kín phân ly
Mốt mai cũng tới chu kỳ dặm xa
Ta còn ta với sầu ta
Nhớ thôi mười ngón tay hoa một đời.

Bốn.

Chiều đi nắng mỏng mây từng
Chân đi mà tưởng như lòng chưa đi
Nghe buồn từ lúc phân ly
Nghe lòng trống trải từ khi mất còn
Làm sao em biết tôi buồn
Hư hay thực đã từ trong lòng mình
Cõi đời một cõi u minh
Bước nào từ ái để mình trăm hoa
Mang mang từng buổi trăng tà
Hắt hiu từng bước chân ra cửa đời
Từ nay xa Boston rồi
Ngày thơ lá rụng ngày tôi qua ngày
Có gì mà vẫn mê say
Rượu đời đời vẫn còn cay men nồng
Trăm đi bước có ngại ngùng
Trắng tôi tâm sự trắng cùng tâm tư.

Năm.

Bước đi lòng cũng héo lòng
Nhìn con phố nhỏ nghe chừng không vui
Nói chi ngoài cái ngậm ngùi
Tiễn nhau trong mắt ai - tôi nỗi sầu

299

Tiếng cười tiếng nói niềm đau
Ai ôm nỗi nhớ ai đâu nghẹn ngào
Người đi để lại lời chào
Cũng không ngăn nổi cái đau thì thầm
Hai mươi năm một trăm năm
Thơ đi thơ ở thăng trầm cõi hoa
Buồn trong tiếng hát lời ca
Nghĩ quê hương đó ngày xa lối về
Ta mang kỷ niệm tràn trề
Ở đây sương khói tái tê ruột tằm
Mai sau đời vẫn bâng khuâng
Đành thôi tình cũng trầm luân với tình.

Sáu.

Ta từ hiện hữu phù vân
Như qua chín kiếp trầm luân đất trời
Mẹ cha thua thiệt một đời
Cho ta năm tháng bùi ngùi thương đau
Đôi vai chất nặng tình sầu
Kìa trong này đục đủ màu thế gian
Chẳng qua đời cũng phũ phàng
Cái khôn cái dại băn khoăn đôi bờ
Tâm đi hồn lạc ý thơ
Trăm năm mộng ảo bất ngờ tuổi tên
Lòng riêng trang trải nỗi niềm
Tình chung mong xoá ưu phiền cho nhau
Đi hoài chẳng biết về đâu
Lấy thơ che nửa mái đầu nhân sinh
Ngậm ngùi lời nguyện câu kinh
Mong đời nở mãi hoa tình vô ưu.

Hoa Văn.

Vai trò của nhà thơ Hồ Đình Phương trong sự nghiệp âm nhạc Hoàng Trọng.

HỒ-ĐÌNH-PHƯƠNG (Huế)

Lịch sử tân nhạc Việt Nam ghi nhận: Thời tiền chiến, có một hiện tượng đặc biệt. Đó là sự thành công rực rỡ của nhạc Đoàn Chuẩn với ca từ của Từ Linh. Nếu trong toàn bộ sự nghiệp âm nhạc của nhạc sĩ Đoàn Chuẩn, người ta đếm được 11 ca khúc do Từ Linh đặt lời thì, trong khoảng trên dưới 200 ca khúc mà, cố nhạc sĩ Hoàng Trọng để lại cho đời, người ta đếm được ít nhất cũng trên dưới 50 ca khúc do nhà thơ Hồ Đình Phương đặt lời, hay từ thơ của ông. (1)

Tưởng cũng nên nói ngay rằng, nhạc sĩ Hoàng Trọng không chỉ hợp tác với một mình nhà thơ Hồ Đình Phương trong phần ca từ mà, họ Hoàng cũng nhận được sự hợp tác của rất nhiều nhạc sĩ, nhà thơ, nghệ sĩ vốn có tình thân với ông. Trong số này, có nhiều tên tuổi quen thuộc, như Hoàng Dương, Quách Đàm, Vĩnh Phúc, Thanh Nam, Quốc Bảo, Y Vân, Lan Đình, Dạ Chung, Nguyễn Túc, v.v...

Tuy nhiên, cách gì thì số lượng những sáng tác của nhạc sĩ Hoàng Trọng, có sự hợp tác của những tác giả kể trên, vẫn là những con số rất khiêm tốn, nếu so sánh với phần đóng của họ

Hồ. Đó là chưa kể gần như tất cả những sáng tác của nhạc sĩ Hoàng Trọng với ca từ của nhà thơ Hồ Đình Phương đều là những ca khúc nổi tiếng như: "Mộng ban đầu" (2):

"Quê em miền thùy dương
Lúa ngọt ngào hoa mới
Gió mang mùa Xuân tới
Hôn liếp dừa lên hương
Hương thơm tràn muôn lối
(...)
Hôm qua buồn nhìn đâu
Thoáng mẹ già nom thấy
Hỏi: con chờ ai đấy?
Em níu lấy cành dâu
Che dấu mộng ban đầu
(...)
Nhớ về thăm em nhé!
Đứng khinh mái lều tranh
Rau muối ấm tâm tình
Cơm ngô thắm no lòng
Anh nhớ về anh nhé!

Trông em mừng vườn cau
Trái mập tròn Xuân mới
Bỗng mẹ cười mẹ nói:
Con bé lớn thật mau,
Mai mốt mẹ ăn trầu..."

(Nhạc Hoàng Trọng. Lời Hồ Đình Phương. Nđd.)

Hoặc:

"Bạn lòng thân mến
Đây tôi hiến bài ca
Mong ai hát vui hòa
Bạn là xuân thắm
Cho tôi đón nhiều hoa

Gieo hương mái tranh nhà
Rồi ta chung ngắm
Đôi chim lướt trời xa
Say sưa muôn tiếng ca..."
(Trích *"Bạn Lòng"*. Nhạc Hoàng Trọng. Lời Hồ Đình Phương. Nguồn đd.)

Hoặc nữa:

"Ánh xuân về tràn dâng nắng mới
Tơ trời mừng say gió tới
Ngàn đóa hoa bừng chào đời
Từng bầy én trông đẹp mùa màng
Vờn cánh vui đùa nhịp nhàng
Hòa tiếng chung tình nồng nàn
Có riêng một mình ta với bóng
Không hẹn gần ai ấm cúng
Mà chẳng nghe lòng lạnh lùng
Vì người ấy luôn chờ một lời
Là hiến ta trọn cuộc đời
Thề ước đem tình sánh vai..."
(Trích *"Mộng Lành"*. Nhạc Hoàng Trọng. Lời Hồ Đình Phương. Nguồn đd.)

Tôi không biết tình thân giữa nhạc sĩ Hoàng Trọng và họ Hồ ở mức độ nào. Tôi cũng không biết hai ông có bàn thảo trao đổi ý kiến chặt chẽ, kỹ lưỡng với nhau, trước khi hợp soạn một ca khúc hay không? Nhưng hiển nhiên, sự hòa quyện của tất cả những sáng tác mà họ là đồng tác giả, đều thật tuyệt vời.

Trách nhiệm phần ca từ, nhà thơ Hồ Đình Phương không chỉ cho thấy, ông rất đồng điệu, rất tâm lý với những giai điệu mang tính thơ mộng, lãng mạn viết về tuổi trẻ của nhạc sĩ Hoàng Trọng mà, ngay với những ca khúc nặng tình quê hương, đất nước, ông cũng cho thấy khả năng, tài hoa rất mực của mình, ứng hợp với dòng nhạc Hoàng Trọng:

"Thuyền trôi chờ ai nhấp nhô trên sông dài
Phải thuyền năm ấy hòa với lòng tôi
Cùng mơ hàn nối đôi phương cách xa vời
Để người sum vầy khỏi buồn đầy vơi?
Mẹ quê lần bước đưa tôi ra tận thuyền
Nhủ rằng: Luôn nhớ tình nước con ơi
Trời đang mờ tối, quê hương đang tơi bời
Chờ con về xóa ngàn mối u hoài
Mẹ già yêu mến, giờ này con đang thề
Đấu tranh cùng muôn người:
Đợi một ngày mai tràn đầy
Xuân mới về cố hương hòa vui..."

(Trích "*Mộng ngày hồi hương*". Nhạc Hoàng Trọng. Lời Hồ Đình Phương. Nđd.)

Nhưng ca khúc viết về niềm tự hào dân tộc, thành công nhất, giá trị nhất, theo tôi phải là ca khúc "*Bên bờ đại dương*", nhạc Hoàng Trọng. Lời Hồ Đình Phương:

"... *Hôm nao, ai đã mơ mộng / Chia mối tơ đồng của một khối non sông vinh quang / Ai ơi, ai nhớ chăng rằng / Gươm súng đâu diệt được nòi giống muôn năm hiên ngang / Anh với tôi còn sống bên bờ đại dương / Tôi với em còn thắm trong lòng niềm thương / Đất nước tôi còn gió độc lập Trường Sơn / Còn lúa tràn đồng phương Nam / Còn xóa được hờn quê hương.*" (Nguồn đd.)

Nói cách khác, tới nay, lịch sử tân nhạc Việt Nam chỉ ghi nhận được hai cuộc hôn phối mang tính đường trường. Tuyệt hảo. Đó là cuộc hôn phối giữa Đoàn Chuẩn - Từ Linh, thời tiền chiến. Và, Hoàng Trọng - Hồ Đình Phương, của 20 năm âm nhạc miền Nam vậy.

(Apr. 2013)

Chú thích:

(1) Theo tác giả Lê Mộng Hòa trong tác phẩm *"Thi Nhân Huế"*, xuất bản năm 1960 thì, nhà thơ Hồ Đình Phương sinh ngày 1 tháng 3 năm 1927 tại Huế. Tốt nghiệp Học Viện Quốc Gia Hành Chánh, năm 1958, nhà thơ Hồ Đình Phương từng cộng tác với một số báo và tạp chí tại Saigon, như Thẩm Mỹ, Phụ Nữ, Văn Nghệ Tiền Phong... Những tác phẩm đã xuất bản của ông, gồm có: *"Hai cuộc sống"* (Thơ. XB năm 1951) . *"Tình thế hệ"* (Thơ. XB năm 1952). *"Sưởi nắng"* (Thơ. XB năm 1953. Tái bản bản năm 1954). Ông cũng là tác giả của ít nhất hai tác phẩm có tính cách nghiên cứu, biên khảo về thi ca, chưa xuất bản như: *"Thi pháp thực hành"* và, *"Thi ca với thời đại"*.

(2) Khi bài viết này được phổ biến trên báo Người Việt, chúng tôi nhận được điện thư của một bằng hữu ở miền Bắc Calif., anh Hồ Đình Vũ. Anh gửi cho chúng tôi tài liệu là phóng ảnh bài thơ "Mộng ban đầu" của thi sĩ Hồ Đình Phương, in trong cuốn "Thi Nhân Huế" do tác giả Lê Mộng Hòa biên soạn, xuất bản năm 1960, bởi nhà Xây Dựng. Sau khi so sánh bài thơ (có trước bản nhạc) chúng tôi thấy nhạc sĩ Hoàng Trọng đã soạn bài thơ thành ca khúc, gần như không thay đổi một chữ.

Nay chúng tôi xin nói lại cho rõ rằng, những tài liệu hiện có trên các trang mạng nói rằng ca khúc "Mộng Ban Đầu" của Hoàng Trọng do Thi sĩ Hồ Đình Phương đặt lời là một lầm lẫn đáng tiếc, cần được đính chính hoặc sửa lại. Nhân đây, chúng tôi cũng xin cám ơn anh Hồ Đình Vũ.

Luân Hoán,
"Nén Hương Cho Bàn Chân Trái."

V iệt Nam có nhiều vùng đất được ghi nhận là "địa linh nhân kiệt." Một trong những vùng được công nhận và, nói tới nhiều là Quảng Nam.

Những danh nhân có tên trong lịch sử, xuất thân từ xứ Quảng nhiều tới mức độ khó ai có thể nhớ hết. Tuy nhiên, những tên tuổi như Hoàng Diệu, Tiểu La / Nguyễn Văn Thành, Ông Ích Khiêm, Trần Quý Cáp, Trần Cao Vân, Phan Chu Trinh, Nguyễn Bá Trác, Phan Khôi... khi được nhắc tới, hầu như ít ai không biết.

Xứ Quảng cũng là nơi duy nhất, được vua Thành Thái sắc phong "Ngũ Phụng Tề Phi." Theo ghi nhận của nhà nghiên cứu văn học Nguyễn Quang Thắng thì, *"Khoa Mậu Tuất 1898 tỉnh Quảng Nam có 5 thí sinh trúng kỳ thi Hội và thi Đình nên được vua Thành Thái (1879-1954) ban tấm biển ghi 4 chữ 'Ngũ Phụng Tề Phi' (năm con phụng cùng bay) nhằm chúc, tặng cho các sĩ tử nói chung và học trò đất Quảng thuở ấy học giỏi."* (1)

Nhiều người nói với tôi rằng, đa số nam giới xứ Quảng chỉ có một trong hai chọn lựa: Làm cách mạng hoặc làm văn nghệ.

Tôi không rõ lắm xác suất của nhận định vừa kể. Nhưng, hiển nhiên, rất nhiều bằng hữu trong văn giới của tôi, xuất thân từ đất Quảng. Nhiều người nổi tiếng rất sớm. Cũng có những người khi bước qua tuổi trưởng thành, hoặc đã nửa đời người mới chính thức tìm vào sinh hoạt văn học, nghệ thuật. Tuy muộn màng, nhưng trong số này, cũng không thiếu người nổi tiếng.

Một trong những bằng hữu Quảng Nam của tôi, bước chân vào sân chơi văn chương miền Nam 20 năm, rất sớm là nhà thơ Luân Hoán. (2)

Ngay từ năm 1964, 23 tuổi, nhà thơ Luân Hoán / Lê Ngọc Châu đã có tác phẩm xuất bản. Thi phẩm *"Về trời."*

Ở phần "Lời Bạt," trước khi khép lại thi phẩm "Về trời" của Luân Hoán, nhà văn Dương Kiền viết:

"Gia tài quê hương của chúng ta đã bị xâu xé gần hết, chúng ta chỉ còn lại một di sản quí báu: Tình tự con người. Tình tự con người bất chấp mọi tương tranh, chia cắt, vùi dập, thủ đoạn... nó sáng ngời trong đêm tối kéo dài từ hai chục năm nay, nó là ngọn lửa sưởi ấm những tâm hồn còn biết hướng về nhau, những con tim còn biết xôn xao mơ ước. Nó làm thành một thế giới trên những thế giới của tham vọng và hận thù.

Anh Luân Hoán, chính thơ anh đã đưa tôi vào thế giới ấy..." (3)

Nhưng theo ghi nhận của tôi, khi miền Nam cuối thập niên (19)60 bị đẩy sâu vào giai đoạn chiến tranh khốc liệt; dẫn tới việc nhà thơ của chúng ta đã để lại nơi chiến địa bàn chân trái của mình, Luân Hoán viết:

"nằm im mà thấy bềnh bồng
"nghe như mây đảo vòng vòng trong tim
"tỉnh ra sửng sốt giật mình
"một đoạn chân đã tuyệt tình bỏ đi
"... núi Vàng, cõi đặt mộ bia

"cho bàn chân trái nằm kia, mơ hồ
"cái chân một thuở đánh rơi
"hình như đang nhớ đến tôi, khóc thầm..." (4)

Đó là năm 1968. Nơi *"... bàn chân trái nằm kia, mơ hồ"* của Luân Hoán / Lê Ngọc Châu là "Núi Vàng," thuộc quận Đức Phổ, Quảng Ngãi.

Nhưng chính sự *"một đoạn chân đã tuyệt tình bỏ đi"* mà, từ đó, giới thưởng ngoạn được đọc thi phẩm *"Nén hương cho bàn chân trái"* của họ Lê.

Theo tôi, cũng chính từ thi phẩm vừa kể, Luân Hoán được người đọc và, văn giới chú ý tới thơ ông nhiều hơn nữa.

Trước đấy, dự cảm mang tính tiên tri, dường báo trước cho Luân Hoán biết, bi kịch chiến trường, rồi đây, sẽ xẩy đến cho ông, sau khi chúng đã tìm đến những người bạn của ông:

"từ đồn Đức Hải ta về phép
"bạn thế chân ta kích xóm đêm
"đâu có chỗ nào vừa mắc võng
"nằm hoài cũng mỏi cái lênh đênh.

.

"bạn mới ngả lưng lim dim mộng
"cạc - bin, bảy - chín, lẫn AK
"trời xanh thăm thẳm hồn nhiên quá
"phận số dành riêng mỗi chúng ta?

.

"ta trở lại đồn qua xóm cũ
"rút colt bắn lẫy cái lu sành
"nước tràn, lu vỡ, trời ta khóc
"bóng bạn chập chờn đóm lệ xanh

.

"Nam ơi, Đức Phổ trưa nay vắng
"biển lặng ngồi không, xót phận mày

"ngày mai nhổ trại lùng Đức Phụng
"đến lượt ta, hay đứa nào đây?" (5)

Mặc dù Luân Hoán / Lê Ngọc Châu mang được vào trong thơ của mình, tên của nhiều loại súng hơn bất cứ một tác giả nào khác; nhưng tôi vẫn không thấy tính hận thù, sắt máu trong thơ ông. Khi nhớ tới bạn đã hy sinh nơi trận địa thì mức độ "bi phẫn" cao nhất của họ Lê, cũng chỉ là rút cây "cold" bắn... vỡ *"cái lu sành"* – Và sau đấy, ông bật khóc!

Cũng vậy, khi nhận được giấy gọi động viên, ông bình thản, như thể sự kiện ấy, không hề là một điều gì to lớn hay nghiêm trọng:

"bỏ lệnh gọi trong túi quần
"tôi đi qua từng đường phố
"không biết phải làm gì
"tôi trở về rửa mặt
"quyết định ngủ một ngày
"thản nhiên không mơ mộng..." (6)

Phải chăng thanh niên miền Nam, trong cuộc chiến miền Nam 20, ngay từ tấm bé, đã không bị dạy dỗ, nhồi nhét tinh thần căm thù?

Phải chăng, vì thế mà, đặc tính thơ, văn miền Nam, theo ghi nhận của giáo sư Neil. L Jamieson, vốn đầy tính nhân bản? (7)

Ở những trang viết trước, tôi trích dẫn khá nhiều thơ liên quan tới chiến tranh của Luân Hoán. Đó là những bước đi tới (của thơ), sau khi bàn chân trái của ông đã vĩnh viễn gửi lại nơi chiến địa. Điều đó không có nghĩa tôi có chủ tâm phân chia từng mảng thơ của Luân Hoán / Lê Ngọc Châu thành những ốc đảo biệt lập.

Tôi hiểu có nhiều cây bút khi phê bình thơ, thường có thói quen phân vùng, chia khu, đánh đai cho cõi giới thi ca của một số tác giả mà họ đề cập.

310

Tôi cũng hiểu sự chia khu, phân vùng đó, sẽ giúp cho người đọc dễ tiếp cận từng mảnh vườn mà, nhà thơ kia đã lao tác cật lực, kinh qua nhiều giai đoạn nổi trôi đời người. Nhất là với những nhà thơ có số lượng sáng tác phong phú, giầu có, như trường hợp của Luân Hoán / Lê Ngọc Châu.

Tuy nhiên, ở một mặt nào khác, tôi cho sự thuận tiện, dễ dàng nọ, không thích ứng lắm với những kênh mạch tình cảm phức tạp của họ Lê.

Trong ghi nhận của riêng tôi thì, Luân Hoán không chỉ thả vào dòng sông thi ca của ông một lượng chữ, nghĩa dồi dào mà, dòng sông chữ, nghĩa của ông còn chảy qua nhiều tâm cảnh khác nhau – Như những nét cắt sắc, sâu của một nhân chứng sống, giữa thời hoang, loạn.

Không ít người đã từng xếp bài thơ nhan đề "*Vết thương*" của Luân Hoán vào kênh thơ tình. Có lẽ bởi vì bài thơ là một đối thoại mang tính tự hỏi / đáp của tác giả với đối tượng người yêu (giả thiết hiện diện) của ông.

Riêng tôi, tôi không thấy dù chỉ thấp thoáng chút lãng mạn (ngay cả lãng mạn thương đau) trong những khổ thơ mở đầu bằng những câu hỏi (hay tự hỏi) của Luân Hoán, như: "*Em không hỏi vì sao ta bỏ cuộc / Em không hỏi vì sao ta bất lực...*"

Người đọc có thể cảm nhận được tính chất tha thiết, lòng chân thành muốn giải bày tâm sự của tác giả, với người con gái ông gọi bằng "*em*" trong bài thơ...

Nhưng, rốt ráo, những câu tác giả tự hỏi cũng chỉ là cái cớ để ông bộc bạch cái nhìn của ông về thế sự thăng trầm. Luôn cả người con gái được Luân Hoán chọn nhân xưng đại danh tự ngôi thứ hai "*em*" (có thể hiểu là người bạn đời của ông,) cũng chỉ là cái cớ để họ Lê nói được một cách tự nhiên những cảm nghĩ thật của một người lính được giải ngũ, trở về với gia đình, sau thương tích.

Thí dụ, những câu thơ như:

"*... Giữa chợ đời không bán nốt lương tâm.*"

311

Hay*:*

"... Ngồi bó gối chờ đợi áo cơm em."

Hoặc nữa*:*

"... Rượu đã hết xin cho ta giọt lệ
"Giọt mồ hôi em đổ sáng sang chiều."

Tôi cũng không tìm thấy những chỉ dấu lãng mạn hay, thơ mộng nào trong bài thơ dài nhan đề *"Đôi mắt ngã tư Ba La,"* của Luân Hoán, để có thể gọi đó là một bài thơ tình thuần chất.

Tâm bão hay nội dung bài thơ này, theo tôi là hệ quả tự thân của chiến tranh. Sự nhìn lại trần truồng, không ma mị, không nhân danh một lý tưởng to lớn nào, để "mỹ viện hóa" sự trần trụi, sần sùi, hầm hố... nhân sinh kia, khi ông viết:

"... Ta bỗng hiện nguyên một thằng thua cuộc
"ngồi mé ngã tư, đứng dựa ngã ba
"thơ thẩn bỗng không hơn gì giấy lộn
"đắp mặt không xong, phủ lòng xót xa

"định mệnh bất ngờ giúp nhau mở lối
"trái mìn oan khiên như vị cứu tinh
"em chợt vội vàng làm cô dâu mới
"vợ đã yên lòng nuôi gã thương binh."

"Ta phỉnh ai đâu, phỉnh ta đấy chứ
"cho đến bây giờ ta vẫn phỉnh ta
"nhớ nước sông Trà quay bờ xe nước
"lòng đậu hay trôi ngã tư Ba La?"
(Trích *"Đôi mắt ngã tư Ba La".*)

Cách khác, tôi muốn nói, tôi thấy không nên phân loại thơ

Luân Hoán một cách máy móc. Kiên cưỡng. Tôi không thấy đó là một bài thơ chiến tranh thuần túy.

Trong thơ chiến tranh của Luân Hoán, không chỉ có súng, đạn, địch, ta. Mà trong thơ tạm gọi là chiến tranh của Luân Hoán vẫn thấm đẫm tình yêu. Như chiếc bóng mơ hồ của bi kịch.

Cũng thế, trong thơ tình Luân Hoán, tôi vẫn thấy những phân tranh, những cuộc chiến cam go giữa chân / giả. Giữa thất vọng và, niềm tin. Giữa dối trá hôm qua và, ngày mai ký thác trăm năm.

Tôi thấy, tất cả mọi kênh, mạch ý niệm, kinh nghiệm sống, chết của họ Lê, đã trộn lẫn trong thơ ông. Như máu, thịt. Tưởng chúng đồng nhất thể. Bất khả phân ly.

Chưa kể, cường lực sáng tác của Luân Hoán rất sung mãn. Nó không bị sút giảm theo thời gian. Và, thật đáng kể, nếu chúng ta nhớ rằng, môi trường sống ở những xã hội tây phương vốn dị ứng – Nếu không muốn nói là khắc tinh của những rung cảm cần thiết, cho những ấu trùng văn chương nở thành những cánh bướm rực rỡ!

Nhiều người không giải mã được hiện tượng nghịch chiều này, nơi tác giả *"Nén hương cho bàn chân trái."*

Cá nhân, tôi nghĩ, ngoài nguồn mạch tình yêu, thủy chung dành cho người bạn đời của mình, sinh-phần thơ Luân Hoán còn có những *tế-bào-gốc*: Tế-bào-gốc-quê-hương. Tế bào gốc tình yêu ân nghĩa. Tế-bào-gốc-bằng-hữu...

Một cách ngắn gọn, tôi muốn gọi chung là: Tế-bào-gốc-Luân-Hoán / Lê Ngọc Châu.

Tôi không nghĩ tình cảm riêng tư của tôi, vốn có những góc khuất, những điểm mù khi viết những điều trên.

Thực tế cho tôi thấy, có những thi sĩ thành công với loại thơ đối kháng nhưng, thất bại ở tự trào. Cũng có những nhà thơ nhuần nhuyễn với loại thơ khẩu khí; nhưng vẫn có thể gập ghềnh khi bước vào thể loại thơ khác.

Thực tế cũng cho tôi thấy, có những nhà thơ xuất sắc với loại thơ nói về một cuộc chiến, dù đứng ở góc độ nào (lên án chiến tranh / giễu cợt kẻ thù / trào phúng chính mình, như một sinh vật bất lực tội nghiệp trước những mù lòa súng đạn / thậm chí tố cáo tội ác đối phương...) nhưng không có gì bảo đảm rằng, họ sẽ tiếp tục gặt hái hoa, trái tốt tươi khi trầm mình trong thế giới tình yêu đôi lứa. .

Luân Hoán, ngoại lệ. Ông làm thơ dễ dàng. Phong phú. Thơ ông, như những cánh diều chữ nghĩa, tâm tưởng, bay được với bất cứ thời tiết nào. Dù cho đó là những dẫn xóc hay, mịt mờ, u ám của những khoảng đất trời bất trắc thiên nhiên.

Người đọc có thể thích / không thích lượng thơ tuôn trào như thác đổ của ông, những năm quê người.

Người đọc có thể cảm / vô cảm trước những bài thơ ông viết xuống một cách hồn nhiên với mọi sinh hoạt diễn ra chung quanh đời sống hàng ngày của ông.

Nhưng, bằng vào những tế-bào-gốc như đã nói, dòng chảy của thơ Luân Hoán đã và, sẽ còn tiếp tục chảy tới. Với thời gian, chúng vẫn cuộn xiết những nụ cười tự trào. Ân nghĩa. Và, những đôn hậu tình bằng hữu...

(Garden Grove, Sept. 2012)

Chú thích:

(1)Theo Wikipedia, Bách khoa toàn thư mở *"Khoa cử và giáo dục Việt Nam"*, NXB Văn Hóa Thông Tin, 1993. Vẫn theo Wikipedia thì "Một lập luận khác của ông Trương Duy Hy là danh hiệu 'Ngũ phụng tề phi' do Tổng đốc Nam-Ngãi Đào Tấn và Đốc học Quảng Nam Trần Đình Phong lấy từ tích xưa đặt cho 5 vị đại khoa nói trên, đồng thời tặng cho bức trướng có 4 chữ Ngũ phụng tề phi, có thêm hình 5 con chim phụng đặt tại dinh Tổng đốc ở Điện Bàn. Và theo Giáo sư Sử Đặng Tiến thì '... chuyện này không có sử sách nào ghi lại mà chỉ lưu truyền ở dân gian. Nhất là những đoàn hát bội ở Trung bộ lấy đó làm vẻ vang truyền tụng nhằm vinh danh xứ Quảng. Tuy nhiên, việc 5 đại khoa (gồm 3 Tiến sĩ và 2 Phó Bảng người Quảng Nam đỗ đại khoa trên 17 vị toàn quốc cũng được cho là hy hữu xưa nay hiếm tại Việt Nam."

(2) Nhà thơ Luân Hoán tên thật là Lê Ngọc Châu, sinh ngày 10-01-1941 tại Hội An, Quảng Nam. Gia đình ông di chuyển ra Đà Nẵng từ 1953. Là sĩ quan QLVNCH, ông bị mất bàn chân trái tại mặt trận Đức Phổ, Quảng Ngãi, 1968. Kể từ năm 1985, cùng với gia đình, ông định cư tại Montreal Canada.

(3), (4), (5), (6): Nguồn đd.

(7) Đọc thêm *"Understanding Vietnam,"* bản paperback, in lần thứ nhất năm 1995, bởi liên đại học Berkeley, Los Angeles & London.

Luân Hoán, thơ

Chiều Trên Sườn Đồi.

ngày trần truồng trên sườn đồi
tiếng chim đầu ngọn lá
tôi uống ngụm nước trong
con suối vuốt ve nghềnh đá
con suối khuyên nhủ lòng tôi
thản nhiên mày
thản nhiên mày, đừng nghĩ

ngày trần truồng trên sườn đồi
nhịp gõ trên báng súng
tôi liếm giọt mồ hôi
chiều nắng vuốt ve ngực áo giáp
chiều nắng khuyên nhủ lòng tôi
thản nhiên mày,
thản nhiên mày, đừng nghĩ

ngày trần truồng trên sườn đồi
cây lá hát trong chiều gió
tôi mất trăm kẻ thù
tôi mất trăm thằng bạn

tôi mất luôn hồn tôi
hỡi tôi, hỡi tôi, đừng nghĩ

ngày trần truồng trên sườn đồi
ngồi thở thảm trong lá
tôi nhìn thấy mặt người
tôi nhìn thấy trời cao
tôi nhìn thấy ngón tay
run run trên cò súng
thản nhiên mày,
thản nhiên mày, đừng nghĩ

ngày trần truồng trên sườn đồi
tiếng buồn đầy tiếng nổ
tôi chợt hiểu lòng tôi
con chim lìa cõi phúc
đường bay mù mù khơi
thản nhiên mày,
thản nhiên mày, đừng nghĩ.

Đi Ngang.

Em nằm phơi rốn với chân
chiều đờ đẫn trải một sân nắng vàng
đúng vừa lúc tôi về ngang
hai con mắt níu hai bàn chân đi
đố em tôi đã nghĩ gì
hình như trục trặc cái chi trong lòng
nắng trời, ai bẻ cong cong
cái tâm phẳng lặng là không phải người
tại sao tôi phải hổ ngươi ?
câu thơ chợt mọc từ đùi nắng thơm
em nằm, hương tỏa, hoa đơm
tôi thu nhãn lực viếng thăm ngọn ngành

mượn thơ thưa thốt loanh quanh
rõ tồi, giấu vụng cái manh tâm mình .

Hóa Thân.

1.

mỗi lần em nhờ gãi lưng
bàn tay thô nhám tưởng chừng mềm ra
bao nhiêu nguồn máu dưới da
dồn về một cõi hào hoa tuyệt vời
và tôi trốn thoát khỏi tôi
tan ra làm giọt nắng trời tinh khôi

2.

pha nước, giúp em gội đầu
tay mằn chân tóc lượm câu thơ tình
em nằm phơi phới hiển linh
cõi thơ lai láng cung nghinh qủi thần
niệm thầm kinh Phật tịnh tâm
vẫn phơi trước mắt mộ phần thanh xuân

3.

bắt đầu ngậm nụ ca dao
dòng đường thi dẫn đời vào động hương
chẳng đâu xa, cõi thiên đường
nằm co dãn giữa những nguồn xuân kinh
tuyệt vời thay phút rùng mình
ba ngàn thế giới thình lình hóa thân .

Một Chút Tình Tôi.

có phải em yêu tôi thành thật
hay là tinh nghịch nói cho vui
hôm qua thơ thẩn chờ đầu ngõ
tôi thấy hình như có một người...
không phải là tôi ghen bóng đâu
yêu nhau chỉ muốn giữ gìn nhau
sao em hay nói hay cười quá
ai kể chuyện chi cũng gật đầu

tôi muốn em là riêng của tôi
phải chi mua được một góc trời
rước em về đó làm hoàng hậu
cùng lắm đôi lần mắng yêu thôi

từ cổ đến kim, đông lẫn tây
thơ tình yêu chật cả trời mây
chẳng câu nào đúng tim tôi cả
biết lấy gì đây để tỏ bày ?

có lẽ là yêu chỉ để yêu
để xem mình khổ ít hay nhiều
cho dù em chẳng yêu tôi thật
vẫn muốn dối mình : em cũng yêu

Nghe Mưa.

ngồi chăm chú đếm hạt mưa
một, hai, ba, bốn ... lưa thưa xuống đường
mười ba, mười bảy ... dễ thương
hai mươi, hăm mốt ... buồn buồn vẩn vơ
hăm lăm .. đã rối như tơ
thôi không đếm nữa, làm thơ để dành

318

làm thơ từ thuở chòng chành
hai con mắt nhúng vào vành môi ai

làm thơ từ thuở chân dài
thòng ra vấp cái trâm cài tóc thơm

làm thơ từ thuở cà lăm
câu chào, tiếng hỏi cong cong hương tình

làm thơ từ thuở rùng mình
nửa đêm ẩm ướt thình lình nhớ ai

để dành thơ từ sớm mai
để dành thơ từ đêm dài hôm qua
chờ em đến, để làm quà
em chưa chịu đến thế là trời mưa

một, hai, ba, bốn ... lưa thưa
mười ba, mười bảy ... cũng vừa nhớ nhung
nhớ em cái bụng chùng bùng
cái tay đổ quạu lừng khừng xé thơ

trời mưa buồn thế, không ngờ.

Trong Cõi Nhớ.

tôi thu dáng đứng bên cây
chiều bao la gió sao không bay sầu
em xa tôi đã bao lâu
tóc tơ kia đã mấy màu gối chăn?
thương tôi hồn khuất bóng trăng
vuốt hoài không thẳng nếp nhăn đau buồn
một đời lấp lánh hạt sương
ôi trong cõi nhớ em thường đứng đâu?

yêu em những tưởng làm giàu
mà ra quanh quẩn vẫn câu thơ này
lệ mềm chưa hỏi ngón tay
chắt chiu tình xếp chưa đầy giọng
ai còn đợi đến ngàn thu?
ôi trong cõi nhớ tôi mù đã lâu.

Trong Sân Trường Bữa Ấy.

A.
em có nhớ trong sân trường bữa ấy
giờ ra chơi em phơi nắng chiều đông
gió bấc khô làm đôi má se hồng
cùng chúng bạn em ngồi quanh gốc phượng
tà áo trắng xoè như đôi cánh lượn
trải dịu dàng trên cỏ mượt mà xanh
nét thơ ngây đầy khuôn mặt tinh anh
đôi mắt biếc kiếm tìm và lẩn trốn
ngực dồn dập giòng máu thời mười bốn
vai no đầy nguyên liệu tuổi thèm yêu
tay đài trang lãng mạn trải trong chiều
từng ngón nhỏ như sẵn sàng mời mọc
ta đứng tựa trong hành lang lớp học
trên lầu cao nhìn xuống mộng bâng khuâng
lòng cúi theo từng ngọn tóc phân vân
hôn rất nhẹ trên tóc thề đen nhánh
môi em đỏ sao hình như quá lạnh
răng trắng thơm níu giữ lấy hồn ta
lưỡi rót hương tình rót mật đậm đà
ta nương náu bên em bằng mộng tưởng
bởi quá yêu nên ta giàu tưởng tượng
giàu tự cao, ôi một gã trai tơ
dáng dấp hào hoa không giấu nổi dại khờ
ta lúng túng đơm trăm cành ngưỡng vọng

bẫy tình ái giăng chờ và nghe ngóng
ta rình em, ta rình chính cả ta
phút chốc lạnh lùng, phút chốc ba hoa
ta lừa dối bởi vô cùng thành thật
ta giàu có bởi ta vừa đánh mất
trái tim hồng ký thác giữa môi em
chưa hôn nhau lòng đã vội say mềm
ta nghiêng ngã giữa bốn bề mộng mị
em có sợ ta trở thành ác qủi
điên vì yêu, cuồng loạn cũng vì yêu
ôi mắt em miền cực lạc tiêu diêu
ta chợt thấy chỗ ta ngồi ở đấy

B.
em có nhớ trong sân trường bữa ấy
ta theo em ngơ ngẩn tội làm sao
tay hổ ngươi ôm tập vở chép ca dao
với ý định tặng cho em kỷ niệm
cơ hội khó như tìm kim đáy biển
chọn cách nào cho thật tự nhiên
bạn bè em ranh mãnh xỏ xiên
chưa có lửa chừng như đà có khói
thu can đảm đi ngang em, khẽ nói:
Hồng cầm về nhà đọc cho vui
em ngạc nhiên,rồi lưỡng lự mỉm cười
nắm nhè nhẹ sợ lây phong lãng mạn
chân vội vã đã theo tay chúng bạn
khúc khích cười nghe kiêu hãnh làm sao
ta nhận ta chìm giữa giấc chiêm bao
giữa buổi học, giữa giờ sử địa
mấy tuần qua, em không hề đếm xỉa
gặp ở trường em lạnh nhạt như không
tập ca dao ta chép những chuyện lòng

em có hiểu ta cố tình gởi gắm
em không nói, không cười, ta buồn lắm
thà trề môi, háy nguýt còn hơn
ngậm chua cay nuôi dưỡng chút giận hờn
ta thừa biết ta đâu bằng thầy giáo
em đệ ngủ, ta đệ tam, tủi hổ
cùng chung trường, không chung lớp, vô duyên
tình ái chi thời còn nặng bút nghiên
ta đầu độc ta và em quá sớm ?
em mười bốn, ta mười lăm, chưa đủ lớn
cho một cuộc tình trong sạch hay sao ?
yêu em yêu em khổ biết ngần nào
thôi cũng được ta vui lòng chịu vậy

C.
em có nhớ trong sân trường bữa ấy
cô giáo đau, ta được nghỉ giờ đầu
rất tình cờ hai đứa chợt gặp nhau
em mở cặp vội vàng trao quyển sách
sợ bạn thấy ta kẹp vào dưới nách
đi một hơi không kịp cảm ơn em
trốn vào cầu hối hả giở ra xem
mảnh giấy nhỏ nét mực nghiêng nghiêng tím:
-anh đừng giận, H, mến anh nhiều lắm...
chỉ thế thôi nhưng quá đỗi hẹn hò
lòng mở cờ ta muốn hét thật to
ta vĩ đại bởi có người yêu mến
rồi từ đó thư hồng đi, thư xanh đến
mối tình đầu đẹp như chuyện thần tiên
ta thương yêu từng mái ngói nằm yên
từng cánh cửa mở trái tim lớp học
ta dành dụm từng màu xanh ngà ngọc
trang điểm cho đời từng ngọn cỏ lá cây

ta nâng niu từng viên phấn hao gầy
mòn thân xác trên bảng đen buồn bã
ngày tiếp tháng gội nắng mưa óng ả

tuổi thanh xuân ta rực rỡ đẹp trai
em thì ngoan như chiếc lá thuộc bài
thơm trang sách run run giòng chữ nhỏ
mối tình đẹp như Ngu Cơ, Hạng Võ
như Romeo và Juliette vân vân...
buồn theo vui vun đau đớn cao dần
rồi tan vỡ để trở thành huyền thoại
tình sử sống nhờ vết thương êm ái
ta lớn khôn nhờ sớm được thất tình
cảm ơn đời ta sớm biết lênh đênh
bỏ trường học mặc gió mưa đưa đẩy

D.
em có nhớ trong sân trường bữa ấy
mình ta về nhìn lại gốc phượng xưa
con ve than trên cành nhớ đong đưa
hoa vẫn đỏ trong nắng vàng lộng lẫy
ta chợt thấy hình như em ngồi đấy
mới hôm qua mới một phút trước đây
tay vẫn hồng má vẫn đỏ hây hây
dẫn ta bước qua trăm đường dĩ vãng
em yêu dấu hỡi con chim trúng đạn
rơi về đâu trong cõi sống mênh mông
ta vẫn còn đây mái tóc bềnh bồng
dù sương gió ươm đôi dòng bụi trắng
đời chìm nổi những ba cay bảy đắng
lòng vẫn xanh như cỏ dại thong dong
trái tim ta vẫn rộng rãi thư phòng
có em ngủ muôm đời trên vần điệu

ta mai mốt dù tài danh mệnh yểu
đã nhờ em tồn tại với thời gian
hỡi em yêu thăm thẳm cánh phượng hoàng
có đậu lại trong sân trường bữa ấy
hồn xa cách đậu bên ta có thấy
bức tường xanh cánh cửa kính lung lay
hai mươi năm trời ôi một thoáng chim bay
bao thay đổi trong đời ta gió nổi
cành phượng cũ vẫn no lời gío thổi
nghìn muôn năm tha thiết gởi về đâu
vay giọt thơ truy niệm mối tình đầu
và gởi tặng cho em làm son phấn...

LH

(Nguồn: Vườn Thơ Tkaraoke)

Thơ Mai Trung Tĩnh, những hồi chuông gióng giả về một chân trời khác.

Sinh hoạt văn học, nghệ thuật miền Nam, 20 năm có nhiều hiện tượng khá đặc thù. Bên cạnh hiện tượng có những nhà thơ được nhiều người biết tới, nhờ những bài thơ phổ nhạc là, hiện tượng có một số nhà thơ làm thơ rất ít. Tên tuổi họ không phổ cập đám đông, nhưng lại được văn giới chú ý. Điển hình cho trường này là nhà thơ Mai Trung Tĩnh. (1)

Khác hơn những người làm thơ cùng trường hợp với mình, nhà thơ Mai Trung Tĩnh được trao giải thưởng văn chương toàn quốc, bộ môn thơ rất sớm. Năm 1961. Nhưng không vì thế mà tên tuổi quen thuộc với quần chúng.

Về giải thưởng văn chương toàn quốc ở thời điểm vừa kể, nhà thơ Thanh Tâm Tuyền được mời vào ban giám khảo, đại diện cho khuynh hướng thơ tự do bắt đầu bước vào giai đoạn nở rộ, cho biết: Ở thời điểm ấy, số lượng thi phẩm xuất bản khá ít ỏi. Hầu hết là những thi phẩm sáng tác theo khuynh hướng thơ vần điệu. Và, năm đó, cũng không có một thi phẩm nào được ban giám khảo đánh giá là nổi bật. Tác giả "Tôi không còn cô độc" nhân dịp này, đã đề nghị ban giám khảo trao giải thưởng thi ca hạng nhì (không có hạng nhất,) cho nhà thơ Mai Trung Tĩnh - Người có những bài thơ xuôi đầu tiên, đăng trên tạp chí Sáng Tạo.

Ngặt nỗi khi ấy, nhà thơ Mai Trung Tĩnh chưa có một thi phẩm riêng nào xuất bản, ngoài tập "Bốn mươi bài thơ" - Gồm 20 bài thơ xuôi của Mai Trung Tĩnh và, 20 bài thơ vần điệu của nhà thơ Vương Đức Lệ (2). Cuối cùng, ban giám khảo cũng đồng ý đề nghị trao giải nhì cho thi phẩm ấy của Thanh Tâm Tuyền.

Sau này, nhà văn Mai Thảo, ở hải ngoại, đôi lần trong những buổi họp mặt văn nghệ, khi đề cập tới Mai Trung Tĩnh, ông cũng kể lại sự việc, cùng một nội dung như trên.

Nnhư đã nói, nhà thơ Mai Trung Tĩnh làm thơ rất ít. Chẳng những ông đã ít giao du với anh em trong văn giới mà, ông cũng ít liên hệ với những người đứng đầu các tạp chí thuần túy văn học, nghệ thuật.

Vì thế, sau khi tạp chí Sáng Tạo bộ mới đình bản, văn giới không còn cơ hội đọc thơ ông. Phải tới cuối thập niên 1960, đầu thập niên 1970, những người yêu thơ ông, thỉnh thoảng mới được đọc thơ Mai Trung Tĩnh, trên tạp chí Văn, ở Saigon.

Nhân buổi giới thiệu thi phẩm "Thơ Mai Trung Tĩnh" do nhà Tiếng Quê Hương xuất bản tại Hoa Kỳ, 2001, trong bài nói chuyện của mình về thơ Mai Trung Tĩnh, nhà báo Phạm Trần cho biết, Mai Trung Tĩnh làm thơ từ năm 15 tuổi và, có thơ đăng báo từ năm 1953.

Sau giai đoạn dạy tại trường trung học Kỹ Thuật Saigon, là giai đoạn Mai Trung Tĩnh, tên thật Nguyễn Thiệu Hùng (3), bị động viên vào trường Bộ Binh Thủ Đức, khóa 16. Ra trường, ông được chọn về Cục Tâm Lý Chiến, phục vụ tại đài phát thanh Quân Đội.

Tại nơi làm việc lâu dài này, Mai Trung Tĩnh viết lời cho một ca khúc nổi tiếng của nhạc sĩ Trần Thiện Thanh. Ca khúc "Lâu Đài Tình Ái."

Dẫu chỉ là người đặt lời, không phải là bài thơ, nhưng với những ca từ như:

"Anh sẽ vì em làm thơ tình ái.Anh sẽ gom mây kết hình lâu đài. Đợi chờ một đêm trăng nào tới, đợi chiều vàng hôn lên làn tóc, đợi một lần không gian đổi mới, đón hai đứa chúng ta mà thôi (...) Tinh tú trời cao thành vương miện sáng. Khai lễ đăng quang vũ trụ chong đèn. Hoàng hậu về cao sang quyền quý, đẹp nụ cười quân vương vừa ý, và lầu đài mang tên Tình Ái đón hai đứa chúng ta mà thôi..."

Đủ khiến một vài anh em đùa rằng, đó là "con tư sinh" hay, "đứa con ngoài hôn thú" thi ca của ông.

Riêng tôi, tôi cho rằng Mai Trung Tĩnh thực sự tìm đến thi ca khoảng cuối thập niên 1950, đầu thập niên 1960, như đi tìm những hồi chuông gióng giả tử sinh, song hành cùng những hồi chuông tình yêu, tuổi trẻ.

Nhưng giữa bầu khí hun khói buồn nôn giả tạo, phô trương những cật vấn Thượng đế, làm dáng, lềnh bềnh trong dòng sinh hoạt văn chương Saigon thuở ấy, thì Mai Trung Tĩnh là một trong những người đã tách, thoát khỏi biển sóng ngầu đục thời thượng ấy.

Thơ ông, là một nhánh sông khác. Biệt lập. Tự nó, ngân nga những xác tín đi ra từ tâm thức. Tự nó, chấp chới nắng, mưa đời thường, ghi nhận từ một góc độ riêng. Góc độ Mai Trung Tĩnh:

"Buổi sáng anh trở dậy ra lan can
nhìn xuống đường
anh nhìn cuộc đời dưới ấy
không khí trong lành đất trời cỏ cây
chim chóc
và tiếng nói của người vào châu thành
tâm hồn anh đã ngủ giữa đám đông ồn ào
con ngựa khỏe lành gõ móng nhịp đều - buổi mai
người thợ rảo chân trong gió sớm
mỗi ngã tư như hội học trò
chào! tương lai như gần gũi
buổi sáng anh trở dậy ra lan can

nhìn xuống đường
để quên mình úp mặt khóc đêm qua."

(Trích "Buổi sáng")

Mình ên, như định mệnh. Thơ Mai Trung Tĩnh mang theo những hồi chuông gióng giả, về một chân trời khác. Thơ Mai Trung Tĩnh, như thế, hiểu theo một nghĩa nào, đã là những nhát rìu, nhát cuốc, cật lực khẩn hoang cánh rừng sự sống bị văn chương đương thời, soán, lấn:

"Tôi khoác áo ra đi
tay với đầu tiên vào mộng ngọc
gió rười rượi mát long lanh
nhẹ bồng tênh chân bước vào mệt nhọc
mồ hôi ướt vừa khô trong chốc lát
đây vạn thuở xây thành?
tôi chào thế giới vừa lên xanh
buồn tim ngàn lối ngỏ
suối đời cuộn sóng trôi nhanh
huyết mạch chảy trong người ngoài phố
bây giờ mới thỏa gặp các anh
tay giao chưa, đã gặp lòng
cười vơi chưa mời đã tiếp
áo cơm bao quản
đàn nào phải giục lên cung
vạn cửa mở toang mừng cuộc sống"...

(Trích "Mộng ngọc")

Và:

"Cuộc đời đâu phải chỉ là một chuỗi đòn hành hạ tự mình.
Người ta không thể tự phá phách căn nhà tâm hồn rồi ném tội lên
đầu kẻ khác đã tiêu hủy mình."

(Trích "Dựng")

Như đã nói, dù lên đường về với thi ca, như một lên đường kiếm tìm cho mình một định mệnh khác. Một định mệnh (cũng) gióng giả những hồi chuông tin yêu sự sống, song sinh cùng hồi chuông tình yêu đôi lứa, thanh niên. Nhưng, không gian khoẻ mạnh, nhát rìu xác tín đầu nguồn của đất trời thơ Mai Trung Tĩnh, muốn hay không, cuối cùng, cũng đã bị tai ương chập trùng, phút cuối:

"Bổng dưng vẳng tiếng não lòng
tai nghe tàu gọi mà không thấy tàu"...
(Trích "Trong trại cải tạo nghe tiếng còi tàu hỏa")

Mặc dù, sâu kín, một nơi chốn nào đó, trong tâm thức thi sĩ, sau dập dồn vùi dập, Mai Trung Tĩnh vẫn thủy chung với niềm xác tín ban đầu của mình:

"Vẫn mây trời như thế
nắng vẫn như thế
gió và mưa như thế"...
(Trích "Như thế")

Ông vẫn mình ên. Như định mệnh. Như hồi chuông khác. Gióng giả thi ca.

Có dễ, chính sự tách, thoát để làm thành một lên đường riêng, lẻ, nên tiếng thơ Mai Trung Tĩnh / Nguyễn Thiệu Hùng trên lộ trình khai khẩn thi ca miền Nam, hai mươi năm, đã là tiếng thơ cô tịch. Mọi đồng vọng, từ tiếng thơ họ Nguyễn này, nếu có, chỉ là những vọng âm tự thân, như chiếc bóng của cõi thơ cô tịch kia.

Do đó, theo tôi, mức độ lớn lao của thơ Mai Trung Tĩnh/ Nguyễn Thiệu Hùng, đã / lại nằm nơi cốt lõi của chính niềm cô tịch ấy.

(Tháng 4, 2010)

Chú thích:

(1) Nhà thơ Mai Trung Tĩnh / Nguyễn Thiệu Hùng, sinh năm 1937 tại Hà Nội; cựu học sinh trường trung học Chu Văn An. Tốt nghiệp cử nhân giáo khoa Triết Tây, và cử nhân Văn Chương, tại Đại Học Văn Khoa Saigon. Sau nhiều năm tù cải tạo, ông và gia đình định cư tại Hoa Kỳ theo diện HO, tháng 6 năm 1995. Ông từ trần ngày 20 tháng 2, năm 2002, tại Virginia, để lại 4 thi phẩm đã được ấn hành.

(2) Nhà thơ Vương Đức Lệ tên thật Lê Đức Vượng, sinh năm 1937 tại Hà Đông. Ông có 8 thi phẩm được xuất bản trong và ngoài Việt Nam. Họ Lê từ trần ngày 20 tháng 1, năm 2008, tại Virginia.

(3) Nhà thơ Mai Trung Tĩnh từng bày tỏ sự khó chịu, mỗi khi ông bị ai đó hiểu lầm ông là con của Giáo Sư Nguyễn Thiệu Lâu - Một giáo sư dạy Sử bậc trung học, nổi tiếng. Giáo Sư Nguyễn Thiệu Lâu cũng nổi tiếng qua những giai thoại chống đối chế độ Đệ Nhất Cộng Hòa...

Mai Trung Tĩnh, Thơ.

Những hồi trong tiền kiếp.

1

Trong cơn mê muội đời tôi, tôi xáo trộn hồn mình tìm chút lạ.Nhưng đã bao kỳ biến dạng thay mầu, tôi vẫn nguyên như vòng bánh xe từng ấy chiếc nan hoa.

Vòng bánh xe quay mãi quay nhanh không gì khác đổi, tôi lăn mãi đời tôi trên những hướng không tên.

2

Tiếng nói cất hóa thành câu xúc phạm nên nhịp cười cũng ra giọng thề hoen khả ố. Tôi kinh hoàng lẩn về khu tĩnh lặng, dõi nhìn tôi thăm thẳm bốc cô đơn.

3

Em xuất hiện như vùng sáng lạ. Từ nơi mờ tối cảnh trần gian ở đó anh du lưu gần tuyệt vọng, anh nhìn em như một cứu tinh. Anh quăng bỏ những phụ tùng lượm lặt trong quãng ngày vong lạc, chạy xô về dang tay ngã vào không tiếc. Ở môi em anh uống mật hoa thần xoa dịu chútt cằn khô. Anh trốn trên ngực em đôi trái buồn đại lục khi đất đai lở lói, trời kia từng lúc nứt nẻ căng.

Chỗ dung thân trên ngọn đồi em anh thu mình trườn ghé. Bằng tóc em anh che dấu anh trong thời gian.

4

Buổi chiều Phú Thọ buồn như một ngả nghĩa trang. Hôm nay cảnh trường đua nằm kiệt quệ. Bãi cỏ ngửa phơi mặc gió chiều quạt thối, tơi bời điêu đứng như sau cuộc tranh tài nơi đấu trường cổ La Hy.

Tôi, vó câu hai tuổi giờ nghe gân móng sắp hư hao vì những kỳ đua nước đại. Tôi đi từng bước chậm lắng dò dư vang của bao ngày nô nức, nhưng tiếng hò la cổ võ và giọng hí thỏa thuê chìm đâu tìm đâu mất để mình tôi nâng chiếc móng già nua gõ nặng nề trên lối cũ cho thanh âm rời rạc gợi nhớ cảnh xưa kia.

Tôi hốt hoảng, xôn xao rồi thấm mệt. Quay lại nhìn, bóng tối đã dâng cao.

(Nguồn: Cao Thế Dung, "Thi Ca và Thi Nhân", Saigon, 1969)

Khi nào.

Khi nào em mệt mỏi
Hãy cầm lấy tay anh
Con đường đưa em tới
Vùng mây trời biển xanh

Khi nào em tội lỗi
Hãy giẫm lên đời anh
Nơi đã thừa ô nhục
Cũng không còn thần linh

Khi nào em đau khổ
Hãy nghiêng xuống hồn anh
Võng nhung tơ phù phiếm
Ru em vài giờ quên

Khi nào em tuyệt vọng
Hãy cầm dao giết anh
Tấm gương soi đối mặt
Vỡ một lần cho xong.

Nguyên Sa, tôi mới gặp.

Không biết tôi điên chưa, khi tới ngày hôm nay, tôi vẫn không thể nghĩ: Nguyên Sa đã chết! (Như Mai Thảo đã chết!) Dù, chính tôi theo chân những người thân yêu của anh, theo chân bạn hữu tiễn, đưa anh tới nơi an nghỉ cuối cùng. Với tôi, dường anh, (như Mai Thảo,) chỉ đi đâu đó. Anh chỉ vắng mặt ít ngày thôi. Giống như những lần tôi phải ra khỏi tiểu bang trong những tháng nằm dài dặc ở quận hạt Orange County này, chúng tôi không thể liên lạc với nhau. Khác chăng, lần này, anh (không phải tôi,) là người có việc phải ra khỏi tiểu bang.

Tôi vẫn nghĩ, sớm muộn gì, thế nào anh sẽ cũng gọi thôi. Như hơn một tuần tính tới lúc 4 giờ chiều ngày 12 tháng 4, tôi không nhận được một điện thoại nào của anh. Hiện tượng này, trong tương giao giữa chúng tôi, là một bất thường. Vô cùng bất thường. (Tôi nói vô cùng bất thường, vì, trong trong suốt hai mươi năm luân lạc, ngay cả thời gian tôi về Houston để chữa bệnh Thyroid, chí ít mỗi ngày, tôi cũng có một lần điện thoại của anh.)

Nhưng cách gì, tôi biết, sớm muộn, rồi anh cũng sẽ gọi thôi. Tôi biết chắc như thế. Tôi biết anh cuối cùng, rồi anh cũng sẽ gọi... Giữa chúng tôi không có một thỏa thuận, hay xác nhận thành lời nào, nhưng anh hiểu, vì tôn trọng giờ giấc của anh, tôi không bao giờ điện thoại cho anh, trừ những trường hợp cần thiết. Ngược lại, anh có thể gọi cho tôi bất cứ lúc nào. Giữa chúng tôi, sự liên lạc dường được xây dựng trên đường dây thần giao cách cảm. Tôi nghiệm thấy, mỗi khi tôi đi xa về, mỗi khi chúng tôi nhắc tới anh, dù trong bữa ăn, bao giờ, chúng tôi cũng có điện thoại của anh, ngay sau đó. Tôi tin, rất tin vào sự liên lạc không đường dây, không ống nói giữa chúng tôi. Và, tôi biết tôi không sai. Và, tôi biết tôi đúng.

Tôi đã đúng khi 4 giờ chiều ngày Chủ nhật 12 tháng 4, giữa lúc đang ngồi nói chuyện với Nguyễn Chí Khả trong phòng, điện thoại reo. Tôi nhận bắt được ngay cái giọng nói quen thuộc, rất xa. Giọng Nguyên Sa. Tôi hỏi anh khỏe không, anh bảo: "Không khỏe. Yếu lắm!"

Tôi biết anh không khỏe. Tôi biết anh phải yếu lắm. Trong hai chục năm liên lạc thường xuyên với anh, ở quê người, ngay cả những lúc anh không khoẻ, mở đầu cuộc điện đàm, dù cho đó là cuộc điện đàm lần thứ ba, thứ tư trong ngày, bao giờ anh cũng mở đầu bằng: "Có gì lạ không?" "Có gì vui không?" Lần này không thế. Lần này không còn "lạ," không còn "vui" nữa. Lần này, lần đầu tiên (và sau cùng, với riêng tôi,) anh nhận anh "yếu!" Anh nhận anh đang ở trong nhà thương. "Ở Saint Joseph." Lần này, anh dặn dò tôi vắn tắt, từng chữ đứt quãng như bị dát mỏng, bị bào lẹm, ăn sâu vào thân chữ:

"Ngày mai, con tôi sẽ đem tập thơ mới tới nhà in anh giới thiệu. (Dạ, vâng.) Tôi đã ghi màu sẵn cho cái bìa. (Dạ...) Sau đó, anh tới nhà in, theo dõi, theo dõi màu của cái bìa cho tôi. (Dạ, được anh.) Nếu cần, anh cho màu lại, hoặc hỏi nhà in màu tôi cho có được không. (Dạ, vâng. Tôi sẽ gọi cho anh Thuận.) In xong, ông... (Dạ. Thưa anh, tôi có nói rằng tôi sẽ chở sách về cho anh, ở nơi nào anh muốn. Anh yên tâm, nghỉ ngơi...

Ngưng, lặng như một khối đá ném xuống giữa khoảng cách của hai đầu dây. Ngưng, lặng. Ngưng, lặng. Ngưng, lặng. Khối đá di chuyển qua lồng ngực tôi. Khả ngưng, lặng. Tôi ngưng, lặng. Căn phòng ngưng, lặng. Không gian quanh tôi, ngưng, lặng...) Thôi nhé... (Dạ, vâng. Thưa anh...) Tiếng click (dường cũng yếu ớt) nơi đầu dây bên kia. Tôi vẫn giữ máy. Tôi biết đường dây đã cắt.

Tôi hiểu, đường dây rồi sẽ được nối lại sớm. Sớm thôi. Nhưng, không hiểu tại sao, tôi lại không muốn bỏ máy xuống? Hiển nhiên, tôi không hề có ý muốn, nghe cái giọng nói lạnh lẽo được thâu sẵn "If you like to make a call, please hang up and try again. If you need help, hang up and then dial the operator..." Tôi sợ lắm cái điệp khúc này. Cái điệp khúc thường trực có trong máy nhắn tin của tôi. Cái điệp khúc mà, mỗi khi mở máy nhắn ra nghe, gặp nó, tôi biết, hết chín mươi phần trăm là Nguyên Sa. Mỗi lần gọi cho tôi, không gặp, chẳng bao giờ anh nhắn vào máy. Nhưng anh cũng không chịu cắt ngay đường dây. Anh vẫn cầm máy cho tới khi đoạn tape của công ty điện thoại, tự động bật lên... "If you like to make a call, please hang up and try again..."

Thứ Hai, 13 tháng 4, mười giờ sáng, tôi gọi cho Thuận T&T. Thuận nói, chưa thấy gì cả, tôi cũng đang chờ đây! Một giờ trưa, tôi gọi Thuận. Vẫn, chưa thấy gì cả, tôi đang chờ đây! Ba giờ chiều, tôi còn chờ đây, vẫn chưa thấy gì cả! Bốn giờ, tôi tìm ra số điện thoại phòng mạch của Học. Điện thoại ở vị trí nhận... Fax. Tôi gọi San Jose, Hoàng Anh Tuấn. Tuấn cho lại tôi số của học, y chang số tôi đã có. Tuấn ngạc nhiên khi tôi cho biết, phòng mạch không người nghe. Tuấn quả quyết, telephonist là con gái tao mà! hay chúng nó vào nhà thương? Tôi đáp, có thể, và kể cho Tuấn nghe lý do đi tìm Học. Tuấn hỏi, mày biết tin ông Nguyên Sa rửa tội chưa? Tôi chưng hửng. Giu Se Trần, Tuấn nói. Tao sợ ông ấy sắp "đi" đến nơi rồi. Tôi đáp, tao chẳng thấy có một liên hệ nào giữa việc rửa tội và chuyện "đi" đứng nơi hết. Tuấn mắng tôi, mày ngu lắm. Một người trên giường bệnh khi nhận phép rửa tội hay quy y, nhận pháp danh, là lúc sắp "đi" chứ oong, đơ gì nữa! Tôi vớt vát, Mai Thảo cũng nhận pháp danh vậy. Tới...hai pháp danh lận. Vậy mà, tao thấy Mai Thảo có "đi" đâu! – "Đi" quá đi chứ. Chỉ đi trễ thôi, Tuấn thấp giọng tiếp, tao với mày cũng sắp tới rồi đó, con ạ. Tôi bỏ máy xuống, xong lại nhấc lên, gọi một lần nữa cho Học. Giu Se Trần. Giu Se Trần. Điện thoại ở vị trí nhận Fax. Giu Se Trần...

Thứ Ba, 14, tháng 4, tôi gọi tìm Bùi Bảo Trúc, rất sớm ở Phở Xe Lửa. Với tôi, Trúc là một trong vài người hiểu và, yêu thơ Nguyên Sa một cách trong sáng. (Tôi muốn phân biệt Trúc với một số người khác. Những người làm bộ yêu mến thơ Nguyên Sa, nhưng thật ra, họ chẳng hiểu cái hay nằm đâu. Họ tỏ ra... bởi hậu ý, bởi tư lợi...)

Toàn Bò bảo Trúc mới đi. Tôi nhờ Toàn nhắn lại...Và, nhấn mạnh, chắc không sao. Nhiều phần không sao. Tôi lập lại, kết quả 3 tháng chạy Kemo Therapy của ông ấy, rất tốt. Tốt lắm. Mày nghe rõ chứ?

– OK, tao nghe rồi!

Thứ Năm, 16 tháng 4, cuối cùng tôi gặp được Trang. Trang nói Trang và Học mới ở nhà

Không biết tôi đã điên chưa, khi tới hôm nay, tôi vẫn không thể nghĩ: Nguyên Sa đã chết! (Như Mai Thảo đã chết!) Dù, chính tôi đã theo chân những người thân của anh, theo chân bạn hữu tiễn, đưa anh tới nơi an nghỉ cuối cùng. Cách gì tôi tin được điều đó (?) Khi Mai Thảo mới nằm xuống. Ngôi mộ Mai Thảo, bia chưa dựng, cỏ chưa bén! Cách gì khiến tôi tin được rằng chỉ mới chín mươi chín ngày, sau cái chết của Mai Thảo, là Nguyên Sa!

Không. Không thể. Rõ ràng, mới đây thôi, Nguyên Sa còn nói với tôi về một tương lai rất gần: Tương lai trở về Việt Nam, khi chế độ Cộng Sản không còn. Anh sẽ đòi lại ngôi trường Văn Học. (Chỉ ngôi trường này thôi. Những chỗ khác, cho hết!)

Ngôi trường nằm trên một khúc đường Phan Thanh Giản. Nếu từ Ngã Bảy đi lên, qua bệnh viện Bình Dân chút xíu, phải chuẩn bị rẽ tay trái. Rẽ trái ngay, mới kịp. Rẽ trái vào con đường nhỏ. Một bên là những lớp học tầng, tầng ba lầu cao. Một bên là nhà in. Nhà in ngay đầu ngõ, tay trái.

Con ngõ tôi đã vào nhiều lần. Nếu bước tới căn nhà cuối ngõ, bên tay phải, tôi sẽ bấm chuông. Tác giả Tiễn Biệt sẽ hiện ra, với chiếc mũ (luôn luôn mũ) trên đầu. Nếu tôi dừng xe ngay đầu ngõ, bên trái, là nhà in. Tôi cũng đã bước lên nhiều lần. Đó là những năm tháng đầu thập niên 70, tác giả *"Paris Có Gì Lạ Không Em"*, đồng ý để tôi tái bản (không biết lần thứ bao nhiêu) cuốn Thơ Nguyên Sa, tập một, chỉ với một điều kiện, in tại nhà in đó. Tôi trở lại nhà in nhiều lần sau, để in bìa màu, những cuốn sách riêng, của tôi, mà, cuốn sau cùng là Đời Mãi Ở Phương Đông, 1974.

Không. Không thể. Rõ ràng, mới đây thôi, anh còn bàn tôi, về Việt Nam, "Già rồi. Bà ấy không cần tôi phải dậy học dậy hành gì nữa. Tôi với ông sẽ đi khắp Việt Nam. Chúng ta sẽ đọc thơ cho đồng bào nghe. Nơi nào vui, chúng ta ở lâu. Nơi nào buồn, chúng ta đi ngay. Ai cấm? Phải không ông? – Dạ, ai cấm! Đọc thơ ở đây, không có người nghe. Họ chỉ thích nghe cái gì khác, không phải thơ ông ơi. – Dạ, một cái gì khác. Tôi nhớ những năm đầu tỵ nạn. Tôi nhớ những năm đầu thập niên 80, chúng tôi đi đọc thơ với nhau, ở nhiều nơi. Không khí, hoàn cảnh lúc đó, của người Việt, của người dân bản xứ khác. Nó không phải là không khí, điều kiện của ngày hôm nay. Tôi nhớ những lần chúng tôi đọc thơ tại các giảng đường đại học, tại Đại Hội Thi Ca Thế Giới lần thứ 23, ở Los Angeles, ở quán Doanh Doanh của Thái Tú Hạp, ở café Tay Trái, ở Lup...

Phải rồi. Chúng tôi sẽ đi đọc thơ cho đồng bào nghe, từ Nam chí Bắc. Tôi sẽ giới thiệu với đồng bào tôi: "Đây là nhà thơ Nguyên Sa, người tôi từng bị ảnh hưởng trong những năm làm thơ đầu đời."

Tôi hình dung có nhiều tiếng reo hò, la hét của những người trẻ ở Cà Mâu, ở Nam Quan. Những người trẻ, cũng như tôi thời trẻ, chúng tôi đều đi qua ngưỡng cửa lãng mạn của thơ Nguyên Sa. Chúng tôi đều lớn lên trong bóng mát cõi thơ, sinh phần thơ, của nhà thơ này.

Tôi hình dung tác giả "Tháng Sáu Trời Mưa" sẽ mỉm cười với chúng tôi. (Tôi rất thích nụ cười đôn hậu, đầy thương yêu, trìu mến của ông. Tôi chưa thấy một nụ cười hiền hậu nào, có thể làm cho gương mặt người đó sáng láng, rỡ ràng, đến như nụ cười trên gương mặt Nguyên Sa. Tôi vẫn cho Nguyên Sa thật nhất, Nguyên Sa không áo giáp, không phòng thủ, không gươm, không ngựa... nhất, khi ông cười.)

Như vậy đó, cách gì, tôi có thể bảo tôi: không bao giờ còn nữa, Nguyên Sa. Không bao giờ còn nữa, những cú điện thoại, mở đầu với câu nói thân tình "có gì lạ không ông?" "Có gì vui không ông?"

Như vậy đó, cách gì, tôi có thể bảo tôi: Không bao giờ còn nữa, trong chiếc máy nhắn tin của tôi, "If you like to make a call, please hang up and try again..."

Không. Tôi không tin, chưa tới 100 ngày, mà, Việt Nam ngoài cũng như trong đất nước mất đi hai tài năng chói lói nhất, lớn lao nhất của năm mươi năm văn học miền Nam. Nó quá sức chịu đựng của tất cả chúng ta, (dù cho chúng ta đã quen, quá quen khứng nhận bất hạnh.) Nó quá sức chịu đựng của đất nước, (dù cho đất nước của chúng ta đã quen, quá quen tang chế.)

Không biết tôi đã điên chưa, khi tới hôm nay, tôi vẫn không thể tin: Nguyên Sa đã chết! (Như Mai Thảo đã chết!) Dù, chúng tôi đã nhận được tin dữ vào lúc 9 giờ tối, Thứ Bảy 18 tháng 4.

Ngay khi đặt chân vào tòa soạn Phương Đông ở Seattle, thay lời chào hỏi, thay sự mừng rỡ cố hữu mỗi khi gặp nhau, Võ Thành Đông kể, Orchid gọi lên, nhờ báo tin cho anh chị biết, anh Nguyên Sa mất rồi. – Cái gì? Anh Nguyên Sa mất rồi! – Mất rồi? – Mất rồi! Lúc 2 giờ hơn. Khi anh chị vừa mới rời nhà ra phi trường. – Ai báo tin đó? – Nguyễn Mạnh Trinh.

Tôi hiểu. Nguyễn Mạnh Trinh cho tin, thì không thể sai được. Tôi hiểu. Hiểu. Hiểu. Tôi bảo T. gọi ngược về nhà, bảo Orchid thông báo tin này tới KChinh ở quận Cam. (Tôi tin khi chị KChinh được hung tín, chị sẽ biết những bạn hữu nào cần được thông báo sớm...)

Trong căn phòng ngưng, lặng, trong ánh sáng nhợt nhạt, ngưng, lặng, nơi bàn máy của Đông, tôi gọi cho BBTrúc, ở Hoa Thịnh Đốn, NĐAn ở Florida, LVNinh, ở Dallas, Đ Khánh và TTTrác

338

ở Houston, ..., nhờ thông báo tiếp cho các bạn... Tôi biết giọng tôi lạnh băng, nhanh, gấp. Tôi biết giọng tôi không hề bị dát mỏng. Bởi vì tôi chỉ thông báo cho bạn hữu, như từng thông báo tin Nguyên Sa đã có được tập Thơ Nguyên Sa, ba. Như Nguyên Sa đang hoàn tất Thơ Nguyên Sa, bốn...

Đêm đó, trái với thường lệ, chúng tôi chia tay sớm. Đông về phòng của Đông. Chúng tôi chui vào căn phòng dẹp lép, vừa soạn cho tấm nệm loại single bed. Tôi bảo T., Thứ Hai ta về sớm. T. im lặng. Tôi im lặng. Chúng tôi im lặng. Tôi nghe được tiếng gió thốc qua khe vách dán băng keo giấy. Tôi nghe được tiếng mưa đập trên mái thấp. Tôi nghe được tiếng chân lá chạy hoảng trong con hẻm phía sau của ngôi nhà Đông, và tiếng hú vắng, xa của một con sói núi nào đó...

Trong im lặng, tôi nghe (và tôi tin chắc chắn T. cũng nghe) được cái điệp khúc quen thuộc, tự động bật lên bởi chiếc cassette tape của công ty điện thoại: "If you like to make a call, please hang up and try again. If you need help, hang up, and then dial the operator..."

Niềm tin của chúng tôi, được thực chứng. Thực chứng đầu tiên là khi về lại nhà, trong máy nhắn của tôi có không dưới ba lời nhắn "If you like to make a call, please hang up and try again..."

Và, trước khi ngồi vào bàn viết, viết những giòng chữ này, khi bấm máy, nghe lại những lời nhắn đêm qua, tôi lại bắt gặp lời nhắn: "If you like to make a call, please hang up and try again. If you need help, hang up and then dial the opearator."

Tôi biết, đó là cú điện thoại của Nhà thơ Nguyên Sa. Chỉ Nguyên Sa, chứ không phải là một người nào khác được!

Rất có thể ông đã gọi cho chúng tôi, từ một nơi khác hơn 10 Winterbranch, Irvine. Cái địa chỉ mà ông đã cư ngụ dài lâu nhất, đời lưu vong của ông. Hẳn nhiên là một nơi rất xa, nhưng dù xa mấy thì cũng vẫn trên mặt địa cầu này.

Cũng có thể ông gọi từ Paris. Từ nơi chốn ông viết những bài thơ tình đầu đời, trong số có bài Nga. Có thể. Có thể. Có thể...

Riêng tôi, tôi đoán, có thể, rất có thể, nhiều phần, ông đã gọi cho tôi, từ ngôi trường Văn Học, trên khúc đường Phan Thanh Giản, Saigòn, xưa...

Có thể lắm chứ! Ai cấm? Đúng thế. Ai cấm? Vĩnh viễn sẽ chẳng một ai có thể cấm cản, hoặc làm phiền Nguyên Sa được nữa!

Mừng anh, một nghĩa nào đó. Mừng những dòng thơ của anh, được cởi bỏ khỏi anh, để, cả hai, cùng cất cánh bay vào vĩnh cửu.

(Garden Grove, 16-5-98)

Nguyên Sa, Thơ.

Đám tang Nguyễn Duy Diễn.

Diễn đã chết, Diễn đã chết
Chúng tôi nhảy múa hò reo
Như người người da đen
Chúng tôi nhảy múa hò reo
Thế là nó thoát, thế là nó thoát
Thế là nó thoát, đúng rồi, thế là nó thoát
Thoát khỏi ngủ, thoát khỏi ăn, khỏi thở
Khỏi đêm, khỏi ngày, khỏi tháng, khỏi năm
Khỏi chờ, khỏi đợi
Khỏi nhìn tình ái đội nón ra đi
Khỏi hy vọng ban mai, khỏi buồn thiu buổi tối
Thế là nó thoát, thế là nó thoát
Khỏi phải đi, khỏi phải đứng, khỏi phải ngồi
Khỏi bốn mươi giờ dạy học mỗi tuần
Khỏi viết ban đêm, khỏi đến nhà in buổi sáng
Hào quang danh vọng thả trôi sông, này nhìn vai nó nhẹ
Chiếc lưới mở rồi, thế là nó thoát anh em ơi...
Chiếc lưới mở rồi, thế là nó thoát
Khỏi phải nhìn, khỏi phải nghe, khỏi phải thấy

Những sự dơ bẩn và mặc,
Và mặc
Những thằng ghen tuông, những thằng chụp mũ
Những thằng ăn không nói có
Đã chém toàn quốc nát bầm hai vai
Thế là nó thoát, thế là nó thoát
Cuồng lưu dằn vặt đã trôi đi
Khỏi phải nghĩ, khỏi lo âu, sợ hãi
Sự thật có phải bao giờ cũng tối như đêm
Tình ái có phải suốt đời là canh bạc lận
Lịch sử, rút lại, có phải là thằng mù sờ soạng
Ném tất cả rồi, ném xuống biển sâu
Này nhìn hai vai nó nhẹ
Chiếc lưới đã mở rồi
Thế là nó thoát anh em ơi...

(Nguồn: Tạ Tỵ, Mười khuôn mặt văn nghệ, Nam Chi xuất bản, 1970)

Em Gầy Như Liễu Trong Thơ Cổ.

Em ốm nghe trời lượng đã hao
Em ngồi trong nắng mắt xanh xao
Anh đi giữa một ngàn thu cũ
Nhớ mãi mùa thu bẽn lẽn theo

Anh nhớ em ngồi áo trắng thon
Ngàn năm còn mãi lúc gần quen
Em gầy như liễu trong thơ cổ
Anh bỏ trường thi lúc thịnh Đường

Anh nhớ sông có nguyệt lạ lùng
Có trời lau lách chỗ hư không
Em tìm âu yếm trong đôi mắt
Thấy cả vô cùng dưới đáy sông

Anh nắm tay cho chặt tiếng đàn
Tiếng mềm hơi thở, tiếng thơm ngoan
Khi nghe tiếng lạnh vào da thịt
Nhớ tiếng thơ về có tiếng em.

Tôi Sẽ Sang Thăm Em.
Tôi sẽ sang thăm em
Để nhớ những mớ tóc màu củi chưa đun
Mầu gỗ chưa ai ghép làm thuyền
Lùa vào nhau nhóm lửa

Tôi sẽ sang thăm em
Để những ánh mắt màu sao sáng tỏ
Hay đôi mắt màu thóc đang say
Màu vàng khô pha lẫn sắc nâu gầy
Đừng nhớ những ngày còn là lúa
Để lệ trắng như gạo mềm rơi trên tay

Tôi sẽ sang thăm em
Để tình yêu đừng chua cay
Để tình yêu là sóng
Một giòng sông gặp gỡ giòng sông

Tôi sẽ sang thăm em
Dù có một nhịp cầu mới mở
Nhưng chỉ để hành quân
Tôi sẽ sang thăm em
- Ngay hôm nay -
Chờ ngày mai có thể
Chúng mình sẽ xa nhau
Chúng mình sẽ thù nhau
Chúng mình sẽ nhìn nhau bằng đôi mắt người đàn bà có tuổi

342

Và giòng sông có thể dài thêm nửa với
Bờ sông không đuổi kịp giòng sông
Nhịp cầu đổ gãy
Và chúng mình
Với bốn bàn tay chết đuối
Trên bờ sông
Như người đàn bà suốt đời thai nghén
Phải không em?

(Nguồn: Thơ Nguyên Sa, Tổ hợp Gió xuất bản, 1971)

Áo Lụa Hà Đông.

Nắng Sài Gòn anh đi mà chợt mát
Bởi vì em mặc áo lụa Hà Đông
Anh vẫn yêu màu áo ấy vô cùng
Thơ của anh vẫn còn nguyên lụa trắng

Anh vẫn nhớ em ngồi đây tóc ngắn
Mà mùa thu dài lắm ở chung quanh
Linh hồn anh vội vã vẽ chân dung
Bày vội vã vào trong hồn mở cửa

Gặp một bữa anh đã mừng một bữa
Gặp hai hôm thành nhị hỉ của tâm hồn
Thơ học trò anh chất lại thành non
Và đôi mắt ngất ngây thành chất rượu

Em không nói đã nghe lừng giai điệu
Em chưa nhìn mà đã rộng trời xanh
Anh đã trông lên bằng đôi mắt chung tình
Với tay trắng em vào thơ diễm tuyệt

343

Em chợt đến, chợt đi, anh vẫn biết
Trời chợt mưa, chợt nắng chẳng vì đâu
Nhưng sao đi mà không bảo gì nhau
Để anh gọi, tiếng thơ buồn vọng lại

Để anh giận mắt anh nhìn vụng dại
Giận thơ anh đã nói chẳng nên lời
Em đi rồi, sám hối chạy trên môi
Những ngày tháng trên vai buồn bỗng nặng

Em ở đâu, hỡi mùa thu tóc ngắn
Giữ hộ anh màu áo lụa Hà Đông
Anh vẫn yêu màu áo ấy vô cùng
Giữ hộ anh bài thơ tình lụa trắng

(Nguồn: Thơ Nguyên Sa, Tổ hợp Gió xuất bản, 1971)

Tháng Sáu Trời Mưa.

Tháng sáu trời mưa, trời mưa không ngớt
Trời không mưa anh cũng lạy trời mưa
Anh lạy trời mưa phong toả đường về
Và đêm ơi xin cứ dài vô tận

Đôi mắt em anh xin đừng lo ngại
Mười ngón tay đừng tà áo mân mê
Đừng hỏi anh rằng: có phải đêm đã khuya
Sao lại sợ đêm khuya, sao lại e trời sáng...

Hãy dựa tóc vào vai cho thuyền ghé bến
Hãy nhìn nhau mà sưởi ấm trời mưa
Hãy gửi cho nhau từng hơi thở mùa thu
Có gió heo may và nắng vàng rất nhẹ

344

Và hãy nói năng những lời vô nghĩa
Hãy cười bằng mắt, ngủ bằng vai
Hãy để môi rót rượu vào môi
Hãy cầm tay bằng ngón tay bấn loạn

Gió có lạnh hãy cầm tay cho chặt
Đêm có khuya em hãy ngủ cho ngoan
Hãy biến cuộc đời thành những tối tân hôn
Nếu em sợ thời gian dài vô tận

Tháng sáu trời mưa, em có nghe mưa xuống
Trời không mưa em có lạy trời mưa?
Anh vẫn xin mưa phong toả đường về
Anh vẫn cầu mưa mặc dầu mây ảm đạm

Da em trắng anh chẳng cần ánh sáng
Tóc em mềm anh chẳng thiết mùa xuân
Trên cuộc đời sẽ chẳng có giai nhân
Vì anh gọi tên em là nhan sắc

Anh sẽ vuốt tóc em cho đêm khuya tròn giấc
Anh sẽ nâng tay em cho ngọc sát vào môi
Anh sẽ nói thầm như gió thoảng trên vai
Anh sẽ nhớ suốt đời mưa tháng sáu

(Nguồn: Thơ Nguyên Sa, Tổ hợp Gió xuất bản, 1971)

Hư Ảo Trăng.

Hư ảo nào như hư ảo trăng
Em đàn cung nguyệt hát cung vân
Ta về đúng lúc đêm đang tới
Tìm thấy trong thơ chiếc nguyệt cầm

Hư ảo nào như hư ảo mây
Em cười trong nắng, áo trong tay
Thơ trong tà áo, em trong gió
Ta nhớ mơ hồ mây trắng bay

Hư ảo nào như hư ảo em
Tiếng cười khua động những thân quen
Đời xưa ta nhớ mây tiền kiếp
Còn lúc bây giờ ta nhớ em

Hư ảo nào như hư ảo ta
Xoè tay năm ngón động âm ba
Nhìn quanh bất trắc cao thành núi
Đứng tựa vai làm tri kỷ xưa

Hư ảo nào như hư ảo trăng
Trời đưa ta tới chỗ em nằm
Em như huyền hoặc, đời như mộng
Ta ngả lưng làm một giấc trăng.

(Nguồn: Thi Viện)

Nga.

Hôm nay Nga buồn như một con chó ốm
Như con mèo ngái ngủ trên tay anh
Đôi mắt cá ươn như sắp sửa se mình
Để anh giận sao chả là nước biển!...

Tại sao Nga ơi, tại sao...
Đôi mắt em nghẹn như sát từng lần vỏ hến
Hơi thở trùng như sợi chỉ không căng
Bước chân không đều như chiếc thước kẻ ai làm cong
Ai dám để ở ngoài mưa, ngoài nắng!

Nói cho anh đi, Nga ơi...
(em làm ơn chóng chóng)
Lại bên anh đi - bằng một lối rõ thật gần
Bằng một lối gần hơn con đường cong
Bằng một lối gần hơn con đường thẳng
Bằng đôi má hồng non, bằng mắt nhìn trinh trắng
Bằng những lời yêu mến tan trên đôi môi...

Và cười đi em ơi,
Cười như sáng hôm qua,
Như sáng hôm kia...
Cười đi em,
Cười như những chiều đi học về
Em đố anh Paris có bao nhiêu đèn xanh đèn đỏ
Và anh đố em: Em có nhớ
Mỗi ngày bao nhiêu lần anh hôn em?...

Cười đi em,
Cười rõ thật nhiều đi em...
Rồi đố anh
Cho anh không kịp đếm
Cho anh tan trong niềm vui
Cho bao nhiêu ngọn đèn xanh, đèn đỏ thi nhau cười
Vì hai bàn tay chúng mình sát lại
(tay anh và tay em)
Nhớ hai giãy phố chạm vào nhau
Hai giãy phố chúng mình vẫn đi về
Em nhớ không?...

Em nhớ không, đã có một lần anh van em
Đã có một lần lâu hơn cả ngày xưa
Em sợ thời gian buồn như mọt nhấm từng câu thơ
Em sợ thời gian ác như lửa thiêu từng thanh củi

Mắt e ngại như từng con chỉ rối
Em sợ những ngày trời nắng như hôm nay
Em sợ những đường tàu vướng víu như chỉ tay
Không dám chọn lấy một ga hò hẹn
Em nhớ không, anh đã van em
(và anh còn van em như ngày xưa...)
Em đừng buồn như những chiếc lá tre khô
Em đừng buồn như những nóc nhà thờ không có tuổi
Anh van em đừng nhìn anh và đừng cười gượng gạo
Em đừng cười như ngọn bấc gần hao
Những nụ cười vướng trên đôi gò má xanh xao
Những nụ cười vướng trên mắt nhìn trắng đục
Đừng để anh nhìn em rồi nghẹn ngào chớp mắt
Như hai vì sao le lói trong đêm sương mù
Đừng để thời gian dầy như trăm vạn lớp chấn song thưa
Về xen giữa hai bàn tay sầu tủi!...

Em nhớ không, anh đã van em đừng buồn
Anh đã van em đừng để những nụ cười chắp nối
Mắt anh sẽ mờ vì những vết kim khâu
Và anh buồn, rồi lấy ai mà dỗ nhau
Lấy ai mà dỗ hai con chó ốm!...

Em nhớ không cả một hôm trời mưa
Một hôm trời mưa tấm tức
Một hôm trời mưa không ướt cánh chuồn chuồn
Những hạt mưa không đan thành mắt áo len
Những hạt mưa không làm phai màu nước mắt
Em đã khóc, anh đã khóc và chúng mình đã khóc
Bước chân lê trên những hè phố không quen
Chúng mình đã khóc vì không được gần nhau như hai con
chim

Chúng mình đã khóc vì không có tiền làm lễ cưới, lễ xin

348

Và em nhớ không, chúng mình đã hỏi nhau:
Tại sao phải làm lễ tơ hồng
Tại sao phải nhờ người ta buộc chỉ vào chân
Khi tay em đã vòng ra đằng sau lưng anh
Khi tay anh đã vòng ra đằng sau lưng em
Người ta làm thế nào cắt được
Bốn bàn tay chim khuyên!...

Người ta làm thế nào cấm được chúng mình yêu nhau
Nếu anh không có tiền mua nhẫn đeo tay
Anh sẽ hôn đền em
Và anh bảo em soi gương
Nhìn vết môi anh trên má
Môi anh tròn lắm cơ
Tròn hơn cả chữ O
Tròn hơn cả chiếc nhẫn
Tròn hơn cả hai chiếc nhẫn đeo tay!...

Chúng mình lấy nhau
Cần gì phải ai hỏi...
Cả anh cũng không cần phải hỏi anh
"Có bằng lòng lấy em?..."
Vì anh đã trả lời anh
Cũng như em trả lời em
Và cũng nghẹn ngào nước mắt!...

Và em sẽ cười phải không em
Em sẽ không buồn như một con chó ốm
Như con mèo ngái ngủ trên tay anh
Đôi mắt cá ươn như sắp sửa se mình
Để anh giận sao chả là nước biển!...

Em sẽ cười phải không em

Vì không ai cấm được chúng mình yêu nhau!...
Không ai cấm được anh làm những câu thơ anh thích
Không ai cấm được anh làm cả bài thơ
Với một chữ N
Với một chữ G
Và với một chữ A
Người ta có thể đọc một câu, hai câu, hay cả ba
Người ta có thể không thích
(thì người ta không thích một mình)
Nhưng người ta không cấm được anh yêu bài thơ của anh

(Nguồn: Thơ Nguyên Sa, Tổ hợp Gió xuất bản, 1971)

Phía bên kia những bài thơ "Cà Rỡn" của Nguyễn Bắc Sơn.

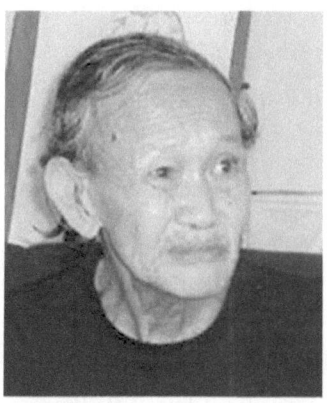

uối thập niên 1960s, một tiếng thơ lạ, bất ngờ xuất hiện, tạo được sự chú ý của nhiều độc giả ở miền Nam, khởi đầu từ giới trẻ. Những người phải nhập ngũ vì lệnh tổng động viên mới, do chiến tranh leo thang, tới hồi khốc liệt. Đó là tiếng thơ Nguyễn Bắc Sơn

Những xao động, như một trận bão trong tách trà và, những xốn xang như những câu hỏi lớn về ý nghĩa chiến tranh? Sự sống và lẽ chết của con người, tựa con tin trong bàn tay lạnh lùng của thảm kịch? Không lâu sau, tiếng thơ họ Nguyễn nhận được sự chú ý đặc biệt của giới cầm bút, dù đứng phía nào nơi quảng trường bom / đạn.

Nhiều thành phần, nhiều lớp độc giả bị xao động và, xốn xang bởi thơ Nguyễn Bắc Sơn, không phải vì thơ họ Nguyễn mang đến cho sinh hoạt văn chương miền Nam thuở đó, những cách tân mới mẻ! Chúng cũng không hề là những mũi khoan tiền phong khai quật một mỏ quặng triết lý nhân sinh khẩn, thiết! Mà chúng chỉ là những bài thơ tác giả cố tình tự lố bịch hóa mình, lố

bịch hóa đời thường của mình, trên phông cảnh chiến tranh sống
/ chết vô nghĩa:

"Mai ta đụng trận ta còn sống
Về ghé sông Mao phá phách chơi
Chia sớt nỗi buồn cùng gái điếm
Vung tiền mua vội một ngày vui."

Hoặc:

"Trên trái đất có rừng già núi non cùng biển sông
"Trong Nguyễn Bắc Sơn có kẻ làm thơ
Kẻ làm thơ đôi khi biến thành du đãng
Hoặc nhà tu theo khí hậu từng mùa."

Hoặc nữa:

"Khi tao đi lấy khẩu phần
Mày đi mua rượu để Nùng cho tao
Chúng mình nhậu để trừ hao
Bảy ngày sắp đến nghêu ngao trong rừng
Mùa này gió núi mưa bưng
Trong lòng thiếu rượu anh hùng nhát gan..."

Nhưng mặt khác của chủ tâm lố bịch hóa sinh hoạt hàng ngày
của mình, tiếng thơ họ Nguyễn cũng có tác dụng lột trần phần nào
những lý tưởng kiên cường được những người có mưu đồ, chụp
chiếc mũ đầy mầu sắc rực rỡ ý nghĩa cho chiến tranh. Sự lộ bịch
hóa chiến tranh của ông, đồng nghĩa với sự lố bịch hóa tất cả
những hô hoán, chiêng trống ồn ào ở hai lằn ranh quốc / cộng:

"Vì sao ta đến đây hò hét
Học trò bẻ bút tập mang gươm
Tập uống máu người thay nước uống
Múa may theo lịch sử điên cuồng

Vì sao ngươi đến đây làm giặc
Đóng trò tráng sĩ loạn Xuân Thu
Giận đời ghê những bàn tay bẩn
Đưa đẩy ngươi trong cát bụi mù"

Hoặc:

"Xem cuộc chiến như tai trời ách nước
Ta bắn trúng ngươi vì ngươi bạc phước
Vì căn phần ngươi xuôi khiến đó thôi
Chiến tranh này cũng chỉ một trò chơi".

Và, khi họ Nguyễn gom một số bài thơ để in trong tập *"Chiến Tranh Việt Nam và Tôi"* (CTVN & T) thì dư luận lập tức vạch một lằn ranh bênh / chống quyết liệt. (1)

Theo một bài viết của nhà văn Nguyễn Lệ Uyên thì:

"... Hai mươi bảy bài thơ phơi trải trong Chiến Tranh Việt Nam & Tôi đã được đón nhận (thời đó) bằng những thái độ khác nhau: Các nhà làm chính trị và đạo đức giả cầy gọi thơ Nguyễn Bắc Sơn là 'con sâu bệnh hoạn', là 'phản chiến, khiếp nhược', các em tiểu thư khuê các vừa nhắm mắt vừa đọc, vừa thè lưỡi rụt đầu vừa rung bần bật những khoái cảm sũng nước. Và chỉ có những kẻ bị xô đẩy vào chốn 'du côn, du đãng' mới đồng cảm được tiếng thơ bi hài lồng lộng bão cát, chói chang lửa đỏ và dầm dề mưa lũ..." (2)

Nhưng ngược lại, thi phẩm của tác giả những bài thơ cố tình lố bịch hóa mình, diễu cợt mọi sự việc chung quanh đời thường của mình, trên phông cảnh chiến tranh sống / chết vô nghĩa kia, cũng được nhiều cây bút tên tuổi ngợi ca. Nhà văn Chu Tử, trong một bài viết về thơ Nguyễn Bắc Sơn trên tuần báo Đời số 9, đề tháng 11 năm 1969, viết:

"(Thơ Nguyễn Bắc Sơn) có cái ngang tàng đượm màu sắc

Lão Trang, đánh giặc không lý tưởng mà vẫn đánh, coi cuộc chiến như trò chơi, thương xót kẻ thù như ruột thịt..." (3)

Hoặc nhà văn Doãn Quốc Sỹ, trên tạp chí Văn số 185, đề ngày 1 tháng 9-1971:

"... Đọc thơ Nguyễn Bắc Sơn tôi có liên tưởng đến tiếng thơ Quang Dũng trong bài 'Tây Tiến', chỉ khác thơ Quang Dũng là kết tinh của một hoàn cảnh bi hùng, còn thơ Nguyễn Bắc Sơn là kết tinh một hoàn cảnh bi hài". (4)

Riêng nhà văn Nguyễn Lệ Uyên, trong bài viết của mình, đã ghi xuống những cảm nghĩ ông, sau nhiều chục năm đọc lại thi phẩm "CTVN & T" của Nguyễn Bắc Sơn, như sau:

"... Những tra khảo tâm óc dường như chưa hề có câu trả lời, không thể trả lời nổi, để cuối cùng phó mặc mọi sự đẩy đưa. Mặc kệ tất. Thằng nào giương cao ngọn cờ cứ giương, đứa nào hò hét cứ hò hét, cứ xông tới và trốn chạy, xông tới và ngã xuống, chiến thắng và bại trận. Tất cả đan chéo vào nhau như đường gươm ma thuật của phái Bạch Mi. Riêng ta bỏ tuốt cái phía trước và phía sau, bỏ cái quyền uy và khuất phục để làm một kẻ lãng đãng khói sương trong khói lửa mịt mùng, kinh lợm:

"Bốn chuyến di hành một ngày mệt ngất
Dừng quân đây nói chuyện tiếu lâm chơi
Hãy tựa gốc cây hãy ngắm mây trời
Hãy tưởng tượng mình đang đi picnic
Kẻ thù ơi các ngài du kích
Hãy tránh xa ra đừng chơi bắn nheo

"Không lạ, không xa mà cũng chẳng nhọc nhằn lý giải theo phép biện chứng khi mà guồng máy xay thịt cứ nghiền nát từng cánh tay, bàn chân, thân thể con người. Những công dân, những đồng bào, họ không bao giờ muốn thân xác mình biến thành món thịt băm; họ đâu muốn bắn giết nhau. Chỉ có các ngài chính trị lợi dụng sự cả tin, phều ra chút nước bọt để tranh giành quyền lợi cá nhân theo mộng tranh bá đồ vương, nên 'lúc này đây ta không *thèm đánh giặc'.* Ta *'không thèm đánh giặc'* bởi trong đầu óc ta luôn nghĩ:

"Xem cuộc chiến như tai trời ách nước
Ta bắn trúng ngươi vì ngươi bạc phước
Vì căn phần ngươi xuôi khiến đó thôi
Chiến tranh này cũng chỉ một trò chơi...(5)

Nguyễn Bắc Sơn: "Người sống sót nâng ly mời kẻ khuất!"

Là tiếng thơ nặng tính thời sự, nên tùy tâm cảnh, quan niệm thời cuộc, chiến tranh mà, mỗi người có một ghi nhận riêng, về thơ Nguyễn Bắc Sơn. Nhưng dù đứng ở góc độ nào, từ quan điểm nào, thì thi phẩm "CTVN&T" của họ Nguyễn, vẫn là tập thơ được nói tới nhiều nhất trong những năm đầu thập niên 1970s. Và, hiển nhiên thi phẩm "CTVN&T" của Nguyễn Bắc Sơn đã không được thành phần quá khích, cực đoan ở cả hai phía tả / hữu mở rộng vòng tay đón nhận (như đa số độc giả bình thường).

Với thành phần phản chiến, nghiêng về cánh tả thì, chẳng những họ không chấp nhận tiếng thơ của Nguyễn Bắc Sơn vì, chẳng những ông không cao giọng lên án chế độ miền Nam mà, ông còn giễu cợt những... "chiến sĩ cách mạng" các anh du kích, bộ đội miền Bắc qua những câu thơ như:

"Bốn chuyến di hành một ngày mệt ngất
Dừng quân đây nói chuyện tiếu lâm chơi
Hãy tựa gốc cây hãy ngắm mây trời
Hãy tưởng tượng mình đang đi picnic
Kẻ thù ơi các ngài du kích
Hãy tránh xa ra đừng chơi bắn nheo" (6)

Hãy tránh xa ra ta xin tí điều
Lúc này đây ta không thèm đánh giặc
Thèm uống chai bia thèm châm điếu thuốc
Thèm ngọt ngào giọng hát em chim xanh
Kẻ thù ta ơi những đứa xâm mình

Ăn muối đá mà điên say chiến đấu
Ta vốn hiền khô ta là lính cậu
Đi hành quân rượu đế vẫn mang theo
Mang trong đầu những ý nghĩ trong veo
Xem cuộc chiến như tai trời ách nước..."

Và, tác giả nhìn cuộc chiến như một thứ *"tai trời ách nước"* chứ không phải vì lý tưởng..."giải phóng" miền Nam, tiêu diệt "Mỹ-Ngụy":

"Ta bắn trúng ngươi vì ngươi bạc phước
Vì căn phần ngươi xuôi khiến đó thôi
Chiến tranh này cũng chỉ một trò chơi
Suy nghĩ làm chi cho lao tâm khổ trí
Lũ chúng ta sống một đời vô vị
Nên chọn rừng sâu núi cả đánh nhau
Mượn trời đất làm nơi đốt hỏa châu
Những cột khói giả rừng thiêng uốn khúc
Mang bom đạn chơi trò chơi pháo tết
Và máu xương làm phân bón rừng hoang" (7)

Ngược lại phe hữu hay phe chống cộng cực đoan, cũng không thể chấp nhận một Nguyễn Bắc Sơn với những câu thơ làm... "nản lòng chiến sĩ" như:

"Mày gửi một chân ngoài trận mạc
Mang về cho mẹ một bàn chân
Mẹ già khóc đến mù hai mắt
Đời tàn trong lứa tuổi thanh xuân"

Hay hình ảnh người lính không mấy... hào hùng trong ghi nhận của Nguyễn Bắc Sơn, như:

"Ngày trước mày hiền như cục đất
Giờ mở miệng ra là chửi tục
Hà hà ra thế con nhà binh

Ngôn ngữ thơm tho như mùi cứt"
(...)
"Giờ tối nằm mơ chỉ thấy tiền
Nhân nghĩa gì gì quên tuốt luốt" (8)

Với tôi, lý do tiếng thơ Nguyễn Bắc Sơn được đông đảo quần chúng, bằng hữu đón nhận nồng nhiệt, trước nhất, ông không làm thơ để đáp ứng quan điểm hoặc, thỏa mãn một lăng kính chính trị nào! Ông viết vì nhu cầu, thúc bách nội tâm của chính ông, trước những vô lý và, vô nghĩa của một cuộc chiến giữa những đứa con cùng một giống nòi, cùng nói một thứ tiếng, cùng tha thiết một tình yêu quê hương.

"Buổi chiều uống nước dòng Ma Hý
Thằng Xuân bắn chết thằng Mang Khinh
Hỡi ơi sống chết là mưa nắng
Gió tối mưa đêm chớ lạnh mình

Đốt lửa đồi cao không thấy ấm
Lính Chàm giận ghét Chế Bồng Nga..." (9)

Với tôi, thơ Nguyễn Bắc Sơn đi ra từ tâm thức trước nhất của một người Việt Nam. Kế đến cũng là tâm thức của một thi sĩ, phải đối mặt với cuộc chiến mà máu xương hai bên, dù nhân danh chủ nghĩa nào, thì máu, xương kia cũng vẫn là máu xương Việt Nam. Và có người Việt Nam nào không khao khát, không ước mơ một đời sống thanh bình, êm ả?

"Cởi áo trận và hoa mai ném tuốt
Xin giã từ đời vũ khí, huy chương
Xin trở về như một kẻ hoàn lương
Xin vứt hết xin bắt đầu lại hết..." (10)

Trong tâm thức thi sĩ của Nguyễn Bắc Sơn, ông mơ ước, ông hình dung một ngày Việt Nam khác. Một ngày Việt Nam không chiến tranh. Một ngày Việt Nam gặp gỡ những Việt Nam:

"Lạng quạng ra bờ sông ngó nước
Trên bờ dưới nước gặp ông câu
Ta câu con đú người con đến
Chung một tâm hồn tất gặp nhau" (11)

Tinh thần thi sĩ của một Nguyễn Bắc Sơn còn mơ ước tìm kiếm chân dung đích thực, ý nghĩa sau cùng một kiếp người. Nói cách khác, thơ ông muốn mở tới những chân trời tâm linh rốt ráo:

"Người sống sót nâng ly mời kẻ khuất
Lại gần đây trên bãi cỏ bờ sông
Soi mặt mình trong dòng nước xanh trong
Để nhìn thấy hình bản lai diện mục..." (12)

Tôi trộm nghĩ, tìm kiếm kể trên nơi tâm thức của họ Nguyễn cũng nhằm đem đến cho chính ông câu hỏi, ông sớm có từ những năm đầu thập niên 1960s khi ông viết xuống trong bài thơ

"Những điều cần nói khi thôi học 1963":
"Khi ta thôi học
Người khách trú bán ve chai già đã chết
Y đã hát cho ta nghe
Những buổi trưa buồn rầu
Trong ngôi trường đầy vết tích chiến tranh
Những bài hát làm nhớ hoài một nước cổ Trung Hoa
Một nước Trung Hoa loạn lạc
Thiếu cơm và thừa nước mắt
Ôi giấc mộng anh hùng Lương Sơn Bạc

"Khi ta thôi học
Các giáo sư dạy cho lũ học trò những điều họ không tin
Và chúng ta tin những điều họ không dạy

"Khi ta thôi học
Ta không biết con người sinh ra để làm gì
Và ta mải miết
Đi tìm câu trả lời
Để sống yên tâm". (13)
*

Tôi tin, hôm nay, khi cuộc chiến Việt Nam chấm dứt đã lâu, thời thế đã có cho nó một chương sách khác, nhưng thơ Nguyễn Bắc Sơn, dù là tiếng thơ gắn liền với thế sự thì, chúng vẫn lồng lộng trong tâm hồn, ký ức, chí ít, cũng nơi những người lính, cùng thời với ông. (14)

Và, tôi cũng tin, ông đã và đang *"sống yên tâm"* những ngày còn lại, nơi quê nhà?

(Calif. Mar. 2014)

Chú thích:

(1) "Chiến Tranh Việt Nam và Tôi" của Nguyễn Bắc Sơn, xuất bản lần đầu năm 1972.

(2): Nguyễn Lệ Uyên: "Nguyễn Bắc Sơn người thọc chân vào làng thơ như một kẻ 'du côn chữ nghĩa' và tiếng thơ bi hài". Nguồn "vanchuongplus".

(3), (4), (5) Trích Nguyễn Lệ Uyên, nđd.

(6) Nhà thơ Thành Tôn cho biết hai chữ *"bắn nheo"* không phải là *"bắn nhau"* mà, là bắn hú họa, bắn không nhắm... Thuật ngữ này được dùng nhiều trong giới lính tác chiến ở miền Trung.

(7), (8), (9), (10), (11), (12), (13) Nđd.

(14) Nhà thơ Nguyễn Bắc Sơn tên thật Nguyễn Văn Hải, sinh năm 1944 tại Phan Thiết. Sau 1975, đến nay, ông vẫn cư ngụ tại thành phố này.

(*Cập nhật*): Nhà thơ Nguyễn Bắc Sơn từ trần ngày 4 tháng 8 năm 2015, tại Phan Thiết vì bệnh tim. Hưởng thọ 72 tuổi.

Nguyễn Bắc Sơn, thơ.

Chuyện Hai Bố Con Tôi.

Cái ngu đần của kẻ thông minh
Là cái đó chính là cái đó
Bố qua đời đúng năm năm
Tôi viết bài thơ này
Để tâm sự cùng một người khuất núi
Thuở sinh tiền
Ông rất thương tôi
Và tôi rất thương ông
Nhưng hai chúng tôi
Đúng là hai người đàn ông có bề ngoài lãnh đạm
Bố tôi ước mơ làm cho loài người sung sướng
Và thế là ông từ tuổi thanh xuân
Cùng bạn bè đi làm cách mạng
Ông làm cách mạng chừng nào
Thì loài người càng thêm sặc máu
Tôi ước mơ cõi đời tốt đẹp
Và thế là tôi làm thơ ca tụng loài người
Tôi càng ca tụng chừng nào
Thì loài người càng xấu xa chừng nấy
Bi kịch của bố con tôi
Là bi kịch của hai thằng Tây đen
Cùng đi kiếm con mèo đen
Trong đêm đen mù mịt
Các vị thánh hiền thời xưa
Bảo thế giới loài người
Giống như chiếc đuôi cong
Của loài chó
Chúng ta là những đứa trẻ con
Chổng khu vuốt chiếc đuôi này cho thẳng
Vuốt cho thẳng rồi

360

Thả tay ra là nó cong trở lại
Nếu mỗi chúng ta có làm điều gì tốt đẹp
Chẳng qua là để phát huy một tấm lòng son
Còn trái đất cứ ngày đêm sáng tối
Thịnh đã rồi suy
Suy rồi lại thịnh
Bố ơi bố đã ra về
Con ở lại làm thơ và chữa bệnh
Chúng ta đến nơi này để phát huy một tấm lòng son
Thành hay bại chỉ là chuyện vặt.

(Nguồn "Thi Viện")

Chúng ta không Phải Sinh Ra Để Sống Như Thế Này.

Những ngày lửa
Thị xã chúng ta giống như một chuồng khỉ chật
Nơi đó lũ thị dân đóng đủ trò
Và làm khổ nhau vì những điều thuần tưởng tượng
Những ngày như hôm nay
Mọi vật đối với ta đều quái gở
Người hàng xóm ta
Đang cởi trần chửi thề khí hậu
Đến giờ đi làm
Hắn trở thành người cảnh sát nghiêm trang
Sau khi đội mũ và thay đồng phục
Đến giờ đi làm
Bạn ta những thằng đang cởi trần kêu khổ
Trong những căn nhà hộp
Bỗng nhiên
Trở thành quan tòa
Đứa trở thành thầy giáo
Đứa tài xế
Đứa nhà văn

Đứa quan ba
Đứa khùng khùng
Thật là quái gở
Nhưng thật ra chúng ta là ai?
Đêm nay trời bỗng mát
Trong đáy hồ tâm thức
Ta câu lên một bầy rắn nước
Con rắn này có tên là Nguyễn Bắc Sơn
Con này tên tiền của
Con này tình yêu
Con này danh vọng
Thật quái gở
Trong đáy hồ tâm thức, khuya nay trong cơn thiền
Ta đã câu lên và đã nhìn tận mặt
Những con rắn chết
Dường như kiếp trước ta không phải là kẻ định cư
Trong những thị trấn đầy phó bản văn minh.

(Nguồn "Thi Viện")

Trên Đường Tới Nhà Xuân Hồng.

Khi qua cầu thấy từng chùm ánh sáng
Trên những chiếc lưng trần của lũ cá thu đen
Thấy ngôi nhà em soi mình trong bóng nước
Và thấy tình yêu đầy những nỗi bi hoan
Khi qua nghĩa trang thấy một bầy mả đá
Nghĩ đời mình đâu đến một trăm năm
Nên muốn suốt đời làm tên lãng tử
Trăng mọc đêm nay lạnh chỗ nằm
Trước khi tới nhà phải trèo lên dốc
Mối tình mình cay đắng biết bao
Và tình yêu phải chăng có thật
Hay chỉ là ảo vọng đâu đâu

362

Ta vốn ghét đàn bà như ghét cứt
Nhưng vì sao ta lại yêu em?
Ôi mắt em nhìn như là bẫy chuột
Ta quàng xiên nên đã sa chân.[1]

————————

Chú thích

Xuân Hồng là tên người bạn đời của tác giả.

(Nguồn "Thi Viện")

Người Bạn Già Và Cô Gái Huế.

Vũ trụ chẳng qua chỉ là gian nhà mênh mông ấm cúng
Nên ta mời nhau chén rượu trường xuân
Các dân tộc giống như mấy mụ đàn bà hay cãi cọ
Đông phong, tín nguyệt biết bao lần
Trái đất bụi hồng, chiếc xe luân lạc
Chở muôn mùa bao viễn khách truân chuyên
Thi sĩ, người ngây thơ ngó thấy
Cuối trời chiều, một bến đậu vô biên
Tôi đến rồi đi rồi lãng đãng
Anh nằm đau nặng chiếc giường con
"Một chút mặt trời rơi vào ly nước lạnh"
Có gì đâu chuyện mất hay còn
Tôi ra quán cà phê, chuyện trò cùng cô gái Huế
Giọng nói Hương Giang, giọng nói ân tình
Ta mà cũng có người yêu mến nhỉ?
Tóc mây bên trời, mái tóc em xanh
Ta đã sống những ngày ngây ngất
Anh vẽ tranh, còn tôi làm thơ
Chúng ta giống những hài nhi vô nhiễm
Chơi đùa trên sóng nước hư vô
Sáng nay anh đã qua đời rồi

Tôi vào quán nhạc ngó mưa rơi
Cô gái mỉm cười, tôi ứa lệ
Phải cuộc đời như một trò chơi?
(Nguồn "Thi Viện")

Nhắc Đến Ma Lâm.

Chiều Thiện Giáo hồn mình đầy bóng núi
Con đường mìn ôm vết máu đơm khô
Khu phố quận những đời người đã mỏi
Cỏ tranh đùn cao gió khói hư vô
Đêm ngủ đổ ngâm thơ cùng đại bác
Hồn lao đao trong chuyến trực thăng bay
Đâu có chắc mặt trời mai sẽ mọc
Trời rây mưa lành lạnh khiến thèm say
Khuya thức mãi trầm tư cây đèn lạp
Chảy trong lòng men nhạc Trịnh Công Sơn
Đêm không ngủ trong những ngày bão táp
Ôi những ngày máu ứa xác quê hương
Tôi hỡi tôi xin đừng chết nhé
Bóng hoà bình thấp thoáng ở miền Nam
Ngày ta mong nằm trong tầm tay với
Sao thấy lòng chưa dứt mối hoang mang
Chiến tranh quá dài nên người quá khác
Không thể nào vui tiếp rước hoà bình
Đêm đen quá dài nên người quá khác
Không thể nào tin sẽ có bình minh.
(Nguồn "Thi Viện")

Tiệc Tẩy Trần Của Người Sống Sót.

Bóng bồ câu gù trên đầu ngọn tháp
Ai chèo thuyền câu cá giữa dòng sông

Vẫn còn đây bóng dáng chiếc cầu cong
Đây có sẵn rượu bia đồ nhắm tốt
Các bạn cũ những thằng nào vô phước
Mồ đang xanh vì cuộc chiến hôm qua
Hãy về đây mà say khướt cùng ta
Này bóng mây cao này vòm lá thấp
Con đường phố người anh em tấp nập
Một người này yêu một chút người kia
Tay ấm trong tay chân ấm vỉa hè
Trái tim ấm lửa tình người ấm áp
Người sống sót nâng ly mời kẻ khuất
Lại gần đây trên bãi cỏ bờ sông
Soi mặt mình trong dòng nước xanh trong
Để nhìn thấy hình bản lai diện mục
Cởi áo trận và hoa mai ném tuốt
Xin giã từ đời vũ khí huy chương
Xin trở về như một kẻ hoàn lương
Xin vứt hết xin bắt đầu lại hết.

(Nguồn "Thi Viện")

Cười Lên Đi, Tiếng Khóc Bi Hùng.

Đời bắt một kẻ làm thơ như ta đi làm lính
Bắt lê la mang một chiếc mai rùa
Nên tâm hồn ta là cánh đồng úng thuỷ
Và nỗi buồn như nước những đêm mưa
Trong thành phố này ta là người phản chiến
Ngày qua ngày ta chỉ thích đi câu
Râu tóc mọc dài như bầy cỏ loạn
Sống thật âm thầm, ai hiểu ta đâu
Dù đôi khi ta lên núi Tà Dôn uống rượu
Trời đất bao la ta chỉ một mình
Nhưng làm sao quên cuộc đời dưới đó

Quên những thằng người bôi bẩn kiếp nhân sinh
Ngày hôm nay ta muốn chặt đi bàn tay trái
Để được làm người theo ý riêng ta
Ngày hôm nay ta muốn thọc mù con mắt phải
Ngày hôm nay ta muốn bỏ đi xa
Khi nâng chén lên cao ta muốn cười lớn tiếng
Cười lên đi, cười những tiếng bi hùng
Đời đã bắt kẻ làm thơ đi làm lính
Chiếc mai rùa đã nặng ở trên lưng.

Nguyễn Bắc Sơn.

(Nguồn "Thi Viện")

Những gam màu hiện thực trong thơ Nguyễn Quốc Thái.

Nói tới sinh hoạt VHNT miền Nam, 20 năm, tôi cho là sẽ thiếu sót, nếu không nhấn mạnh tới tinh thần chống chiến tranh, kêu đòi hòa bình, dưới hình thức này hay, hình thức khác của một số tác giả. Lý giải cho sự kiện có phần thời thế và tế nhị này, theo tôi thì, trong chừng mực nào đó, chính quyền miền Nam đã để yên cho thành phần chống đối ấy. Cụ thể là sự nới lỏng những sợi thừng kiểm duyệt. Những người có trách nhiệm, cũng bỏ qua những tác phẩm không qua kiểm duyệt và, vẫn để số tác phẩm đó bầy bán công khai ở các tiệm sách. (1)

Ở mặt đối nghịch, miền Nam cũng có những nhà văn, nhà thơ gọi chung là nhà văn Quân đội, quyết liệt theo đuổi lý tưởng tự do, chống cộng sản; và cũng không ít những cây bút tuy không nằm trong quân đội, nhưng cùng chung lập trường chống cộng sản. Đề cập tới khuynh hướng này, dư luận thường nhắc tới những tên tuổi điển hình như các nhà văn Võ Phiến, Nguyễn Mạnh Côn, Duyên Anh, Chu Tử...

Ngoài ra, những nhà văn còn lại, ít hay nhiều cũng từng phản ảnh quan điểm chống chiến tranh của họ, qua tác phẩm. Thuật ngữ thời đó, gọi chung những sáng tác phẩm loại này là "văn chương phản chiến".

Một trong những nhà thơ có nhiều sáng tác bị liệt kê vào loại "văn chương phản chiến" là nhà thơ Nguyễn Quốc Thái.

Tôi không biết họ Nguyễn chính thức tham dự vào sinh hoạt văn chương miền Nam từ thời gian nào. Chỉ biết, thơ của ông bắt đầu xuất hiện trên Hành Trình của Giáo sư Nguyễn Văn Trung, rồi tạp chí Quần Chúng của nhà văn Cao Thế Dung khoảng giữa thập niên 1960s. Nhất là từ khi ông được mời vào vai trò Thư ký tòa soạn tạp chí Trình Bày, một tạp chí được coi là "thiên tả", đầu thập niên 1970s, do cố nhà văn Thế Nguyên chủ trương. (2)

Tên tuổi của nhà thơ Nguyễn Quốc Thái tương đối xa lạ với quần chúng, thuở đó. Nhưng thơ của ông lại được một số văn nghệ sĩ trong văn giới chú ý. Đồng thời, ông cũng có ít nhất hai bài thơ được 2 tác giả ngoại quốc chọn dịch sang Anh và Pháp ngữ. Về tiếng Anh, thơ của ông cũng như của một số tác giả miền Nam khác đã được Giáo Sư Neil L. Jamieson chuyển dịch và phê bình trong cuốn "Understanding Vietnam", do cơ sở University of California Press, liên hợp với các đại học Berkeley, Los Angeles and London, xuất bản lần thứ nhất năm 1993. Ông cũng là một trong hai nhà thơ miền Nam, có thơ được ký giả Jean-Claude Pomonti chọn dịch và phê bình trong cuốn "La Rage D'Être Vietnamien" do nhà Seuil de Paris, xuất bản năm 1974.

Trong "La Rage d'Être Vietnamien", ký giả Jean-Claude Pomonti chọn bài thơ tựa đề "Dấu hỏi và quê hương" của họ Nguyễn.

Đó là một bài thơ Nguyễn Quốc Thái ghi lại những cảm nghiệm của ông về miền Nam trong chiến tranh, đăng tải trên tạp chí "Hành Trình" số 3 & 4, năm 1964

Ngay từ khổ thơ đầu, những câu hỏi sinh / tử (không cần câu trả lời vì đáp số đã tiềm ẩn, có sẵn ở những câu thơ kế tiếp và ở giữa hai hàng chữ) – Được Nguyễn Quốc Thái cất lên một cách dứt khoát:

"Tôi thường buồn rồi thường tự hỏi
Đất nước này bây giờ của ai
Những ngày đạn rít quanh đô thị
Những máu thịt bám thâm tre gầy"

Sau khơi mạch, dòng chảy này miên man trôi tới những đau thương, đổ vỡ khác:

"Hàng chục năm chiến tranh mọc lên
Những trẻ thơ quên mất môi cười
Tôi thường buồn rồi thường tự hỏi
Quê hương có được mấy mùa xuân..."

Và ông ra khỏi bài thơ (cũng với những câu hỏi vốn có sẵn câu trả lời (chí ít, cũng theo ông):

"Mẹ Việt Nam! Mẹ ơi! Mẹ ơi!
Con thường buồn rồi thường tự hỏi.
Mẹ đã mấy lần vui Độc lập?
Mẹ đã mấy lần reo Tự do?"

Cũng vậy, trong bài "Giữa sự sống và sự chết", họ Nguyễn vẫn trực khởi bằng những câu hỏi (vốn sẵn câu trả lời):

"Năm đã hết
Như chiếc bánh anh đã ăn
Như nước mắt đã chảy
Năm đã hết mà hết thật chưa(?)"

Để từ đó, dẫn người đọc tới những ghi nhận đời thường, nhưng rất thiết thân, trưng ra cái mặt tối đen, bất trắc của đời sống người dân miền Nam. Với bài thơ này, bên cạnh danh sách những âu lo cơm, gạo của người dân miền Nam, cũng có một câu thơ họ Nguyễn ghi lại hiện tượng những chuyến xe đò đi qua các khu rừng già, bị du kích quân CS chặn xét, một cách bóng gió:

"Hết đi xe đò run
Hết đêm mưa những thằng xét nhà hách dịch
(Hãy đốt cho chúng một ngọn nến)
Hết em quên anh
Hết mẹ bối rối chiều gạo lên giá
Hết bạn bè mặt xanh như tàu lá chiều thứ bảy
(...)
Em có thấy mắt anh rực rỡ
Em có thấy tim anh run
Em có thấy cơm áo làm anh rướm máu
Anh vẫn có khu rừng xanh ngát đó
Em có thấy tay chân anh khẳng khiu bám trên cành hy vọng
Cành hy vọng trụi lá cũng khẳng khiu / chim đã quên
Mỗi ngày giữa sự sống và sự chết
Giữa cuồng nộ của bồ câu và diều hâu
Giữa no đủ và đói khát
Giữa tỉnh thức và mỏi mệt
Anh thương em như lần đầu biết thương.."

(Trích Trình Bày, xuân Nhâm Tý, tháng 2.1972).

Thơ họ Nguyễn chân thật, đơn giản như những lời nói. Nhưng đó là những lời nói của một trái tim mẫn cảm trước những vấn nạn to lớn của thân phận con người trong cuộc chiến.

Thơ họ Nguyễn cũng luôn cho thấy tác giả như một thứ con tin trong trùng vây bi kịch. Hay đó là những tiếng kêu thảng thốt của một con chim bị nạn. Với hiện tại thương đau và tương lai bế tắc!

Cũng vẫn là câu hỏi mở vào bài thơ, như tia chớp dự báo trận bão lớn, ở bài thơ "Ngày về mừng tuổi mẹ", Nguyễn Quốc Thái ghi lại thảm kịch Tết Mậu Thân, tháng 2 năm 1968, khi quân đội CS miền Bắc đồng loạt mở cuộc tấn công vào một số đô thị lớn ở miền Nam. Một bài thơ hiếm hoi ra khỏi không gian phản chiến (một phía), vốn quen thuộc trong cõi giới thi ca của ông:

Nhà đây rồi mẹ trốn ở đâu?
Trưa vàng khô thông tay buồn rầu
Mùa Xuân ngơ ngác trên rầm bếp
Người ngược xuôi xốc xếch thương yêu

Từ khổ thơ đầu này, ông đẩy mạch thơ tới các cận ảnh là những gì ông ghi nhận được ở Saigon, Tết Mậu Thân 1968, bằng rất nhiều câu thơ hiện thực tới sần sượng:

Thưa mẹ trên đường về nhà ta
Con thấy bao nhiêu người vội chết
Người chết như than , người chết co quắp
Người cụt tay và người bẹp đầu
(...)
Máu đầy xoong canh máu đầy nồi cơm
Đấy - anh em dùng cho no mộng ước
Mẹ ơi bây giờ mẹ trốn ở đâu?
Mẹ gặp gốc cây cửa sổ mái lầu
Mẹ gặp người đi kẻ lại
Tay khẳng khiu nhớ giơ khỏi đầu
Con len lỏi về đây mừng tuổi mẹ
Ánh sáng thiu đen trên những cột đèn
Mùa Xuân bứng mất từng chân trẻ em
Cây thơm lộc nao nao chùm thịt tím
Đạn nổ ngoài đường đạn nổ trong tim
Mẹ ơi bây giờ mẹ trốn ở đâu?
Tết Mậu Thân, tháng 2.1968

(Nguồn: Tạp chí Đất Nước số 4, năm 1968)

Hai chữ "len lỏi" họ Nguyễn dùng trong câu thơ "Con len lỏi về đây mừng tuổi mẹ..." không thể hiện thực hơn trong hoàn cảnh chiến tranh ngay trên đường phố hồi Tết Mậu Thân ở Saigon và, cũng thể hiện tấm lòng của đứa con về số phận bất trắc của người mẹ, trong bối cảnh nguy khốn, tàn khốc này.

371

Tuy nhiên, theo tôi, thơ Nguyễn Quốc Thái không chỉ có những hiện thực, chân thành, đơn giản. Đây đó, trên lộ trình thi ca họ Nguyễn, trong bối cảnh sinh hoạt chữ, nghĩa của miền Nam, hai mươi năm, ông cũng có nhiều câu thơ đẹp, dựng trên hai nền kỹ thuật căn bản của thi ca là liên tưởng và nhân cách hóa. Như:

"... Sớm nay tiếng chuông nhà thờ ướt sũng nép vào những
đám mây xám ngần ngại

Mưa gọi ngoài kia mưa dáo dác trên hè đá xanh mướt.
"Trong rét mướt của ước mơ anh chợt biết thân thể em như
biển cả

Mỗi hừng đông trong tiếng nắng rạn ngoài cửa sổ
Anh trôi lênh đênh trong mùi da thịt buồn rầu
Anh chợt biết ngưỡng cửa, khoảng ghế cạnh bàn, chiếc gáo
sơn màu rất nhẹ đã ấm tha thiết như em
Đã rơi sớm nay như tiếng lá rơi trong vườn hy vọng.
(...)
"Những vết mưa như những sợi chỉ buộc cổ tay
Những vết mưa như tà áo em bay
Tà áo em nhũn gió ngoài kia trong trí nhớ
Ôi trí nhớ thảng thốt tiếng chim sẻ ướt những bông sứ nhỏ
Những bông sứ nở bồi hồi trên cánh cửa
Em biết không
Anh thất lạc Tự Do từ sáng sớm".

(Trích "Bông sứ nhỏ gửi tự do xa xôi").

Hoặc:

"Em thức dậy trên giường
Sớm mai thức dậy trên chân em
Trên ngực em
Sớm mai thức dậy trên miệng em
Hờ hững
Mỉm cười

Sớm mai rùng mình..."
(Trích "Đà Lạt").

Hoặc nữa:

"... Tiếc quá, nếu có em nơi đây em đã thấy trái tim anh
Đong đưa như bông hoa trên dòng đời,
Buổi sáng khua hàng điệp thức dậy
Với tiếng reo nhỏ mùa xuân cựa mình
Trên những phiến lá non
Và buồn phiền, lại nó, tên vệ sĩ to con ấy
Nó vẫn khiêu khích anh mỗi lần gặp em.
(...)
"Lần nào chuyến xe lửa còm cõi đi qua cũng say khướt và khóc
Lần nào biển cũng đến và dĩ vãng thức dậy
Lần nào cũng vậy, lần nào em cũng như chiếc gai trên đường
đời anh
Chiếc gai - hiện tượng vật lý kỳ lạ - đã cho anh cùng lúc hân
hoan và đau đớn
Mơ mộng và chán nản.
(...)
Đã bao lần cánh tay anh kể lại
Những lần tóc em mưa gió
Những lần hơi thở em rơi những ngọn lửa
Ngọn lửa quằn quại, ấm áp
Ngọn lửa có tay có chân
Ngọn lửa như dây leo bám lấy đời anh kiêu hãnh
Những lần trái đất bỗng dưng chật hẹp
Và trái tim trở thành giông bão
Những lần nước mắt em – sinh vật láu lỉnh – trang điểm vuốt
ve cùng gươm sắc
Với bao chuyện nữa, cánh tay nhẫn nại ghi chép
Cánh tay đã bao lần ngủ thiếp trên trán anh
Vầng trán khỏa thân mỗi lần kỷ niệm đến..."
(Trích "Khi yêu nhau chúng ta đã phụng sự nhân loại").

Và:

"mưa đã sôi trên những tấm tôn đau đớn".

(...)

"Mưa rách xơ xác suốt buổi chiều trên những mảnh chai tím
Tiếng mưa vỡ cồn cào như vó ngựa".

(...)

"Nhớ lại những miệng cười, ánh mắt, bàn tay
Êm như bước chân mèo trên rầm bếp..."

(Trích "Mưa đã khóc trên những căn nhà dập nát đó". Nguồn: Trình Bày số 5, ngày 1 tháng 10 – 1970).

*

Tôi không biết có phải vì thơ là tiếng nói trực khởi đi ra từ cảm nghiệm của trái tim thi sĩ (?) – Nên các nhà nghiên cứu, phê bình từ Tây qua Đông, khi cần tìm hiểu một giai đoạn lịch sử, xã hội một đất nước, thường tìm đến thi ca. Như thể đó là địa-chỉ-trung-thực, đáng tin cậy nhất, về những góc khuất lấp của thời kỳ đó?

Nếu điều này có phần nào đúng vậy thì, Nguyễn Quốc Thái cũng đã đóng góp được phần của ông, cho bức tranh hiện thực nhiều gam mầu mâu thuẫn, rối rắm trong giai đoạn chiến tranh leo thang cực điểm ở miền Nam. Dù người đọc có đồng cảm hay không, với thơ ông!?!

(Jan. 2014)

Chú thích:

(1) *Điển hình là tất cả những tập nhạc của cố nhạc sĩ Trịnh Công Sơn đều được in lậu và, bày bán công khai ở các nhà sách.*

(2) Theo nhà thơ Nguyễn Quốc Thái, một bằng hữu thân thiết lâu đời của tác giả "Hồi chuông tắt lửa" thì, Thế Nguyên / Trần Gia Thoại sinh năm 1941, mất năm 1989 tại Saigon.

Nguyễn Quốc Thái, thơ

Bật Lên giữa cơn bão.

Tự do ở đâu đâu nhưng nơi này thì không
Vậy đó, lá bài đã chém xuống
Những hẹn hò chỉ còn trong thương tiếc
Cơn bão số 13 vật vã suốt ngày như nỗi nhớ
Sự bạc bẽo chỉ bảo cho tôi những cánh rừng lung linh hoa dại
Với đôi mắt em to tròn như vực thẳm huyên náo tiếng chim
Câu thơ bật lên giữa cơn bão
Tưởng chừng tiếng ai gọi
Anh ngồi đây,một mình
Hãy đến với anh trong tưởng nhớ.

Vỹ thanh

Anh nhớ em gầy đi như phố cổ
Như mùa thu kiễng chân ôm Hà Nội
Như gió cồn cào ngoài sân bay, ly cà phê trong phòng đợi
Như những câu thơ rời
anh đăng trên vành tai em phơn phớt hoa đào.

Thơ trích từ gió và sổ tay
Huntington Beach tháng 8 Ngày Giỗ Thảo Trường

Costa Mesa gió thấp hơn anh nhớ em
Những cánh oải hương hớn hở tím trong thung đẫm khói
Nỗi nhớ đầy chiều và tiếng chim
Em nơi quê nhà và gió
Và gió thổi ngăn ngặt suốt tháng Tám
những cành dương liễu bỏ đói nắng

Chúng ta chỉ có thể nói nhỏ với nhau về những khát vọng
Đã giằng xé tả tơi tuổi thanh xuân
Và đẩy anh vào những ngỡ ngàng đứt ruột.

Em nơi quê nhà, mùa thu chớm đỏ vụng về trên cành xoan
Sáng chủ nhật tiếng chuông xôn xao ly cà phê nơi góc phố
Những vun đắp nhói đau tiếng thở dài
Như một mẩu dĩ vãng (của em) muốn bôi xóa

Anh ngồi gặm nhấm những khát vọng của chúng ta và bạn bè
Anh ngồi gặm nhấm những hoảng sợ bồn chồn của chúng ta
và bạn bè

Anh ngồi gặm nhấm những hẹn ước ấm áp của chúng ta đã
nhòe đi

Anh ngồi gặm nhấm đôi sợi tóc em chớm bạc
Anh ngồi gặm nhấm ánh mắt em mùa trăng khuyết
Nỗi buồn như tấm áo che phủ anh những ngày giá rét
Tiếng chuông đồng hồ buông mình bay trong đêm khuya
như tiếng gọi đứt quãng
Em có nghe thấy trong giấc mơ vàng ngợp hoa cúc.

Sài Gòn tháng 10 Mình tôi uống với gió

Buổi chiều mùa đông được thắp sáng bởi những mảnh vỡ của
cuộc tình

Cứ đau đớn như trái tim mách bảo, đừng chần chừ
Chỉ còn gió ôm tôi và nỗi đau
Những che giấu được phơi khô trên bậc thềm thương yêu
Nơi tôi đã cuống quít đặt lên từng bước nhảy thanh xuân
Và cắn răng để thời gian bóc tách những phỉnh phờ

Cửu Long Giang phả sóng vào giấc mơ chập chờn tiếng còi tàu
Như chiều nào chúng ta ôm nhau mắt ngấn lệ

Tiếng trompette chua chát quất xuống bài ca cũ
Đã một thuở dìu nhau trong hy vọng
Ly cà phê chia đôi nhưng chỉ mình tôi uống với gió

Peace ! Peace !
Hai ngón tay như lưỡi kéo cắt băng
Khai mạc nỗi đau mới.

NQT.

Trôi theo dòng sông thơ Thái Tú Hạp.

Theo trang mạng Bách Khoa Toàn Thư Mở thì *"Ngũ Phụng Tề Phi (Năm con chim phượng hoàng cùng bay) là một danh xưng dùng để chỉ 5 người đồng hương cùng đỗ đại khoa trong cùng một khoa thi. Ở Việt Nam, danh xưng này được nhiều người biết đến nhất khi dùng để chỉ 5 danh sĩ người tỉnh Quảng Nam cùng đỗ đại khoa vào năm 1898..."*

Nhưng đất Quảng không chỉ là đất của những danh sĩ lẫy lừng trong lãnh vực khoa bảng mà, theo tôi, mảnh đất này còn là nơi xuất phát, dựng nghiệp, thành danh của rất nhiều văn nghệ sĩ, trải qua nhiều thời điểm lịch sử VHNT Việt Nam. Từ thi ca, văn xuôi, báo chí, tới âm nhạc, hội họa...

Tính riêng cho giai đoạn 20 năm VHNT miền Nam (1954-1975) ở lãnh vực thi ca, với những người trẻ, lên đường đến với bộ môn văn học này, trước, sau điểm mốc 1960s, người ta đã thấy đó là một con số không nhỏ. Nổi bật trong đội ngũ những cây bút mới ở thời điểm vừa kể, có thể nhắc tới những tên tuổi thành danh sau này, như Thành Tôn, Luân Hoán, Hoàng Quy, Đynh Trầm Ca, Hoàng Lộc, Thái Tú Hạp v.v... Họ là những người rất sớm, có thơ đăng tải trong những tạp chí văn chương thời đó, như Bách Khoa, Văn Học, Văn...

So sánh với những bạn văn cùng thời với mình thì, Thái Tú Hạp cũng là một trong vài nhà thơ trẻ (ở giai đoạn đó), có thơ in thành sách sớm nhất. Thi phẩm *"Thèm Về"* của ông xuất bản từ năm 1970. (*)

Theo một vài tư liệu đã được phổ biến thì, Thái Tú Hạp làm thơ rất sớm, khoảng giữa thập niên 1950s. Tuy nhiên, phải đợi tới đầu thập niên 1960s, khi thơ ông được đăng tải nhiều trên tạp chí Bách Khoa, rồi Văn và một vài tạp chí khác, khi đó, người đọc mới biết nhiều, và chú ý đến tiếng thơ này.

Nhìn lại hành trình thi ca Thái Tú Hạp, tự thuở bắt đầu (tới hôm nay), những người theo dõi ông ghi nhận rằng: Thể thơ được họ Thái sử dụng nhiều nhất là Lục Bát.

Phải chăng, vì thể thơ êm ả, mượt mà như dòng suối hiền hòa này, thích hợp với bản chất đôn hậu, nhẹ nhàng của ông, trong đời thường, hơn những thể thơ khác?

"gặp nhau xưa bởi tình cờ
hỏi thăm lá gió hoài mơ mộng nầy
yêu em tình cũng heo may
rừng xuân chim hót trong cây nắng vàng..."

(Trích "Tình cờ") (1)

Hoặc:

"về đây tìm mảnh trăng gầy
cõi tâm sự rã như bầy sao rơi
nghe cồn cát lũ bãi khơi
chân xiêu xiêu bước về nơi huyệt sầu..."

(Trích "Về") (2)

Mặt khác, nội dung những bài lục bát của họ Thái thường trĩu nặng tính chất *"mang mang thiên cổ sầu"*. (3)

"chừ về với phố u sầu
với thành quách cũ lên mầu thời gian..."

(Trích "Buồn Hội An") (4)

380

Tính hoài cổ đậm đặc qua những bài lục bát của Thái Tú Hạp, cũng khiến người đọc liên tưởng tới lục bát Huy Cận như:

"mây sầu lững thấp âm u
hiu hiu thương nhớ vàng thu âm hài" (5)

Hoặc:

"chiều buồn nắng xẻ đôi sông
Ngày hoang liêu vỡ máu hồng trên cây" (6)

Tuy nhiên, vẫn với thể Lục Bát, họ Thái cũng đã đem đến cho người đọc nhiều hình ảnh mới, như:

"nghe chiều lành lạnh trong hồn
cái im vắng đến mỏi mòn thịt da"

(Trích "Sông chiều") (7)

Hoặc nữa:

"với em thị xã lỡ làng
lời ru tình Quảng Nam ngàn đau thương" (8)

Nói thế, không có nghĩa tác giả *"Thèm Về"* không tìm đến với nhiều thể thơ khác, như 5 chữ, 7 chữ, 8 chữ hay tự do...

Thí dụ:

"nét buồn xưa hiu hắt
trời cúi hôn trùng dương
cô liêu sầu cửa mắt
bao nhiêu là nhớ thương"

(Trích "Biển chiều") (9)

Hoặc:

"dòng sông đó mang tôi vào lịch sử
lòng quê hương còn dấu đạn căm thù
tháng năm buồn trôi qua bằng đau đớn
nghe chán chường trong hơi thở cô đơn".

(Trích "Lòng mẹ") (10)

Qua trích dẫn trên, tự thân những câu thơ đã cho thấy, Thái Tú Hạp không chỉ có những vần thơ "hoài cổ" mà, vì lớn lên, trưởng thành trong chiến tranh, bị động viên, nên những năm tháng quân ngũ, bom đạn ở miền Nam, cũng đã có một vị trí trong thơ ông. Và ưu tư của họ Thái về cuộc chiến đã phản ảnh khá rõ nét, trong những đoạn thơ còn lại trong bài "Lòng mẹ", như:

"chia tình xưa cánh chim về tám hướng
đời bơ vơ từng giấc ngủ muộn màng
mẹ già nua theo tuổi sầu côi cút
lo từng đêm súng vọng nẻo xa trường.
"niềm tin vỡ như lửa chiều sau núi
đất ngậm ngùi nuôi hạt giống tương lai
đến bao giờ tin con về mừng tủi?
cho mùa xuân chín đỏ mộng này mai."

Nhưng chiến tranh, ở khía cạnh nào trong thơ Thái Tú Hạp, cũng vẫn là những bầy tỏ nhẹ nhàng, ngay cả khi ông có đề cập tới súng đạn, hận thù, chết chóc, chia lìa...

Trong những năm tháng lưu lạc ở quê người, bên cạnh bản chất đôn hậu, nhân ái và, tinh thần "hoài cổ", họ Thái còn cho thấy thơ ông cũng mang nhiều tính thiền của một người thấu lẽ vô thường của kiếp người và vạn vật.

Với khá nhiều thi phẩm được xuất bản tại hải ngoại, Thái Tú Hạp, có hai thi phẩm được văn giới chú ý, nhắc nhở nhiều nhất, đó là *"Miền yêu dấu phương đông"* (1987) và *"Hạt bụi nào bay qua"* (1995).

Ghi nhận về một trong hai thi phẩm này, nhà văn Mai Thảo viết:

... "Một gắn bó sắt son và bất biến với giống nòi và nguồn gốc do nơi những rung động ở quê nhà ngày trước, trên quê hương người bây giờ, trước sau nhất quán, không bao giờ đổi thay. Những bài thơ trong sáng, êm đềm, như một thiền định nào đó

giữa hai giòng chữ. Đó là điều tôi ghi nhận được ở tư duy Thái Tú Hạp, ở cõi thơ và ngôn ngữ Thái Tú Hạp..."

Và Du Tử Lê:

... "Thi ca, với ông (TTH), không còn là những buộc ràng, những phản ánh nhân sinh. Thi ca với ông, không còn là những cánh cửa mở vào những vấn nạn đời thường, mà, thi ca với ông, càng ngày, càng cho thấy nó là một ngõ tương thông với trời đất, với những nguyên lý siêu hình. Trên những đường bay ngẫu hợp giữa trí tuệ và rung động, giữa ngôn ngữ (chỉ như chiếc thuyền chở người qua sông) và nhịp điệu (chỉ như những lượng sóng vỗ đâu đó giữa vô cùng lênh đênh) thơ Thái Tú Hạp đã "Đáo bỉ ngạn". Đã tới bến bờ thức ngộ về lẽ sinh diệt, lẽ hữu hạn và vô nghĩa của kiếp người. Chính từ sự đáo bỉ ngạn kia, do nơi đạt tới bến bờ nọ, đã thăng hoa tiếng thơ Thái Tú Hạp. Một thăng hoa an nhiên, tự tại, êm và lắng như cành hoa trong tay Phật và nụ cười của ngài Ca Diếp, năm xưa... Bằng cảm nhận đó, chúng ta sẽ bắt gặp rất nhiều cành hoa và nụ cười trong thơ Thái Tú Hạp hôm nay, ngay cả nơi những dòng thơ thế sự của ông..." (11)

(Calif. Mar. 5 – 2014)

Chú thích:

(*) Tất cả thơ Thái Tú Hạp chúng tôi trích dẫn trong bài viết này, do nhà thơ Thành Tôn cung cấp. Thay mặt độc giả, trân trọng cảm ơn nhà thơ Thành Tôn.

(1) Tạp chí Chính Văn số 2, Saigon, đề ngày 30 tháng 7-1972.

(2) Tạp chí Bách Khoa, Saigon, số 137, đề ngày 15-9-1962.

(3) Thơ Huy Cận.

(4), (5), (6), (7), (8), (9) Nđd.

(10) Tạp chí Văn, Saigon, số 18, đề ngày 15 tháng 9-1964.

(11) Trích "Thái Tú Hạp", Luân Hoán net.

Thái Tú Hạp, thơ.

Luân Hồi Có Nhau.

ta về tịch mặc ngàn hoa
lá cao vút đẫm mây qua đỉnh trời
nhân gian dành trọn cuộc chơi
ta cùng em hát bên đồi xuân xưa
nhất quán rồi- mộng mai sau
tâm vô lượng mở - có nhau luân hồi
cảm ơn thơ, cảm ơn đời
trăm năm nhật nguyệt, đầy vơi nghĩa tình.

Mùa Xuân Yêu Em.

dành tặng Ái Cầm

mùa xuân từ thuở yêu em
núi non xứ Quảng cũng mềm bước đi
hàng cây nẩy lộc thầm thì
nghe như giòng suối từ bi cội nguồn
mùa xuân từ độ bao dung
tiếng chung thuỷ ở, tiếng đường mật vui
tiếng hờn ghen, tiếng ngậm ngùi
tiếng đau dao cắt, tiếng mùi mẫm yêu
lúc khuya sớm thuở quê nghèo
lúc chinh chiến lửa phận treo tuổi mình
lúc ngã ngựa, khi tàn binh
lúc non cao vẫn trọn tình thăm nuôi
trùng dương u thảm phận người
quẩn quanh hải đảo tiếng cười đắng cay
xa rồi thác lũ trời tây
đời hư ảo thoáng chim bay cuối ngàn
đất trời thơm ngát lộc non
cho ta xuân thắm vô vàn yêu em.

384

Hạt Bụi Nào Bay Qua. (*)
Sáng ta thức dậy thấy nháy hoài con mắt trái
Chắc có niềm vui vừa đậu trên mi
Có phải tin em vừa nhắc đến ta
Đến bao tháng ngày chia ly buồn vời vợi
Hay tiếng con vừa réo gọi
Như tiếng chim vừa hót dễ thương
Nghe trong vườn xuân buổi sớm
Như nơi tiềm thức hoang vu
Hay hồn biển thu gợn sóng
Nòi giang hồ bỗng chạnh nhớ thương quê
Có phải không em đời mưa sa ngọn núi cây già
Và trên những bờ đá rêu phong
Cổ xưa nào tuổi không biết
Có ngờ đâu em từng sợi tóc bạc trắng mây trời
Từng nước mắt hòa nắm cơm khoai
Lặng thầm trong đắng cay tủi hờn
Từ trong cõi ưu tư sầu muộn, thân xác ta rã rời
Qua từng sát na mầu nhiệm, kiếp người hư vô

Trên những chồi non vừa nẩy lộc
Ta thấy đẹp như môi em
Như má hồng con trong nắng mới
Sao gần như tim và hun hút thẳm
Hạnh phúc nào mà chẳng xót xa
Tự do nào mà không khơi máu thắm
Không uất nghẹn hờn căm
Không nuôi thù, nuôi thù chất ngất
Trên những chồi non vừa nẩy lộc
Ta thấy đẹp như môi em
Trên những chồi non vừa nẩy lộc
Ta thấy đẹp như môi em.

(*) Lời ca khúc "Hạt Bụi Nào Bay qua" – Thơ Thái Tú Hạp. Nhạc Phạm
     Đình Chương.

Tô Thùy Yên, một trong những tiếng thơ lớn, của 20 năm văn chương Miền Nam.

Tô Thùy Yên, theo tôi, là một trong những nhà thơ của 20 năm văn học miền Nam, có ảnh hưởng rộng, lớn. Cái ảnh hưởng rộng, lớn ông có được, không phải vì ông cùng với Thanh Tâm Tuyền là hai "mũi nhọn xung kích" thổi bùng ngọn lửa thơ tự do ở miền Nam, như một số người ngộ nhận.

Sự thực, cùng với Thanh Tâm Tuyền, những người tận hiến tâm huyết mình, cho mục đích xiển dương thơ tự do ở miền Nam (giới hạn trong phạm vi tạp chí Sáng Tạo,) là Quách Thoại, Trần Dạ Từ, Trần Lê Nguyễn, Đỗ Quý Toàn, Ngọc Dũng, Người Sông Thương (bút hiệu của Nguyễn Sĩ Tế)... chứ không phải là Tô Thùy Yên. Những bài thơ của ông, được yêu thích nhất, cũng không phải là những bài thơ Tự Do mà, lại là thơ vần, điệu. Hoặc những bài ông dung hòa được đặc tính của thơ tự do và thơ cũ (như một số tác giả cùng thời khác đã thành công. Điển hình, như cố thi sĩ Nguyên Sa.)

Duyệt lại hành trình thi ca Tô Thùy Yên, 20 năm văn chương miền Nam, căn cứ trên mấy chục số tạp chí Sáng Tạo, từ bộ cũ đến bộ mới; bên cạnh những bài thơ tự do (rất ít), thì hầu hết những bài thơ ký tên Tô Thùy Yên là thơ có vần, điệu. Đôi khi vần, điệu của ông, nơi những bài thơ ấy, còn chặt chẽ hơn cả những thi sĩ thời tiền chiến nữa. Trong thể loại này, Tô Thùy Yên trội, bật nhất là thể thơ 7 chữ.

Bài thơ đầu tiên (?) của Tô Thùy Yên được giới thiệu trên Sáng Tạo, gây tiếng vang lớn và, dư âm của nó, kéo dài nhiều năm sau, là *"Cánh đồng con ngựa chuyến tàu"* viết tháng 4 năm 1956.

Bài thơ này có tất cả 15 câu, toàn vần "au." Rất chặt chẽ. Bài thơ, nguyên văn như sau:

"Trên cánh đồng hoang thuần một mầu
"Trên cánh đồng hoang dài đến đỗi
"Tàu chạy mau mà qua rất lâu.
"Tàu chạy mau, tàu chạy rất mau.
"Ngựa rượt tàu, rượt tàu, rượt tàu.
"Cỏ cây, cỏ cây lùi chóng mặt.
"Gò nổng cao rồi thung lũng sâu.
"Ngựa thở hào hển, thở hào hển.
"Tàu chạy mau, vẫn mau, vẫn mau.
"Mặt trời mọc xong, mặt trời lặn.
"Ngựa gục đầu, gục đầu, gục đầu.
"Cánh đồng, a! cánh đồng sắp hết.
"Tàu chạy mau, càng mau, càng mau.
"Ngựa ngã lăn mình mướt như cỏ,
"Chấm giữa nền nhung một vết nâu." (1)

Tôi nghĩ, có thể vì tính liên tục của cuộc rượt, đuổi giữa con ngựa và, chuyến tàu, nên tác giả đã cố tình không phân đoạn bài thơ của mình (?)

Nếu phân đoạn bài thơ trên với 4 câu cho mỗi khổ thơ, chúng ta sẽ có tất cả 4 khổ, mà khổ thơ chót, chỉ có 3 câu (Như thế đánh dấu sự bỏ cuộc, gục ngã bất ngờ, phút chót của ngựa?!.)

Dựa trên việc phân đoạn, để sự tìm hiểu bài thơ dễ dàng hơn; ghi nhận đầu tiên của tôi là, Tô Thùy Yên đã dùng âm "trắc" cho chữ cuối cùng của câu thứ hai – Nhưng không phải để hiệp vần "trắc" với chữ cuối cùng của câu thứ tư – Mà, nó chỉ là sự chuyển đổi vị trí. Bởi vì, ông vẫn cho hiệp vần "bằng" của các chữ cuối, ở những câu thứ nhất với các câu thứ ba và, thứ tư.

Nói về thơ 7 chữ, cũng như nói về thơ lục bát, những người có kinh nghiệm với cuộc chơi "chọn vần, lựa chữ," đều hiểu rằng, ngoài luật định hiệp vần, còn có luật định về nhịp điệu riêng của thể thơ này. .

Nhìn lại những nhà thơ tiền chiến, từng được mô tả là thành công với thể thơ 7 chữ, tôi nghĩ, chúng ta có thể nhắc tới Huy Cận, với bài "Tràng giang."

Khổ thơ thứ nhất của bài "Tràng giang", như sau:

"Sóng gợn tràng giang / buồn điệp điệp,
"Con thuyền xuôi mái / nước song song.
"Thuyền về nước lại, / sầu trăm ngả;
"Củi một cành khô / lạc mấy dòng." (2)

Tôi dùng dấu gạch chéo / slash để phân nhịp cho mỗi câu thơ. Kết quả, tất cả 4 câu thơ này, đều có nhịp 4/3.

Bước qua một bài thơ 7 chữ khác, cũng của Huy Cận, ta thấy, chúng cũng có chung một nhịp 4/3 như thế. Như bài "Vạn lý tình." Cũng đoạn thứ nhất:

"Người ở bên trời, / ta ở đây;
"chờ mong phương nọ, / ngóng phương nầy.
"Tương tư đôi chốn / tình ngàn dặm,
"Vạn lý sầu lên / núi tiếp mây." (3)

Nhịp 4/3 cũng là nhịp của hầu hết những bài thơ 7 chữ của Lưu Trọng Lư. Tôi xin chọn bài 7 chữ của ông, quen thuộc nhất với chúng ta. Bài "Nắng mới":

"Mỗi lần nắng mới / hắt bên song,
"Xao xác gà trưa / gáy não nùng;

"Lòng rượi buồn theo / thời dĩ vãng,
"Chập chờn sống lại / những ngày không." (4)

Ngay Xuân Diệu (người được coi là luôn có những đổi mới đáng kể về hình thức, cũng như tu từ,) cũng dùng nhịp 4/3 cho thơ 7 chữ của ông:

"Tôi nhớ Rimbaud / với Verlaine
"Hai chàng thi sĩ / choáng hơi men
"Say thơ xa lạ, / mê tình bạn,
"Khinh rẻ khuôn mòn, / bỏ lối quen."

(Trích Tình trai.) (5)

Nhưng Tô Thùy Yên đã cho thơ 7 chữ của ông một nhịp, điệu khác.

Trừ 2 câu đầu, và câu số 10, với nhịp 4/3 – Tất cả những câu còn lại của bài *"Cánh đồng con ngựa chuyến tàu,"* đều ở nhịp 3/ 4, ở những câu số 3, 4. Nhịp 3/2/2, ở những câu số 5, 9, 11, 13. Hoặc nhịp 2/5, ở những câu số 6, 14. Thậm chí ông còn cho câu số 12 của ông, một nhịp lạ hơn nữa. Đó là nhịp 2/1/4: *"Cánh đồng, a! cánh đồng sắp hết."*

Tuy nhiên, bài thơ không chỉ tạo được sự chú ý chỉ bởi nhịp đi mới mẻ của nó! Sâu xa hơn, theo tôi, lại là những gì kín, khuất, sau phần hình thức vừa kể.

Tôi nghĩ, hình ảnh con ngựa rượt, đuổi chuyến tàu, với phông nền là những cánh đồng nối nhau, hút mắt; là một bức tranh sống động vẽ bằng... ngôn ngữ. Sức sống động mạnh mẽ tới độ, chúng cho ta cảm tưởng tác giả đã chụp được một bức ảnh thời gian... Bằng tài năng đặc biệt của mình.

Lại nữa, sự đuối sức, đầu hàng, từ giã cuộc đua của con ngựa, vẫn theo tôi, là một ẩn dụ, nhắc nhở rằng: Ý chí, sức mạnh của con người, dù kiên quyết, lớn lao tới đâu, cũng vẫn bị lưỡi dao hữu hạn, đời người, chém đứt!.!

Nói cách khác, bất lực trước, sau, vẫn là thuộc tính của con người, khi con người phải đối diện với chiều dài thời gian. Vô tận.

Đọc lại bài thơ, một lần nữa, về phương diện nhịp, điệu, tôi chợt có cảm nhận rằng, khi Tô Thùy Yên chọn cho bài 7 chữ này của ông, những nhịp đi gập ghềnh, có dễ ông cũng muốn cho người đọc liên tưởng tới những hơi thở không đều của chuyến tàu, con ngựa trong cuộc rượt. Một cuộc rượt, đuổi với tốc độ "tàu chạy mau mà qua rất lâu," hay "tàu chạy mau, tàu chạy rất mau"... dẫn tới kết quả là những hơi thở "hào hển" hoặc, "cúi đầu"...

Mọi ẩn dụ, liên tưởng mà, bài thơ đem được, đến cho người đọc, theo tôi là những chiếc chìa khóa quý giá, để độc giả được quyền thênh thang bay bổng, phiêu hốt trong đất, trời rất tư, riêng, của bài thơ ấy – Dù cho (cũng dễ hiểu thôi,) nếu những cảm nhận của độc giả, thường... xa lạ, không ăn nhằm, chẳng liên hệ gì, tới tình, ý (mơ hồ?) của tác giả, khi sáng tác!.

Nhưng, điều đó, cũng chỉ có thể xẩy đến cho những bài thơ hay, đi ra từ những tài thơ lớn. Mà, *"Cánh đồng con ngựa chuyến tàu,"* là một thí dụ.

.

Một nét đặc thù khác trong thơ Tô Thùy Yên là chủ tâm sử dụng khá nhiều ngôn ngữ Nam... rặc. Chủ tâm này rất đáng kể; nếu người đọc nhớ lại rằng, đó là những câu thơ được viết trong khoảng thời gian 1956 tới 1975, trên một diễn đàn cổ súy văn chương... mới. Chúng ta có thể tìm thấy nhiều ngôn ngữ đặc biệt kia, trong Tô Thùy Yên Thơ Tuyển (TTY/TT) in năm 1995, tại Hoa Kỳ. Như trong bài *"Anh hùng tận,"* ông viết:

"Dựng súng trường, cởi nón sắt
"Đơn vị dừng quân trọn buổi chiều.
"Trọn buổi chiều, ta <u>nhậu nhẹt.</u>
"<u>Mồi</u> chẳng bao nhiêu, rượu rất nhiều.
(...)
"<u>Thiệt tình</u>, tên bạn ta không nhớ

"Nhưng mà trông mặt thấy quen quen."
(...)
"Tiếng hò mời <u>dzô, dzô</u> tở mở,
"Muỗi thủy triều chừng cũng giạt ra..."
(Trích TTY/TT.)

Hay một số chữ trong bài "Mòn gót chân sương nắng tháng năm":

"Vụt đuốc đi thằm đến mãn kiếp,
"<u>Lèm bèm</u> ú ớ chuyện nhân gian,"
(...)
"Sáng ngày, đời giật mình ngơ ngác,
"Mường tượng đôi ba chuyện <u>bắt quàng</u>."
(...)
"Ta lại trồi lên dương thế <u>rộn,</u>
"Ngày ngày ra bãi vắng vời trông..."

Hoặc:

"Ra đi như nước ao <u>lền đặc</u>"
(Trong bài "Và rồi tất cả sẽ nguôi ngoai," TTY/TT.)

"Thế giới <u>làm sàm</u> điếc lác nặng"
(Trong bài "Bất tận nỗi đời hung hãn đó," TTY/TT."

Như đã nói, 7 chữ là đường kiếm lấp lánh nhất, trong cõi thơ Tô Thùy Yên, 20 năm, miền Nam. (Ngay bài thơ nổi tiếng "Ta về" Tô Thùy Yên viết tháng 7 năm 1985, hơn mười năm sau thời điểm vừa kể, cũng là thơ 7 chữ.)

Căn cứ vào tập TTY / TT, do chính tác giả xuất bản, tính riêng số thơ sáng tác trước tháng 4 năm 1975 của ông, có tất cả 21 bài; thì hết 14 bài viết theo thể 7 chữ. Bảy bài còn lại, dành cho tất cả những thể thơ khác.

Hầu hết thơ 7 chữ của Tô Thùy Yên đều đậm tính "khẩu khí!" Rõ hơn, ông mượn loại thơ này, để bày tỏ tâm sự mình trước thế sự. Cái tâm sự kẻ sĩ ngao ngán, bất mãn trước thời cuộc và, kiếp người. Khi viết loại này, các thi sĩ thường chọn thể loại "Hành."

Chỉ có thể loại này, mới giúp tác giả hiển lộ tính cảm thán của mình. Đồng thời, nó cũng dễ gợi, khêu trong tâm hồn người đọc, cái phong vị hoài cổ. Chính vì thế mà, khi chọn thể loại "Hành," ngoài yếu tố thơ 7 chữ, các tác giả thường xưng "ta với ngươi," hoặc "ta với người." Dường như các thi sĩ không bao giờ dùng nhân xưng đại danh tự "tôi!" Có dễ vì nó không thích hợp với phong cách ngang tàng, chán chường, bất cần đời mà, dạng thơ này, cung ứng.

Nói về những bài "Hành" nổi tiếng từ thời tiền chiến, người ta thường nghĩ Thâm Tâm (6) với "Tống biệt hành;" và Nguyễn Bính (7) với "Hành phương nam."

"Tống biệt hành" của Thâm Tâm ngắn hơn "Hành phương nam" của Nguyễn Bính. Nhưng bù lại, bài "hành" của Thâm Tâm không dùng một điển tích nào, trong khi Nguyễn Bính thì có.

Bài "Tống biệt hành" của Thâm Tâm có những câu như:

"Đưa người ta chỉ đưa người ấy
"Một giã gia đình, một dửng dưng...
"- Ly khách! Ly khách! Con đường nhỏ,
"Chí nhớn chưa về, bàn tay không,
"Thì không bao giờ nói trở lại!
"Ba năm, mẹ già cũng đừng mong."
(...)

"Người đi? Ừ nhỉ, người đi thực!
"Mẹ thà coi như chiếc lá bay,
"Chị thà coi như là hạt bụi,
"Em thà coi như hơi rượu say."

(Trích "Thi Nhân Việt Nam" của Hoài Thanh, Hoài Chân; nhà Văn Học Hà Nội, 1988.)

Và bài "Hành phương nam' của Nguyễn Bính, có những câu như:

"Ngươi ơi buồn lắm mà không khóc
"Mà vẫn cười qua chén rượu này
"Vẫn dám ăn tiêu cho đến hết
"Ngày mai ra sao rồi sẽ hay.
"Ngày mai, có nghĩa gì đâu nhỉ?
"Cốt nhất cười vui trọn tối nay.
"Rẫy ruồng châu ngọc, thù son phấn
"Mắt đỏ lên rồi, cứ chết ngay.

(...)

"Ta đi nhưng biết về đâu chứ?
"Đã dấy phong yên khắp bốn trời
"Thà cứ ở đây ngồi giữa chợ
"Uống say mà gọi thế nhân ơi!
"Thế nhân mắt trắng như ngân nhũ
"Ta với nhà ngươi cả tiếng cười
"Dằn chén hất cao đầu cỏ dại
"Hát rằng phương Nam ta với ngươi
"Ngươi ơi! Ngươi ơi! Hề! Ngươi ơi!..."
Nguyễn Bính, Đa kao 1943.

(Theo dactrung.com)

Qua tới Tô Thùy Yên, tất cả những chữ "ngươi," được thay thế bằng "bạn":

"Tới đây toàn những tay hào sĩ
"Sống chết không làm thắt ruột gan.
"Cũng không ai nhắc gì thân thế
"Có vợ con mà như độc thân.
"Bạn hỏi thăm ta cho có lệ"

(...)

"Người thuở trước tìm vàng khẩn đất
"Tiêu xác thân, để lại oan hồn
"Ngày nay, ta bạn đến đây nữa
"Đất thì không khẩn, vàng không tìm...
"Bạn nhủ ta: đừng hỏi khó
"Uống mất ngon vì chuyện loạn tâm..."
(TTY/TT.)

Đôi khi, nhân vật thứ hai trong những bài "Hành" của Tô Thùy Yên, là kẻ vắng mặt. Kẻ "vắng mặt" ở đây, khi là thiên, địa; lúc là lẽ tử, sinh:

"Nên ta phó mặc cho trời đất
"Trời đất vô ngôn lại bất nhân.
"Nên ta lẳng lặng đi đi khuất
"Trong lãng quên xanh hút thời gian.'

(...)

"Trăng, bạn hiền xưa giờ tái ngộ
"Ta thức đêm nay chơi với trăng,
"Nghĩ tội thương sau này, mãi mãi
"Quanh mồ ta, trăng phải lang thang."
Hay:

"Những người thuở trước bây giờ lạc
"Trong dã sử nào như bóng mây,
"Trong trí nhớ nào như giọng hát.
"Hỡi ôi, trời đất lạnh tình thay!"
(TTY/TT.)

Có lần, "nhân vật vắng mặt" kia, được ông mệnh danh là "Hiu Quạnh lớn":

"Mùa đông Bắc, gió miên man thổi
"Khiến cả lòng ta cũng rách tưa.
"Ta hỏi han, hề, Hiu Quạnh lớn
"Mà Hiu Quạnh lớn vẫn làm ngơ..."
(TTY/TT.)

Ai làm ngơ? Thiên, địa; lẽ tử, sinh hay, tự thân cuộc đời đã vốn là một lãng quên, lớn?

Về phương diện ngữ pháp, tôi nghĩ, trước Tô Thùy Yên (vẫn với thể thơ 7 chữ,) là một trong số ít tác giả có những câu thơ như:

"Mưa lâu, trời mốc buồn hôi xưa.
"Con đường đáo nhậm xa như nhớ..."
(Trong "Qua sông," TTY/TT.)

Hay:

"Đôi bàn tay vỗ nháng âm thanh.
(...)
"Cỏ cây lưu gió khóc mơ màng...
(...)
"Gió thổi chai người đứng lặng thinh."
(Trong "Mòn gót chân sương nắng tháng năm," TTY/TT.)

Hoặc:

"Ta dậy khi gà truyền nhiễm gáy,
"Chân trời rách đỏ vết thương dài.
(...)
"Còn lại chăng chút u hoài mốc.
(...)
"Ngọn cây, ô! đã giát hoàng hôn.
(Trong "Hề, ta trở lại căn nhà cỏ," TTY/TT.)

Tô Thùy Yên cũng như nhiều tác giả khác, từ đông qua tây, thường đối diện với những câu hỏi lớn mang tính siêu hình. Khi đề cập tới những vấn đề này, ông cho thấy sự dứt khoát đi tới một cách quyết liệt, không khoan nhượng. Ông không chỉ đặt vấn đề về ý nghĩa rốt ráo của thân phận con người; như con người được sinh ra từ đâu? Để làm gì? Rồi, sau khi chết, con người sẽ đi về đâu? Hay sự thực cuối cùng, thảm hại thay, tất cả cũng chỉ là hư không:

"Con chim nhào chết khô trên cửa,
"Cửa đóng tự ngàn năm bặt âm.
"Như đạo bùa thiêng yểm cổ mộ.
"Sao người khai giải chưa về thăm?"
(Trong "Góa phụ," TTY/TT.)

Hay:

"Ta thấy mặt tinh cầu xếp nếp
"Như lằn nhăn tuổi tác hư không..."
(Trong "Và rồi tất cả sẽ nguôi ngoai," TTY/TT.)

Với thơ Tô Thùy Yên, tôi không biết có một tương quan hữu cơ nào chăng, giữa con người, sự chết và, Thượng đế:

"Vì bom đạn bất dung,
"Thi thể chẳng ai thâu,
"Nào có chi đáng kể..."
(Trong chiều trên phá tam Giang," TTY/TT.)

Hay:

"Ngọn đèn hư ảo chong linh vị
"Thắp trắng thời gian mái tóc em."
(Trong Góa phụ, TTY/TT.)

Hoặc:

"Ta bằng lòng phận que diêm tắt,
"Chỉ giận sao mồi lửa cháy suông.

(Trong "Tưởng tượng ta về nơi bản trạch," TTY/TT.)

Chưa kể, ông luôn cho người đọc như tôi, cảm nhận, với ông, chiến tranh cũng là một thứ thuộc tính của nhân loại, kiếp người:

"Tiếp tế khó - đôi lần phải lục
"Trên người bạn gục đạn mươi viên.
"Di tản khó – sâu dòi lúc nhúc
"Trong vết thương người bạn nín rên.
"Người chết mấy ngày chưa lấy xác,
"Thây sình, mặt nát, lạch mương tanh..."

(Trong "Qua sông," TTY/TT.)

Hoặc:

"Cỏ cây sống chết không ta than.
"Em khóc hoài chi lẽ diệt sinh?"

(Trong "Góa phụ," TTY/TT.)

Phải chăng, Tô Thùy Yên chọn lựa sự có mặt của mình, như một đối đầu sống, mái trước Thượng đế; dù có thể ông những hiểu rằng, cách gì, con người, cuối cùng cũng chỉ là một thứ con tin, trong vòng tay gai độc của định mệnh. Ông viết:

"Có đọc thuộc thánh thư,
"Linh hồn tôi vẫn vậy.
"Tôi vẫn không thể lạy
"Dù đứng trước hư vô.
(...)
"Đầu tôi cứng và trơn,

(Trong "Thân phận của thi sĩ," TTY/TT.)

.

Dù đứng ở góc độ nhân sinh, chủ quan nào, chấp nhận hay, ruồng rẫy tiếng thơ Tô Thùy Yên (8), tôi vẫn trân trọng kính mời quý độc giả, cùng tôi đọc lại bài "Trường sa hành," của ông – Mà, theo tôi, là một trong dăm bài Hành hay nhất, của văn học, nghệ thuật miền Nam, 20 năm:

Trường Sa Hành.

Trường Sa! Trường Sa! Đảo chuếnh choáng!
Thăm thẳm sầu vây trắng bốn bề.
Lính thú mươi người lạ sóng nước,
Đêm nằm còn tưởng đảo trôi đi.

Mùa Đông Bắc, gió miên man thổi
Khiến cả lòng ta cũng rách tưa.
Ta hỏi han, hề, Hiu Quạnh lớn
Mà Hiu Quạnh Lớn vẫn làm ngơ.

Đảo hoang vắng cả hồn ma quỷ.
Thảo mộc thời nguyên thuỷ lạ tên
Mỗi ngày mỗi đắp xanh rờn lạnh
Lên xác thân người mãi đứng yên.

Bốn trăm hải lý nhớ không tới.
Ta khóc cười như tự bạo hành,
Dập giận vác khòm lưng nhẫn nhục,
Đường thân thế lỡ, cố đi nhanh.

Sóng thiên cổ khóc, biển tang chế.
Hữu hạn nào không tủi nhỏ nhoi?
Tiếc ta chẳng được bao nhiêu lệ
Nên tưởng trùng dương khóc trắng trời.

Mùa gió xoay chiều, gió khốc liệt,
Bãi Đông lở mất, bãi Tây bồi.

Dăm cây bật gốc chờ tan xác,
Có hối ra đời chẳng chọn nơi?

Trong làn nước vịnh xanh lơ mộng,
Những cụm rong óng ả bập bềnh
Như những tầng buồn lay động mãi
Dưới hồn ta tịch mịch long lanh.

Mặt trời chiều rã rưng rưng biển.
Vầng khói chim đen thảng thốt quần.
Kinh động đất trời như cháy đảo.
Ta nghe chừng phỏng khắp châu thân.

Ta ngồi bên đống lửa man rợ,
Hong tóc râu, chờ chín miếng mồi,
Nghe cây dừa ngất gió trùng điệp
Suốt kiếp đau dài nỗi tả tơi.

Chú em hãy hát, hát thật lớn
Những điệu vui, bất kể điệu nào
Cho ấm bữa cơm chiều viễn xứ,
Cho mái đầu ta chớ cúi sâu.

Ai hét trong lòng ta mỗi lúc
Như người bị bức tử canh khuya,
Xé toang từng mảng đời tê điếng
Mà gửi cùng mây, đỏ thảm thê.

Ta nói với từng tinh tú một,
Hằng đêm, tất cả chuyện trong lòng.
Bãi lân tinh thức, âm u sáng.
Ta thấy đầu ta cũng sáng trưng.

Đất liền, ta gọi, nghe ta không?
Đập hoảng Vô Biên, tín hiệu trùng.
Mở, mở giùm ta khoảng cách đặc.
Con chim động giấc gào cô đơn.

Ngày. Ngày trắng chói chang như giũa.
Ánh sáng vang lừng điệu múa điên.
Mái tóc sầu nung từng sợi đỏ
Kêu dòn như tiếng nứt hoa niên.

Ôi lũ cây gầy ven bãi sụp,
Rễ bung còn gượng cuộc tồn sinh,
Gắng tươi cho đến ngày trôi ngã
Hay đến ngày bờ tái tạo xanh.

San hô mọc tủa thêm cành nhánh.
Những nỗi niềm kia cũng mãn khai.
Thời gian kết đá mốc u tịch,
Ta lấy làm bia tưởng niệm Người.
3-1974.

(Theo TTY/TT.)

Chú thích:

(1) Trích "Tô Thùy Yên / Thơ Tuyển." Tác giả xuất bản, 1995, Hoa Kỳ. Tr. 13.

(2,) (3,) (4,) (5): Nhà xuất bản Đồng Nai, tủ sách thơ Việt Nam.

(6) Nhà thơ Thâm Tâm tên thật Nguyễn Tuấn Trình. Ông sinh ngày 12 tháng 5 năm 1917, tỉnh Hải Dương; mất ngày 18 tháng 8 năm 1950 ở gần Việt Bắc.

(7) Nhà thơ Nguyễn Bính, tên thật Nguyễn Trọng Bính. Ông sinh năm 1918 tại Vụ Bản, tỉnh Nam Định; mất ngày 20 tháng 1 năm 1966 ở nhà một người bạn, thuộc tỉnh Hà Nam.

(8) Tên thật Đinh Thành Tiên, Tô Thùy Yên sinh ngày 20 tháng 10 năm 1938 tại Gia Định. Ông có thơ đăng trên báo Đời Mới (thập niên 1950,) trước khi xuất hiện trên tạp chí Sáng Tạo. Sau 30-4-1975, ông bị nhà cầm quyền CS cầm tù 3 lần; tổng cộng gần 13 năm. Cùng gia đình, Tô Thùy Yên hiện cư ngụ tại thành phố Houston, Texas.

Tô Thùy Yên, thơ.

Ta Về.

Ta về - một bóng trên đường lớn
Thơ chẳng ai đề vạt áo phai...
Sao bỗng nghe đau mềm phế phủ?
Mười năm, đá cũng ngậm ngùi thay

Vĩnh biệt ta-mười-năm chết dấp
Chốn rừng thiêng im tiếng nghìn thu
Mười năm, mặt xạm soi khe nước
Ta hóa thân thành vượn cổ sơ

Ta về qua những truông cùng phá
Nếp trán nhăn đùa ngọn gió may
Ta ngẩn ngơ trông trời đất cũ
Nghe tàn cát bụi tháng năm bay

Chỉ có thế. Trời câm đất nín
Đời im lìm đóng váng xanh xao
Mười năm, thế giới già trông thấy
Đất bạc màu đi, đất bạc màu...

Ta về như bóng chim qua trễ
Cho vội vàng thêm gió cuối mùa
Ai đứng trông vời mây nước đó
Ngàn năm râu tóc bạc phơ phơ

Một đời được mấy điều mong ước?
Núi lở sông bồi đã lắm khi...
Lịch sử ngơi đi nhiều tiếng động
Mười năm, cổ lục đã ai ghi?

Ta về cúi mái đầu sương điểm
Nghe nặng từ tâm lượng đất trời
Cảm ơn hoa đã vì ta nở
Thế giới vui từ mỗi lẻ loi

Tưởng tượng nhà nhà đang mở cửa
Làng ta, ngựa đá đã qua sông
Người đi như cá theo con nước
Trống ngũ liên nôn nả gióng mừng

Ta về như lá rơi về cội
Bếp lửa nhân quần ấm tối nay
Chút rượu hồng đây, xin rưới xuống
Giải oan cho cuộc biển dâu này

Ta khóc tạ ơn đời máu chảy
Ruột mềm như đá dưới chân ta
Mười năm chớp bể mưa nguồn đó
Người thức nghe buồn tận cõi xa

Ta về như hạt sương trên cỏ
Kết tụ sầu nhân thế chuyển dời
Bé bỏng cũng thì sinh, dị, diệt
Tội tình chi lắm nữa, người ơi!

Quán dốc hơi thu lùa nỗi nhớ
Mười năm, người tỏ mặt nhau đây
Nước non ngàn dặm, bèo mây hỡi
Đành uống lưng thôi bát nước mời

Ta về như sợi tơ trời trắng
Chấp chới trôi buồn với nắng hanh
Ai gọi ai đi ngoài quãng vắng?
Phải, ôi vàng đá nhắn quan san?

Lời thề truyền kiếp còn mang nặng
Nên mắc tình đời cởi chẳng ra
Ta nhớ người xa ngoài nỗi nhớ
Mười năm, ta vẫn cứ là ta

Ta về như tứ thơ xiêu tán
Trong cõi hoang đường trắng lãng quên
Nhà cũ, mừng còn nguyên mái, vách
Nhện giăng, khói ám, mối xông nền

Mọi thứ không còn ngăn nắp cũ
Nhà thương khó quá, sống thờ ơ
Giậu nghiêng cổng đổ, thềm um cỏ
Khách cũ không còn, khách mới thưa...

Ta về khai giải bùa thiêng yểm
Thức dậy đi nào, gỗ đá ơi!
Hãy kể lại mười năm mộng dữ
Một lần kể lại để rồi thôi

Chiều nay, ta sẽ đi thơ thẩn
Thăm hỏi từng cây những nỗi nhà
Hoa bưởi, hoa tầm xuân có nở?
Mười năm, cây có nhớ người xa?

Ta về như đứa con phung phá
Khánh kiệt đời trong cuộc biển dâu
Mười năm, con đã già như vậy
Huống mẹ cha, đèn sắp cạn dầu...

Con gẫm lại đời con thất bát
Hứa trăm điều, một chẳng làm nên
Đời qua, lớp lớp tàn hư huyễn
Hạt lệ sương thầm khóc biến thiên

Ta về như tiếng kêu đồng vọng
Rau mác lên bờ đã trổ bông
Cho dẫu ngàn năm, em vẫn đứng
Chờ anh như biển vẫn chờ sông

Ta gọi thời gian sau cánh cửa
Nỗi mừng ràn rụa mắt ai sâu
Ta nghe như máu ân tình chảy
Tự kiếp xưa nào tưởng lạc nhau

Ta về dẫu phải đi chân đất
Khắp thế gian này để gặp em
Đau khổ riêng gì nơi gió cát...
Hè nhà, bụi chuối thức thâu đêm

Cây bưởi xưa còn nhớ trắng hoa
Đêm chưa khuya lắm, hỡi trăng tà!
Tình xưa như tuổi già không ngủ
Bước chạm khua từng nỗi xót xa

Ta về như giấc mơ thần bí
Tuổi nhỏ đi tìm những tối vui
Trăng sáng lưu hồn ta vết phỏng
Trọn đời, nỗi nhớ sáng không nguôi

Bé ơi, này những vui buồn cũ
Hãy sống, đương đầu với lãng quên
Con dế vẫn là con dế ấy
Hát rong bờ cỏ, giọng thân quen

Ta về như nước tào khê chảy
Tình đầu mười năm luống nhạt mờ
Thân thích những ai giờ đã khuất?
Cõi đời nghe trống trải hơn xưa

Người chết đưa ta cùng xuống mộ
Đêm buồn, ai nữa đứng bờ ao
Khóc người, ta khóc ta rơi rụng
Tuổi hạc, ôi ngày một một hao

Ta về như bóng ma hờn tủi
Lục lại thời gian, kiếm chính mình
Ta nhặt mà thương từng phế liệu
Như từng hài cốt sắp vô danh

Ngồi đây, nền cũ nhà hương hỏa
Đọc lại bài thơ buổi thiếu thời
Ai đó trong hồn ta thổn thức?
Vầng trăng còn tiếc cuộc rong chơi

Ta về như hạc vàng thương nhớ
Một thuở trần gian bay lướt qua
Ta tiếc đời ta sao hữu hạn
Đành không trải hết được lòng ta
7-1985

(Nguồn: Tô Thùy Yên, Thơ tuyển,. Tác giả XB, Minnesota, 1995)

Chiều Trên Phá Tam Giang.

1.
Chiếc trực thăng bay là mặt nước
Như cơn mộng nhanh
Phá Tam Giang, phá Tam Giang

406

Bờ bãi hỗn mang, dòng bát ngát
Cát hôn mê, nước miệt mài trôi
Ngó xuống cảm thương người lỡ bước
Trời nước mông mênh, thân nhỏ nhoi
Phá Tam Giang, phá Tam Giang
Nhớ câu ca dao sầu vạn cổ
Chiều dòn tan, nắng đọng nứt ran ran
Trời thơm nước, thơm cây, thơm xác rạ
Thơm cả thiết tha đời
Rào rào trận gió nhám mặt mũi
Rào rào trận buồn ngây chân tay

Ta ngó thấy ghe thuyền quần tụ
Từng đoàn như trẻ nhỏ ghê ma
Ta ngó thấy thuỳ dương gãy rủ
Từng cây như nỗi bất an già
Ta ngó thấy rào chà cản nước
Từng hàng như nỗ lực lao đao
Ta ngó thấy nhà cửa trốc nóc
Từng ngôi như mặt đất đang gào
Vì sao ngươi tới đây?
Hỡi gã cộng quân sốt rét, đói
Xích lời nguyền sinh Bắc, tử Nam
Vì sao ta tới đây?
Lòng xót xa, thân xác mỏi mòn
Dưới mắt người làm tên lính nguỵ

Ví dầu ngươi bắn rụng ta
Như tiếng hét
Xé hư không bặt im
Chuyện cũng thành vô ích
Ví dầu ngươi gục
Vì bom đạn bất dung
Thi thể chẳng ai thâu

Nào có chi đáng kể
Nghĩ cho cùng, nghĩ cho cùng
Ví dầu các việc ngươi làm, các việc ta làm
Có cùng gom góp lại
Mặt đất này đổi khác được bao nhiêu?
Ngươi há chẳng thấy sao
Phá Tam Giang, phá Tam Giang ngày rày đâu đã cạn?

Ta phá lên cười, ta phá lên cười
Khi tưởng tượng ngươi cùng ta gặp gỡ
Ở cõi âm nào ngươi vốn không tin
Hỏi nhau chơi thoả chút tính bông đùa:
Ngươi cùng ta ai thật sự hy sinh
Cho tổ quốc Việt Nam - một tổ quốc...?
Các việc ngươi làm
Ngươi tưởng chừng ghê gớm lắm
Các việc ta làm
Ta xét thấy chẳng ra chi
Nên ngươi hăng điên, còn ta ảm đạm
Khi cùng làm những việc như nhau

Ta tự hỏi vì sao
(Còn ngươi, có bao giờ ngươi tự hỏi?)
Và ta tự trả lời
(Có bao giờ ngươi tự trả lời?)
Chúng ta khác nào cánh quạt phi cơ
Phải quạt, phải quạt
Chỉ vì nó phải quạt
Ta thương ta yếu hèn
Ta thương ngươi khờ khạo
Nên cả hai cùng cam phận quay cuồng
Nên cả hai cùng mắc đường Lịch Sử
Cùng mê sa một con đĩ thập thành

Chiều trên phá Tam Giang rộn ràng tiếng chiến trận
Chiều trên phá Tam Giang im lìm âm cảm thông

2.
Chiều trên phá Tam Giang
Anh sực nhớ em
Nhớ bất tận

Giờ này thương xá sắp đóng cửa
Người lao công quét dọn hành lang
Những tủ kính tối om
Giờ này thành phố chợt bùng lên
Để rồi tắt nghỉ sớm
(Sài Gòn nới rộng giờ giới nghiêm
Sài Gòn không còn buổi tối nữa)
Giờ này có thể trời đang nắng
Em rời thư viện đi rong chơi
Dưới đôi vòm cây ủ yên tĩnh
Viền dòng trời ngọc thạch len trôi

Nghĩ tới ngày thi tương lai thúc hối
Căn phòng cao ốc vàng võ ánh đèn
Quyển sách mở sâu đêm
Nghĩ tới người mẹ đăm chiêu, đứa em quái quỷ
Nghĩ tới đủ thứ chuyện tầm thường
Mà cô gái nào cũng nghĩ tới
Rồi nghĩ tới anh, nghĩ tới anh
Một cách tự nhiên và khốn khổ
Giờ này có thể trời đang mưa
Em đi nép hàng hiên sướt mướt
Nhìn bong bóng nước chạy trên hè
Như những đoá hoa nở gấp rút
Rồi có thể em vào một quán nước quen
Nơi chúng ta thường hẹn gặp

Buông tâm trí bập bềnh trên những đợt lao xao
Giữa những đám ghế bàn quạnh quẽ

Nghĩ tới anh, nghĩ tới anh
Cơn nghĩ tới không sao cầm giữ nổi
Như dòng lệ nào bất giác rơi tuôn
Nghĩ tới, nghĩ tới một điều hệ trọng vô cùng
Của chiến tranh mà em không biết rõ
Nghĩ tới, nghĩ tới một điều hệ trọng vô cùng
Một điều em sợ phải nghĩ tới
Giờ này thành phố chợt bùng lên

Chiều trên phá Tam Giang
Anh sực nhớ em
Nhớ bất tận

Anh yêu em, yêu nuối tuổi hai mươi
Rực chiếu bao nhiêu giấc mộng đua đòi
Như những mặt trời con thật dễ thương
Sẽ rơi rụng dọc đường lên dốc tuổi
Mỗi sáng trưa chiều tối đêm khuya
Anh yêu em, yêu nuối tuổi hai mươi
Coi chuyện đó như lần đi tuyệt tích
Trong nước trời lãng đãng nghìn trùng
Không nghe thấy cả tiếng mình độc thoại
Anh yêu em, yêu nuối tuổi hai mươi
Thấy trong lòng đời nở thật lẻ loi
Một cành mai nhị độ
Thấy tình yêu như vận hội tàn đời
Để xé mình khỏi ác mộng
Mà người đàn ông mê tưởng suốt thanh xuân

Ôi tình yêu, bằng chứng huy hoàng của thất bại!

3.
Chiều trên phá Tam Giang
Mày nhìn con nước xiết
Chảy băng bờ bãi ngổn ngang câm
Nghĩ tới, nghĩ tới những công trình mày có thể hoàn thành
Mà rồi mày bỏ dở
Nghĩ tới kiếp người đang lỡ độ đường
Trên mịt mùng nghi hoặc
Nghĩ tới thanh xuân mất tích tự đời nào
Còn lưu hậu chua cay hoài vọng
Nghĩ tới khu vườn ẩn cư cỏ cây khuất lấp
Căn nhà ma ám chầy ngày gió thổi miên man
Đụt tuổi già bình an vô tích sự
Như lau lách bờm sờm trên mặt sông nhăn
Cùng cái chết
Cái chết lâu như nỗi héo hon dần
Làm chính mình bực bội
Gió muôn ngàn năm thổi lẽ tuần hoàn
Cho cỏ cây thay đời đổi kiếp
Và mày kinh sợ nghe nhắc điều vượt sức bình sinh
Bởi mày không đủ dạn dày trình diễn tới lui cơn thất chí
Như gã hề cuồng mưu sinh giữa chốn đông người
Với từng ấy tấn tuồng bần tiện
Rút ra từ lịch sử u mê
Gió thổi thêm đi, gió thổi thêm đi
Cho cỏ cây mau chết, mau hồi sinh
Mày mặc kệ

Chiều trên phá Tam Giang
Có gã hề cuồng buông tiếng cười lạnh rợn
Khiến bầy ác thú mà lịch sử sanh cầm cũng chợt hãi hùng
Dớn dác ngó
6-1972
(Nguồn: Tô Thùy Yên, Thơ tuyển. Tác giả XB. Minesota, 1995)

Anh Hùng Tận.

Dựng súng trường, cởi nón sắt
Đơn vị dừng quân trọn buổi chiều
Trọn buổi chiều, ta nhậu nhẹt
Mồi chẳng bao nhiêu, rượu rất nhiều
Đây ngã ba sông, làng sát nước
Xuồng ba lá đậu kế chân bàn
Trời mới tạnh mưa còn thấp ướt
Lục bình, mây mỏi chuyến lang thang
Mấy kẻ gặp nhau nào có hẹn
Nên gặp nhau không giấu nỗi mừng
Ta gạn dăm lời thơ tặng bạn
Dẫu từ lâu bỏ việc văn chương
Thiệt tình, tên bạn ta không nhớ
Nhưng mà trông mặt thấy quen quen

Hề chi, ta uống cho say đã
Nào có ra gì một cái tên...
Tới đây toàn những tay hào sĩ
Sống chết không làm thắt ruột gan
Cũng không ai nhắc gì thân thế
Có vợ con mà như độc thân
Bạn hỏi thăm ta cho có lệ
Cuộc đời binh nghiệp. Ta cười bung:
Còn mươi tháng nữa lên trung úy
Có thể ngày mai chửa biết chừng...
Mặt bạn, mặt ta còn trắng cả
Như mặt trời chiều mới tạnh mưa
Tiếng hò mời dzô, dzô tở mở
Muỗi thủy triều chừng cũng giạt ra

Phía phía rừng tràm xanh mịt mịt
Sông không bờ, trời cũng không chân

412

Người thuở trước tìm vàng khẩn đất
Tiêu xác thân, để lại oan hồn
Ngày nay, ta bạn đến đây nữa
Đất thì không khẩn, vàng không tìm...
Bạn nhủ ta: đừng hỏi khó
Uống mất ngon vì chuyện loạn tâm
Ta chắt cho nhau giọt rượu sót
Tưởng đời sót chút thiếu niên đây
Giờ cất quân, đưa tay bắt
Ước cõi âm còn gặp để say

(Nguồn: Tô Thùy Yên, Thơ tuyển> Tác giả XB , Minesota, 1995)

Chim Kêu Bãi Quạnh.

Tặng Huỳnh Diệu Bích

Trăm năm đã chẳng nề hà...

Một mai nàng lên núi chan chứa
Hỏi tìm cho gặp đá tiên tri...
Về sau, đời có ra sao nữa
Cũng đã đành tâm sẵn một bề
Đá, chẳng đá nào lên tiếng với...
Nàng đi thôi đã nát chân hồng
Nghe con vượn ẩn thân khóc hối
Một lần bỏ lỡ chuyến lìa non

Một mai nàng vô rừng u ẩn
Nhặt trái nưa về nhuộm dạ sầu
Thấy trăm họ cỏ cây chen quấn
Nương náu nhau mà tội nợ nhau

Con loan, con phượng bay đâu lạc
Đến nỗi nào, sao chẳng gọi bầy?

Nếu như hoa biết chiều nay rụng
Âu cũng vui mà nở sáng nay

Một mai nàng qua cầu cam mặc
Mưa nắng gì thôi cũng một thì...
Rau hạnh, rau vi từ lúc có
Chưa từng nguôi biếc bãi Kinh Thi

Cửa đẩy lầm, vô lường cuộc diện...
Ba ngàn thế giới đã nhà chưa?
Lâu ngày, thân thế rách như gió
Thấy lại mình như kẻ đáng ngờ...

Một mai nàng đến thành hoa gấm
Hát một chiều, tiền tưởng ngập chân
Vui nổn náo trời, thốc tháo biển...
Một lần, thử đổi bỏ chân thân

Gà nửa khuya gáy xộ trăng muộn
Ai hồ nghi lộn kiếp bên này?
Con chó khóc tru ngoài địa giới
Ngờ ngợ người góc biển chân mây
Một mai nàng ra bãi vô định
Nhìn sông đổi lòng, nhìn núi chuyển chân
Mây bay bay như những vẫy biệt...
Nàng đứng cho tàn như một nén nhang

Thắp tạ càn khôn một vô ích
Thắp tạ nhân quần một luyến thương
Biển Đông đã một ngày xe cát...
Khuất giạt, mơ lai kiếp dã tràng

7.1998

(Nguồn: Tô Thùy Yên, Thắp tạ, An Tiêm xuất bản, Houston 2004)

Vũ Hữu Định, người đội vương miện cho thành phố Pleiku.

Đầu thập niên 70, sau khi bỏ ngôi nhà thuê ở cuối đường Ngô Tùng Châu, gia đình chúng tôi dọn về cư xá Bưu Điện.

Chúng tôi ở căn đầu, có chiếc cửa sổ ngó vào đường Hồng Thập Tự, mà bên kia đường là cư xá Thành Tín, nơi làm việc của Vũ Quang Ninh, Hoàng Quốc Bảo, Từ Công Phụng, Hồ Đăng Tín, Dương Nghiễm Mậu, Nguyên Huy,... thuộc đài Phát Thanh Tiếng Nói Tự Do. Sau, tới phiên tôi, cũng thường ra vào cư xá đó, đưa bài cho đài Mẹ Việt Nam; và, kịch cho nghệ sĩ Bích Sơn...

Mặt tiền cư xá Bưu Điện, là con đường dẫn qua nhà bạn tôi, Phạm Tuấn Bách, và đài phát thanh Saigòn: Nơi làm việc của một số bạn tôi, như Nguyễn Đình Toàn, Uyên Thao, Vũ Thành An...

Bên hông ngôi nhà tôi ở, có một xe phở và một xe bún bò Huế khá nổi tiếng. Nhiều buổi sáng, nhà văn Thảo Trường bắt tay làm loa gọi tôi, bảo khôn hồn thì dậy cho mau, ông sẽ cho ăn bún bò... Tiếng gọi của ông cùng mùi ban mai thức sớm trên những cành, trái trứng cá, mùi bún bò Huế, mùi phở, bay tới tận chỗ tôi nằm. Hẻm kiệt này, không biết từ lúc nào, đã trở thành những buổi sáng của văn nghệ miền Nam tụ tập, đấu láo, cười, nói, ồn ào, váng vất tới trưa, vẫn khôn tan, lắng.

Không biết có phải ngôi nhà chúng tôi ở là một địa điểm thuận lợi về nhiều mặt hay không, mà thời gian này, rất nhiều anh em văn nghệ cũ, mới thường xuyên viếng thăm, lui tới... Có tuần lễ các phái đoàn văn nghệ ở xa về, đổ bộ đông quá, nhà tôi phải đem cháu về bên ngoại, nhường chỗ ở cho họ.

Thời gian này cũng là thời gian Nguyễn Tất Nhiên "tha" người về nhà tôi nhiều nhất. Từ Lê Vĩnh Ngọc, Phạm Đình Thống, tức Phạm Chu Sa, tới Ngụy Ngữ, Hạc Thành Hoa, Hoàng Yên Duy, Chung Đình Ngọc, vân vân... Trong số những người Nhiên "tha" về đó, có Vũ Hữu Định.

Một buổi trưa, từ cục Tâm Lý Chiến về nhà, tôi đã thấy Nguyễn Tất Nhiên đang ngồi uống cà phê với một thanh niên đậm người, thấp, đen... Nhiên cười toe bảo, Vũ Hữu Định đấy anh. *Em Pleiku má đỏ môi hồng đó anh...*

Lúc này ca khúc *"Còn Chút Gì Để Nhớ"* của Phạm Duy đang trở thành phổ thông. Anh em văn nghệ rất lấy làm thích thú khi được biết thêm rằng, lời của ca khúc này là thơ của Vũ Hữu Định. Tôi nghĩ, phải thành thật ghi nhận rằng, trước khi có ca khúc *"Còn Chút Gì Để Nhớ"*, ít ai biết Vũ Hữu Định. (Có phải vì thơ anh ít xuất hiện trên mặt báo?)

Gặp gỡ thứ nhất, với Vũ Hữu Định, tôi đã có thiện cảm ngay với người làm thơ có dáng vẻ hiền lành này. Những lần trở lại sau này của họ Vũ, càng gia tăng thêm lòng yêu mến ở nơi tôi. Điều tôi thích nhất nơi Vũ Hữu Định, là Định không bao giờ thảo luận văn chương. Định cũng không màu mè, không lên gân, không tác điệu cho ra vẻ của một người làm thơ. Cần gì, Định nói thẳng thành lời, chẳng quanh co rào đón. Bên trong cái dáng vẻ cục mịch, hơi ngơ ngác, Vũ Hữu Định, trong ghi nhận của tôi còn là một người rất ý tứ. Tôi nhớ những lần trong nhà tôi gần hết cà phê, hết thuốc lá, Định tế nhị từ chối không uống, không hút... Cùng lắm, Định bảo tôi mua cho Định một bao thuốc đen Quân

Tiếp Vụ. Định nói Định quen hút loại thuốc đó. Tôi hiểu, sự thực, Định muốn nhường thuốc thơm cho người khác.

Giao tiếp lâu với Định, tôi được biết Định có một đời sống rất cơ cực.

Sinh trưởng ở Thừa Thiên, Huế, trong một gia đình nghèo, nên việc học của Định vì thế, cũng lỡ dở. Ngay từ tấm bé Vũ Hữu Định đã phải lao vào đời để kiếm sống. Hoàn cảnh này, đưa tới sự kiện Vũ Hữu Định lập gia đình sớm. Định mơ ước một ngày nào có nhiều tiền, Định sẽ đền đáp công ơn cho người vợ tào khang của mình.

Định nói, chính vì không kiếm ra tiền nuôi vợ con cho nên tôi mới phải bỏ vào Saigòn, để khỏi thấy cảnh gia đình nheo nhóc. Vào đây, tưởng kiếm được việc, ai ngờ việc không có mà lại còn là gánh nặng cho bạn bè vì hoàn cảnh trốn lính của tôi nữa!

Tuy không khá, nhưng Vũ Hữu Định là một người rất trọng nhân cách.

Ít năm sau biến cố 30 tháng 4-75, tôi được tin Vũ Hữu Định mất tại Đà Nẵng. Đã nhiều năm qua, tôi không được gặp những người bạn chung, nên không kiểm chứng được tin này. Nhưng, ở quê người, mỗi khi tình cờ được nghe ca khúc *"Còn Chút Gì Để Nhớ"*, tôi không nhớ Pleiku, (cái nơi chốn ảnh hưởng rất nhiều tới đời sống riêng của tôi,) mà, tôi lại chỉ nhớ Vũ Hữu Định. Tôi nhớ tới anh, như từng nhớ tới Hàn Mặc Tử; người, bằng những vần thơ của mình, đã đội vương miện cho Thôn Vỹ Dạ; hoặc, như Nguyễn Nhược Pháp, người đã làm cho những thước đường dẫn tới Chùa Hương ngạt ngào trầm, hương vĩnh cửu.

Như Hàn Mặc Tử, như Nguyễn Nhược Pháp..., Vũ Hữu Định không còn nữa, nhưng những phần đất, những địa danh (những phần xương thịt của tổ quốc, của quê hương,) nhờ họ mà thơm tho hơn, đáng yêu hơn, vẫn còn đó. Và, tấm lòng chúng ta yêu mến họ, các thi sĩ, vẫn còn đó, dù có trải qua bao vật đổi sao dời.

(Calif., tháng 7.97)

Vũ Hữu Định, thơ.

Chẳng Hay.

Chiều dựng mùa đông mây xám ngắt
núi cao trời thấp có ta về
giang hồ đâu có ai phong ấn
mà nghĩ từ quan trở lại quê

Ta đi, xưa gió đưa vài dặm
ta đi, xưa mưa ướt vừa căm
quê nhà ngoảnh lại mờ trong gió
hình như không đủ buồn trong lòng

Ta đi, có những ngày trú quán
lòng mốc tình khô như lá bay
ngồi quán suốt ngày trông thiên hạ
ta có sầu không ta cũng chẳng hay

Ta đi, có những ngày khô héo
chẳng nhớ quê nhà, chẳng muốn về
mẹ, chị, đàn em như bóng khói
nương với đời ta quay quắt trong mê

Ở đâu rồi cũng đời vất vưởng
chiều lặng lòng câm dạt phố người
khi không ta có đời lang bạt
đời học trò xưa khép cánh hổ ngươi

Chiều nay không hẹn ta lại về
mùa đông dài vẫn níu chân quê
ta về gió đón phong sương lạnh
ta về, mưa đón ta về quê

Thôi chẳng về chi thôn xóm quạnh
nhà xưa giờ chắc cũng điêu tàn
đứng đây đường cái quan bên núi
ta cũng đã trầm lòng mê mê

Chiều dựng mùa mưa bên vách núi
chiều neo sương khói buổi ta về
mẹ, chị, đàn em không có mộ
thăm ai? thăm ai? ta về quê.

Còn Một Chút Gì Để Nhớ.
phố núi cao phố núi đầy sương
phố núi cây xanh trời thấp thật buồn
anh khách lạ đi lên đi xuống
may mà có em đời còn dễ thương

phố núi cao phố núi trời gần
phố xá không xa nên phố tình thân
đi dăm phút đã về chốn cũ
một buổi chiều nào lòng bỗng bâng khuâng

em Pleiku má đỏ môi hồng
ở đây buổi chiều quanh năm mùa đông
nên mắt em ướt và tóc em ướt
da em mềm như mây chiều trong

xin cảm ơn thành phố có em
xin cảm ơn một mái tóc mềm
mai xa lắc bên đồi biên giới
còn một chút gì để nhớ để quên.

Đêm Mưa Thiếu Rượu Nhớ Lý Hạ.

Lý Hạ xưa say bằng huyễn mộng
ta nay say bằng rượu pha cồn
cảm đau thân thế người trong sử
rượu đắng cay mà sao thấy ngon

Lý Hạ yêu người mà hóa quỷ
ta yêu người nên nghèo rớt mồng tơi
đêm mưa thiếu rượu thương người cũ
ngâm vài câu Lý Hạ, rợn người

cứ tưởng nằm kề bên họ Lý
gác chân nhau nói chuyện biển dâu
ma quỷ sợ tâm hồn ướt rượu
gối chai không mà thương nhớ nhau

thời đại thánh thần đi mất biệt
còn lại bơ vơ một giống sầu
rót mãi, bao nhiêu tình cũng cạn
nâng ly, nhìn thấy tóc bạc mau

mưa nhức, mưa như cuồng, tức thở
thịt rồng đâu? nem phượng ở đâu?
đũa ngọc, chén vàng đâu mất cả
mắm ruốc, me chua cũng cháy hết sầu.
mời nhau một chén đêm huyền sử
Lý Hạ đâu? - còn ta đâu?

Đò Ngang.

Cứ ngồi ngó mãi ra sông
Trông con đò khách giữa giòng lại qua
Ai về, ai bước chân ra?

420

Có ai về ở cùng ta chốn này
Quê hương mộng dữ bao ngày
Đã xanh phơi phới màu cây cổng làng
Chạnh lòng ngó chuyến đò ngang
Tiếng kêu sương gió dặm đường quạnh hiu
Tiếng kêu của những buổi chiều
Tiếng kêu mái quán ngày xiêu dốc rừng
Đi, về. Lòng quá bâng khuâng
Nơi đây quê thấp nhớ rừng quê cao.

Đứng Giữa Đồng Không.

một bầy sáo nhỏ qua sông
một em tôi đã cầm lòng đi xa
như con sông nhỏ thật thà
sớm hiu hắt tạnh, chiều sa mưa nguồn

một bầy sáo đã đi luôn
một em tôi đã để buồn lại đây
con chim quyên đã lạc bầy
xuống sông vọc nước đợi ngày xế ngang

một bầy sáo nhỏ bay hoang
một em tôi đã bỏ làng đi xa
tôi ngu ngơ giữa chiều tà
em đi để lại mình ta giữa đồng.

Kỷ Niệm.

con đường đất có màu xanh bữa nọ
cây bên đường màu lá lục hôm kia
con chim bỏ đi có bận quay về
cất tiếng hát chào niềm vui của gió

anh ra đứng sau hè nghe để ngó
không thấy chim mà thấy tiếng kinh chiều
vui trong lòng anh đã bước chân theo
em có nói là em không trở lại

hôm em nói em đi buồn biết mấy
anh có nghe bên đường tiếng chim kêu
con chim chi buồn chết cả buổi chiều
từ bữa đó anh nhớ đường ra ngõ

con đường đất bàn chân từ thuở nhỏ
một ngày vô bốn bận đi về
cây bên đường, cỏ bụi, hàng tre
quen đến nỗi không nhớ gì tha thiết

hôm em đi anh bắt đầu thấm mệt
thấy trường xa con đường ngại đi về
mắt anh nhìn lên đọt ngọn tre
dõi mấy bụi tìm con chim nhỏ

con chim nhỏ có nằm trong vạt cỏ
bữa hôm nay anh mới thấy cỏ vàng
con chim đời nào lại sống trong hang
anh vô cớ soi tìm trong đụn đất

tuổi mười một anh biết mình đã mất
một cái chi không nên ảnh thành hình
cho tới bây giờ hết tuổi học sinh
râu đủ bộ vẫn còn ngơ ngẩn mãi

con chim nhỏ có bao giờ trở lại
em năm nay không biết mấy con rồi
con chim lạ lùng năm nọ của tôi ơi
hóa mấy kiếp mà sao tôi vẫn vậy.

Thời Tiết.

cơn bão lớn về bình nguyên giục giã
run theo cây mùa lúa rạp buồn rầu
cát bụi lộn đường bay tản về đâu
khung cảnh dựng mùa nguyên sơ man dã

con sông nước về tràn mọi ngã
thuyền bè đi, đi mất tự bao giờ
những bến chiều tấp nập mộng ban sơ
đã hun hút trong triều lên trắng xoá

làng hôm trước bây giờ trông cũng lạ
màu muôn năm đã khác lối đi rồi
những cánh chim tai ách cuộc đời
đã bay chập chờn rao cơn mộng dữ

chiều ngấm lạnh màu hoang liêu rất cũ
mây đi đâu, trời chỉ một màu tro
gió vi vu ầm ỉ khúc nhạc buồn
đã réo rắc sầu gian nan phủ tới

người em gái của buổi nào nắng mới
con đường đi em có biết đi đâu
có dắt theo hình ảnh một con trâu
em ngất ngưởng hát khúc tình đang lớn

những quang gánh đem theo hồn của mọn
con gà con, con lợn nhỏ, thằng cu
bước tới quay lui chập choạng sa mù
mắt có ngước tìm người trôi theo nước

nẻo vô núi đường lên cao rậm rịt
ngậm mà nghe con gió đẩy nhau về

423

những lưng còng đau đớn nợ phu thê
mắt ráo hoảnh sững hai bàn tay trắng

người bó gối nghe phút vừa im lặng
dế run theo mạch chuyển trận mưa nguồn
mai mốt đi về đồng trắng phơi xương
bay lên núi lũ trâu bò ngơ ngác

mẹ có đứng vỗ tay cười nên nhạc
hoà âm theo réo rắt trận cuồng phong
cha có say sưa vững dáng trời trồng
hỗn lộn lạo theo xác nhà xác ruộng

gió xê dịch màu tang thương đêm xuống
nước đem lên con trăng đỏ lộn hồn
con trăng lưỡi liềm nhạt nét chiều hôm
mới thoáng hiện mà sao màu đã khác

ở trên núi trên rừng đi lưu lạc
thấy trăng lên con nai nhỏ vội mừng
đi men về bờ suối cũ bâng khuâng
đám cỏ mộng đã thơm mùi đất mới

dòng suối chảy đã nghe chiều vời vợi
dần lan xa hơi của chuyện đổi dời
con nai buồn nhưng cũng vội tin vui
cứ thoang thả, rừng hôm nay đã vậy

qua trôi giạt của cuồng phong hồng thủy
ruộng hôm nay đã thay lớp phù sa
làng hôm nay đã thay lại nếp nhà
thêm mồ mã thêm những đường mới mở

con sông nọ một bên bồi bên lở
lở bao nhiêu thay mất bến đò đi
bồi bao nhiêu có nên ruộng đồng lì
đứng mãi mãi cho lúa mùa được mọc

bao nhuêu kẻ nhìn ra sông để khóc
bao người vui vì thửa ruộng vừa bồi
chuyện ruộng đồng cũng là chuyện buồn vui
năm ba tháng cây quen màu đất mới

năm ba tháng người quen đời thay đổi
cỏ đã xanh trên mồ mã chưa già
lũ trai làng đã thèm khát đi xa
chuyện ly biệt thay chuyện mùa nước lụt

chuyện cô phụ có hai hàng nước mắt
gượng mà vui đưa tiễn bước người đi
làng, xóm, thôn, ngày vội nối ngày
trống gọi mõ, đêm sáng đèn gọi lửa

từ bữa đó, trẻ không còn nhớ nữa
người già quên vì không muốn đau thương
mùa nước đôi khi mấp mé lên đường
già thì sợ, trẻ con mừng khấp khởi

mưa mãi sai mùa, gió sai chiều tới
lũ chim tai ách quen lối tìm về
những bóng chim mù bay dợm trong quê
nhiều giấc ngủ một đêm mà bạc tóc

chuyện làng xóm, chuyện tiếng cười tiếng khóc
nắng sớm, mưa trưa, chiều bão không ngờ
sương của mùa nguyên thủy rất đơn sơ
đã có lúc mù quê nghe dễ sợ

425

tuổi bé dại không biết mình đang thở
lớn khôn ra tiếng thở cũng rụt rè
bạc tóc, ngập ngừng theo nẻo hồn quê
chuyện thời tiết nghe ra già trước tuổi.

VHĐ.

(Nguồn: Vườn Thơ Tkaraoke)

CHƯƠNG 6:

VĂN XUÔI

Vài nét đặc thù của dòng văn chương Nam Bộ.

Cho tới ngày hôm nay, khi nhìn lại sinh hoạt của miền Nam Việt Nam, giai đoạn 1954-1975, không ít người cho rằng, cuộc di cư của hơn 1 triệu đồng bào miền Bắc chạy trốn cộng sản, vào miền Nam, đã xới tung nếp sinh hoạt êm đềm, của người dân vùng đất trù phú, hiền hòa này!

Vẫn theo ghi nhận của số người đó thì, có thể do bản năng sinh tồn mạnh mẽ, sau khi đã chấp nhận bỏ lại sau lưng toàn bộ gia sản, sự nghiệp, mồ mả cha ông... những người miền Bắc di cư vào Nam với hai bàn tay trắng đã trở thành những người bằng mọi giá, quyết liệt làm lại cuộc đời nơi phần đất mới...

Quyết tâm làm lại cuộc đời từ con số không, của lớp người Bắc vừa kể, đã vẽ nên một bức tranh đầy những game mầu nóng hổi, chói gắt trên tất cả mọi lãnh vực. Từ xã hội, chính trị, thương mại tới văn hóa, giáo dục... Cụ thể và, rõ nhất là lãnh vực văn học, nghệ thuật.

Cho tới nay, không ai biết chính xác có bao nhiêu văn nghệ nằm trong con số trên một triệu đồng bào miền Bắc di cư vào Nam. Chỉ biết, ở lãnh vực nào thì đó cũng là những con số không nhỏ. Từ những nhà văn, nhà thơ, nhạc sĩ, ca sĩ nổi tiếng từ thời tiền chiến, đến những văn, nghệ sĩ mới nổi tiếng trước cũng như sau điểm mốc lịch sử 1954 một vài năm... Họ xuất hiện ở miền Nam, tưng bừng, đông đảo như những đợt sóng mới mẻ, lạ lẫm và, quyến rũ.

Chính sự ồn ào, khoa trương và, sự công kênh nhau, đôi khi quá đáng, của lớp văn nghệ sĩ này, đã khiến một số người nghĩ rằng, trước khi có người Bắc di cư, miền Nam chỉ có một nền văn học, nghệ thuật èo uột, thiếu máu. Sự thực, không phải thế. Sự thực ngược lại.

Nếu không kể bộ môn Cải Lương là nét đặc thù, độc đáo của sinh hoạt văn nghệ miền Nam, thì trong lặng lẽ, an bình như bản chất người dân, như cảnh thổ êm đềm của hai giòng sông Tiền, sông Hậu, sinh hoạt văn học nghệ thuật Nam Bộ (ta có thể dùng cụm từ này cho dễ phân biệt,) vốn đã vô cùng phong phú.

Không cần phải lùi lại thời của các nhà văn miền Nam nổi tiếng như Hồ Biểu Chánh, Phi Long... chỉ cần tính từ điểm mốc lịch sử 1954, trước cũng như sau cuộc di cư của đồng bào miền Bắc, sinh hoạt văn học nghệ thuật miền Nam đã ghi đậm tên tuổi, tài năng của những Bình Nguyên Lộc, Sơn Nam, Phi Vân, Trang Thế Hy, Tô Nguyệt Đình, Kiên Giang - Hà Huy Hà, Trọng Nguyên, Dương Hà, Ngọc Linh, Sĩ Trung, Hà Liên Tử, Lê Vĩnh Hòa v.v...

Sau lớp nhà văn nhà thơ vừa kể, là lớp những người cầm bút Nam Bộ, sinh trước hoặc sau thập niên (19)40 vài năm. Trong số này, có nhiều tên tuổi còn vang danh tới bây giờ, như Dương Trữ La, Hoài Điệp Tử, Trương Đạm Thủy, Anh Việt Thu, Thiên Hà, Phương Triều, Lý Thụy Ý... Tôi gọi những cây bút Nam Bộ này là "Thế hệ 1960" hay những định hình nền móng của dòng văn chương mạch ngầm, hai mươi năm miền Nam.

Khi dùng cụm từ "Dòng văn chương mạch ngầm", ý tôi muốn đề cập tới hai dòng chảy song song của văn học, nghệ thuật miền Nam, 20 năm. Một dòng chảy ồn ào, sôi nổi trên bề mặt là sinh hoạt văn chương, báo chí, trình diễn... có ảnh hưởng giới hạn! Nó chỉ phổ cập trong tầng lớp thị thành. Đó là giới văn nghệ sĩ di cư từ miền Bắc.

Cùng lúc đó, miền Nam còn có một dòng chảy đã bám rễ, ăn sâu trong sinh hoạt tinh thần của đại đa số quần chúng, nhất là lớp người sống với đồng ruộng, nông thôn, xa thị thành. Đó là dòng chảy văn học Nam Bộ.

Tuy cùng một mẫu số chung là cung ứng món ăn tinh thần cho đám đông; đồng thời xiển dương tính nhân bản như một nền tảng giá trị của văn học, nghệ thuật – Nhưng đặc tính của sinh hoạt văn nghệ Nam Bộ, không có thói quen, tập quán ca tụng nhau trên các diễn đàn công cộng. Lớp cầm bút đàn anh, đi trước, lặng lẽ theo dõi, quan sát lớp đàn em đi sau. Một khi nhận ra tương lai hoặc khả năng tiềm tàng nơi những cây bút mới, lớp đàn anh này bày tỏ sự nhìn nhận, bằng cách quan tâm tới sinh kế, đời sống vật chất hàng ngày của những tiềm năng trẻ đó.

Theo tôi, có dễ vì bản chất người miền Nam là "trọng nghĩa khinh tài" – Là tinh thần của những anh hùng Lương Sơn Bạc, sống quên mình cho kẻ khác. Không bo bo lo cho bản thân. Không chăm chắm thu vén tiền tài, danh vọng cho cá nhân mình. Nên, trong êm ả, thầm lặng, giới cầm bút Nam Bộ là một khối keo sơn, đoàn kết trong tinh thần tương trợ mặc nhiên, giữa những người cùng ngành nghề.

Cũng vì thế, trong suốt 20 năm văn học, nghệ thuật miền Nam, người ta chỉ ghi nhận được một vài cuộc bút chiến nẩy lửa, do bất đồng quan điểm văn chương hoặc triết học, từ giới văn nghệ sĩ miền Bắc di cư mà, tuyệt nhiên, không một tai tiếng tương tự nào, xẩy ra trong sinh hoạt của giới cầm bút Nam Bộ.

Nói về tinh thần "Hảo hớn, Lương sơn bạc" trong giới nhà văn gốc miền Nam, nhà thơ Thiên Hà (tên thật Dương Cao Thâm) cho biết, nếu ông không nhận được sự chú ý đặc biệt của nhà văn lớp đàn anh là Ngọc Linh thì, không biết ông có thể trải qua những năm đầu khi mới bước chân lên đại học, năm 1962 không? Đó cũng là thời gian ông và một vài bạn văn khác, được trao giải thưởng truyện ngắn hàng năm của báo Tiếng Chuông. Sự kiện tưởng chừng không đáng kể ấy, đã lọt vào tầm quan sát của nhà văn Ngọc Linh. Khi biết Thiên Hà / Dương Cao Thâm đang gặp nhiều khó khăn trong việc mưu sinh, tác giả *"Đôi mắt người xưa"* đã lặng lẽ yêu cầu nhà văn Tô Nguyệt Đình, bạn ông, nhận họ Dương vào làm tờ Nhân Loại...

Thiên Hà nhấn mạnh:

"Không chỉ riêng tôi mà, rất nhiều anh em thuộc thế hệ tôi, đã nhận được những nâng dỡ, dẫn dắt cụ thể như thế".

Họ Dương cũng kể, có một trường hợp ngoại lệ là năm 1963, nhà văn trẻ Tâm Đạm được trao giải thưởng truyện ngắn Tiếng Chuông và, ngay sau đó, ông đã được nhà văn lão thành Bình Nguyên Lộc mời viết chung feuilleton (loại tiểu thuyết viết từng ngày cho nhật báo.) Tiểu thuyết nhan đề *"Lòng ngỡ quên mà nhớ rất xa,"* đăng tải từng kỳ trên nhật báo Buổi Sáng do ký giả Tam Mộc làm chủ nhiệm. Từ lúc này, theo đề nghị của nhà văn Bình Nguyên Lộc, Tâm Đạm có bút hiệu mới, Dương Trữ La. (Bút hiệu ấy được nhà văn Tâm Đạm sử dụng cho tới khi từ trần). (1)

Nói tới văn chương Nam bộ, là nói tới những chìa khóa căn bản của dòng văn chương này như ngôn ngữ và, văn phong đặc thù. Nhưng sự khác biệt giữa hai dòng văn chương Nam bộ và miền Bắc di cư, không chỉ nằm nơi những vận hành tự nhiên của ngôn ngữ mà nó còn biểu thị những mô tả, tình cảm, ưu tư của con người trong cuộc sống, cái chết.

Cụ thể như, nếu dòng văn chương miền Bắc, về hình thức, mưu cầu đạt tới những kỹ thuật mới mẻ, tân kỳ; mô phỏng theo những trào lưu văn học Tây Phương, từ lãng mạn qua tới tượng trưng, siêu thực hoặc cận đại hơn như trào lưu tiểu-thuyết-mới, hay phong trào văn chương hậu-hiện-đại, thì các nhà văn Nam Bộ dường chỉ bận tâm về hiệu quả chuyển đạt hay sự tương thông dung dị, gần gũi giữa nhà văn và người đọc mà thôi.

Một trong những nhà văn Nam Bộ, nổi tiếng trong 20 năm Văn Học Miền Nam là Sơn Nam. Ông có một truyện ngắn rất phổ biến, nhan đề *"Tình nghĩa giáo khoa thư"*. Chuyện kể chuyện phái viên một tờ báo ở Saigon, lặn lội về một xã nhỏ thuộc tỉnh Rạch Giá, để tìm một độc giả đã thiếu tòa soạn tới 6 tháng tiền báo dài hạn. Tác giả ghi lại phần mô tả của ông xã trưởng về nhân vật được tìm kiếm như sau:

"... Anh ta nói có dây có nhợ, tích người học trò nghèo tên là Thừa Cung gì đó... chăn heo; ông quan đại thần Lý Tích đích thân nấu cháo cho chị ăn dè đâu bị lửa táp cháy râu. Chưa hết đâu, thầy phái viên ơi! Hễ gặp ai say rượu anh ta nói một hơi như thầy chùa tụng kinh, có ca có kệ. Cái gì mà các anh hãy trông người kia đi ngoài đường, mặt đỏ gay, mắt lờ đờ... Thầy phái viên cười lớn, nhịp mạnh tay xuống bàn ba bốn lần như đánh trống chầu hát bội, đôi mắt sáng ngời, chân nhảy nhót như con nít: '- Hay quá! Hay quá! Tôi thăm ông độc giả đó mới được. Ổng làm thầy giáo hả thầy? Nhờ thầy đưa tôi đi tới gặp mặt. Ngộ quá hen! Ừ! Ừ!' "

(Trích "Những truyện ngắn hay nhất của quê hương ta", trang 508, Sóng XB, Saigon 1974) (2)

Cả đoạn văn người đọc không thấy một so sánh hay liên tưởng tân kỳ nào, ngoài những hình ảnh và, những ngôn từ rặc chất Nam Bộ.

Lại nữa, các nhà văn Nam Bộ dường cũng không chú tâm lắm tới phần tả cảnh (ngay cả với truyện ngắn). Đa số chỉ chú trọng những chi tiết về nơi chốn, dữ kiện cụ thể, hầu giúp người đọc cảm nhận câu chuyện được kể là có thật. Thí dụ truyện ngắn *"Chuyện tình"* của nhà văn nổi tiếng Ngọc Linh, với hình thức nhập đề trực-khởi:

"Tôi cầm hai quyển tiểu thuyết 'Cuốn theo chiều gió', sắp hàng đứng trước quầy thu tiền và xếp lá phiếu ghi giá lên quầy theo thứ tự, chờ tới phiên mình trả tiền. Hôm nay sắp bãi trường, nhà sách Khai Trí thật là đông. Mọi người đứng chen chân với nhau để lựa sách. Bà chủ vốn là người điềm đạm, ít nói mà có lúc cũng lên giọng: '- Xin lỗi! Ông chờ một chút! Chưa tới phiên mà!' Đứng trước tôi là một cô gái rất đẹp, mặc đầm, áo sơ mi trắng, jupe soirée màu xanh đậm, tóc xoã mượt mà ngang vai. Nhìn thoáng

qua đã thấy có cảm tình. Cô ta ôm một chồng sách trên tay, cao gần tới cổ, có hơn 10 cuốn sách dày, bìa cứng. Khách mua hàng càng chen lấn, cô càng xoay xở khó khăn. Đứng đợi lâu quá có lẽ mỏi tay, nên cô gái đặt chồng sách. Người bán hàng ngó cô, cô mỉm cười lấy lòng, chớ không nói một lời..." (3)

Ngay nhà văn Bình Nguyên Lộc, một tên tuổi hàng đầu của văn giới Nam Bộ, trong truyện ngắn nổi tiếng "*Rừng mắm*", mở đầu truyện, tuy có mô tả cảnh vật, nhưng ông cũng chỉ mô tả một cách giản dị, ngắn gọn, dễ hiểu, tựa như văn nói:

"*Chim đang bay lượn bỗng đứng khựng lại, khiến thằng Cộc thích chí hết sức. Nó theo dõi con chim thầy bói ấy từ nãy đến giờ, chờ đợi cái giây phút nầy đây.*

"*Thật là huyền diệu sự đứng yên được một chỗ trên không trung, trông như là chim ai treo phơi khô ngoài sân nhà.*

"*Chim thầy bói nghiêng đầu dòm xuống mặt rạch giây lát rồi như bị đứt dây treo, nó rớt xuống nước mau lẹ như một hòn đá nặng. Vừa đụng nước, nó lại bị bắn tung trở lên như một cục cao su bị tưng, mỏ ngậm một con cá...*" (Sđd. Trang 13) (4)

Cũng vậy, về nội dung, các nhà văn Nam Bộ tưởng không hề nêu ra trong văn chương của họ, những tình huống tâm lý trầm trọng, hiểm hóc, xa rời thực tế. Họ cũng không mấy bận tâm về những vấn đề có tính cách triết lý, siêu hình như "Thượng đế đã chết" (?) Một đại ngôn của triết gia F. Nietzsche. Hoặc "Địa ngục ta là kẻ khác," một câu văn gây chấn động một thời của cha đẻ thuyết hiện sinh Jean Paul Sartre.

Vấn đề của các nhà văn Nam Bộ là đem mọi hoạt cảnh đời sống hàng ngày của đám đông vào văn chương. Ngọn hải đăng cho cõi văn chương của họ, thường không ra ngoài những tiêu chí căn bản như nhân, nghĩa, lễ, trí, tín. Cộng thêm tinh thần hào hiệp, giúp người sa cơ, nâng đỡ người kẻ thất thế... vốn là truyền thống của người dân miền Nam. Vì thế, kết thúc truyện ngắn hay truyện dài của họ, thường mang thông điệp nhắc nhở, răn dạy người đọc ăn ở hiền lương, cao thượng...

Tính chất không cầu kỳ, không bí hiểm của dòng văn chương Nam Bộ 20 năm trước đây, cũng phản ảnh rõ nét trong thi ca nhiều tác giả như:

"chiều nay bất chợt cơn mưa đổ xuống
"may mắn anh tìm được mái hiên nhỏ nhắn trú mưa..."

(Trương Đạm Thủy, "Mái Hiên Mưa", hợp tuyển "Bến Tâm Hồn: Tôi còn kỷ niệm," trang 78. Thanh Niên XB. Saigon 2009) (5)

Hay:

"Ồ thích quá! Linh hồn ta cao ngất
"Và không gian nhỏ lại gấp trăm lần."

(Tâm Đạm, "Say Xuân". Sđd. Trang 21.)

Hoặc:

"buổi sáng nào nhẹ giọt sương tan
"em mặc áo vàng màu vua chúa,
"buổi trưa nào nắng đổ
"mặt trời vàng thêu áo lụa em bay."

(Thiên Hà, "Hạ vàng". Sđd. Trang 96.) (6)

Hoặc nữa:

"Ong bầu vờn đọt mù u
"Lấy chồng càng sớm, tiếng ru càng buồn."

(Kiên Giang, "Quê hương thơ ấu". Sđd. Trang 126.) (7)

Tôi trộm nghĩ, có dễ vì đặc tính không cầu kỳ, không bí hiểm, xa rời quần chúng, nên dòng văn chương Nam Bộ là mạch ngầm ăn sâu, bám rễ bền chặt trong sinh hoạt tinh thần của đại đa số người dân miền Nam. Và, giá trị lớn lao của nó, ở chính chỗ đó.

(July 16 - 2012)

––––––––––

Chú thích:

(1) Nhà văn Tâm Đạm / Dương Trữ La tên thật Dương Ngọc Lạc, sinh ngày 16 tháng 3 – 1937, tại Gò Vấp, Gia Định. Ông đã xuất bản 3 thi phẩm và 15 tập văn xuôi, gồm truyện ngắn và truyện dài. Tâm Đạm / Dương

Trữ La mất ngày 20 tháng 7 năm 2000, tại Saigon.

(2) Nhà văn Sơn Nam, tên thật Trương Minh Tài (khai sinh ghi Tẩy) sinh năm 1926 tại Rạch Giá, mất năm 2008 ở Saigon.

(3) Nhà văn Ngọc Linh, tên thật Dương Đại Tâm, sinh năm 1931 tại Cà Mâu, mất năm 2002 ở Saigon.

(4) Nhà văn Bình Nguyên Lộc, tên thật Tô Văn Tuấn, sinh năm 1915 tại Biên Hòa, mất năm 1987 tại Hoa Kỳ.

Đọc thêm "Du Tử Lê, Sơ lược 20 năm VHNT miền Nam 1954-1975" Quyển 1: "Bình Nguyên Lộc, Tam Kiệt VN" – Người Việt Books, liên doanh với Amazon, XB, Calif. 2014.

(5) Nhà thơ Trương Đạm Thủy, tên thật Trương Minh Hiếu, sinh năm 1940 tại Bến Tre.

(6) Nhà thơ Thiên Hà, tên thật Dương Cao Thâm, sinh năm 1941 tại Cà Mau. Ông hiện chủ trương hợp tuyển "Bến Tâm Hồn", đăng tải thơ, văn, họa của những người nổi tiếng trước thời điểm 1975.

(7) Nhà thơ Kiên Giang, tên thật Trương Khương Trinh sinh năm 1928 tại Rạch Giá.

Cung Tích Biền: Oan khiên, nhưng vẫn không lỗi hẹn với chữ, nghĩa.

Tôi vẫn nghĩ con người là con vật bị ngộ nhận. Chẳng những bị ngộ nhận bởi xã hội mà, con người còn là nạn nhân hay "con tin" của những oan khuất, do bẫy sập của định mệnh giăng ra, hay từ những giây phút bốc đồng, mê sảng của chính nó...

Tôi nghĩ bất cứ ai trong hành trình đời thường, ít hay nhiều, già hay trẻ cũng đều có những oan khiên mà, ánh sáng của các đấng thánh thần, không thể soi sáng, hầu khu trừ hoặc, giải tỏa phần nào những "oan sai" đó.

Khác chăng, với những người bình thường hoặc tên tuổi quá nhỏ khiến ngọn-lửa-dư-luận-phẫn-nộ không chú tâm thiêu rụi... Ngược lại, những tên tuổi càng lớn, càng phổ cập bao nhiêu thì, oan khiên của họ, càng bị dư luận săm soi, in đậm dấu chàm trên trán – Như cái giá phải trả cho sự nổi tiếng đó.

Biến cố tháng 4-1975, tới hôm nay, dù đã 40 năm trôi qua, điều đó không có nghĩa những oan khiên bất ngờ, hay sự ngỗ nghịch, đành hanh của định mệnh tìm đến và ở lại, nơi một số văn nghệ sĩ của miền Nam, đã nhạt phai. Nó vẫn còn đó! Ở đó!

Như một tai họa. Như chiếc bóng oan khuất của một số nhà văn miền Nam (nói chung).

Đối đầu với bi kịch riêng của đời mình, mỗi nhà văn chọn cho họ một tâm thái khác nhau. Người chọn viết sách, giải thích, phủ nhận, nguyền rủa những ai chỉ tay vào vết chàm (đúng / sai) trên trán họ. Người chọn im lặng. Cho tới khi hoàn cảnh cho phép... Họ cũng lên tiếng giải oan cho chính mình, nhưng một cách nhẹ nhàng, chân thành, như thể họ đã ăn ở quen lâu với chiếc bóng thứ hai, chiếc bóng oan-khuất một đời họ vậy.

Sự kiện này, phần nào, cũng nói lên bản lĩnh, đởm lược của mỗi nhà văn.

Một trong những nhà văn bị định mệnh lùa sâu vào cơn hốt hoảng tháng 4-1975, chọn thái độ chấp nhận lặng lẽ kia, theo tôi là nhà văn Cung Tích Biền.

.

Mặc Lâm phóng viên của đài RFA trong một cuộc phỏng vấn Cung Tích Biền hồi tháng 7 năm 2008, ghi lại như sau:

"Nhà văn Cung Tích Biền tên thật Trần Ngọc Thao, sinh năm 1937 tại Thăng Bình, Quảng Nam. Từ 1970 là giảng viên Trường Sĩ Quan Hành Chánh Sài Gòn. Ông giải ngũ năm 1973 với cấp bậc Đại úy. Sau đó làm Giáo Sư Thỉnh Giảng Viện Đại Học Cộng Đồng Quảng Đà, Đà Nẵng...

"Bút hiệu Cung Tích Biền xuất hiện lần đầu tiên trên tuần báo Nghệ Thuật tháng 3-1966 tại Sàigòn, với truyện ngắn *Ngoại Ô Dĩ An* và *Linh Hồn Tôi*.

"Nhanh chóng có truyện đăng trên hầu hết các nhật báo, tuần báo, tập san văn học nghệ thuật có giá trị, trước và sau 1975, trong và ngoài nước. Cung Tích Biền đang sống tại Đồng Ông Cộ, Sài Gòn, Việt Nam..." (Nguồn Wikipedia-Mở)

Ở phút nói thật này, Cung Tích Biền / Trần Ngọc Thao tiết lộ, ông từng có 9 năm sống trong vùng kháng chiến và, so sánh giữa hai thể chế:

"... Tôi đã từng sống 9 năm trong vùng kháng chiến và chính trong thời kháng chiến tôi cũng đi đánh đàn đánh nhạc, sống trong cái tâm trạng vui của tuổi trẻ, nhưng mà sau này nhìn lại tôi thấy như một giấc mộng vậy đó. Thành ra tôi ở cái ranh giới khó vẽ lắm chứ không phải tôi sống hoàn toàn trong vùng quốc gia.

"Sau này sống trong vùng quốc gia thì vừa trưởng thành vừa được dịp đi học, được mở rộng, được đi học thì mình được tiếp cận với một thế giới khác hơn.

"Cuộc chiến bắt đầu thì tôi lại lâm vào đó, tôi phải đi lính trong quân đội cũ, rồi mình cũng phải tham dự vào những chuyện gọi là lý tưởng thì cũng không hoàn toàn phải là của lý tưởng, thất vọng thì hoàn toàn cũng không phải là thất vọng, bởi vì hồi đó chính quyền Miền Nam có cái dung dưỡng được mình và mình cũng sống trong môi trường tương đối tự do: Tự do viết, tự do sáng tạo, tự do in ấn.

"Rồi ngay trong đời sống quân đội, dù có đi lính đi nữa thì cũng có cái thoải mái của quân đội. Thật sự chế độ cũ cũng có vài cái mà có lẽ mình cũng không nên bàn vì anh em cũ họ cũng có thấy cái đó. Anh em ở chiến trường họ cũng thấy những cái vướng mắc, những cái u bướu trong một chế độ, chứ thật sự 20 năm, 21 năm miền Nam cũng có cái rất vui, có những cái hạnh ngộ, có những đau buồn..."(Nđd)

Khi được hỏi về *"Bạch Hóa"*, một trong những truyện ngắn nổi tiếng viết trước thời điểm tháng 4-1975, họ Trần kể:

"... Tôi luôn luôn nghĩ cũng như anh em hồi đó sống trong khói lửa ai cũng mơ một đất nước thống nhất và hòa bình. Đó là cái giấc mơ chung, ước mơ chung, bởi vì thật sự không ai kham nổi cuộc chiến mà nó vượt sự phi lý, một cuộc nội chiến khó giải thích về cái điểm vô luân của nó như tôi viết trong Bạch Hóa.

"Thành ra cái khao khát thật sự hồi đó là mong được hòa bình và đất nước thống nhất, rồi sau đó cái gì sẽ tính sau, bên nào cũng được nhưng mà phải ngưng tiếng súng cho bớt đổ máu, cho hòa bình, đất nước một nhà.

"Nhưng cái thống nhất một nhà này là do của Hà Nội chứ không phải của Sài Gòn thành ra chúng tôi lại cũng gặp thêm một khổ nạn nữa, bởi vì bất cứ ở đâu thì chúng tôi cũng là người trong hàng ngũ chiến bại, không đầu hàng cũng bắt buộc phải buông súng..." (Nđđ)

Họ Trần cũng cho biết từ năm 1975 tới năm 1987 ông không viết gì cả. Mười hai năm sau, ông mới viết lại. Trong số những truyện đầu tiên "hồi sinh" bút hiệu Cung Tích Biền của họ Trần, có những truyện như "Mộng", rồi "Dị mộng", "Qua sông", "Thằng bắt quỷ"... Số truyện này, sau đó được nhà XB Tân Thư của họa sĩ Khánh Trường, Hoa Kỳ, ấn hành với tựa đề "Thằng bắt quỷ", Cali., 1993.

Thời gian nhà văn Cung Tích Biền và giới văn nghệ sĩ miền Nam, gặp khổ nạn, như ông nói, cũng là thời gian oan khiên lớn, đã tìm đến, ở lại với ông – Không chỉ trong niên hạn 12 năm mà, nó còn đeo đẳng ông tới hôm nay!!!

Là một người thân, có tính cách gia đình, với nhà văn Cung Tích Biền / Trần Ngọc Thao, từ những ngày niên thiếu, nhà báo Vương Trùng Dương, hiện cư ngụ tại miền Nam California, trong mội bài viết tựa đề *Cung Tích Biền giữa hai lần đạn*, viết:

"... Sau thời gian lao tù và quản chế, năm 1987, từ Đà Lạt về Sài Gòn, nghe tin Phan Như Thức còn sống lang bạt đâu đó nên đi tìm. Được tin anh Cung Tích Biền đang bán tranh sơn mài ở kiosque 28 trên đường Nguyễn Huệ, ghé thăm và gặp Phan Như Thức. Phan Như Thức cho hay, sau khi ra tù, chui về Sài Gòn, sống vất vưởng, nhờ Cung Tích Biền đưa vào làm ở hãng nước đá của người thân có mối quan hệ với chính quyền nên ăn ngủ tại chỗ, tránh được sự truy lùng thành phần sống chui, không hộ khẩu.

"Bạn bè cho biết, Cung Tích Biền là Đại úy trong Quân Lực VNCH nhưng không bị đi tù như anh em còn được tự do làm ăn, thành phần bên kia chiến tuyến... không nên giao thiệp. Câu đầu tiên tôi hỏi, có ám hại, phản phé ai không? Khi nghe trả lời không, tôi nghĩ rằng anh dựa 'lá bùa' để yên thân khi thời cuộc thay đổi, ít ra, còn giữ được lương tri của con người. Theo Phan Như Thức, gia đình Cung Tích Biền bị phân đôi, có hai người tập kết, hai người là sĩ quan trong Quân Lực VNCH. Người anh tập kết, chết năm 1969 và thêm người anh, sĩ quan cấp tá Quân Lực VNCH, chết trong trại tù năm 1978, cả hai không tìm được xác. Và, bút hiệu Cung Tích Biền là tên ghép của các anh chị. Có lẽ Cung Tích Biền đã giải ngũ năm 1973 nên sau năm 1975, biết 'lăng ba vi bộ', có ô dù thân nhân tập kết và vài người bạn cùng quê như Huỳnh Bá Thành, Cung Văn (Nguyễn Vạn Hồng)... nên biết cách tránh né, mong an toàn mạng sống nhưng rồi cũng tan nát như chúng ta. Sau ngày 30 tháng Tư, cũng có vài sĩ quan trong văn giới mang bảng đỏ nhưng rồi bị thất sủng, vào tù, nay được định cư tại Hoa Kỳ..." (Nđd)

Ở một đoạn khác, nhà báo Vương Trùng Dương ghi lại đậm nét hơn, bi kịch của một nhà văn "Giữa hai lằn đạn", Cung Tích Biền:

"... Từ 1968 đến 1973, (Cung Tích Biền) mang lon Đại úy Quân Lực Việt Nam Cộng Hòa. Trú đóng ở tiền đồn, Đức Hòa Hậu Nghĩa, năm 1970 về căn cứ Trảng Lớn, Tây Ninh. Năm 1973 giải ngũ, cư ngụ tại Sài Gòn.

"Sau tháng Tư năm 1975, đi học tập cải tạo thời gian ngắn, cùng tổ với Mai Bá Trác và Nguyễn Quốc Chính. 'Mất nhà cửa vì bị tịch thu, (duyên cớ là ở nhờ nhà chị vợ, chị đi Mỹ, nhân thể tịch thu, người ta hốt ráo bất luận của ai ra sao). Nghèo khó ra đi, vợ ra tới cửa nhào vô lấy cái nôi của đứa con thơ, bị cậu quân đội Tân Bình ngăn lại không cho. Con cái ra nằm trần trên nền đất lề đường. Sau, ở nhờ nhà thi sĩ Đoàn Minh Hải...' Chị Mai, hiền thê của anh nhỏ hơn 15 tuổi. Người Quảng Trị. Bên nội họ Hoàng. Bên ngoại Lê. Hồi trung học, học trường Đồng Khánh, Huế. Vào Sài Gòn, ở nhờ nhà người cậu ruột là luật sư Lê Nguyên Phu, học trường Văn khoa, tốt nghiệp cử nhân Triết Tây. Có viết một số truyện ngắn đăng trên vài tập san văn chương, bút hiệu Hoàng Thị Kim. Lấy chồng, sinh con, bỏ viết. Trong khi đó 'Cả một đời, *vợ con tôi chưa hề mua được một vật dụng gì cho ra hồn, từ tiền nhuận bút của tôi'.*

"Đã năm năm nay, chị ăn chay trường, với anh là hình ảnh người mẹ, người chị vì cam chịu và lo lắng cho chồng con. *'Sớm mai thường trực tụng kinh. Chiều chiều đi chùa. Tối thường cúng kiếng trước cổng nhà, vãi gạo muối bánh kẹo ra đường'.* Đó là mái ấm...

"Cũng như hằng triệu người miền Nam thất sủng, đói khát bương chải đủ thứ nghề, chạy xe ba gác, xe ôm chỗ Ngã Ba Ông Tạ. Đi làm thợ mây tre lá tuốt bên quận Tư cùng Chu Vương Miện và các thầy chùa ăn mặn, sướt máu bàn tay. Ra tận Bình Dương học nghề sơn mài bị sơn ăn sưng da phù mỏ. Ra đầu đường bán sách cũ, dọn vỉa hè bán cà phê bò kho, thu gom ve chai... Năm 1976 xuống tận Cà Mau làm cu ly xây trại nuôi heo cùng Thế Phong, Nguyễn Thụy Long.

"Trong Hồi Ức 40 Năm Cầm Bút của nhà văn Nguyễn Thụy Long có đề cập đến thời điểm nầy. Tôi email hỏi thăm Nguyễn Thụy Long và anh cho biết:

" 'Sau ngày 30 tháng Tư năm 1975, tôi và Thế Phong, Cung Tích Biền xuống tận Cà Mau làm cu li, thời gian không dài lắm, vài ba tháng. Tổ hợp Việt Nam Kỹ Thuật bị giải thể vì chủ nhiệm Nguyễn Văn Ngời, người quen của nữ văn sĩ Lệ Hằng bị bắt vì tổ chức vượt biên. Tổ hợp giải thể, ba chúng tôi trở về Sài Gòn, sau đó tôi bị bắt và đi tù đến năm 1980 mới trở về. Khi ra khỏi tù tôi gặp Cung Tích Biền, tình cảm vẫn như xưa dù CTB bị mang tiếng nhiều là người 'cách mạng 30-4', nhưng anh cũng chẳng hại gì ai hết, vẫn có những quý mến nhau như người xưa. Đôi khi còn những có những giúp đỡ nhau thiết thực trong thời bao cấp... Như trường hợp thi sĩ Phan Như Thức bị bệnh ung thư và chết (tháng 11 năm 1995), tôi biết CTB lo cho bạn gần hết' " (Nđd)

.

Trong số những bài viết về cõi giới văn xuôi Cung Tích Biền, tôi rất thích tiểu luận công phu của nhà phê bình văn học Đinh Từ Bích Thúy, bài viết tựa đề *"Phẩm tiết Cung Tích Biền: nhìn thẳng vào mặt trời và cái chết".*

Họ Đinh đã ra khỏi tiểu luận của mình bằng ghi nhận:

"Khi được hỏi về ý niệm thánh (hóa) thể/ đồng cảm (*communion, transubstantiation*) thấm nhuần trong những tác phẩm của ông, Cung Tích Biền nói với người viết rằng ông là một Phật Tử, lớn lên trong một gia đình theo đạo Phật, nếu những tác phẩm trên có những ẩn dụ liên hệ đến Thiên Chúa Giáo, âu cũng là 'những suy nghĩ trùng hợp, những tầm ảnh hưởng là 'bất khả từ,' giữa Đông -Tây, Tôn giáo và Thế tục, Lịch sử và Chủng tộc, Đối trùng Quá khứ Vị lai... [vì] Con đường sáng tạo, Hành trình của sáng tác, luôn có một *Con Đường dẫn dắt bởi Vô minh, Vô thức...'*

"Thật vậy, do những tầm ảnh hưởng 'bất khả từ' giữa những thế cực, một người đọc sống và lớn lên ở ngoài nước vẫn có thể 'đồng cảm' với những tác phẩm của Cung Tích Biền cho dù kiến thức và kinh nghiệm sống của người đọc có thể hoàn toàn khác biệt với tác giả. Trong nghi lễ Công Giáo, cử chỉ nhận lãnh Mình Thánh Chúa biểu tượng cho ý niệm tu sửa và hội nhập, 'con người cần nhìn thẳng vào mình, cần suy tâm, trước khi ăn Mình và uống Máu Chúa.' (1 Corinthians 11:28.) Cách Cung Tích Biền khuyến khích chuyện ăn thịt người (*Qua Sông*), chặt từng khúc xác (*Xứ Động Vật Vào Ngôi*) quật mồ, ngậm xương (*Xứ Động Vật Màu Huyết Dụ*), đi tìm một phần hồn bị cắt đôi (*Thừa Dư, Xứ Động Vật Mưa Hồng*) là cách nhà văn muốn chúng ta hồi sinh: nhìn thẳng vào cái chết để vượt qua cái chết. Trong *Xứ Động Vật Màu Huyết Dụ* có cảnh nhân vật Kiên ngậm xương làm người đọc nghĩ ngay đến nghi lễ chịu Mình Thánh Chúa trong đạo Công giáo:

" *'Lão Kiên ngây ngất, bất giác quỳ xuống đưa lưỡi liếm chiếc xương đen pha xám vừa nhặt lên từ mộ. Lão thè cái lưỡi không còn đỏ tươi như lưỡi son thời trai trẻ. Mà lưỡi lão xám màu, pha vô vàng đốm trắng bợn bợn như cái nang con mực tươi. Nước miếng lão chảy dòng như miệng đứa trẻ thơ mút kẹo. Miệng non* tơ thèm thuồng lúc ngậm vú mẹ. Lão ngậm trọn cái xương tàn héo hon mòn nhỏ vào tận cổ họng, hai má phình ra, cố đưa cái hơi xương, cố nghe tiếng thì thầm của xương vùi lâu trong đất vào tận ruột sâu gan kín... Rồi lão nhả chiếc xương. Nhìn trời xanh khói núi. Thở. Lại nhắm tít hai mắt ngậm xương. Liếm. Mút... Lão nghe da thịt bờ ao chiếu ánh trăng. Nhớ màu nước mùa lúa trổ đòng đòng. Rêu và chim hoang đỉnh tháp. Cái xương cụt lốm đốm thạch tín bỗng đen dần ra. Lão định nhai luôn xương. Nuốt. Nhưng lão muốn kéo dài cái vị tê tê từ não. Cái tâm thức hoang dại hôn mê. Lại mút liếm ngọt ngào xương tàn. Liếm đau. Liếm mãi... Lão tìm sữa Mẹ trong xương...'

"Dưới ánh mặt trời, mớ xương đen của Cung Tích Biền dung dưỡng mọi nghịch lý trên đời: Sống-Chết, Nam-Bắc, Đông-Tây, Tối-Sáng, Bạn-Thù, Dơ-Sạch, Già-Trẻ, Trong-Ngoài, Thiếu-Thừa, Ghét-Yêu, Yếu-Mạnh...

"Mớ xương đen của Cung Tích Biền là tử cung của một vũ trụ bất diệt". (Nđd).

Ở khía cạnh khác, khía cạnh của tài năng Cung Tích Biền, kể từ ngày cầm bút trở lại – Tất cả những gì ông viết xuống đều có chung một tâm-bão-ẩn dụ – Nhà thơ Nguyễn Lương Vỵ, một bằng hữu thân thiết nhiều chục năm của họ Trần, viết:

"Tôi gọi ông là nhà văn Uyên Áo Và Trầm Mặc Dị Thường giữa thời đương đại. Sức thấm đẫm và lan tỏa của văn chương Cung Tích Biền, tôi tin, vẫn còn vang vọng rất sâu xa về cái đẹp nhân văn, nhân bản trong những trang văn đầy những *Giọt máu không màu / Giọt mưa không suốt / Máu là mưa*" (Thơ Cung Tích Biền) của ông".

.

Dưới đây là *"Gia sản trong bóng đêm"*, một trong những sáng tác mới nhất của Cung Tích Biền:

"Bát tiên là tám vị tiên, trong đó có một tiên Bà. Mỗi người ở một động đá trong đảo Bồng Lai, nơi của trường sinh bất tử. Trương Quả Lão là một trong tám vị tiên. Trương có một cái trống cơm và một con lừa. Lúc cỡi lừa Lão tiên thường quay mặt về phía đuôi con lừa. Con lừa đi tới, Lão nhìn lui. Lúc không cỡi, Trương Quả Lão thu nhỏ con lừa bỏ vào cái bị cói, rồi mang kè kè.

Câu chuyện thần tiên ấy đã mấy nghìn năm trôi. Tôi thì hiểu một cách khác:*"Phép thuật không do nơi Thuật sĩ Trương Quả Lão. Chỉ là do con lừa biết tự thu nhỏ để rúc vào cái bị cói".*

*

Con người cùng vịt chó, heo gà, ngựa bò, mèo trâu, cùng sống chung dưới một mái nhà, chung cùng khu vườn, làng xóm, thân ái như người với người. Đêm mùa đông mưa lạnh, cháu đắp thêm cho ông nội tấm chăn, người chủ ra chuồng trâu bò quầy bọc thêm một lớp màn nhựa chỗ phên mành, cho vật nuôi của mình bớt run rẩy. Cả thảy là tình thân, mối âu lo giữa những thân hình còn máu chảy châu thân trên mặt đất.

Bốn mươi năm đi qua cây cầu số phận, cùng chung nhìn dòng nước bạc, tôi yêu thương con Đốm với con Ung vô cùng, dù chúng không là *"tài sản"* của riêng tôi. Nó là của Bóng Đêm.

2

Từ bé chí lớn, là người hay đi đó đây, gặp nhiều biết nhiều, tôi chưa từng thấy một con chó dòng-giống-nội-địa nào to lớn một cách kỳ dị như con chó Ung. Nó cao cỡ một con bò nghé, mập vừa đủ để khen là mập-đẹp. Đôi mắt như mắt người. Mỗi lần Ung nhìn, là, *như có cái nhìn tâm sự của con người từ trong một con chó nhìn ra.*

Điệu dáng Ung hiền hòa. Bộ lông đặc biệt dài như bờm ngựa, đều đặn, mịn như tơ, có một màu hòa hợp giữa Vàng với Đỏ. Màu Da cam.

Hai màu này hòa chung với nhau ắt màu vàng cầm chắc cái "thiệt thòi". Nhưng màu đỏ cũng bị phỉ báng, chẳng còn nguyên màu. Nó bị ung ung, mơ hoặc. Sự phôi pha trong cuộc hóa màu này làm cho thân hình vốn khác lạ của con Ung càng thêm khác lạ, nửa thực nửa ảo. Màu vàng đã mất nhưng nó giữ được cái hồn trong màu tái sinh.

3

Buổi chiều, ngược ánh nắng, con chó Ung ngồi đắm đuối nhìn cõi tà huy mông lung, ta thấy nó như một *vật thiên nhiên*, như được trời đất dùng khói núi, mây mù của biển, pha màu mà vẽ ra.

Vì mệnh đời mau chóng đổi thay, còn đó mất đó, lên voi xuống ngựa tức thì, người đời gọi ví von đó là *bức tranh vân cẩu*, là hoạt hình có từ mây hoàng hôn. Con chó do mây đen xám tạo hình bay lãng đãng nơi chân trời, biến ảo khôn lường kia, rất khác con Ung. Ung ngồi đây, máu và màu chiều hãy còn chảy trong xương thịt. Nó biết nhìn mặt trời lặn, chờ đêm tới, một cách *vọng minh nguyệt*.

Tôi gọi đùa, *Con chó tương tư.*

4

Ung có một thân mình dài, bờ lưng và mông mập khỏe, bốn chân thon cao, thoạt trông như thân hình một con ngựa non. Rất lạ là dọc hai bên sống lưng của Ung gồ lên mỗi bên một vạch dài như một đôi cánh, có tượng hình mà không mọc ra được. Tiếc cho một hóa kiếp chưa thành. Nếu đôi cánh mọc ra đầy đủ, Ung sẽ là một con vật thần thoại, *ngựa có cánh*, thời nhân loại có con lân mặt người, thánh nữ giao hợp với thần linh đẻ ra những thần nhân.

Con Ung rất cần đôi cánh, rất muốn bay về trời, mà kiếp này đành ngồi đây, nhìn Sài-gòn trong tư thế bốn chân.

5

Bây giờ, người ta gọi cái Ngã Năm Chuồng Chó của Sài-gòn xưa kia, trước 1975, là ngã Sáu Gò Vấp, vì nay nó được mở thêm một con đường thứ sáu vào ngã năm này.

Sở dĩ có tên Ngã Năm Chuồng Chó vì nơi đây, ngay giao lộ, phía đầu đường hạ cánh của sân bay Tân Sơn Nhất, ngày ấy có một trường nuôi dạy chó của quân đội Cộng Hòa, gọi là trường Quân Khuyển. Các khuyển binh được nuôi riêng rẽ trong mỗi chuồng. Có thể do một cách gọi nào đó có trước chăng, hay có thể do dân ta giàu hí lộng, hoặc do cách chịu chơi Nam bộ, nên gọi cái ngã năm đô hội mình son phấn ngày ngày đi qua là Ngã Năm Chuồng Chó.

Tôi quen biết vài sĩ quan trường này, có lúc ghé chơi. Nhìn những khuyển binh bốn cẳng to lớn, hầu hết được nhập nội từ các xứ da trắng, tôi có phần nghi ngại.

Được nuôi dạy rất kỷ luật, lính khuyển rất tinh khôn. Tập họp đứng ngồi theo đúng hàng lối. Có chó lính, chó chỉ huy. Chó đàn anh đàn em. Chó xếp, chó tép riu đàng hoàng. Lỗ mũi, con mắt, hai vành tai bọn nó tinh tường hơn con người. Biết nhận ra mùi cốt mìn, thuốc nổ, chất ma túy, mùi của ... quân thù, nói rõ hơn là mùi tư bản khác với mùi vô sản.

Nhưng nhìn chung, trong bọn chó to lớn, hùng tráng của trường Quân Khuyển, chẳng con nào sánh bằng Ung, *một con chó vĩ đại*.

6

Ung là con vật nuôi của Phiêu Thiền Dật sĩ. Một lần tới chơi tôi ngạc nhiên thấy Ung nhìn khách lạ, không sủa tiếng nào. Nó lặng lẽ từ hiên nhà đi thong thả vào trong, nằm ung dung dưới chân ghế của Phiêu Thiền.

Phiêu Thiền trong bộ bà ba trắng, thường uống trà, mê say đọc sách, có khi đánh cờ tướng với tôi suốt buổi. Ung vẫn nằm yên, lâu lâu nó đưa bộ răng trắng nõn gặm vào ống quần của Phiêu Thiền lôi nhẹ, ý là, *Cũng già rồi, ông chủ nên ngưng tí chút dưỡng sức khoẻ.* Con chó Ung có một bờ môi đỏ, bộ răng tuyệt đẹp, tự nhiên, không nhờ vả gì vào kem đánh răng.

Ung đưa một đôi mắt rất người nhìn khách, trong lúc chúng tôi uống rượu, hàn huyên. Chúng tôi trò chuyện trăm sự đời, có khi vui khi buồn, khi cười cợt, khi buông trầm, cung bậc tri âm. Con Ung nghe ngóng, vềnh hai vành tai, mắt liếc nhìn người này sang người kia theo câu chuyện dẫn. Chừng như nó đắc ý hay buồn bã theo mỗi câu chuyện. Nó rung chân, quẩy đuôi nhẹ nhàng. Ý chừng nó hiểu cái thế thái nhơn tình, cái màu đời đỏ-đen-vàng-nâu đang rung chuyển trong chúng tôi. Nhưng nó có chút tôn trọng, không "hồ hởi" mà "*đột xuất phát biểu ý kiến*" chen vào.

Sủa, cũng là một góp ý, lời phát biểu.

7

Chó là con vật tình nghĩa, giữ nhà, bảo vệ chủ là trên hết. Cả bóng trăng đêm khuya lay động trong cành cây góc lá chúng cũng nghi ngờ kẻ trộm, phát ngôn gâu gâu. Tôi thắc mắc, hỏi chủ nhà về sự im lặng của con Ung, một "*hàm thanh*" mang tính Đạo này. Giải thích sự "*ngậm tiếng*" đáng nể của Ung, Phiêu Thiền phán một câu độc:

"*Đời cha ông nó sủa khản tiếng rồi, nay nó làm một sinh vật tịch mịch*".

Nói xong, Phiêu Thiền giật mình nhìn tôi. Đó không là một ứng xử có nhân từ.

Cho rằng mình nhỏ mọn, cay đắng không đáng với một con vật, *ví đời con chó với thân phận luân hồi của một con người là phỉ báng tính hồn nhiên của loài vật*, nên Phiêu Thiền trở nên từ tốn, một gởi gắm tâm tình, kể với tôi về lai lịch con Ung.

Câu chuyện ông kể khúc mắc, có chỗ lạ lùng, rất ư huyễn hoặc, nhưng tựu trung là chỗ *trật-tự-theo-ý-Chúa*, rằng hãy còn một mối dây vô hình, rất ư thiêng liêng, giữa con người và vạn vật để cùng nhau, nương nhau, tồn vong trên mặt đất này.

8

Câu chuyện về Ung.

Con Ung là con của con Đốm. Đốm là sản phẩm của một câu chuyện truyền kỳ.

Rằng, trước cái ngày toàn diện đổi trắng thay đen sẽ xảy ra đối với người Miền Nam, hồi ấy tôi – Phiêu Thiền Dật sĩ – còn ở trong một làng ngoại ô giáp ranh phía bắc Sài-gòn.

Chỉ một thời gian ngắn sau là toàn cõi hình chữ S này ngưng

tiếng súng, nhưng đêm ấy súng nổ qúa trời. Hai bên như cố tình bắn cho hết đạn kẻo hòa bình là cách xa cái cò súng.

Đêm không trăng vào cuối tháng ấy, qua khung cửa nhà, trong một khu vườn rộng, Phiêu Thiền vẫn thấy xa xa trong đêm tối một chân trời hừng sáng. Đó là ánh đèn kinh thành, Sài-gòn của ông. Ánh sáng ấy, thuở ấy, dư thừa dội lên từng trời, luôn như một ánh hào quang.

Đêm chiến trận, cháy hết nửa số nhà trong làng. Hòa với tiếng súng lớn nhỏ, mìn lựu đạn, tiếng rên rỉ, khóc than của đàn bà trẻ nít, Phiêu Thiền nhận ra có tiếng sủa loạn cuồng của một con chó, chừng nó hóa điên. Nó chạy đầu xóm cuối làng, chui vào vườn nhà này lại chạy sang nhà khác, tránh lửa thì gặp đạn. Sau này khi cứu cấp, người ta biết nó, con Đốm, đang mang đứa con trong bụng.

Không khiếp sợ tiếng súng đạn mà nằm im thin thít như những con chó khác, Đốm loạn động. Cái điên không phải điên dại cắn càn. Một cái loạn cuồng đau đớn, cái thường thấy ở một con người. Cái đau của một người mẹ đang mang bào thai trong bụng lúc lâm nguy. Người mẹ không sợ cái chết riêng mình, chỉ sợ cái dị dạng của bào thai, qua cơn chấn động thay trời đổi đất. Sợ cái rùng mình hoảng loạn trong đêm đau, hình hài đứa trẻ kia sẽ lạc hướng, thay đổi vị trí trên chính hình hài đứa trẻ. Có khi nào khuôn mặt một hài nhi có đôi mắt nằm dưới hai gò má!

9

Tiếng súng rồi cũng ngưng. Nhưng xóm làng không còn cái bình yên của đêm về sáng nơi thôn dã. Chưa thể chữa mái nhà cháy dở vì mải lo cứu cấp người bị thương, khóc than đứa trẻ đã chết. Người ôm người mà khóc, chẳng biết đạn từ bên nào gây ra. Ai giết ai. Sáng ra, mặt trời lên cao, trời soi tỏ, mới thấy màu đỏ là đáng sợ. Đỏ bờ tường, trên thân súc vật, đỏ mặt người, máu vũng hòa với đất và nước trở nên một loại bùn nhão. Mùi tanh dần dà hiện rõ qua gió bay đi, lớn nhanh như một con quái vật, gầm thét, hăm dọa.

*

Con Đốm loạn cuồng chạy kiệt sức, nó chui qua cổng, cố bò lết tới đầu sân nhà tôi – đương nhiên "tôi" là Phiêu Thiền – thì nằm ngay đơ. Mồm phều phào, nước dãi bọt trắng đục. Tôi vuốt bàn tay lên mớ lông con vật. Có dính máu. Nó rất bẩn, tội nghiệp. Xương thì nhiều, cái bụng tròn đầy. May mắn cho tôi, con Đốm còn thở thoi thóp.

Hai đứa cháu hè nhau khiêng nó vào nhà. Trải một tấm chăn trên nền đất, nó nằm chết như một con vật vừa bị cắt tiết xong. Đắp cho nó một tấm mền. Hòa một chén sữa, cạy mồm nó đổ vào. Trời mờ sáng nó tỉnh dần, chân cử động nhẹ. Từ nay gia đình tôi có một kẻ tị nạn cần cưu mang.

Gắng nuôi nó mập ra một chút. Cho nó chỗ nằm êm ả một chút. Nó đẻ con Ung vào một ngày, tôi nhớ có một cuộc lễ lớn, nhà nhà phố phố cờ xí rộn ràng.

10

Mẹ con Ung là một con chó trắng, toàn thân có những đốm lông đen tròn trông rất đẹp, nên có tên là Đốm. Con Ung khi chào đời đã to xác, không biết có quỷ ma nào giao hợp, con Ung lai một màu lông khác lạ.

Không như các loại chó con khác, lọt lòng mẹ còn nhắm mắt nhiều ngày, mù mờ tìm vú mẹ, con Ung lìa bụng mẹ là mở to mắt nhìn quanh sự đời. *Nó sáng mắt tức thì.*

Mấy hôm sau khi lọt lòng mẹ, Ung đứng thẳng bốn chân mạnh khỏe, hai chân trước nhổm cao khỏi mặt đất, phần thân trước bung cao như con ngựa tung vó. Ung như muốn bay thoát, nhưng đôi cánh tượng hình trên lưng nó không mọc ra.

*

Càng ngày mọi người nhận ra con Ung như bị câm. Câm mà không điếc. Nó nghe, nó hiểu đủ cả. Nó làm đủ thứ cử chỉ, vui mừng, tức tối, sợ hãi, qua cách nhảy cỡn, dúi mũi vào ống quần một ai đó, nó cười, hoặc bỏ chạy, rúc vào một chỗ tối trú ẩn khi nghe lời hăm dọa, *Tao giết mày, tao thịt mày con vật dị tướng.*

Nếu là người, câm mà không điếc là chết toi. Vì mất quyền

phát biểu. Vì nghe đủ mọi điều dao găm mã tấu, đặt điều, vu oan, những *"hố xí ngôn ngữ"* thân ái xài xả láng cho nhau. Nghe, cảm, hiểu, máu trăm độ lên não, mà không cãi lại được, không giải bày được, tức thì *"hộc mớ máu mà rồi đời".* Chết cái rẹt khi máu chưa kịp lạnh trong thân người.

Con Ung không phải là người, nên nó hạnh phúc hơn con người. Cứ nghe mọi sự đời, bình thản như chưa từng nghe.

Cuộc đời của Ung cũng thảnh thơi tự tại, nhờ nó câm.

11

Phần con Đốm.

Thời hòa bình mà, lẽ ra thôi điên, con này lại điên tiếp. Một cái điên kỳ ảo, khó giải mã. Một cái điên của món ngon vật lạ, của sóng dữ, của mơ màng bức tranh thủy mặc.

Chừng thời đại thái hòa, trù phú những ngôn ngữ hạnh phúc trên khẩu hiệu, thừa mứa những thỏa mãn điều mơ ước của chúng ta trên giấy tờ, thời đại của lời hứa, và mong gió mang đi, nó đẻ ra trong nhân gian những niềm tin hoang dại, mang lại những đợi chờ rất dài lâu nhưng không mong đợi thì có gì/ còn gì ngoài mong đợi.

Tôi chẳng hạn. Tôi luôn nghĩ và tin vào những điều có thật, sự thật, và luôn sống với nó. Củ khoai là củ khoai, sờ vào biết mình có thật cái đầu gối, tôi không thể ngủ với vợ mình bằng một cái dương-vật-ảo, ho cảm sổ mũi thì nước mũi không thể chảy ra từ cái lỗ rốn, và vân vân. Mọi sự đã có tình tự, trật tự. Có từ tự nhiên, thiên nhiên. Có từ xếp đặt do xã hội con người.

Sự thật khó thể đục rỗng.

Nhưng khi tiếp cận với thời đại con Đốm thì mọi sự thật bị tẩy xóa, tôi bị sự huyễn hoặc lay chuyển. Tôi phải lấy điều không-thật làm thật. Và, vừa bước đi vừa nhắm mắt, đi trong thế giới của Đốm.

12

Thế giới ấy ướt đẫm tiếng kèn đồng ủy mị phát ra từ cổ họng

một con vật, chưa quá nửa đêm tịnh vắng đã nghe con Đốm vội vã gáy ra tiếng gà thanh thót, lanh lảnh. Đó là lời kêu xin mặt trời hãy trồi lên, sớm một giây là hoan hỉ một giây.

Tôi mơ màng tin một điều mà khi mở mắt biết rằng vô lý, rằng:

"Chừng trong con chó Đốm có chứa một vài triệu cử tri, có nhiều triệu các loài chim chóc, hổ mang, sâu bọ, bò chét, bồ câu, phượng hoàng, thằn lằn, cọp trắng, rồng xanh trong nó, nên cứ nửa đêm về sáng là nó lồng lộn, đau đớn lẫn hân hoan, gào thét liên hồi.

Chừng nó không chịu được cái bóng tối, cái làn gió, cái hơi người, sũng ướt hay khô cần quá, nó điên".

*

Loài chó trong thế gian có một thứ thống nhất, đó là tiếng sủa. Chó ông Obama, chó ông Tập Cận Bình đều sủa na ná nhau. Chẳng con nào vì tự ái đông tây, vì bản sắc dân tộc mà tạo ra cái cách đặc trưng Tàu hay Mỹ.

Nhưng cái thế giới đẫm tiếng kèn đồng này, tiếng sủa lẫn giọng sủa của con Đốm kỳ quặc lắm. Nó giăng ra cái lưới hão huyền. Khi gắt gỏng gấu gấu. Khi than thở, gầu gầu trong cổ họng. Khi khóc rống như con heo bị thọc huyết. Đúng là giọng con heo khi bị treo ngược, tuôn máu họng. Tiếng kêu sắc như lưỡi dao, hụt hẫng, cháy bùng.

13

Người bà con hàng xóm lắm khi bàng hoàng nghe con Đốm hí vang tiếng ngựa. Trong cổ họng của nó như có lắp sẵn một cái micro. Nó sủa ra nhịp lục lạc ngựa. Nó cục tác cục tác. Rồi Đốm phát ra ầm ầm tiếng trống giục giã. Nó làm tiếng quạ kêu nghe ghê rợn, như có tin báo cái chết gần kề.

Hiện đại hơn con lừa trong đảo Bồng Lai, con Đốm không tự thu mình rúc vào cái bị cói.

Đốm là đại diện bát ngát cho muôn loài cùng lên tiếng ở nơi

này, hôm nay. Nó facebook, liên kết, hòa mạng, một cách tuyệt vời.

Con Đốm có thể biến một mùa đông ra một mùa hè cho bọn học trò mơ mộng bằng cách phát ra nghìn tiếng ve, làm ra âm thanh lá, rào rạt xao xác trong gió thoảng.

14

Cứ nghe tiếng sũa/ kêu/ hí/ gáy/ hú/ hống/ gầm của con Đốm, ta phong phú hình dung, mỗi đầu người là một ngọn cây xanh lá, triệu người triệu cây. Giữa chốn đại-ngàn-sinh-linh-rừng- rú-đầu-người ấy, con cọp đang về ngồi gần con quạ, con chuột thân ái bên cạnh con mèo, con gà đang đứng trên lưng con sư tử, gà gáy phần tao sư tử hống phần mày. Mồm sư tử ngôn ngữ sư, lưng sư tử ngôn ngữ gà. Phụ chú thêm là tiếng than đau của những loài bị săn đuổi trên đường chạy, tuyệt lộ tuyệt chủng, tê giác bị giết lấy sừng, đàn voi bị đốn hạ lấy ngà, con cọp lăn quay để con dao lột da, lóc thịt lấy xương nấu hổ cốt, cá mập loại xịn chỉ còn vài trăm con bơi mệt nghỉ nơi đại dương để trốn cái lưới người. Nghĩa là, như thế, dù giọt nắng cuối cùng, dù cơn mưa ít hạt, bọn vạn vật cùng thân ái tụ họp trên một sân khấu chung, mở một dàn đồng vọng.

Trong tháng ngày âm u, rừng âm thanh này là cây cao bóng cả tỏa bóng. Cái thế giới tối đen trở nên nóng bức và rạo rực, chờ cháy. Cái lực vô hình được huy động, qua âm thanh, có thể biến ra động đất, sóng thần, những lửa thiêu hủy tối tăm.

Con Đốm là thu tập thiên thu Tiếng Động, tụ gom núi cao, hang động, sông hồ, thân cây ngọn cỏ, bùn và sỏi, xương khô, đất mục về một nơi, viên tròn, và nhả chúng ra từ duy nhất một cổ họng.

*

Đó đây có khi một đôi người lắm tài vặt, giả giọng đủ thứ tiếng loài vật chim chóc, đủ thứ âm thanh nhạc cụ, lên sân khấu trình diễn kiếm tiếng vỗ tay, tiền bỏ túi. Đó là góp vui cho đời.

Đằng này con Đốm, con chó *"khổ nạn qua hai thời kỳ"* là bạn của con người, nhưng nó không góp vui theo kiểu con người. Chỉ là cái cách của muôn loài. *Chỉ là mong chờ cái Ánh dương, cái Bóng tối, cái Tận cùng thăm thẳm hư vô may ra chia sẻ.*

15

Bà con chòm xóm lắm người thích thú cái "đa tài" của Đốm, mang cho đủ thứ thức ăn. Có người may cho một bộ quần áo, và bảo Phiêu Thiền:

- Mặc vào cho nó. Nó xứng đáng mặc bộ đồ vét.

Phiêu Thiền cười nói:

- Con Đốm thắt cà vạt? Từ xa nhìn, tưởng con chó có...năm cái chân.

Nhưng cũng lắm người nhìn con Đốm với nỗi sợ, ngờ ngợ nó là con quái vật, hoặc giả có ma ám từ cổ họng một *thằng người giấu mặt* trong nhà Phiêu Thiền.

Gia đình Phiêu Thiền bị kiểm thảo, vì con chó lắm lời, vi phạm an ninh trật tự, làm ô nhiễm lỗ tai nhân dân. Giết nó đi.

*

Cần phải cứu sống con Đốm. Mỗi khuya khoắt, lúc tối trời, có khi trăng lên, mưa gió chẳng hạn, là lúc *"khát vọng trào dâng"* trong nỗi niềm của Đốm; là Đốm bắt đầu muốn *"thể hiện tâm tư"*, là nó đang *"trạng thái"*; nghĩa là sẽ *"có vấn đề"* với xã hội, Phiêu Thiền bèn ngồi xuống bên nó phủ dụ, an ủi, để *"giới hạn cái cần cổ trong trật tự mới"*.

Rất may, con Đốm giàu tình cảm, nó nghe lời chủ. Nhưng một lúc nó quằn quại lăn lộn.

*

Đau buồn nhất là ngày nó sinh con Ung. Một con chó bình thường mang một cái thai quá lớn, lúc sinh nở càng thêm một cơn đau đớn. Nó cần phải được mở rộng miệng mà thở, cần nhiều không khí trong lành.

Một ngày của hôm nay không như mọi ngày. Con Đốm không thể là một con lừa.

Hôm ấy, Đốm rên rỉ, cố đẩy cái bào thai mang tên Ung ra ngoài. Có nước trào ra chỗ cái lỗ Mẹ đang nở to dần. Huyền Tẫn chi môn. Có máu từ đó. Rồi, con Đốm chết ngạt.

16

Phiêu Thiền kể xong câu chuyện Đốm và Ung, chừng tinh anh đã kiệt, da mặt bỗng tái nhợt, ánh mắt như có bụi mù hòa lẫn, giọng nói trở nên xa xôi như bên kia suối.

Chừng như chuyện về loài vật, về sỏi/đá/cỏ/lá, cũng có chỗ hiển linh của nó. Con vật có những vạch trên lưng đã mở tâm linh cho Phục Hy, gầy ra bát quái. Con ngựa Đích Lư, được cho là loài phản chủ, đã từng bay qua vực thẳm để cứu sống Lưu Bị. Chiếc lá khô từng thay thuyền đưa Bồ-đề Đạt-ma qua Trường Giang, thuở trên sáu nghìn cây số nước rộng bờ xa chưa một cây cầu. Con Rùa vàng đã thu lại kiếm báu từ tay một bậc Đế vương...

Phiêu Thiền đứng không vững. Chúng tôi lây lất như mây, mà không bay được như mây.

*

Để tiễn khách, con Ung dẫn tôi ra cổng. Cánh cổng khép hờ. Nó dùng cái mõm đẩy rộng cánh cổng cho tôi bước ra. Tôi lặng lẽ nhìn cái cách nó làm thay người, một con chó câm lầm lụi.

Tôi rời cổng chừng mươi bước, quay nhìn lại. Con Ung vẫn đứng trước cổng nhìn lung trời đất, nắng vàng. Ung như chờ đợi một ai, một điều gì. Tôi chợt hối lỗi vì mình quá lỗ mãng với con chó, đã nợ nó một lời cảm ơn, hay ít ra một cái vuốt ve.

Từ xa, tôi miệng cười, mắt nhìn Ung, một cánh tay đưa cao, tôi vẫy tay chào nó. Bye nhé! Ung lặng lẽ quay vào. Vào phía trong, nó áp cái mông tròn đầy vào cánh cổng, lui vài bước đẩy cánh cổng về vị trí cũ.

Con này điệu nghệ, mở cổng bằng mồm, đóng cổng bằng mông.

Xóm Gà Gia Định, tháng Tư 2015.

.

Trong ghi nhận của tôi, chúng ta cũng có những nhà văn đã bước qua tuổi bảy mươi, vẫn còn sáng tác. Nhưng hầu hết là những cố gắng đẩy ngược dốc khối đá lớn hơn trọng lượng thân thể mình... Để cuối cùng, tiếc thay, vẫn không nhận ra rằng, đã gặp chiếc bóng rách nát, không hình dạng (trong khi ngay chiếc bóng thời xuân sắc của họ, vốn đã không lấy gì làm "hoành tráng" lắm!)

Với tôi, Cung Tích Biền là một biệt lệ. Càng bước gần tuổi tám mươi, bút lực của ông càng sung mãn; với một tâm thái bát ngát minh triết, chứa chan những hồi chuông nhân bản, lai tỉnh xã hội càng lúc càng biến dạng. Quái thai.

Chọn cho mình một chân trời chữ nghĩa mới. Chân trời hư huyễn máu, xương, những trang văn của Cung Tích Biền như những tấm gương chói lọi nỗi buồn và niềm đau kín kẽ. Ông mặc khoác cho hư huyễn, cho ẩn dụ văn chương của ông, chiếc áo thời thế. Ông đi giầy, mang vớ cho hư huyễn truyện của ông, hiện thực xã hội hôm nay – Tựa đáy vực, một nhân loại khác đã hình thành. Hãnh tiến!!! Trưởng nở.

"Gia sản trong bóng đêm" chỉ là một trong rất nhiều thành tựu ngời ngợi chữ-nghĩa-hôm-nay của Cung Tích Biền.

Tôi muốn nói, dù phải sống với oan khiên, như vết chàm, như chiếc bóng định mệnh bất hạnh đời mình, nhưng, cuối cùng, họ Trần vẫn không hề lỗi hẹn với văn chương. Chẳng những thế, ông còn cho chữ và, nghĩa của ông, những khấp báo trầm thống!

Ông là một nhà văn miền Nam, sau biến cố 1975, xứng đáng với hai chữ Nhà-Văn-viết-hoa. Theo tôi.

(Garden Grove, May 2015)

Chỗ nào cho Doãn Dân.

- Cám ơn nhà thơ Thành Tôn, người cho lại tôi bài viết này.

dtl

"Chỗ của Huệ" là nhan đề tác phẩm đầu tay của Doãn Dân (1). Tôi thích cái nhan đề này, như thích cái lối nói chuyện say sưa của anh, buổi tối nào, ở quận P. Đó là những buổi tối khi anh em chưa tan tác. Đây là những khoảng thời gian mà sinh kế chưa quất vụt xuống lưng anh em những đường roi cay nghiệt, khiến anh em phải mỗi người về một phía. Đó cũng là cái khoảng thời gian mà *"Chỗ của Huệ"* ra đời.

Những người có mặt trong chiếc bàn vuông hôm đó, tôi nghĩ chắc khó có thể quên một Doãn Dân với khuôn mặt vuông, cằm bạnh, lưỡng quyền cao, trán lớn và bóng, với chồng sách còn ướt mực in trên tay. Anh nâng niu từng cuốn, tặng từng người. Anh say sưa với giọng nói đục và (như) nằm ngang về những gian nan của cuốn sách. Về cái tính của N.T., người chủ trương nhà Huyền Trân, người mà Doãn Dân coi như ân nhân của mình trong cố gắng tận lực để *"Chỗ của Huệ"* ra đời đúng với ý nguyện tác giả.

457

Nói như nhà văn Mai Thảo thì mỗi người cầm bút ngoài khả năng thực sự của mình, họ còn thành công hay thất bại, nhanh hay chậm, do nơi cái gọi là "duyên may"

Nếu có một số ít anh em được hưởng cái duyên may kia, thì ngược lại, theo tôi có quá nhiều anh em ở trường hợp ngược lại, Doãn Dân ở trường hợp sau.

Cái không may của anh, ở chỗ lẽ ra tác phẩm đầu tay của anh phải được trình làng vào những năm cuối năm mươi. Đó là khoảng thời gian có mặt tạp chí Văn Hóa Ngày Nay do nhà văn Nhất Linh trông nom. Tôi không biết trước thời gian này, Doãn Dân đã viết cho báo nào chưa, nhưng tôi nhớ từ thời Văn Hóa Ngày Nay, Doãn Dân đã có mặt, ngang hàng với những tác giả thời đó. Hãy tưởng tượng nếu ở những năm cuối thập niên năm mươi kia, tác phẩm của Doãn Dân ra đời, niềm mơ ước và khao khát bỏng cháy của anh thành hình, và được thể hiện từ những năm đó, có thể anh đã khác. Cái khác ở đây, tôi muốn nói, có thể nó sẽ không đưa anh tới cái chết ở Quảng Trị. Tôi không tin nơi lời nói: Nhà văn không cần tác phẩm, nhất là thời hiện đại. Câu nói này nghe nó có vẻ lãng mạn kiểu trung cổ quá đi. Và tôi vẫn nghĩ công việc, cũng như khó khăn đầu tiên của một nhà văn là phải có tác phẩm. Tác phẩm đầu tay. Điều này cần thiết lắm. Tôi ví nó như một tấm gương. Một tấm gương chỉ in hình của chính nhà văn đó. Nó cần thiết như một thử thách, không thể không có cho một lên đường hay bỏ cuộc. Từ đấy, anh, nhà văn có thể viết lại, bằng một lối khác, điều đã viết ra kia, hay kể lại, bằng một cách khác, câu chuyện kể đã có sẵn đấy. Hoặc hơn nữa, y xóa bỏ hoàn toàn để vẽ lên một dung nhan mới. Nhưng cách nào, thế nào, cũng chỉ là một lối nói, một quan niệm của từng người. Việc đầu tiên vẫn là cái tấm gương phải có hình ảnh y. Và tôi nghĩ, quá muộn màng cho Doãn Dân khi nhiều năm sau tác phẩm đầu tay, cuốn thứ hai của anh mới được ra đời! Cái không may, cái không có duyên của Doãn Dân còn ở chỗ anh đã không được nhìn thấy cuốn sách thứ hai của anh lên khuôn (2). Tôi nghĩ đến cái đam mê lớn nhất của người bạn vắn số này, là cái đam mê dành cho chữ in. Dành cho màu mực. Tôi hiểu cái khát khao quặn thắt tâm hồn anh, những tháng năm đã đi qua, là cái khát khao của những dòng chữ mang tâm hồn và ý nghĩ anh. Nhưng đã vô ích rồi! tất cả những thứ đó. Đã hoài công rồi! những gì mà giờ phút này anh em, bè bạn và đám đông có thể dành cho anh.

Tôi cũng nghĩ, cái kém may mắn, cái không có duyên của Doãn Dân, còn ở chỗ anh đã quên không dành lấy cho chính mình... một chỗ. Một chỗ nào đó, trong suốt thời gian, còn có thể. Và phải chăng chính sự quên mình, chính vì sự chỉ mưu toan giữ chỗ cho những gì khác, ngoài một chỗ cho Huệ, đã khiến tôi thấy yêu anh hơn, và hẳn chất nghệ sĩ nơi con người anh, do đấy cũng đậm nét hơn?

Bây giờ lúc mà chiến tranh đã dành cho Doãn Dân một chỗ không êm đẹp. Lúc mà những viên đạn vô tình của những người anh em bên kia, đã dành chỗ vội vàng trên thân thể Doãn Dân, tôi muốn xin những người còn lại, những người thân yêu, hãy để cho Doãn Dân một chỗ nào đó khuất kín trong lòng mình. Cũng như đã để cho những người nằm xuống khác, những chỗ tương tự. Hy vọng đặc tính mau quên của thời đại mới, sẽ không đúng với trường hợp này. Và lời cuối cùng trong bài viết ngắn này, tôi muốn gửi tới người con gái đi bên Doãn Dân, buổi tối nào khi cuốn sách đầu tay của Doãn Dân còn ướt mực, một lời xin. Có thể đây là một ngỏ ý thừa thãi, một lời xin trễ tràng, nhưng tôi vẫn xin được nói. Đó là một chỗ, vâng, một chỗ nhỏ nhoi thôi, trong tâm hồn cô. Nhưng đó là một chỗ mãi mãi, dành riêng cho bạn tôi, Doãn Dân. Được chăng? Hỡi người con gái của một tối mà tới bây giờ, tôi vẫn chưa biết tên.

Xin cám ơn cô, và cám ơn tất cả những ai còn dành cho Doãn Dân một chỗ nhỏ nhoi trong trí nhớ. Như anh đã dành hết cuộc đời mình, kiếm tìm những chỗ cho bất cứ ai đó, trong chúng ta.

(Giai Phẩm Văn, Saigon, tháng 4-1973).

Chú thích:

(1) Doãn Dân tên thật là Trần Doãn Dân. Sinh năm 1938 tại Nam Định. Tử trận tại Quảng Trị ngày 29-4-1972.

(2) *"Tiếng gọi thầm"*, Tân Văn, XB, Saigon, 1973.

Đinh Phụng Tiến,
như *"Hòn bi"... lăn....*

V iết về chiến tranh, hầu như tác giả nào cũng ghi lại ít, nhiều
cận ảnh hiện trường những trận đánh... hào hùng. Ngay cả
khi tác giả đó không hề có mặt. Đinh Phụng Tiến khác hơn.
Bối cảnh của cả hai truyện - vừa *"Hòn bi"* và *"Cơn Lốc"* của ông,
đều là đời sống của một người lính bình thường. Hiểu theo nghĩa
rất người. Lại nữa, thay vì mô tả hiện trường những trận đánh,
ông lùi lại phía sau. Có khi rất xa. Để bằng đôi mắt người chứng
và, sự điềm tĩnh của một nhà văn, ông dẫn độc giả bước vào
những góc hẻm hóc, khuất lấp. Những nơi chốn không hề có
cảnh súng nổ, máu đổ, thịt rơi hoặc, mịt mù thuốc súng. Nhưng ở
đó, lại có những cuộc đời vẫn phải sống tiếp! Sống cùng những
viên đạn, những miếng bom vô hình, đã găm sâu tâm hồn họ!

Tôi muốn nói tới "hậu-chiến-trường" một trận chiến. Tôi
thấy, dường không một trận đánh nào ngưng bặt tiếng súng! Nếu
hiểu dư vang của đạn bom có khả năng tàn phá khốc liệt hơn khi
trận chiến đang diễn ra, trên những mảnh đời liên hệ, còn lại...

Trong truyện "Hòn bi", nói về một thiếu nữ, sớm trở thành
gái bán dâm, họ Đinh viết:

461

"... Vào khoảng năm 1954, cha Lệ tập kết ra Bắc. Và đúng ba năm sau, mẹ Lệ tự coi như thời gian để tang chồng đã xong và bà kết hôn với một người tá điền ở xã Hoài Thanh.

"Sau Lệ còn có hai đứa em nữa. Nhà nghèo và chật chội nên Lệ ngủ với người cha ghẻ. Người đàn ông rất thương Lệ. Tuổi thơ của Lệ được xoa dịu phần nào những thiếu hụt vật chất và tinh thần.

"Năm mười sáu tuổi, một cơn lốc dữ dội đem vào đời nó nỗi đau rùng rợn: Người cha ghẻ làm tình với nó vào một đêm tiếng súng nổ ào ạt trong làng (...)

"Cuộc đời Lệ rẽ qua một khúc quanh tàn khốc từ đêm ấy.

"Sáng hôm sau nó cuốn gói ra đi để khỏi nhìn người cha ghẻ, khỏi phải nhìn mẹ và em. Khỏi nhìn nỗi ân hận, dằn vặt khôn nguôi.

"Nó đến Bồng Sơn và lấy một người lính mang lon Hạ sĩ làm chồng (...)

"Một buổi chiều, người ta mang từ mặt trận trở về những xác chết, trong đó có chồng Lệ. Nước mắt chưa kịp khô. Đời sống của Lệ hết sức khó khăn với số tiền trợ cấp ít ỏi không đủ làm vốn liếng sau đám tang chồng. Tám tháng sau, Lệ lấy một người lính vốn dưới quyền chỉ huy của chồng (...) Nhưng lần này Lệ để tang thực sự là vĩnh viễn. Chồng Lệ dẫm phải mìn và chết co quắp bên kia đường tầu, lối đi Tam Quan, lối về Hoài Thanh (...)

"- Và bây giờ em làm gái điếm đó anh.

"Con Lệ nói với tôi trong vùng nước mắt nghẹn ngào..." (1)

Nếu sân khấu diễn biến bi kịch đời "con Lệ" là một khu gia binh thì, trong "Cơn lốc" bi kịch lại diễn ra ở một nơi rất xa tầm với của bom đạn. Một thôn quê lặng lờ những phận đời mờ nhạt... Nhưng không vì thế mà định mệnh không tìm đến, để hăm hở vung những chiếc khăn tang lên nhiều mái đầu:

"... Khi tôi và ông Liên gia trưởng bước vào thì cả cái gia đình ấy đều tỏ ra rất đỗi ngạc nhiên. Cụ già và người đàn bà trẻ tuổi đứng dậy chào chúng tôi. Mâm cơm họ đang ăn dở và tôi nhìn

thấy có đĩa rau luộc, hai tô nước và vài con cá nướng. Ông Liên gia trưởng lên tiếng trước:

"- Chị Ba nè, có ông ở Long Khánh về đưa tin cho chị đó.

"Chị Ba, người đàn bà trẻ bước tới mà tôi đoán ngay đó là vợ anh Hà. Tôi không biết phải nói thế nào khi tôi nhìn thấy bụng chị khá to. Tôi độ chừng chị có thai khoảng bốn, năm tháng. Không khí trong nhà lặng đi trong chốc lát. Ông Liên gia trưởng lên tiếng:

"- Chị bình tĩnh chưa?

"Rồi ông quay lại phía tôi:

"- Ông Hai nói đi. Nói đi.

"Tôi ngập ngừng mất ít giây rồi lên tiếng:

"- Thưa chị, tôi là... bạn anh Hà.

"Người thiếu phụ ấy đáp ngay bằng một giọng khô khan:

"- Dạ, tôi... vừa nhận thư và 'măng đa' tiền lương của ảnh gửi về hồi chiều nay.

"Nói đoạn, chị lật đật móc trong túi áo ra đưa cho tôi coi tấm ngân phiếu hai ngàn năm trăm đồng. Tôi nói nhanh:

"- Tôi là bạn cùng đơn vị với anh Hà, ở...

"- Dạ... Gia Ray...

"Tôi nói nhanh:

"- Tôi báo tin buồn chị hay... anh Hà mất hồi sáng hôm qua. Ngày mai, xác sẽ về tới nghĩa trang quân đội ở Dĩ An. Vậy gia đình lên đó mà nhận xác, kẻo lộn.

"Không khí trong nhà chợt khô.

"Phút chốc, và cùng một lúc, nhiều tiếng khóc la òa vỡ. Chị Hà nắm lấy tay tôi, lắc đi lắc lại nhiều lần cùng với tiếng gào thét của chị:

"-Sao? Sao? Thầy có cùng đánh trận với chồng tôi không?

"Tôi gật đầu, trong khi chị Hà òa lên với tiếng gào và tiếng khóc lẫn lộn, Sao thầy không chết mà chồng tôi lại chết? Anh Hà

463

ơi, chiều nay mới nhận được thư anh báo sắp lên Trung sĩ nhất, mà giờ anh ở đâu? Anh ở đâu?

"Chị Hà chợt nấc lên vừa khi tôi nhìn thấy tấm ngân phiếu hai ngàn năm trăm đồng vuột ra khỏi tay chị..." (2)

Thản hoặc, trong truyện của họ Đinh cũng có đôi chỗ mô tả hậu-chiến-trường, hay "cánh gà" của sân khấu một trận đánh vừa chấm dứt. Tuy nhiên, như đã nói, không một trận đánh nào ngưng bặt tiếng súng! Nếu hiểu dư âm của đạn bom có khả năng tàn phá khốc liệt hơn, khi chiến trường được thu dọn, kết toán:

"... Nắng đã lên làm tan sương mù của buổi mai. Một chiếc phi cơ quan sát loại L.19 nghiêng cánh từ xa. Chúng tôi liên lạc được với họ rất tốt. Chiếc máy bay ấy bay trên đầu chúng tôi với một vòng tròn nhỏ trên bầu trời quang đãng. Chúng tôi liệng một trái khói để đánh dấu vị trí của mình. Người phi công xà thấp xuống, bay vụt qua sân đồn và qua chiếc cửa sổ bé tí, người quan sát viên thò tay ra vẫy vẫy (...) Anh bảo sẽ có một 'thằng' đến thế chỗ cho chúng tôi trong vòng vài giờ đồng hồ nữa. Trực thăng tản thương sắp tới để 'bốc' hai người lính bị thương hồi đêm. Thật may mắn cho chúng tôi, những người lính bị thương sẽ qua khỏi. Ít khi tôi có được một niềm vui như thế. Những người lính của tôi sẽ được cứu mạng đúng lúc..." (3)

"Ít khi tôi có được một niềm vui như thế", là cụm từ trong trích đoạn trên của Đinh Phụng Tiến. Một cụm từ bình thường thôi! Không chút văn hoa, bóng bẩy, mới lạ nào! Nhưng tôi lại thấy nó phản ảnh một cách chân thật nhất, cái ý nghĩa thâm sâu của tình đồng đội và, rộng hơn: Nghĩa đồng bào!

Đinh Phụng Tiến và, ám ảnh chiến tranh trong tác phẩm.

Tôi vẫn nghĩ, nếu ví chiến tranh như con bạch tuộc nghìn tay, có dễ cũng không phải là điều quá đáng! Bởi vì, chiến tranh dù ở đâu, thời gian nào, cũng vẫn là một ám ảnh khủng khiếp, với tất cả mọi sinh linh. Ngay với thú vật, chứ không chỉ riêng với con người! Nó tựa như lời nguyền không một ai có thể bước qua. Với tôi, tất cả mọi sinh linh từ người già đến trẻ thơ chưa rời khỏi vú mẹ... hết thảy đều là con tin của chiến tranh. Hết thảy đều bị giam cầm trong trùng vây bi thảm đa tầng, nhiều mặt. Nhiều trạng huống bất trắc. Đau thương. Hết thảy đều có thể bị chiến tranh hay định-mệnh-địa-ngục chọn để đã nư những cơn khát thèm xương, máu tựa bản chất tiên thiên của nó. Bản chất phóng hỏa, thiêu đốt cả những nụ hoa chưa kịp nở! Những đời trẻ chưa kịp lớn!

Trong trùng vây chiến tranh bi thảm nhiều mặt kia thì, ám ảnh tình yêu là một trong vài nét khắc sâu, lắng nhất của văn xuôi Đinh Phụng Tiến. Ở truyện-vừa "Hòn Bi" họ Đinh viết:

"... *Hòn bi chạy nhanh, hòn bi chạy nhanh. Mắt tôi chợt hoa lên và chỉ còn thấy một vùng thuần mầu đỏ. Không phải một hòn bi đang chạy, mà tôi còn thấy có trăm ngàn hòn bi khác đang lăn nhanh. Chúng lăn nhanh trên những đường cơ như những con tàu chạy trên đường rầy. Những con tàu ấy sẽ đến những ga nào? Những con tàu ấy sẽ ngừng ở đâu? Ở đâu? Thủy ơi, Thủy ơi...*" (Sđd. Tr. 20 &21)

Những người yêu nhau ở thế hệ sau chiến tranh hôm nay, không thể hình dung, tưởng tượng cảnh tình tuyệt vọng của thế hệ trước họ, trong chiến tranh. Nhưng tôi tin, bằng cảm nhận của trái tim trong yêu thương, họ vẫn có thể trải lòng, để chia sẻ với một trong những bất hạnh của thế-hệ-con-tin-chiến tranh. Một thế hệ không chỉ mất mát từng phần hay toàn bộ thân thể mà, họ còn mất cả thanh xuân – Cái quãng đời đẹp nhất chỉ duy nhất, một lần có được cho mỗi cuộc đời.

Cũng vẫn cái cảm thức "con tin" trong trùng vây chiến tranh bi thảm đa tầng, nhiều mặt, ở "Cơn Lốc" Đinh Phụng Tiến gặp lại mình. Ông gặp lại chính ông trên đỉnh nhọn tình yêu chênh vênh, bất lực:

"... *Tôi muốn quay trở lại Saigon ngay tức khắc. Tôi muốn trở về để gặp Thịnh ngay và nói với Thịnh rằng Thịnh có thể lập gia*

465

đình với Thái. Tôi sẵn sàng ném Thịnh ra khỏi đời sống tình cảm của mình, như đứa trẻ hờn dỗi liệng vứt một món đồ yêu thích nhất..." (Sđd. Tr. 37)

Và, đây là một hình thái "con tin" khác của những người yêu nhau trong chiến tranh, trong văn xuôi Đinh Phụng Tiến. Tôi muốn gọi đó là một thứ "con tin" trong ngục tù có hai lớp song sắt của thế hệ lớn lên giữa khi cuộc chiến miền Nam, 20 năm ở giai đoạn cực điểm máu, xương:

"... *Dưới ánh đèn mờ, khuôn mặt con bé vô cùng lộng lẫy.*

"*Cùng với tiếng trống, tiếng kèn của nhạc công, tôi đang bước trên những thân sóng lênh đênh của biển rộng. Lưng con Hiển mềm, bước đi của nó vững vàng và thanh thoát. Nó ngửa mặt nhìn tôi, ánh mắt ấy khiến tôi rùng mình. Đó là cảm giác của đứa con trai mới lớn. Đó là cảm giác của người đàn ông si tình vụng dại. Thịnh ơi, anh nhớ em vô cùng. Duyên ơi, anh là con mèo hoang lang thang ngoài phố chợ... và tôi buột miệng nói:*

"*-Tối nay Hiển đẹp quá.*

(...)

"*Tôi và con Hiển đi giữa trời khuya, trăng mờ lạnh. Nhiều tiếng côn trùng bốc lên từ lùm cây, bụi cỏ và nhiều hạt sương đêm lất phất như bụi bay tạt trên vai lạnh buốt. Trong vòng tay qua lưng Hiển, bấy giờ bên tôi là những hư vô. Tôi không thể phân tích được tình cảm của mình lúc ấy ra sao. Tôi vừa giận vừa thương mình hết sức. Khi đi qua con suối trên đường về, thình lình con bé bảo tôi:*

"*- Cháu muốn nhảy xuống đây để được chết với cậu quá.*

"*Lời con bé nói, tựa hồ như một dòng nước lạnh chảy khắp quanh tôi. Tôi cất tiếng như một cơn mê:*

"*- Nếu được chết với Hiển ở đây, vẫn hơn là... tử trận...*" (Sđd. Tr. 109 và 110).

Định-mệnh-địa-ngục sẽ bất lực trước chọn lựa tự chấm dứt đời mình của những người yêu nhau trong chiến tranh. Nhưng thực tế, không mấy ai làm được. Đó cũng là một phần hiện thực trong văn xuôi của Đinh Phụng Tiến. Một hiện thực cay đắng, xác nhận tính bất lực nơi những "con tin" trong chiến tranh của tất cả mọi sinh linh thuộc miền Nam, 20 năm máu, xương vậy.

(Calif. Oct. 2013)

Chú thích:

    (1) "Hòn bi", Nđd. Trang tr. 71, 72 và 73.

    (2) "Cơn lốc", Nđd. Trang 9, 10 và 11.

    (3) Nđd. Trang 121, 122 và 123.

Đinh Phụng Tiến, truyện ngắn.

Bóng Núi.

Chiều nay, tôi chợt có ý đến thăm anh Viên. Chẳng là đã nhiều lần anh Viên điện thoại cho tôi, mời đến nhà anh chơi để chuyện trò trong lúc nhàn rỗi. Khốn nỗi, thì giờ tôi có qúa ít. Sáng tinh mơ đã rời khỏi nhà, và công việc nặng nhọc kéo dài cho đến hết cả ngày. Bữa trưa ăn uống láo kháo. Chiều, về đến nhà thì trời đã tối. Nếu đồ ăn cũ còn, bỏ vào microwave vài phút. Bằng không, lại nấu nướng đến khuya. Thật ra, tôi rất nhớ anh, một người bạn cũ, mà cuộc đời đã dành cho anh rất ít may mắn. Chúng tôi chơi thân với nhau từ thuở nhỏ. Tình bằng hữu được gắn bó bởi, thứ nhất, chúng tôi có cùng một sở thích. Thứ hai, cuộc đời chúng tôi cùng chịu những bước thăng trầm như nhau. Tôi có thể chia sẻ với anh những nỗi đau buồn riêng, và ngược lại, anh sẵn sàng lắng nghe những điều tôi tâm sự. Vậy mà, tôi ít đến thăm anh được. Điều ấy cứ làm cho tôi áy náy mãi.

Chiều nay, tôi đến thăm anh mà quên không hẹn trước. Đó là một buổi chiều thứ bảy cuối mùa đông. Trời cuối đông, tiết trời lạnh ngọt, khiến tôi nhớ đến những ngày mùa đông ở miền bắc quê nhà. Những cành cây khô đã trụi lá. Bầu trời thấp đục. Những cánh chim cũ đã bỏ đi trốn rét ở nơi nào có nắng ấm. Như những kỷ niệm xưa đã trốn sâu trong tiềm thức để tránh đụng chạm với những thực tế hàng ngày.

Trước khi tới nhà anh Viên, tôi phải đổi free-way hai lần để tới được một khu yên tĩnh. Căn nhà mái đỏ ấy ngủ yên dưới những tàn cây mà lá đã rụng hết, chỉ còn trơ lại những cành cây gầy khẳng khiu.

Anh Viên đã từ Việt Nam tới Mỹ trước tôi nhiều năm, nhưng cuộc sống của anh vẫn chưa thực sự ổn định. Hiện tại, anh ở chung với gia đình một người cháu họ. Anh nói, tôi chẳng còn ai, ngoài ông ra, tôi không còn biết tâm sự với ai nữa. Sau gần mười năm từ trại giam trở ra đời thường, anh Viên đã vội vã vượt biển ngay để đi tìm tự do. Sự ra đi của anh đã phải trả bằng một giá rất đắt. Vợ và hai đứa con trai đã chìm dưới lòng biển sâu. Chỉ có mình anh và đứa con gái đầu lòng tới được bến bờ.

Anh Viên giữ tôi ở lại ăn cơm với tối anh. Vợ chồng người người cháu họ của anh, cáo từ chúng tôi để đi nghe một buổi hòa nhạc vì đã lỡ lấy vé trước. Thế là chúng tôi chỉ có hai người với nhau. Có lẽ như vậy thú hơn, tôi nghĩ thế.

Chúng tôi cùng nhau tự làm đồ ăn, và anh Viên đề nghị ra ngồi ở patio sau nhà. Anh mang ra một chai rượu mạnh nhưng tôi từ chối không uống vì thật sự còn phải lái xe về. Anh không ép tôi mà anh uống một mình. Bất chợt, một con chó mầu lông trắng tinh nhảy lên chiếc ghế trống cạnh chúng tôi, cái đuôi vẫy vẫy. Anh Viên gắt nhỏ, "Tuyết, đi chỗ khác chơi". Như để trả lời sự thắc mắc của tôi có thể đặt ra, anh Viên giải thích:

– Tên nó là Tuyết. Tôi đặt tên ấy vì lông nó trắng như tuyết. Hơn thế, để kỷ niệm một mùa tuyết phủ buồn bã khi tôi còn ở tiểu bang Indiana. Và cũng chính vì cái mùa tuyết phủ buồn bã đó, tôi đã bỏ mà về đây...

Khi anh Viên giải thích cho tôi nghe thì con Tuyết ngoan

468

ngoãn nhẩy xuống khỏi ghế, đến đứng cạnh một chậu hoa, mắt hướng về phía chủ như xin xỏ một ân huệ nào đó, cái đuôi vẫy vẫy.

– Bây giờ tôi chỉ còn mình nó là người thân duy nhất sống thường xuyên, chia sẻ những vui buồn với tôi, anh Viên nói như thế, giọng ngậm ngùi. Anh nói tiếp:

– Mỗi lần tôi đi xa trở về, cái đuôi nó vẫy, nó nhẩy lên cổ tôi mà ôm, mà hít hít. Có lần tôi buồn bực chuyện riêng, không nuốn ăn uống gì cả, thì con Tuyết cũng nhịn đói luôn. Dạo ấy chúng tôi còn ở Indiana. Hình như nó hiểu tất cả, anh ạ. Và, nếu tôi tiếp tục buồn phiền thì chắc nó sẽ nhịn đói cho đến chết. Cho nên vì nó mà tôi đã gắng nuốt sầu làm vui... chúng tôi sống với nhau cũng khá lâu, không có điều tiếng gì cả, anh Viên cười gượng gạo, chua chát.

Anh Viên đã uống hết gần nửa chai rượu. Tôi nhắc anh không nên uống nữa, nhưng anh bảo tôi, không sao, không sao. Vì bữa nay có ông nên tôi mới uống chớ thường khi, tôi có uống bao giờ đâu. Tôi biết anh Viên đang cất dấu trong lòng những niềm u uẩn cho nên tránh không nhắc đến những nỗi niềm riêng của anh. Anh Viên cũng như tôi, đều có một qúa khứ đè nặng trên vai. Cái qúa khứ ấy đã làm cho chúng tôi có một cách nhìn, cách nghĩ phần nào giống nhau. Tôi thương anh, hiểu anh ở chỗ đó. "Phải có hai người mới có thể nói được rằng trời đẹp", hình như ai đó đã nói như thế. Bây giờ, anh Viên có con Tuyết. Nhưng con Tuyết có thể biết nghe mà không thể nói được.

Khi được "bốc" từ đảo vào Mỹ, gia đình anh Viên chỉ còn có hai bố con, được đưa đến miền Indiana lạnh lẽo. Gia đình đó chỉ còn có hai người sống sót trên một chiếc thuyền máy mỏng manh qua gần bốn chục ngày đêm lênh đênh trên biển đông. Anh Viên ít khi muốn nhắc tới những ngày hãi hùng đó. Cái giá mà anh đã trả, cộng với cả một bề dầy của qúa khứ, đã làm cho đôi vai trĩu nặng và tuổi già thêm héo hắt. Cuộc đời của anh và cả những người cùng thời là một chuỗi những đổi thay cay đắng.

Nghe đâu người con gái của anh cũng không còn ở Indiana nữa. Đứa con gái ấy đã ra đi trước khi anh rời miền đất lạnh lẽo ấy vào giữa một mùa đông. Tôi nhớ tới một đứa bé rất ngoan ngày xưa, trong những tháng năm khốn khó ở quê nhà. Mỗi lần tôi tới, nó vòng tay, chào bác ạ rồi lại cắm cúi nhặt sạn trong thau gạo mà em nó đã đứng xếp hàng cả buổi mới được ký sổ ở cửa hàng lương thực.

Con Linh đã đổi mầu, không còn là con Linh ngày xưa nữa. Anh Viên đã viết câu ấy trong một lá thư dài gửi từ Indiana về Việt Nam cho tôi, để nói về đứa con gái sống sót cùng với anh trên chiếc thuyền vượt biển đông, sau đó khoảng một năm thì phải.

Anh Viên uống thêm một ly rượu, tôi thấy mặt anh tái đi. Và dưới ánh sáng trắng đục của ngọn đèn, đôi môi người đàn ông ấy hơi rung rung. Anh nói với tôi bằng một giọng đều đều, khiến tôi tưởng như đó là những tiếng động xa xôi của một đoàn tầu đang trượt trên những đường ray mà tiếng kim khí va chạm như cào xé vào dĩ vãng. Giọng anh nói với tôi đều đều như đoàn tầu ấy đi không bao giờ dứt. Đôi lúc, anh ngừng lại trong khoảnh khắc làm tôi liên tưởng đến con tầu ấy hình như đang dừng lại ở một sân ga nào đó rồi lại tiếp tục ra đi.

Con tầu ấy đang đi sâu vào vùng trời dĩ vãng. Có lúc nó dừng lại ở một ga nhỏ quê hương. Có lúc nó băng trên những nẻo đường lạnh lẽo đầy tuyết trắng. Khi nó lăn bánh trên những thảm xanh hạnh phúc. Khi nó chui qua những đường hầm tăm tối của những niềm đau thương cũ. Anh Viên đã dẫn dắt tôi đến từng chặng đời, mà có những thời gian tôi với anh đã cùng chia sẻ. Câu chuyện anh nói, dường như đã đưa tôi dừng lại rất lâu ở một miền tuyết phủ cách đây không xa.

– Con Linh đã ra đi đúng vào một buổi chiều của ngày lễ tạ ơn. Và ngay sau đó không lâu thì tôi cùng con Tuyết rời bỏ miền đất băng giá ấy mà về đây. Anh Viên nói với tôi như thế. Anh kể, từ đảo bước chân vào đất liền không lâu thì con Linh kiếm được việc làm. Phần tôi, người bảo trợ tốt bụng đã giới thiệu cho một nơi làm việc dù có nặng nhọc nhưng phù hợp với ý thích của tôi. Như thế là yên. Giã từ những tháng năm phiền muộn. Nhưng đúng rằng niềm vui và nỗi buồn cũng như hạnh phúc và đau khổ bao giờ cũng là một cặp anh em song sinh không bao giờ tách rời. Con Linh giờ đây đã đổi mầu, như đã có lần tôi viết thư về cho anh. Nó chạy theo một cái xe mới. Nó chạy theo những đồng tiền giống như những con thú rừng hoang dã chạy theo con mồi của những tay thợ săn. Những tay thợ săn ở đây hết sức kinh nghiệm và lịch lãm, anh ạ. Nhìn nó đang rơi vào cái hố thẳm ấy, tôi không thể không nói ra. Từ đây, giữa tôi và nó, những bất đồng xuất hiện. Sự bất đồng ấy được khoét sâu, đến một lúc bùng nổ và nó ra đi. Hôm đó là một buổi chiều của ngày lễ tạ ơn. Nó đã tạ ơn tôi như thế.

Trong căn nhà cửa kính kín bưng hôm ấy, nó đã gào lên rằng tôi không có quyền xen vào đời tư của nó. Anh Viên ngước nhìn tôi, ly rượu trên tay hơi rung và nói tiếp, thế nào là đời tư? Và ở trong căn nhà ấy, những phần đời tư nào buộc chúng ta phải tôn trọng? Ngày nào nó còn sống bên tôi, tôi nghĩ thế, nó còn phải tuân theo những luật lệ của cha ông. Trong gia đình thì có trật tự của gia đình. Ra sân bóng thì có luật chơi của sân bóng. Luật chơi nào cũng gây khó chịu nhưng cần thiết. Nó từ bỏ cái lề luật ấy, đến một nơi khác, chắc chắn nó lại phải tuân theo những lề luật mới. Thế thôi. Giữa tôi và nó, hai thế hệ không xa nhau nhiều, nhưng sao quan niệm về cuộc sống hoàn toàn khác nhau. Khác nhau đến nỗi tưởng chừng như không thể điều hòa được.

Vì sao? Anh Viên đặt ra câu hỏi như thế, thật tình cũng đang làm tôi lúng túng. Những thế hệ khác nhau thường có những ý kiến khác nhau. Nhưng giữa thế hệ chúng tôi và ngay thế hệ kế tiếp đã có những khác nhau nhiều qúa.

Cuộc đời anh Viên nặng chĩu những bước đi hụt hẫng. Mười bẩy tuổi, anh đã tham gia tự vệ thành Hà Nội. Ngay sau khi Nhật Bản đầu hàng đồng minh, ngày 19 tháng Tám, anh theo những người cùng thế hệ đi… giải phóng quê hương. Sau gần mười năm, anh vào miền nam cầm súng chống lại những người cộng sản.

Hai mươi năm trong quân ngũ, không đem lại cho anh được một phần ước nguyện. Sau đó, anh bị cầm giữ mười năm. Khi trở lại đời thường, anh Viên đem cả gia đình vượt biển. Cái giá của sự ra đi là trên năm chục phần trăm nhân số trong gia đình đã chôn vùi dưới biển sâu. Mười năm kháng chiến trong ánh hào quang của dối trá. Hai mươi năm chiến đấu vô vọng. Mười năm tù đầy... bốn mươi năm trời ấy trong một đời người có còn gì đâu. Cái qúa khứ nhọc nhằn ấy đã bị đứa con duy nhất của anh phủ định hết bằng những câu nói biếm nhẽ, "ôi, ai bảo ông đi kháng chiến làm gì cho khổ". "Ôi, ai bảo ông chống nó thì nó bỏ tù ông chớ có gì là lạ". "Ôi, sao ông không nghĩ đến chuyện kiếm tiền? Ở Mỹ này mà không có tiền thì khổ, chứ lý tưởng lý toét có ra tiền đâu". Và nó đã ra đi để chạy theo con mồi, bỏ lại sau lưng một người cha đang chìm ngập trong vùng qúa khứ nặng nề.

Cái qúa khứ của chúng ta nặng nề qúa, anh Viên nói thế. Cái qúa khứ dạy chúng ta lòng yêu quê hương, vì quê hương đã bị xâu xé, chà đạp. Cái qúa khứ dạy chúng ta lòng thủy chung vì chúng ta đã bị phản bội nhiều lần. Cái qúa khứ dạy chúng ta kiên nhẫn trên những hoang tàn, đổ nát... cái qúa khứ ấy tợ hồ như một bóng núi luôn luôn và mãi mãi đè nặng lên cuộc đời mỗi người...

Anh Viên nói mãi. Và đoàn tầu ấy di chuyển trong cuộc hành trình vào sâu trong dĩ vãng tưởng chừng như không bao giờ dứt. Có lẽ anh Viên đã có phần nào đúng. Bởi vì cái bóng núi nặng nề ấy đã làm chia cách hai thế hệ. Những việc đã qua là đã qua. Lịch sử sẽ không để lại những chi tiết cụ thể, thiết thân. Và về sau, con cháu chỉ còn được biết rằng Staline đã nhân danh đạo đức để lưu đầy trên mười phần trăm dân số Liên Xô cũ ở Sibéria xa xôi. Hàng triệu người đã chết oan uổng ở đó. Con cháu cũng chỉ biết được rằng nhiều chục triệu người Trung Hoa đã được gửi đi Tân Cương khi Mao Trạch Đông nắm quyền. Và... những người Việt Nam. Những người Việt Nam đã chết. Những người Việt Nam còn sống hôm nay nhưng đã tàn phế cả tâm hồn lẫn thể xác. Những địa chủ, những cường hào, những phú nông đã ngã gục trong những đợt cải cách ruộng đất năm xưa. Hàng triệu người đã bị đẩy ra khỏi thành phố với hai bàn tay không, rời bỏ căn nhà của mình đang trú ngụ. Những người đã bị đẩy tới Lào Kay và chết ở đó. Những trang sử ấy sẽ trở thành những tài liệu khô cứng của đời sau.

Nhưng, anh Viên nói, tôi không thể nào quên được hình ảnh mẹ tôi, người được quy vào thành phần địa chủ, quỳ mọp trước sân đình trong một phiên tòa đấu tố. Mẹ tôi đã xác xơ sau nhiều ngày bị bỏ đói ở chuồng trâu. Trận đòn tập thể cuối cùng đã là một cú ân huệ để mẹ tôi vĩnh viễn lìa đời. Tôi không thể nào quên những người bạn tôi đã ngã xuống. Tôi không thể nào quên những giây phút cuối cùng khi vợ và con tôi chìm dưới biển đông... lịch sử có kể lại được những điều đó hay không. Những gì đã qua là đã qua. Nhưng với tôi, điều ấy không đơn giản như thế. Chúng ta vẫn còn một cái bóng núi đè nặng trên cuộc đời, anh Viên nói.

Chai rượu đã gần cạn. Đêm về khuya, trời cuối đông mang vào trong khung patio hơi gió lạnh lẽo. Tôi hiểu anh Viên, một người đàn ông đã mất tất cả. Những người đàn ông cùng thời đã mất tất cả. Lịch sử không nói được gì.

Khi vợ chồng người cháu họ anh Viên trở về sau buổi hòa nhạc thì trời đã khuya. Tôi từ giã anh Viên và cặp vợ chồng trẻ ấy. Anh Viên không giữ tôi ở lại lâu hơn. Và anh tiễn chân tôi ra đến tận cổng. Con Tuyết đi theo, cái đuôi vẫy vẫy.

Tôi bắt tay anh, bàn tay lạnh ngắt. Ngồi trong xe, nhìn trong kiếng chiếu hậu, tôi thấy anh Viên đi vào, dưới một vùng ánh sáng của ngọn đèn huỳnh quang làm dáng anh xiêu đổ. Con Tuyết đang níu chân anh lại.

(Nguồn Sontrung 's Blog.)

Hồ Minh Dũng, nhà văn thường trực phản ảnh chiến tranh trong sáng tác.

Cuối thập niên 60, đầu thập niên 70, trên một số tạp chí xuất bản tại miền Nam Việt Nam, người đọc đã bày tỏ lòng yêu mến đặc biệt, dành cho một cây bút trẻ thời đó, là nhà văn Hồ Minh Dũng.

Sau Thế Uyên và Y Uyên, có thể nói, Hồ Minh Dũng là một trong vài nhà văn thường trực phản ảnh chiến tranh trong sáng tác của mình.

Cùng thời với Hồ Minh Dũng, là nhà văn Trần Hoài Thư, một cây bút cũng chọn phóng chiếu đời sống hàng ngày của mình vào thế giới truyện ngắn.

Nếu trong sinh phần văn chương của Trần Hoài Thư, người lính chỉ là một cái cớ hay người lính chính là tác giả, với những ưu tư, triết lý về lẽ tử sinh, về một tình yêu tuyệt đối, lãng mạn, thì người lính trong sinh phần truyện ngắn của Hồ Minh Dũng, những năm cuối thập niên 60, lại chỉ là nhân chứng. Một nhân chứng với tất cả tính khách quan cần thiết. Người lính trong truyện của họ Hồ, thời gian này, là bất cứ một người lính nào trên chiến trường miền Nam Việt, thuở đó. Không nhất thiết, đó phải là Hồ minh Dũng. Cũng không nhất thiết, người lính đó phải mang hình ảnh hay đại diện, để nói hộ, nói thay cho họ Hồ.

Nếu người nữ trong thế giới truyện của Trần Hoài Thư là một hình ảnh của một dòng suối cứu rỗi, với tất cả phần thiên thần, ngôi cao, thì người nữ trong truyện của Hồ Minh Dũng, lại là một người nữ bình thường, một người nữ vùng thôn dã bị chiến tranh thổi dạt ra thành phố. Những người nữ này trở thành trung tâm, thành chính diện của thế giới truyện ngắn Hồ Minh Dũng, đôi khi bị ngòi bút tác giả lột trần, xé rách trên những trang sách nạn nhân, đời thường và thảm kịch.

Ngòi bút Hồ Minh Dũng, có cái lạnh cần thiết của một nhà văn, băng giá, lãnh đạm nhìn ngắm và ghi nhận những góc độ, tiêu biểu cho bức tranh xã hội miền Nam. Một xã hội hoang mang, lẩy bẩy trong mâu thuẫn và, thảm thương đương nhiên của nó – Lúc chiến tranh tung hết những cánh tay bạch tuộc, quơ quào, quấn, xiết những cuộc đời Việt Nam cuối thập niên 60. Mỗi truyện ngắn mang tên Hồ Minh Dũng, do đó, đã là một tiếng kêu tắc, nghẹn. Một tiếng nấc cụt ngủn trên chính những giọt máu bất hạnh mà, tự thân truyện ngắn ấy, vắt xuống cho người đọc, cho nhân gian.

Sinh năm 1942 dưới bóng rợp âm âm lãng quên của những lăng tẩm, cùng những bức trường thành rêu úa của một Huế thấm, rịn niềm kiêu hãnh bập bềnh thất lỡ, Hồ Minh Dũng đã sớm chọn văn chương, như chọn mặt bên kia của đồng tiền khổ nạn quê hương.

Tốt nghiệp khóa 23 Thủ Đức, bương chải và sống sót qua nhiều mặt trận, nhiều trận đánh, cuối cùng, được trở về làm phụ tá Trưởng phòng Tâm Lý Chiến, Sư đoàn 1 BB, Hồ Minh Dũng đã dùng chính vốn sống của mình, đầu tư vào truyện ngắn, vào văn học miền Nam... Ông đã đóng góp phần tươi tốt nhất của tài năng và trí tuệ của mình, cho hai mươi năm chữ nghĩa phồn thịnh, sung mãn ấy.

Sau bảy năm tù cải tạo, cuối 1993, Hồ Minh Dũng định cư tại

Hoa Kỳ. Thoạt tiên là miền Nam, California, trước khi quyết định đưa hết gia đình về Atlanta, Georgia.

Tính gắn bó nơi con người nhà văn mang tên Hồ Minh Dũng, theo tôi, là điều đáng khâm phục nhất. Bởi vì ngay tự bước chân ty nạn thứ nhất, trước bao nhiêu thúc bách ngặt nghèo để có thể thích ứng được với cuộc đời ty nạn, Hồ Minh Dũng vẫn dành thì giờ cho chữ nghĩa.

Trong lúc biết bao người đã bỏ cuộc, gồm luôn cả những người đã bước qua đoạn đường định cư bầm giập thì Hồ Minh Dũng, vẫn nghiến răng, một mình, lội ngược cuồng lưu. Ông viết mê sảng, viết hối hả giữa bề bộn khó khăn vật chất, vây quanh. Ông viết, như thể nếu để chậm một ngày, ông sẽ không còn cơ hội viết nữa. Chỉ trong một thời gian ngắn, ở California, ông đã hoàn tất tập truyện *"Hoa Vạn Hạt Cuối Mùa"*. Một tập truyện cho thấy, một Hồ Minh Dũng lìa, tách khỏi một Hồ Minh Dũng xa xưa. Một tập truyện cho thấy, một Hồ Minh Dũng đã đẩy, mở được một cửa khác cho truyện ngắn, cho văn chương của chính ông. *"Hoa Vạn Hạt Cuối Mùa"*, hay Hoa Vạn Hạt Đầu Mùa? Đầu, một mùa gặt văn chương mới. Đầu, một mùa gặt truyện ngắn, với con số có thể lên tới hàng trăm, chỉ trong vòng năm năm ở quê người. Đầu, một mùa gặt chữ nghĩa nhằm vinh danh con người, vinh danh những sinh vật tội nghiệp, lầm than nhất, trên mặt địa cầu này. Và tựu thành của Hồ Minh Dũng, hiển nhiên đã có những hy sinh âm thầm, không nhỏ, của người bạn đời cùng những đứa con của họ.

Mai Thảo, những giờ phút cuối cùng hay, 'Ly cà phê sữa đá'.

Thứ Năm, 8 Tháng Giêng, 1998:

- 4:45PM: Mưa tiếp từ đêm trước. Nhưng bầu trời vẫn óc ách, xộc xệch những đám mây õng nước. Tôi vừa bước vào nhà. Điện thoại reo. Đầu dây bên kia, giọng nói nhanh, trẻ, gẫy gọn, và rất mực lễ phép.

"Thưa bác cháu là Tâm, bác cháu, bác Mai Thảo muốn gặp bác gấp, nếu có thể được..." Tôi nhận ra ngay. Đó là người con gái lặng lẽ, trong nửa năm qua, nhiều lần đứng tựa tường, dọc hành lang bệnh viện Fountain Valley, những ngày đầu Tháng Tám. Tôi hình dung được ngay, đôi mắt mở lớn, dáng đi nghiêng, hắt về phía trước. Người con gái tôi từng gửi gấm để xin dành ưu tiên cho Hoàng Anh Tuấn và Đỗ Vẫn Trọn từ San Jose về, được vào thăm ông bác của cô, sau chuyến đi học tốc. Họ hốt hoảng chạy vào bệnh viện. Họ ngỡ ngàng bị chặn lại bên ngoài khung kính khu ICU. Đó là Tâm. Con của một trong mấy người em gái ruột của tác giả "Đêm Giã Từ Hà Nội."

"Thưa bác, bác cháu không còn ở dưỡng đường Haster nữa.

Bác cháu đang nằm ở bệnh viện Garden Gorve... Lầu 6 phòng 608... Bác biết đường Garden Grove... Bác biết đường Harbor?

"Biết. Biết."

"Cháu không có địa chỉ. Nhưng dường như nó là Garden Grove Art Hopistal, lầu 6. Bác nhớ."

"Nhớ, bác ghi được rồi."

"Nhân tiện, nếu bác gặp bác Đỗ Ngọc Yến, cũng xin bác nhắn hộ là bác cháu cũng muốn được gặp bác Yến..."

"Có chuyện gì Tâm biết không?"

"Dạ cháu không biết."

"OK. Bác sẽ nhắn bác Yến. Bác sẽ đi ngay."

- 5:00PM: Mưa tiếp từ đêm trước. Bầu trời vẫn óc ách, xộc xệch những đám mây õng nước. Chiếc xe trôi chậm rì trong gió và, bóng tối lép nhép. Khúc đường gần xịt, bỗng trở nên dài đẳng. Một chiếc quạt nước gẫy tiếp tục đào sâu đường rãnh có sẵn, hình cánh cung trên kính xe. Linh cảm tôi dự báo điều bất thường. Điều tôi chờ đợi từ nhiều tháng qua, phải chăng đã tới? Chúng tôi im lặng. Chúng tôi ghìm giữ trong lòng những cảm nhận, những suy nghĩ riêng của mình. Tưởng, nếu không giữ được, tai họa, bất hạnh sẽ không có cơ hội sập xuống. Tưởng, nếu hai đứa tôi, dối gạt được nhau, thì, cũng có nghĩa là đã dối gạt được định mệnh!

Mưa tiếp. Nặng hạt hơn. Một chiếc quạt nước gẫy, đào nhanh hơn, sâu hơn đường rãnh có sẵn, hình cánh cung trên kính xe. Tôi không thể nghĩ, đoán bất cứ một lời trối trăn nào của người đàn ông mà Tâm gọi bằng "Bác"; và, anh em chúng tôi quen gọi bằng "Anh", với tất cả yêu mến, kính trọng gần như tuyệt đối.

Tôi cố để không nhớ lại lời anh kể với chúng tôi rằng:

"Vũ Tài Lục bảo tôi, nhiều lắm thì cũng chỉ hai tới ba năm nữa là cùng."

Tôi nói lớn trong đầu, cũng có khi Vũ Tài Lục sai chứ. Sai quá đi chứ. Bằng chứng Anh đã bước qua biên giới sinh tử. Anh đã được đưa về Convalestion Home để tập ăn, nói, đi lại, một đời thường. Tôi nhắc nhở tôi, câu nói đùa của một người bạn, chưa lâu, rằng: "Biết đâu một ngày nào, người ta lại thấy ông Mai Thảo lại lững thững đi trên đường Bolsa. Ông lại băng ngang khu Phước Lộc Thọ... Có thể lắm chứ. Who knows? Và trong túi người bạn già của chúng ta, lại có thêm vài cái ticket phạt người đi... bộ...

Mưa tiếp. Chúng tôi vượt qua ngã tư Harbor. Vượt qua ngã ba, nơi có nhà hàng Pháp mà người bác của Tâm thỉnh thoảng vẫn ghé lại. Nơi anh đã đem Nguyễn Bá Khanh tới để chụp những tấm hình cho một ngày trong đời anh. Nơi (đi tới vài phút) là đầu đường Fairview. Đường Fairview sẽ xắn ngang Ranchero Way. Ranchero Way, 1980. Căn nhà, con đường đã nhiều lần xuất hiện trong văn chương, bền lâu, của ký ức anh. Ranchero Way. Căn nhà. Con đường anh tìm đến, ở lại nhiều ngày, đêm những tháng ngày đầu đời lưu vong.

- 5:20: Mưa bị tòa building 8 tầng chặn lại. Tôi bị người phụ nữ Mễ Tây Cơ, mặc áo blouse mầu hồng, lớn tiếng, đuổi ra khỏi căn phòng 608. Bà ta đang vật lộn với trở ngại ngôn ngữ. Với bộ xương dài ngoẳng, bất động trên chiếc giường sắt.

Hành lang lạnh. Trắng. Hun hút những câu hỏi không câu trả lời nơi những cửa phòng đánh số và, những ngã rẽ. Đôi ba bóng người hiện ra, rồi biến đi, tựa hình ma hay, bóng quế!

Bình nước tiểu sóng sánh chút nước đỏ cạch cùng những tấm drap được mang ra cùng nụ cười của người đàn bà Mễ Tây Cơ. Chúng tôi bước vào. Đôi mắt anh sáng lên. Có dễ cũng cả nửa năm qua, tôi mới gặp lại ánh mắt tinh, ranh, thoáng chút riễu cợt, khinh mạn nơi đuôi mắt. Linh tính tôi sai bét. Dự báo nhảm.

"Vũ Tài... gì thì lần này cũng té giếng thôi..." Tôi nghĩ.

Không một chờ đợi trầm trọng nào trong phỏng đoán nào của chúng tôi, xảy ra. Anh ra dấu bảo tôi cho anh một điếu thuốc. Những ngón tay dài ngoẳng, đúng hơn những lóng xương nối nhau, khó nhọc, vất vả đưa lên gần đôi môi mỏng, mím, nơi khuôn mặt đã biến dạng. Anh ra dấu. Ra dấu. Ra dấu.

Vài giây im lặng qua đi. Tôi hỏi:

"Anh cần gì? Thuốc lá phải không anh?"

Ánh rạng rỡ nơi đôi mắt anh, tăng cấp số nhân. Lại thêm vài giây im lặng lăn qua. Ánh rạng rỡ ngúm tắt. Tôi đọc được ý nài nỉ nơi cái đầu Anh cố gắng đưa xuống gần ngực. Tôi đọc được ý nài nỉ nơi đuôi mắt anh chuyển động. Nháy. Nháy.

T. buột miệng bảo tôi:

"Không được anh. Anh phải ra hỏi y tá thôi. Nguy hiểm lắm. Máy báo động sẽ kêu. Còn giường bên cạnh..."

Đuôi mắt tiếp tục nháy. Nháy. Cường độ nài nỉ tăng cấp số nhân, với toàn bộ khuôn mặt anh: Những phần da, xương còn khả năng biểu lộ. Tôi ra khỏi phòng, tựa vách tường.

Hành lang lạnh. Trắng. Hun hút những câu hỏi không câu trả lời nơi những căn phòng đánh số và những ngã rẽ. Đôi ba người hiện ra, biến đi, tựa những hình ma hay bóng quế.

T. bước ra, trên tay lắt lẻo miếng plastic mầu xanh, ghi hàng chữ: "Patient: Nguyễn, Quý. Dr. Nguyễn Khiêm." Tôi hỏi, ở đâu ra cái này? T. đáp:

"Em gỡ. Anh ấy đòi. Em sợ anh ấy muốn giựt bỏ mọi thứ dây nhợ chạy quanh người. Triệu chứng gì em không biết. Nhưng đây là lần đầu tiên... Phải báo y tá ngay!

Tôi gật đầu. "Phải báo y tá ngay"!

Tôi báo sự việc bất thường này với bà y tá già và, người đàn bà Nurse Aid, Mễ Tây Cơ rồi trở vào phòng. Những lóng xương xếp thành hình dạng những ngón tay dài ngoẵng, lại lẩy bẩy nhấc lên. Chúng lại khó khăn, vất vả đưa về gần đôi môi mỏng, mím. Lần này, cùng với thủ hiệu, là đuôi mắt trái của anh nháy. Nháy. Tôi chỉ còn chọn lựa sau cùng, dối gạt nài nỉ kia:

"Vâng. Anh để tôi xuống xe lấy thuốc lá cho anh."

Tôi đi thẳng một mạch ra thang máy.

Những mẩu thuốc nở, trương, sũng nước hớ hênh cười nhạo

trên dưới ánh đèn. Mưa tiếp. Núp dưới hiên, tôi rút một điếu thuốc. Đốt cho chính mình, cho mưa, và, cho sự dối gạt còn mặn, ướt trên môi tôi.

5:30PM: T. xuống. Đưa tôi miếng giấy. Đúng hơn, là bao đựng mấy miếng sponges của nhà thương. Miếng giấy có hàng chữ sau cùng của một người có trên nửa thế kỷ ăn ở trân trọng, nghiêm chỉnh với chữ nghĩa. Giòng chữ viết:

"1 cà phê sữa đá."

Mưa xấn sổ ném lên những con chữ, như thể muốn nuốt chửng, muốn bôi xóa chúng. Hay tố giác sự bất lực, đớn hèn tới đốn mạt của chúng tôi?

8:10PM: Mưa tiếp. Tôi điện thoại xin gặp Tâm. Tôi muốn báo cho Tâm biết tôi đã hoàn tất lời Tâm nhắn. Tâm không có nhà. Tôi nói chuyện với mẹ Tâm.

Chị Yến kể cách đây 10 phút nhà thương đã đưa anh ấy trở về lại đường Haster. Một lần nữa, linh tính tôi sai toét. Dự báo lầm. "Vũ Tài... gì thì cũng có lần phải sai chứ..." Tôi nói với chị, ngày mai, chị lén mang cho anh ấy một điếu thuốc và, "một cà phê sữa đá." Bệnh viện không thể, nhưng Convalestion Home thì được.

Tôi kể chị nghe về khuynh hướng muốn dứt bỏ mọi thứ giây nhợ. Chúng tôi đồng ý với nhau, tình trạng anh, trở lại mức khởi điểm đầy hy vọng:

"Bolsa - Phước Lộc Thọ - Và dăm tấm giấy phạt người đi... bộ."

8:20PM: Mưa tiếp. Nằm trên chiếc sofa, vẫn bằng vào lạc quan kia, trả lời điện thoại Đỗ Ngọc Yến, tôi nói. Nói. Nói:

"... Tuy nhiên, ngày mai bác cố gắng đến Haster, thăm anh ấy. Haster, chứ không phải nhà thương Garden Gorve. Có thể ông ấy nghĩ bác ba đầu sáu tay sẽ đốt được cho ông ấy một điếu thuốc và 1 cà phê sữa đá... không chừng..."

Yến ậm ừ. Tôi nghĩ nhiều phần có thể Yến không đến Haster,

ngày mai... Cuộc nói chuyện chấm dứt khi tôi có đường dây khác tới.

9:00 PM: Mưa tiếp. Anh Nguyên Sa gọi. Hỏi thăm. Tôi tóm tắt những diễn biến chính. Anh bảo:

"Vậy thì tốt."

"Tốt hả anh?"

" Tốt chứ. Về lại Nursing home mà. Đâu có ở nhà thương nữa."

Thứ Bảy 10-1-1998

Houston, 9:30AM: Đường Tuam. Trời the lạnh. Tin thời tiết cho biết Texas sẽ có một ngày nắng ráo. Nhiệt độ thấp nhất 50. Cao nhất 65. Bão sẽ đi qua Houston và vùng phụ cận vào ngày hôm sau, từ 12 giờ trưa, tới 4 giờ chiều. Có "chill wind" và mực nước mưa có thể từ 2 tới 5." Tùy khu vực. Quán mới mở cửa. Hào gọi cho tôi "1 cà phê sữa đá" và tô phở. Cửa mở. Bung. Nắng rỡ ràng. Một phụ nữ tất tả bước vào. Chị tới thẳng bàn chúng tôi. Mừng rỡ, tôi chào. Hỏi:

"Chị ăn gì chị Phương Hoa?"

Chị nói, ăn rồi.

"Cho tôi 1 cà phê sữa đá."

Hào tìm người chạy bàn. Tôi nhúng thìa, đũa vào tô phở của mình. Nhạc xuân. Một bài hát cũ. Rất cũ. Của Nguyễn Văn Đông? Nói về một người lính ôm súng trong vọng gác, đón giao thừa. Phương Hoa khuấy ly cà phê sữa đá. Tiếng muỗng, đá va vào thủy tinh, lanh canh. Tiếng lanh canh bứt rứt. Ngập ngừng. Đứt đoạn. Tôi ngước nhìn chị. Đôi mắt chị đỏ hoe. Chuyện gì? Tôi không đoán. Chị cúi xuống ly cà phê sữa đá. Tiếng lanh canh bứt rứt khua động thêm một vài hồi rời rạc. Rồi tắt.

"Tôi không thể đợi tới lúc anh ăn xong tô phở," vẫn cúi xuống ly cà phê sữa đá của mình, chị tiếp:

"Anh Mai Thảo mất rồi. T. mới báo cho chúng tôi biết. Anh

Thăng kẹt bệnh nhân. Tôi nghĩ phải ra đây cho anh biết, trước khi anh đi Austin..."

Tôi đặt đũa, muỗng xuống. Hào đặt muỗng, đũa xuống. Chiếc muỗng trong ly cà phê sữa đá của chị Hoa vẫn được những ngón tay chị giữ chặt. Có phần chặt hơn. Những ngón tay bầm, thâm vì máu không thể đi tới.

"Khi nào?"

"Ba giờ sáng nay."

Trước mặt chúng tôi, là ba "ly cà phê sữa đá."

Austin 2:50PM: Khi đã tìm được exit vào đường Jamestown, Hào thuận miệng hỏi:

"Anh có thèm một ly cà phê sữa đá?"

Tôi gật đầu:

"Nên lắm chứ. Hạnh phúc biết bao nếu lúc này, chúng ta có được một ly cà phê sữa đá. Thật ra, tôi muốn nói với Hào rằng: "Hạnh phúc biết bao, trong đời sống này, chúng ta có được một người tên Mai Thảo."

Suốt cuộc hành trình trên xa lộ 290 W., trong tôi cứ lẩn quẩn hoài câu nói của Khổng Tử (?)rằng: "Được làm người đã khó, nhưng sống cho ra một con người còn khó hơn nữa!" Chưa bao giờ tôi thấm thía câu nói đó, bằng lúc này. Và, nếu được phép sửa một chút, tôi sẽ xin được sửa thành:

"Sống cho ra một con người đã khó, nhưng sống như Mai Thảo/Nguyễn Đăng Quý trong đời sống này, còn khó hơn một bậc nữa vậy!"

Mặc dù, mỗi chúng ta, hằng ngày, bất cứ lúc nào, ở đâu, cũng có thể gọi được, tự làm được cho mình "một ly cà phê sữa đá." Chỉ riêng anh thì không.

Chẳng bao giờ. Chẳng bao giờ, có nữa!

11 Tháng Giêng, 1998

485

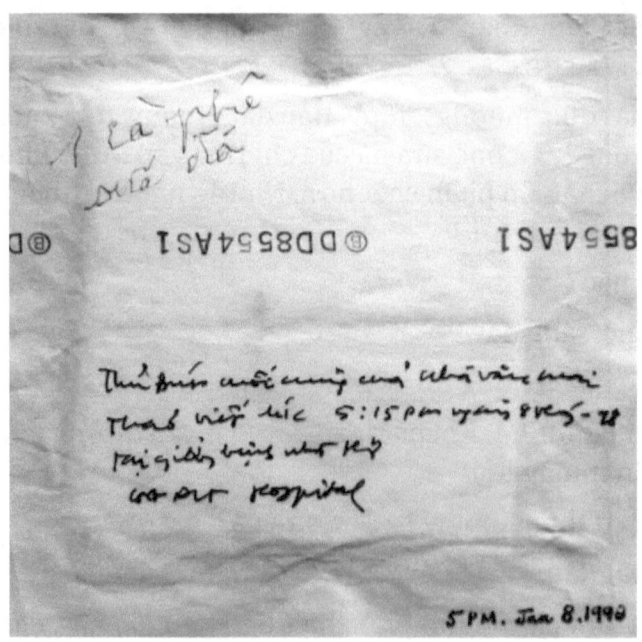

Mai Thảo, truyện ngắn.

Tháng Giêng Cỏ Non.

Cách đây 18 năm, Sạng bỏ quê hương, một thôn xóm bé nhỏ miền duyên hải Bắc Việt, vào Nam kỳ. Chuyến đi của anh Sạng ngày ấy như một chuyến đi phát vãng biệt xứ và anh Sạng lúc xa lìa bóng tre làng cũ lên đường vào đất Nam kỳ xa xôi, anh đã cầm bằng là sẽ gửi nắm xương trên một mảnh đất nào ở xứ lạ. Anh Sạng đi làm phu đồn điền cao su.

Hồi ấy, tôi mới có tám tuổi. Ngày anh Sạng đi đến nay tôi chỉ còn nhớ được qua những hình ảnh rất nhạt thoáng, bóng dáng người mẹ anh khóc sướt mướt chạy theo anh lên tận chân đê đầu làng, túm áo anh van xin anh ở lại. Ở lại mà làm ăn. Mà cầy bừa. Mà thương lấy một người đàn bà còn trẻ dại đã có với anh hai đứa con thơ.

Nhưng rồi anh Sạng cũng vẫn đi Nam kỳ. Đôi mắt ấu thơ của tôi ngày ấy đã nhìn thấy những ấn tượng khá buồn thảm: bóng anh Sạng xa khuất dần trên con đê heo hút, người mẹ khóc rũ xuống, bước chân xiêu đổ trên con đường về và qua nhà tôi, người đàn bà hiền lành đã chạy vào ngồi trên bục cửa mà khóc như mưa như gió.

Tôi còn nhớ mụ bảo tôi:

"Chú Thảo ơi, thằng Sạng nó bỏ vợ bỏ con nó đi Nam kỳ rồi".

Một lát sau, chị Sạng tay bồng hai đứa trẻ nhỏ cũng chạy đến. Thế rồi cả cái gia đình đáng thương ấy đã ngồi quây lấy nhau mà khóc cái tan vỡ gây nên bởi một người bỏ đi Nam kỳ. Hồi ấy tôi chưa hiểu gì đến phân ly. Càng không hiểu Nam kỳ là gì nữa. Người làng xóm nhắc nhở thì thầm đến Tân Thế giới, đến Nam kỳ, đến đời sống hãi hùng của những người phu dưới bóng lá tối thẳm của những đồn điền cao su và đất Nam kỳ đã hiện ra trong tưởng tượng thơ ngây đơn giản của tôi như một hòn đảo nào xa dạt có những bến bờ hoang vu và đầy gió bão.

Trong cái thôn xóm nhỏ bé của quê tôi, một vài năm lại có một vài người, thường là một gã con trai, động lòng bốn phương thì ít, vì chuyện này chuyện nọ thì nhiều, bỗng dưng một buổi bỏ làng đi Nam kỳ. Chuyến đi nào cũng chứa đựng một cái gì tối tăm thê thảm. Người làng coi những người bỏ đi như những kẻ điên dại cùng cố, đã mất hết lẽ phải.

"Bọn mày đã dở chứng. Muốn hoá điên hay sao mà đi chứ? Tự dưng bỏ làng bỏ nước đi biệt vô tăm tích, có chăng là đồ hoá dại!"

Riêng anh Sạng, cái nguyên nhân bỏ đi của anh về sau tôi hỏi và mẹ tôi có thuật lại. Số là anh Sạng bị làng xóm láng giềng nghi ngờ là đã ra tỉnh báo Tây đoan về bắt rượu lậu chôn giấu ở vườn rau một người anh họ con chú con bác với anh. Người anh họ bị đi tù sáu tháng về tội nấu rượu lậu thật. Và anh Sạng uất ức bỏ đi. Riêng tôi, không hiểu tại sao ngay hồi đó tôi đã nhất định tin rằng anh oan. Một phần có lẽ vì anh Sạng oan thật, một phần vì anh là một trong những người ở làng mà tôi mến yêu trong suốt thời kỳ tuổi nhỏ. Giữa anh Sạng và tôi có nhiều kỷ niệm, bé mọn, nhưng lòng tôi thay đổi nhiều mà những kỷ niệm ấy vẫn còn lại và vẫn thơm hương.

Anh Sạng có một thửa ruộng nhỏ ngoài cánh đồng gần nhà tôi. Buổi sớm nào tôi cũng ra đứng ở đầu ngõ và buổi sớm nào tôi cũng gặp anh Sạng ra đồng. Lần nào thấy tôi anh cũng đứng lại, trợn mắt, mắm môi, làm cho tôi vừa sợ hãi và thích thú. Anh bế bổng tôi lên trên cánh tay lực lưỡng, đoạn anh ghé sát vào tai tôi, hỏi nhỏ:

"Chú Thảo muốn gì?"

Lần nào anh cũng chỉ hỏi có vậy. Lần nào tôi cũng giơ tay chỉ lên cây bàng cổ thụ ở trước cửa nhà tôi. Thế là anh Sạng liền bỏ cày bỏ cuốc leo ngay lên cây. Từ những cành cao chót vót, anh hái những trái bàng chín vàng vất lung tung xuống đất cho tôi nhặt. Khi nào thấy hai túi áo tôi đã phồng lên, anh mới leo xuống, phùng má trợn mắt với tôi một hồi nữa rồi mới bỏ đi. Tôi lớn dần lên. Đến lúc đi học ở trường làng lại vẫn anh Sạng là người ở những ngày mưa gió cõng tôi đi trên con đường lầy đến tận cửa trường.

Tôi yêu anh Sạng. Gia đình tôi quý anh, vì tính anh hiền lành, vì lòng dạ anh ngay thẳng, hay nổi nóng, nhưng bản chất anh bao giờ cũng đôn hậu, cũng vui tươi.

Chuyện anh Sạng bỏ làng đi Nam kỳ, người làng người nước nói này nói nọ mãi rồi cũng thôi. Như mọi câu chuyện xảy ra ở cuộc đời, những sự kiện sôi nổi nhất cũng lắng chìm trong dĩ vãng và cái thôn xóm bé nhỏ của tôi cũng biết lãng quên. Chuyện cũ nhoà dần, rồi chết hẳn. Duy có gia đình anh, duy có tôi là vẫn không quên anh. Cứ mỗi mùa bàng chín, tôi ra đầu ngõ nhìn lên là hình ảnh anh lại hiện về qua một nhớ thương phảng phất dịu nhẹ. Bàng chín vàng trên kia nhưng không ai hái cho tôi nữa. Người mẹ già yếu thêm mãi. Chị Sạng lúc nào cũng tư lường sầu muộn. Những đứa con anh đã biết nói biết đi.

Nhưng anh Sạng đi Nam kỳ thì vẫn chẳng thấy về. Cũng chẳng có âm hao tin tức gì. Người đàn ông bỏ làng một buổi đi xa, con đê cao dẫn lối cho anh Sạng ngày nào, đến nay vẫn không hắt trả lại một bước chân, một tiếng nói, một âm hưởng, một chút ánh sáng dù rất mong manh của ngày hồi hương. Tôi thương vợ con anh Sạng, càng thấy cái đất Nam kỳ là mịt mùng xa xôi. Không biết anh Sạng còn sống hay đã chết? Một vài lần, chị Sạng khẩn khoản nhờ vả, tôi cũng viết mấy lá thư cho chị gửi vào Nam. Nhưng viết đấy cũng biết trước chẳng ăn thua gì. Phần vì anh Sạng bặt vô âm tín đã lâu ngày. Phần vì thư gửi đến những địa chỉ hết sức vu vơ. Thường là những vùng có đồn điền cao su. Dầu Tiếng, Trảng Bom, Ninh Hoà. Hỏi thăm phong thanh thấy nói anh Sạng ở đâu là chị Sạng lại nhờ tôi viết đến đấy. Cứ viết cứ gửi. Cứ bặt vô âm tín. Chị Sạng buồn phiền đau yếu luôn, càng biết đến những ngày cùng cực thiếu thốn trên mảnh vườn ruộng xơ xác. Về sau không biết ai đồn đến tai chị Sạng rằng anh Sạng ở trong Nam kỳ bây giờ giầu có lắm, rằng anh đã có nhà cửa đất cát, anh đã thôi làm ở đồn điền cao su về mua nhà mở tiệm ở Sài Gòn. Chị Sạng cũng giục giã tôi viết hộ chị những cánh thư gửi vào Nam. Thư tôi viết cho anh Sạng từ hồi đó đã nhiều mà vẫn không có một hồi âm nào gửi trả về xóm cũ.

Ngày tháng nghiêng đi. Như thế đã 18 năm.

Rồi người ta ký kết với nhau hiệp định Genève.

Cái thôn xóm bó nhỏ miền bể quê tôi náo động lên như một cuộc đổi đời. Đàn bà trẻ con già lão từng đoàn kéo nhau lũ lượt xuống tàu. Vợ con anh Sạng cũng dời bỏ mảnh vườn cũ. Đất Nam kỳ xa xôi hãi hùng ngày nào bây giờ lại nằm trong nhỡn giới người đi như một viễn tượng tươi đẹp của miền Tự Do.

Chị Sạng cùng đi một chuyến tàu với tôi. Suốt mấy ngày lênh đênh trên mặt sóng, chị Sạng chỉ nói chuyện với tôi đến chồng. Xa cách 18 năm, tin tức bặt bặt, mà chị Sạng vẫn cứ tin rằng anh còn sống và trời đất tao loạn lại làm cho vợ chồng chị được gặp nhau. Tôi, tôi cũng muốn tin như thế, tin niềm tin của chị Sạng, tin tưởng hết lòng. Kỷ niệm tuổi nhỏ trở về trong một ngày ly hương của tôi đã có cái bóng dáng của anh Sạng, những ngày mưa gió cũ cõng tôi đi trên con đường lầy. Tôi cũng mong được gặp lại anh.

Đặt chân lên đất nước miền Nam, mẹ con chị Sạng theo người làng lên định cư ở vùng Dốc Mơ, trên con đường Biên Hoà. Chị khẩn khoản dặn tôi ở Sài Gòn nếu có gặp anh Sạng thì nhắn ngay cho anh biết mẹ con chị đã vào đây. Sự chung thủy của người đàn bà làm tôi cảm động. Tôi hứa với chị Sạng nếu anh còn sống, thế nào tôi cũng tìm bằng được anh.

Suốt hai tháng đầu tiên ở Sài Gòn, tôi để ý thăm dò tin tức của anh Sạng trong những buổi đi thăm thú đường đất, thuê mướn nhà cửa. Tình cờ một hôm, tôi gặp anh Sạng ở Khánh Hội. Tôi nhận ra anh nhưng anh không nhận được tôi. Mãi sau, lúc tôi đã nói trên tuổi nhà cửa anh mới chợt nhớ. Nhớ ra tôi rồi, anh mừng quýnh mời tôi về nhà.

Anh Sạng đã già đi nhiều. Tóc đã hoa râm. Những nếp nhăn in hằn lên những ngày mưa nắng. Vậy mà đi bên anh tôi bỗng có cảm tưởng như mình bé nhỏ hẳn lại. Tôi sống một cảm giác thơ dại bỡ ngỡ như những tháng ngày hoa bướm đã về cũ, đã xa khuây, gặp anh đi qua ngõ ra đồng phùng má trợn mép làm bộ doạ nạt, một cảm giác vừa sợ hãi vừa thích thú lại nổi dậy trong tôi. Chỉ thiếu một con đường lầy và những trái bàng chín, nếu không, anh Sạng đã đưa hẳn tôi trở về trong tuổi thơ.

Tôi hỏi anh Sạng:

"Anh đi từ hồi ấy được bao lâu rồi nhỉ?"

Anh Sạng vẫn gọi tôi bằng chú:

"Chú tính 18 năm rồi còn gì? Dạo ấy chú còn bé tí. Giời mưa đi học còn phải cõng, chú bá lấy cổ tôi mỏi chết đi ấy".

Hai chúng tôi cùng cười.

Đang đi tôi chợt nhớ đến mẹ con chị Sạng. Định báo tin cho anh biết, nghĩ thế nào tôi lại thôi. Để đến nhà anh sẽ báo sau. Tôi muốn dành cho anh một sự bất ngờ vui thú. Tôi tin rằng nếu biết vợ con anh đã vào đây anh Sạng sẽ sung sướng lắm.

Đến một căn nhà lá bé nhỏ, xiêu vẹo cuối một ngõ hẻm, anh Sạng đứng lại.

"Nhà tôi đây chú ạ!"

Tôi nhìn căn nhà tồi tàn, thật thà hỏi anh:

"Sao người ta đồn anh giàu có lắm cơ mà?"

Anh Sạng nói, giọng buồn rầu:

"Ấy vì thế mà tôi cũng chẳng muốn tin tức gì về làng về nước cả. Đã lang bạt đến nơi đất khách quê người mà cứ lận đận mãi. Tôi cũng chẳng muốn cho làng xóm láng giềng họ biết làm gì. Chỉ thêm chê cười chú ạ!"

Anh đẩy cánh cửa gỗ mời tôi vào. Định nói cho anh biết tin tức vợ con anh tôi lại thôi ngay. Vừa có một người đàn bà đi ra tay dắt mấy đứa trẻ con. Thấy tôi nhìn trừng trừng có vẻ lạ lùng, anh Sạng vậy nói:

"Nhà tôi đấy chú ạ!"

Người đàn bà cúi đầu chào tôi. Chị nói tiếng miền Nam. Mấy đứa trẻ nhỏ vây chung quanh gối người mẹ, nhìn tôi chăm chú.

Anh Sạng bảo vợ:

"Chú Thảo đấy!"

Người đàn bà mỉm cười bế con lại gần. Chị hỏi thăm tôi chuyện ngoài Bắc. Chị bảo tôi rằng anh Sạng có nói chuyện đến tôi, đến gia đình tôi cho chị nghe luôn. Chị mong một ngày nào yên bình, đường đất đi lại dễ dàng, mẹ con chị sẽ được anh Sạng cho ra chơi thăm ngoài quê chồng. Tôi trả lời nhát gừng. Tôi không có cảm tình với người đàn bà này. Nhìn chị, tôi nghĩ đến một người đàn bà khác, người vợ cả miền Bắc, vừa vượt bể đi hàng nghìn cây số vào đây, với niềm tin tưởng cuối cùng gửi gấm tất cả vào một ngày lại gặp người cũ. Nhưng mà cuộc đời có đi theo cái hướng đi của niềm tin tưởng kia không? Anh Sạng đã lấy vợ khác rồi. Anh đã có những đứa con khác, xây dựng một cuộc đời khác. 18 năm hiện lên trong trong qua một ấn tượng cách biệt thăm thẳm. Tôi nghĩ đến khoảng thời gian không cùng ấy với sự đổi thay rộng lớn của cuộc đời và của con người. Tôi nghĩ đến những tầng lớp của biến chuyển tàn nhẫn, đảo lộn ghê gớm, đến cái độ tan biến hoàn toàn những dấu vết đường lối cũ. Thời gian ở đây cũng đang làm loãng nhạt những tâm hồn chung thuỷ nhất, những kỷ niệm đằm thắm nhất và những liên lạc sâu nặng nhất. Vậy mà chị Sạng đã đợi chờ mười tám năm. Hình ảnh người đàn bà bồng con đợi chồng về trong không gian bát ngát và trong thời gian không màu, dưới mưa nắng gió bão, mùa qua mùa, trở lại về bằng những bóng hình tối xám trong tôi. 18 năm. Người đàn ông bỏ làng ra đi, khi ném cả đời mình vào cuộc phiêu lưu chắc đã có thừa ý định đoạn tuyệt với đoạn đời cũ, những người thân yêu cũ. Tôi không muốn tin. Nhưng lại bắt buộc phải tin.

Tôi nhìn anh Sạng. Anh bế đứa trẻ nhỏ nhất vào trong lòng. Người đàn bà đến ngồi bên anh. Tôi quay mặt trước cảnh tượng âu yếm. Tôi đứng dậy.

"Ngồi chơi đã chú Thảo". Anh Sạng bảo tôi.

"Thôi để lần khác".

"Vậy hôm nào chú ở chơi lâu nhé! Các con chào chú Thảo đi".

Người đàn bà đẩy tay những đứa trẻ. Chúng chào tôi ngượng ngập. Anh Sạng đứng dậy bảo vợ:

"Mình ở nhà, tôi đưa chú Thảo ra đầu phố".

Từ nhà anh Sạng đi trở ra, ngõ hẹp chói nắng không có một bóng cây. Tôi nhớ đến cái bóng mát dầy đặc của một cây bàng cổ thụ ở đầu ngõ quê tôi. Tôi muốn đưa anh Sạng trở về cùng tôi dưới gốc bàng này, trong dĩ vãng. Tôi nghĩ nhiều đến cái gia đình của anh. Đến chị Sạng, đến sự đợi chờ của chị suốt bấy lâu, đến những cánh thư của chị gửi đi lác đác suốt một đoạn đời dài thẳm, sự trông mong khắc khoải không tính đếm đến tháng ngày. Tôi nghĩ đến lúc tàu ghé bến Sài Gòn, đôi mắt chị tha thiết, khẩn khoản nhờ tôi tìm bằng được anh Sạng cho chị. Tôi đã tìm được rồi, chị Sạng ạ! Nhưng anh Sạng có còn là người của chị nữa không?

Hai chúng tôi im lặng bước đi.

Tôi nói bất thình lình:

"Anh Sạng này!"

"Chú Thảo bảo gì?"

"Chị ấy và các cháu đã vào đây rồi đấy".

"Ai?" Anh Sạng hỏi sửng sốt.

"Chị ấy với các cháu. Cùng đi một chuyến tàu với tôi. Bây giờ hiện ở trên Dốc Mơ. Chị Sạng có nhờ tôi nếu có gặp anh thì nói cho anh biết để anh tới đón về".

Một lát ngẫm nghĩ. Anh Sạng nhìn tôi:

"Sao bây giờ chú mới nói cho tôi biết".

Tôi không trả lời anh. Anh cũng đã biết tại sao tôi đã im lặng, tại sao bây giờ tôi mới nói với anh. Người đàn bà miền Nam với những đứa trẻ nhỏ tôi vừa gặp đã là cái nguyên nhân làm cho tôi trở nên ngại ngùng. Báo tin cho anh Sạng về sự mới tới của mẹ con chị Sạng, tôi chỉ giữ trọn vẹn một lời đã hứa. Thế thôi. Tôi không dám tin tưởng gì. Mà lại chỉ dám tin tưởng ở điều này là thời gian và sự xa cách vẫn làm cho những hướng đời gần gụi nhất cũng lãng quên nhau và kỷ niệm chỉ là một hình ảnh trừu tượng, những sự kiện đã chết, không có được lấy một tác động bé nhỏ. Tôi không giận anh Sạng nếu thực ra anh đã lãng quên. Tôi biết anh đang buồn phiền nhiều. Đem lòng mình hôm nay để giải quyết một sự trạng trái ngược của hiện tại, anh Sạng chỉ còn cách đi ngược lại 18 năm cũ, thăm dò lại lòng anh thì anh mới tìm được giải pháp thích đáng. Lại cũng chỉ có mình anh giải quyết được thôi. Tôi đoán anh cũng đang làm thế.

"Tôi thật không ngờ, chú Thảo ạ! Chú có nói tôi mới nhớ vì quả thật tôi đã quên từ rất lâu. Như tôi đã muốn quên tất cả. Cả làng ngờ oan cho tôi, đến mẹ tôi, đến vợ tôi cũng ngờ vực theo nữa. Mấy năm sau có người vào trong này nói đến tai tôi là vợ tôi đã đi lấy chồng. Sau đó tôi gặp cái Năm ở Dầu Tiếng. Đang buồn bực tôi lấy nó làm vợ. Bây giờ thấm thoát đã ăn ở với nhau được mười hai năm rồi. Có con cái với nhau nữa. Tôi cũng lại bảo cái

Năm là tôi đã mất vợ trước, nó mới bằng lòng lấy tôi. Nó biết sự thể thế này, nó sẽ buồn lắm. Mà tôi bỏ cái Cả ở trên Dốc Mơ thì cũng không đành. Chú bảo tôi xử trí thế nào bây giờ?"

Trước hết tôi thấy cần phải đính chính giùm cho chị Sạng một điều: không bao giờ có chuyện chị đi lấy chồng. Mười tám năm trời chị nuôi con trong khổ cực và sống trong sự chờ mong tin tức anh. Anh Sạng có thể tin rằng, trước sau ở người vợ miền Bắc đáng thương kia không hề có một dấu vết đổi thay bé nhỏ nào, mà chỉ là những sắc màu bền vững nhất của chung thuỷ. Ngoài ra đó là chuyện riêng của anh. Anh phải xử trí lấy. Nghe rõ những tiếng lòng anh, thì rồi anh sẽ giải quyết được êm đẹp ổn thoả.

Cuối cùng, tôi cho anh biết địa chỉ của mẹ con chị Sạng, rồi tôi từ giã anh.

Thời gian nghiêng đi. Từ ngày gặp anh Sạng, đến nay đã được sáu tháng. Trong thành phố rộng lớn, cuộc sống tiến tới là sự kết thành của những lớp đổi thay mãnh liệt. Mỗi ngày một hình thức mới. Mỗi ngày một màu sắc mới, một tâm tình mới. Đôi khi, giữa hai trang nhật báo, đọc những tin tức của thất lạc, của thăm hỏi, và qua hình ảnh của những người mẹ tìm con, những đứa con thơ dại đi tìm những người chị khuất vắng dài hạn, những người vợ yếu đuối đi dò thăm một dấu vết nhoà nhạt của chồng con giữa những ngã ba, những đám đông, tôi lại chợt nhớ đến chị Sạng, đến đôi mắt chị Sạng, chị có còn được ai dành cho một chỗ đứng bé nhỏ dưới một mái nhà nào không? Sự cô độc đơn lẻ ở người đàn bà đáng thương kia có là một trạng thái vĩnh viễn kéo dài như một vệt bóng tối cho đến trọn đời?

Tôi còn giữ được niềm tin của tôi ở rất nhiều điều. Nhưng tôi không dám tin tưởng ở sự bền chặt của lòng người. Nhất là ở lòng người đã bỏ đi như anh Sạng.

Vậy mà mùa xuân đã về rồi. Mùa xuân của những ngả đường cỏ non, của những ngày khởi đầu nhung lụa, của những đợt khói hương thơm ngát trong đêm Giao thừa, của buổi gặp lại, của ngày trở về. Mùa xuân tự do thứ nhất ở đây vẫn chứa đựng cái hình ảnh muôn đời đôn hậu của đoàn viên. Cuộc sống như hình ảnh của một ngả đường đến hình ảnh một trạm hẹn. Con người từ hình ảnh một chuyến đi đến hình ảnh một ngày dừng chân. Đến sự hoà hợp của những phương hướng cách biệt. Nhưng còn điều này: mùa xuân có đến với tất cả mọi người? Đến với tôi, đến với chúng ta, nhưng có đến với mẹ con chị Sạng? Tôi không biết nữa.

Rồi câu chuyện của anh Sạng, nỗi bận tâm của tôi trong suốt một thời gian, chính tôi cũng lãng quên đi.

Cho mãi đến tuần lễ trước. Một buổi sáng tháng Chạp. Thành phố tấp nập không khí buôn bán cuối năm. Tôi đang đi bộ ngắm những dãy hàng đến dịp này thì lại xuất hiện và lại chiếm hết chỗ của những hè đường vây chung quanh chợ Bến Thành thì tôi gặp anh Sạng.

Trông thấy tôi, anh đứng sững lại mừng rỡ:

"Ô kìa chú Thảo! Lâu lắm mới lại gặp chú. Về nhà chơi cái đã".

Không kịp để tôi trả lời, anh kéo bừa tôi đi. Giữa phố phường đông đảo, một anh Sạng đã già yếu nắm tay tôi kéo thẳng một mạch về nhà, và tôi ngoan ngoãn đi theo anh như anh đã dắt tôi những ngày thơ ấu cũ. Anh Sạng nói chuyện suốt dọc đường đến cái Tết năm nay. Đến công việc của anh dạo này xem chừng đã thấy khấm khá hơn. Đến sự may mặc cho những đứa trẻ. Như thế cho đến nhà.

Như lần trước căn nhà bé nhỏ của anh hiện ra cuối đáy ngõ hẻm.

Như lần trước anh gõ cửa. Như lần trước cửa mở, rồi người đàn bà miền Nam hiện ra. Đằng sau chị, mấy đứa trẻ nhỏ.

Nhưng lần này tôi đã nhìn thấy thêm một cái gì, một cái gì mà tôi đang mong đợi hết lòng suốt mười tám năm. Tôi đứng ngây người: ở một góc nhà, dưới một vùng ánh sáng của lửa bếp, chị Sạng, người vợ cả miền Bắc, đang ngồi thổi cơm. Bên gối chị, hai đứa trẻ miền Nam tựa vào lòng chị nhìn lửa cháy. Nghe tiếng động, chị Sạng bỏ củi lửa nhìn lên. Chị mỉm cười với tôi. Tôi nhìn anh Sạng. Tôi nhìn cả nhà. Sau cùng cái nhìn của tôi gửi đến người đàn bà miền Nam vẫn đứng sau tôi. "Cái Năm Sà-goòng" của anh Sạng, người đàn bà thứ hai đã đến đời anh, yên lặng ngó tôi không nói gì. Nhưng tôi đã hiểu chị, qua một thoáng lửa lấp lánh nghịch ngợm mà tôi vừa bắt gặp ở trong mắt chị, nó nói nhiều cho cái tâm tình dễ dàng cởi mở, dễ dàng đón nhận, mà tôi thường thấy ở người đàn bà miền Nam. Tôi nhìn chị Sạng Hai. Tôi nhìn anh Sạng. Vui mừng và cảm động.

Tôi biết anh đã giải quyết ổn thoả êm đẹp cái chuyện riêng của anh rồi. Tôi còn biết rằng một phần lớn chính còn ở chị Năm nữa. Trước sự phân vân lưỡng lự, trước hoàn cảnh éo le của chồng, người đàn bà miền Nam đã hành động cao đẹp bằng cách đón nhận về chung một mái nhà, người đàn bà miền Bắc xa lạ, chia sẻ tình vợ chồng để có thêm tình chị em. Hành động này tôi thấy như một bông hoa vừa nở lên giữa thiên nhiên, trong cuộc đời, thành mùa xuân thứ nhất sau 18 năm không có mùa xuân. Tôi nhìn chị Năm, kính phục, quý mến. Chị Năm đã lấy được trọn vẹn cảm tình của tôi.

Buổi trưa cuối năm hôm đó tôi đã ở lại ăn một bữa cơm thường với gia đình anh Sạng.

Chúng tôi nói chuyện ngày xưa. Kỷ niệm tuổi thơ được nhắc nhở lại, vừa cảm động, vừa buồn cười. Tôi thấy tôi bé nhỏ hẳn lại.

Vợ chồng con cái anh Sạng đưa tiễn tôi ra tận đầu ngõ. Ngày ngả về chiều. Nắng vàng lụa. Xa xa từ những trung tâm thành phố, những tiếng ồn ào của một phiên chợ Tết vừa dâng lên. Tôi đi ra khỏi ngõ. Tôi cất tiếng hát nhỏ. Tôi nhớ đến tuổi thơ của tôi. Tôi đang đi trên đường tuổi thơ. Hình ảnh đoàn viên của gia đình anh Sạng, chiều nay đã gây cho tôi cái cảm giác ấm áp của đêm Giao thừa, của ngày mùng Một. Người ta đang tìm về nhau. Đông lắm. Người ta đang gặp lại nhau. Con người, dân tộc đang hồi xuân.

Tôi nghĩ đến những con mắt, những nắm tay, những bếp lửa,

496

những mái nhà. Từ một chấm dứt của mưa phùn tháng Chạp đến một khởi đầu của cỏ non tháng Giêng, mùa xuân dâng lên trong tôi, trong những hình ảnh tươi đẹp nhất của Đoàn Viên.

(Trích trang mạng "Người Tình Hư Vô")

Mai Thảo, Thơ.

Ta Thấy Hình Ta Những Miếu Đền.

Ta thấy tên ta những bảng đường
Đời ta, sử chép cả ngàn chương
Sao không, hạt cát sông Hằng ấy
Còn chứa trong lòng cả đại dương

Ta thấy hình ta những miếu đền
Tượng thờ nghìn bệ những công viên
Sao không, khói với hương sùng kính
Đều ngát thơm từ huyệt lãng quên

Ta thấy muôn sao đứng kín trời
Chờ ta, Bắc Đẩu trở về ngôi
Sao không, một điểm lân tinh vẫn
Cháy được lên từ đáy thẳm khơi

Ta thấy đường ta Chúa hiện hình
Vườn ta Phật ngủ, ngõ thần linh
Sao không, tâm thức riêng bờ cõi
Địa ngục ngươi là, kẻ khác ơi !

Ta thấy nơi ta trục đất ngừng
Và cùng một lúc trục đời ngưng
Sao không, hạt bụi trong lòng trục
Cũng đủ vòng quay phải đứng dừng

497

Ta thấy ta đêm giữa sáng ngày
Ta ngày giữa tối thẳm đêm dài
Sao không, nhật nguyệt đều tăm tối
Tự thuở chim hồng rét mướt bay

Ta thấy nhân gian bỗng khóc òa
Nhìn hình ta khuất bóng ta xa
Sao không, huyết lệ trong trời đất
Là phát sinh từ huyết lệ ta

Ta thấy rèm nhung khép lại rồi
Hạ màn, thế kỷ hết trò chơi
Sao không, quay gót, tên hề đã
Chán một trò điên diễn với người

Ta thấy ta treo cổ dưới cành
Rất hiền giấc ngủ giữa rừng xanh
Sao không, sao chẳng không là vậy
Khi chẳng còn chi ở khúc quanh.

Không Hiểu.

Thế giới có triệu điều không hiểu
Càng hiểu không ra lúc cuối đời
Chẳng sao, khi đã nằm trong đất
Đọc ở sao trời sẽ hiểu thôi.

Dỗ Bệnh.

Mỗi lần cơ thể gây thành chuyện
Ta lại cùng cơ thể chuyện trò
Dỗ nó chớ gây thành chuyện lớn
Nó nghĩ sao rồi nó lại cho

Bệnh ở trong người thành bệnh bạn
Bệnh ở lâu dài thành bệnh thân
Gối tay lên bệnh nằm thanh thản
Thành một đôi ta rất đá vàng.

Chỗ Đặt.

Đặt tay vào chỗ không thể đặt
Vậy mà đặt được chẳng làm sao
Mười năm gặp lại trên hè phố
Cười tủm còn thương chỗ đặt nào.

Thủy Tận.

Em đi vừa khuất trên đầu phố
Anh đuổi theo sau bóng đã nhòa
Đứng sững. Mới hay lìa cách đã
Sơn cùng thuỷ tận giữa đôi ta.

(Trích "ThiCa.Net")

Đôi điều ít biết về nhà văn Nguyên Vũ.

Đ
ầu thập niên 1960s, khi chiến sự bắt đầu lan tràn, chính
quyền miền Nam VN, đã ban bố chính sách động viên,
quân dịch. Vì thế, hầu hết thanh niên thời đó, phải nhập
ngũ. Cũng chính vì thế mà, số lượng những người cầm bút cũ
cũng như mới mặc áo lính, được ghi nhận là một con số đáng kể.

Sinh hoạt quân đội, chiến tranh, dù muốn hay không cũng là
môi trường phong phú, giàu có chất liệu cho những người làm
công việc sáng tác ở tất cả mọi lãnh vực; từ thơ, văn tới âm nhạc,
kịch nghệ, điện ảnh...

Những cây bút chọn khía cạnh quân đội, chiến tranh làm đề
tài chính hoặc, nghiêng nặng về lãnh vực này, được dư luận xếp
vào hàng ngũ "những nhà văn quân đội".

Nhưng không phải nhà văn quân đội nào cũng được người
đọc đón nhận, như một tác giả nổi tiếng; có số lượng sách tiêu
thụ lớn.

Về những nhà văn quân đội nổi tiếng với những tác phẩm
(thơ cũng như văn) của họ, có thể kể những tên tuổi về thơ, như
có Tường Linh, Phạm Văn Bình, hay Linh Phương... Cả hai nhà
thơ sau, đều nổi tiếng nhờ có thơ được cố nhạc sĩ Phạm Duy soạn

thành ca khúc. (Phạm Văn Bình với ca khúc "Chuyện tình buồn," và "Mười hai tháng anh đi"; Linh Phương với "Kỷ vật cho em") (1). Về văn có thể kể Văn Quang (lớp trước). Lớp sau vài năm, có thể kể tới Trần Hoài Thư, Đào Vũ Anh Hùng, Huỳnh Văn Phú... Nhưng, nổi bật hơn cả, theo tôi vẫn là Nguyên Vũ (truyện) và, Phan Nhật Nam (bút ký, phóng sự).

Theo nhà báo Ngọc Hoài Phương, hiện cư ngụ tại miền nam California thì, những bài viết đầu tiên của Nguyên Vũ xuất hiện trên báo Thời Luận của cụ Nghiêm Xuân Thiện, năm 1965.

Thời gian đó, nhà báo Ngọc Hoài Phương, tuy còn rất trẻ nhưng được chủ nhiệm Nghiêm Xuân Thiện chọn vào vai trò Phụ tá Tổng thư ký tòa soạn, kiêm nhiệm trang văn nghệ; sau khi các nhà báo đàn anh như Sao Biển, Tâm Chung từ chối nhận lãnh trách nhiệm này.

Theo lời kể của nhà báo Ngọc Hoài Phương thì, thời gian đó, Nguyên Vũ / Vũ Ngự Chiêu là sĩ quan pháo binh, trú đóng ở miền Tây.

Thoạt đầu, Ngọc Hoài Phương khuyến khích họ Vũ viết về đời pháo thủ của mình, để Ngọc Hoài Phương lấy tiền nhuận bút, cho bạn tiêu vặt trong những lần về phép Saigòn.

Không ngờ, loạt bài của Nguyên Vũ / Vũ Ngự Chiêu được độc giả, nhất là giới quân nhân đón nhận nồng nhiệt.

"Được cái Nguyên Vũ viết rất nhanh", Ngọc Hoài Phương kể.

"Buổi tối anh em đi chơi, ăn nhậu với nhau tới khuya mới giải tán. Về nhà, họ Vũ có thể viết tới sáng. Vì thế, sau mỗi tuần về phép Saigòn, trước khi trở lại đơn vị, bao giờ Nguyên Vũ cũng gửi lại tòa soạn Thời Luận số bài đủ để 'đi' cả một tháng. Nhờ thế mà tòa soạn rất yên tâm về loạt bài của Nguyên Vũ. Nghĩa là người phụ trách là tôi, không phải lâu lâu lại nhắn tin '... Hết bài rồi. Gửi bài gấp...' như từng xảy ra với nhiều nhà văn viết feuilleton khác". Nhà báo Ngọc Hoài Phương nhấn mạnh.

Vẫn theo lời kể của Ngọc Hoài Phương thì ông không nhớ nhà văn Nguyên Vũ / Vũ Ngự Chiêu cộng tác với báo Thời Luận bao lâu? Ông chỉ biết sau một thời gian ngắn, tên tuổi họ Vũ nổi tiếng khắp nơi, nên Nguyên Vũ được nhiều báo Saigon thời đó, mời viết feuilleton cho họ. Và, cũng vì thế mà Nguyên Vũ không còn thì giờ viết cho Thời Luận nữa.

Trong loạt bài chủ đề "Văn học miền Nam", nhà văn Nhị Linh đã viết về Nguyên Vũ, một đoạn ngắn, với các chi tiết, như sau:

"Trước 1975, Nguyên Vũ là tác giả của nhiều tác phẩm về cuộc đời lính.

"Sinh năm 1942 ở Hải Dương, Nguyên Vũ (tên thật Vũ Ngự Chiêu) học khóa 16 Thủ Đức, sau khi tốt nghiệp trở thành lính pháo binh.

"Sau 1975, Vũ Ngự Chiêu học tiếp ở Mỹ, lấy bằng tiến sĩ sử học, viết nhiều công trình sử học bằng tên thật và bút danh Chính Đạo".

Về một số tác phẩm đã xuất bản của nhà văn Nguyên Vũ, được Nhị Linh liệt kê gồm có:

"Đời pháo thủ (ký sự chiến trường) do Chọn Lọc in năm 1967 là một tác phẩm thuộc giai đoạn sớm của nhà văn Nguyên Vũ.

"Thềm địa ngục do Đại Ngã in năm 1969, cũng có nhiều chi tiết liên quan đến pháo binh, mặc dù nhân vật chính thuộc biệt động quân đang chịu án do tội 'đào binh' phải đi làm 'lao công'..."

Phần tư liệu trong bài viết của mình, nhà văn Nhị Linh cũng chụp lại bìa một số tiểu thuyết của Nguyên Vũ, như "Uyên Buồn, Nguyệt Thực, Bóng Tối Tiếng Cười Môi Hôn Và Nghĩa Trang, Sau Cơn Mộng Dữ, Lửa Mù, Đêm Hưu Chiến, Mồ Hôi Mũ Đỏ, Vòng Tay Lửa (tập một)"... (2)

Mặt khác, vì trên mạng có quá ít tư liệu về nhà văn Nguyên Vũ / Vũ Ngự Chiêu, nên một độc giả đã gửi câu hỏi đại ý "Nguyên Vũ là ai" cho trang mạng Wikipedia-Mở. Và trang mạng này chọn một câu trả lời tương đối đầy đủ nhất của độc giả Tường Vi Trắng, cách đây 7 năm, nguyên văn như sau:

"Câu trả lời hay nhất: Chính Đạo là một trong hai bút danh của Vũ Ngự Chiêu. Bút danh kia là Nguyên Vũ, rất nổi tiếng ở Miền Nam trước năm 1975. Trước 1975, Vũ Ngự Chiêu phục vụ trong binh chủng Pháo Binh Dù, QLVNCH, và đã có hơn 20 tác phẩm xuất bản. Sau khi ra hải ngoại, ông vừa tiếp tục cầm bút vừa đeo đuổi việc học. Tốt nghiệp Tiến Sĩ Sử tại Đại Học Wisconsin - Madison năm 1984, sau khi cùng gia đình di chuyển về Houston, ông là Giám Đốc nhà xuất bản Văn Hóa và tốt nghiệp Tiến Sĩ Luật tại Đại Học Houston năm 1999.

"Những tác phẩm của Vũ Ngự Chiêu xuất hiện trước năm 1975 dưới bút danh Nguyên Vũ gồm có "Đời Pháo Thủ (bút ký), Những Cái Chết Vô Danh (tập truyện), Trở Về Từ Cõi Chết (truyện), Vòng Tay Lửa (trường thiên), Thềm Địa Ngục (truyện), Đêm Hưu Chiến (truyện), Sau Bảy Năm Ở Lính (bút ký), Đêm Da Vàng (trường thiên), v.v. Tại hải ngoại, Vũ Ngự Chiêu đã in thêm các tập Xuân Buồn Thảm, Cuộc Sụp Đổ Của Nam Việt Nam (bút ký), Trận Chiến Chưa Tàn (truyện), Giặc Cờ Đỏ (trường thiên), cùng hai tâm bút Paris: Xuân 1996, và Ngàn Năm Soi Mặt.

"Về nghiên cứu sử học, ông đã in ba tác phẩm bằng tiếng Anh dưới tên thực, và 10 biên khảo bằng Việt ngữ với bút danh Chính Đạo. Biên khảo duy nhất bằng Việt ngữ ký tên thực của ông là bộ Các Vua Cuối Nhà Nguyễn (1883-1945) gồm ba tập. Những tác phẩm ký tên Chính Đạo thường được viết cho độc giả không chuyên môn, dễ đọc hơn, không quá khô khan như các biên khảo đúng yêu sách bác học.

"Ông vừa xuất bản tác phẩm mới nhất với tựa đề Cuộc Thánh Chiến Chống Cộng (1945-1975) tập I, gồm 5 phần: Sơ lược tiểu sử Tổng thống Jean Baptiste Ngô Đình Diệm (1897-1963); Từ

504

Điện Biên Phủ tới Geneva; Cuộc truất phế Bảo Đại; Mùa Phật Đản đẫm máu (1963); và "Phiến Cộng" trong Dinh Gia Long.

"Sau năm 1975 ở hải ngoại, có những dòng thác ngụy tạo ngụy biện nhằm vặn méo sử kiện để chạy tội và biện minh cho sự vô minh của một số người. Vũ Ngự Chiêu đã dần dần xuất hiện như một nhà sử học khai sáng và can trường. Giá trị tinh thần của người trí thức không chỉ là tôn trọng sự thật mà còn nói lên sự thật và chấp nhận hậu quả của quyết định can trường đó. Đó là một sự đổi đời tâm linh có ý nghĩa đã hình thành nơi Vũ Ngự Chiêu. Huyền thoại và huyễn mị lịch sử đã làm cho người Việt xa nhau, chỉ có sự thật mới làm cho người Việt gần lại với nhau, trong tình dân tộc, nghĩa đồng bào. Những tác phẩm mới của Vũ Ngự Chiêu là một đóng góp sáng giá và có ý nghĩa trong chiều hướng đó."

Nguồn: http://www.geocities.com/docsu17/noichuy...

Những góc khuất của người lính trong văn xuôi Nguyên Vũ.

Sau một thời gian, thấy công trình tim, óc của mình bị các nhà xuất bản "bóc lột" một cách quá tay, nhà văn Nguyên Vũ (một trong vài nhà văn thuộc 20 năm VHNT miền Nam, có số lượng sách tiêu thụ lớn nhất - tính chung cho cả nhà văn gốc quân đội và dân sự); họ Vũ đã thành lập nhà xuất bản Đại Ngã để tự in sách của mình, cũng như của bằng hữu (3)

Điều đáng nói là ấn phẩm của họ Vũ mang tên nhà Đại Ngã, bao giờ cũng cao hơn những ấn phẩm cùng loại, cùng số trang (độ dày) của các nhà XB khác, từ 10 tới 15%.

Lại nữa, phần trăm mà nhà Đại Ngã để cho các nhà phát hành cũng ít hơn thông lệ...

Thế nhưng hầu như nhà phát hành hoặc nhà sách nào, cũng phải "order" ấn phẩm của Nguyên Vũ, vì nhu cầu của độc giả toàn quốc khá lớn.

Có thể có nhiều lý giải khác nhau về sự kiện họ Vũ là một trong vài nhà văn có số lượng sách tiêu thụ cao nhất miền Nam, giai đoạn 1954-1975.

Riêng tôi, tôi nghĩ, tuy thời điểm đó, chúng ta có khá nhiều nhà văn viết về đời sống, sinh hoạt của người lính... Nhưng tuyệt nhiên, người đọc không thể tìm thấy hình ảnh người lính trong tiểu thuyết, bút ký Nguyên Vũ là những hình ảnh cường điệu, kiểu "lính hào hoa", "lính đa tình" hoặc, hình ảnh người lính như những "hoàng tử" trong tâm tư các em gái hậu phương. Những cường điệu, những phấn son tô hồng đó, hoàn toàn trái ngược với đời thực của người lính, trong bối cảnh chiến tranh tàn khốc mà, cam khổ vốn là thuộc từ người lính phải kinh qua...

Tôi muốn nói, người lính trong văn xuôi họ Vũ, dù cấp bậc nào, cũng là một người bình thường, với những bi phẫn của đời lính chiến. Bút lực hay ý thức vai trò nhà văn của họ Vũ, đã soi rọi vào những góc khuất buồn, vui, nhục nhẫn của đời lính – Tựa đó là kim chỉ nam, là ngọn hải đăng dẫn đường hoặc, trách nhiệm, tâm thái văn trước nhiễu nhương, tang tóc của tổ quốc.

Nếu không kể Phụ Bản là 3 bài thơ của họ Vũ, có tên chung: "Những bài ca buồn đời lưu dân", (thì,) ngay chương thứ nhất, tiểu tựa "Ôi Máu", ghi Quy Nhơn ngày 31 tháng 3-1975, tác giả đã tâm sự:

"... Tôi cũng hiểu mình chỉ là, và chỉ muốn là, một nhà văn. Tôi không hề có tham vọng chính trị. Nhưng nhà văn, theo tôi, không thể tự cô lập trong thế giới chữ nghĩa riêng mình. Con dân một nước chậm tiến, nơi những con triều văn minh kỹ nghệ Tây Phương mới chỉ phá vỡ thế giá cũ nhưng chưa đủ sức tạo dựng những khuôn thước mới, nơi những kẻ cai trị thường nhìn những người cầm bút như bầy chó dại, như loài chuột mang vi trùng dịch hạch, một nhà văn dường phải đảm nhiệm vai trò người giác đấu, một Promotheus đánh cắp lửa trời, mang ánh sáng xuống trần gian. Mỗi chữ, mỗi câu là nỗi vinh quang và hổ nhục của những phấn đấu không ngừng nghỉ trong sứ nhiệm phục hồi quyền chức *con người mà đã nhiều thế kỷ, dân tộc Việt bị tước đoạt...*"(Xuân Buồn Thảm, tr. 23) (4)

Những dòng chữ trên, được họ Vũ viết trong "Những ngày cuối cùng của nam Việt nam", đầy hỗn loạn, xáo trộn với những thủ đoạn, bắt bớ, thanh toán, trừ khử với nhiều lý do từ nhiều phía trong cơn hấp hối, giữa tâm bão thời thế cực kỳ hiểm nguy này. Dù được cảnh báo, can ngăn từ bằng hữu (và cả từ cha, anh), nhưng tư cách, lương tri nhà văn đã không cho phép họ Vũ đi tìm cho cá nhân mình, một nơi chốn ẩn núp an toàn!.

Trong phần "bạt" cuối sách, những con chữ tươm, đẫm ưu tư của họ Vũ về một giai đoạn lịch sử, đất nước, con người, cũng được ông ghi lại, như những hồi chuông, hoặc những nén nhang tâm tưởng, thắp lên, một lần nữa, cho đồng bào (hay đất nước của mình?)

Tác giả viết:

"... Mười năm... Mùa đông thứ mười giữa lòng Paris, đọc và nhuận sắc những điều đã viết mười năm xưa trước khi trao cho nhà xuất bản tập bút ký Xuân Buồn Thảm này. Những cảnh, những người, những tâm động của một khoảng thời không vỡ tim, nát óc còn kích xúc lên hệ não những bồng bềnh, chếnh choáng của cơn mộng dữ. Và rồi, như trong cơn địa chấn, như phiên chợ ma, như ngày đại hội của những vong hồn uống tử – trong tôi – nghiêng đảo tiếng pháo bom cầy nát ruộng đồng, làng mạc; ngạo nghễ nhẩy múa những ngọn lửa hồng, những cuộn khói xám chì mờ phủ mục tiêu, những thây ma vỡ nát, phình trương, chết đủ cách, đủ kiểu. Trong tôi, gọn lạnh tiếng thét rú thê lương của những kẻ bất đắc kỳ tử giữa trận tuyến, hay được khéo léo ngụy trang, che lấp bằng bản nhạc quân hành, những bản cải lương mùi mẫn từ những chiếc loa phóng thanh của một trại cải tạo hay một trại giam cứu. Trong tôi, chập chờn nghiêng đảo những khuôn mặt phính tròn, dư thừa da thịt và lạc thú, nhói buốt những tiếng cười khả ố của bầy quạ ưng chiến tranh nơi trà đình, tửu quán, công viên hay dinh thự. Trong tôi, khảm khắc xuống thật sâu những nếp nhăn khắc nghiệt của thời gian và cơ khổ trên khuôn mặt của ông

lão 70 đang oằn run dưới gánh củi độ nhật trưa nắng cháy thung lũng Quế Sơn; khô cằn rễ khoai, rễ sắn cứng như đay gai giữa hàm răng sữa của đứa cháu Nông Sơn vừa dứt vú mẹ. Trong tôi, hình ảnh những con tàu địa ngục vượt Thái Bình Dương mùa Xuân năm nào, những hình ảnh rũ mỏi, tả tơi trên những con lộ máu dẫn từ cao nguyên về hướng biển, từ Quảng Trị, Thừa Thiên đổ vào hay Quảng Tín kéo ra Đà Nẵng, những kinh hoàng thô bạo của bầy thú điên trên những tầu, thuyền "tìm tự do." Trong tôi, như lửa bốc, như gió cuồng, như mật đắng..." (Xuân Buồn Thảm, tr. 195, 196).

Ở chương chót của "Xuân Buồn Thảm", chương thứ 11, tiểu tựa "Ra Khơi", ghi Côn Sơn ngày 28 tháng 4- 1975, họ Vũ viết:

"H. vụng về đưa tay chấm nước mắt. Một khoảng im lặng não nề nhẹ giăng xuống, đong đưa những giọt sương giá lạnh đã tám năm qua vây phủ bóng dáng H. trong tâm tưởng tôi.

"- Chắc là khó gặp lại H. – Tôi đứng lên, đốt thuốc. Những ngón tay run nhẹ: – Mong vui vẻ bên đó.

"- Ngồi thêm chút nữa đã.

"H. nói, mặt nhìn về căn nhà mát của Thiệu, đã được tạm xử dụng làm nơi ngủ đỗ cho hơn trăm gia đình Sư Đoàn 5 Không Quân. Tôi thở dài, định nói ngồi thêm bao lâu cũng chẳng thay đổi được gì. Tôi phải trở về đó, nơi gia đình tôi và bằng hữu đang chờ đợi. Nhưng cũng không thể dấu mặt chính mình những quyến luyến, bịn rịn không rời. Vì chỉ đôi, ba phút nữa, khi tôi rời bỏ góc vườn tối tăm, ngổn ngang những thân gỗ ẩm lạnh hơi sương này, tất cả chỉ còn là sương khói, là hư ảnh – những kỷ niệm, những tháng năm mòn mỏi khắc khoải, trong một cuộc chơi thường được gọi là tình yêu giữa thời đại loạn..." (Mùa Xuân Buồn Thảm, tr. 176, 177) (5)

Tác giả chia tay với cuộc tình có tới 8 năm gắn bó với H., theo tôi, cũng có thể hiểu, đấy cũng chính là sự chia tay của một tấm lòng, một trái tim của một nhà văn, với một đất nước!

Đó là đất nước hay, tổ quốc của nhà văn Nguyên Vũ / Vũ Ngự Chiêu, qua những trang viết gần như nhật ký, những ngày cuối cùng của miền Nam vậy.

Chú thích:

(1) Được biết, cũng như bài "Còn chút gì để nhớ" của Vũ Hữu Định, bài thơ "Kỷ vật cho em" của Linh Phương do thi sĩ Trần Dạ Từ đưa cho cố nhạc sĩ Phạm Duy phổ nhạc, sau khi hai bài thơ vừa kể, đã được đăng trên một tờ báo do ông phụ trách.

(2) Nguồn Wikipedia-Mở

(3) Một số tác phẩm đầu tiên của nhà văn Phan Nhật Nam, do nhà Đại Ngã XB, trước tháng 4-1975.

(4) Đoạn văn in chữ nghiêng theo nguyên bản.

(5) "Xuân Buồn Thảm" tái bản lần thứ nhất, bởi nhà xuất bản Văn Hóa, Houston, TX, 1992.

Trường hợp Nguyễn Đình Toàn,
và, 20 năm văn chương Miền Nam.

Hai mươi năm không phải là một thời gian dài cho một nền văn chương. Nhất là khi nền văn chương đó, gần như phải thường xuyên đối đầu, thường xuyên sống, hít thở đầy lồng ngực nó, mùi vị chiến tranh, bom đạn và, những biến động chính trị không ngừng của một xã hội, như xã hội miền nam Việt Nam (sau giai đoạn Đệ Nhất Cộng Hòa).

Nhưng, cách gì thì các chính quyền ở miền nam Việt Nam, trong hai mươi năm hiện hữu, cũng đã cho những người cầm bút một bầu khí tự do tương đối, đủ để họ thể hiện, đeo đuổi những khuynh hướng văn chương họ muốn.

Tuy nhiên, cũng vì bị cái chết rình rập, đuổi sau lưng, như một lực đẩy vô hình, khiến những người cầm bút ở miền nam thế hệ 1954 tới 1975 đã hối hả tỏa nhánh, chia cành với rất nhiều xu hướng văn chương - - Đôi khi nghịch chiều, khích bác hoặc phủ nhận nhau. Như một thứ phản ứng vô thức của bản năng.

Hiểu như thế, người đọc sau này sẽ không ngạc nhiên khi thấy vào những ngày, tháng giữa thập niên 1950, nhóm Sáng Tạo, cầm đầu bởi cố nhà văn Mai Thảo, đã công khai lên tiếng phủ nhận, xóa bỏ dòng văn chương tiền chiến; mà nhóm Tự Lực Văn Đoàn là đại diện.

Kế đến, một thập niên sau, nhóm Trình Bày với các tạp chí Trình Bày, Đất Nước, Nghiên Cứu Văn Học, cầm đầu bởi cố nhà văn Thế Nguyên, lại công khai lên tiếng khích bác, bài xích nhóm Sáng Tạo. Thế Nguyên quy kết Sáng Tạo, chủ trương, cổ súy cho dòng văn chương mà ông gọi là dòng *"văn chương viễn mơ"*. Đó là thời điểm nhóm Trình Bày cho rằng trong hoàn cảnh chiến tranh vật vã đau thương như vậy, văn chương phải phản ảnh thực trạng đất nước (?)

Với Thế Nguyên, trong giai đoạn miền Nam bị tràn ngập bởi quân ngoại nhập – Cầm đầu bởi người Mỹ thì, văn chương không thể dửng dưng, đứng ngoài thời cuộc. Ông cổ súy nền văn chương hiện thực mà, ông gọi là dòng *"văn chương dấn thân"*. Nói theo thuật ngữ thời ấy, là dòng văn chương *"phản chiến"*.

Hai sự kiện vừa kể trên, theo tôi, chỉ là phần nổi của những tảng băng văn học, nghệ thuật miền Nam mà thôi.

Chìm dưới đáy sâu, nhờ có được khoảng không gian tự do tương đối (như đã nói), sinh hoạt văn học của miền Nam, thực tế, chẳng những có, mà còn có rất nhiều xu hướng văn chương khác.

Từ những tác giả trung thành với dòng văn chương tiền chiến, hiểu theo nghĩa nghiêng hẳn về khuynh hướng xã hội: Tiếp tục con đường lấy cốt truyện và, nỗ lực phân tích tâm lý nhân vật làm xương sống cho sáng tác của mình – Tới những nhà văn chạy theo trào lưu văn chương hiện sinh, vốn được ưa chuộng ở miền Nam, những năm 19(50), 19(60), do nhóm Sáng Tạo khơi mào – Qua những bài viết của giáo sư Nguyễn văn Trung (bút hiệu Hoàng Thái Linh). Và, những tác phẩm mà họ Nguyễn in thành sách cho sinh viên của ông, thời ông dạy đại học Văn Khoa, Saigon; như "Nhận định" 1, 2, hoặc "Ca tụng thân xác," v.v...

Tuy nhiên, tùy theo mức độ thẩm thấu triết lý Hiện Sinh của triết gia kiêm nhà văn Jean Paul Sartre mà, một số nhà văn miền Nam thời đó, đã phản ảnh sự tiêu hóa của họ qua sáng tác. Thậm chí, một số tác giả còn đơn giản, hay thô thiển hóa triết lý Hiện Sinh của Jean Paul Sartre vào phạm trù dục tính. Như thế, đó mới chính là cốt lõi của triết lý hay, phong trào văn chương này. (1)

Cũng ở thập niên đầu của hai mươi năm văn học miền Nam, có nhà văn còn lầm lẫn giữa triết lý hiện sinh, với quan niệm con người là một con vật bị ngộ nhận, cùng lúc bị nhận chìm bởi những phi lý tàn khốc của kiếp người. (Quan điểm này được nhà văn Albert Camus xiển dương trong nhiều tác phẩm của ông). (2)

Những nhà văn nhầm lẫn giữa hai khuynh hướng triết lý, vì tưởng lầm là một kia, đã đẩy nhân vật của họ tới những cái chết đầy kịch tính. Thí dụ, một nhân vật trong truyện, giữa lúc sắp (chứ chưa) đạt được tình yêu (mà y đinh ninh không thể tới được) đã quay ra tự sát!?! Hay một nhà văn khác, cho nhân vật của mình tự kết liễu cuộc đời ngay sau khi biết mình trúng số... độc đắc.

Cũng vậy, bên cạnh những nhà văn (đa phần ở lớp trưởng thành sau thập niên 1960, chấp nhận con đường binh lửa, vì nhu cầu bảo vệ miền Nam, đương đầu và chống cự lại những nỗ lực xâm lăng miền Nam của quân đội miền Bắc, đã thể hiện tâm trạng chênh vênh của họ giữa hai bờ vực sống / chết một cách mặc nhiên, không ta thán, rất nhân bản... Thì cũng có những nhà văn chủ trương lên án hay, khạc nhổ vào chiến tranh, như một chứng tỏ... (kín đáo) tính cách trí thức tiến bộ của họ!

Vì miền Nam trong chiến tranh, nên hầu hết các nhà văn đều bị chi phối bởi luật động viên ở miền Nam. Những nhà văn bị động viên này, dù ở hàng ngũ sĩ quan, hay binh sĩ, lại chia thành hai loại. Loại thứ nhất, chọn tiến thân bằng những sáng tác tố cộng hay chống cộng một cách dứt khoát, mạnh mẽ. Họ được dư luận gọi là lớp *"nhà văn quân đội"*. Loại thứ hai, là những nhà văn vẫn tuân thủ luật lệ quốc gia, nhưng khi trở về với mình, đối diện với trang giấy, họ vẫn giữ tư cách độc lập của một nhà văn. Hiểu theo nghĩa họ trung thành với rung động, những thao thức, những vấn nạn riêng về văn chương và đời sống...

Dĩ nhiên, lớp nhà văn được gọi là *"nhà văn quân đội"* không khỏi thấy "ngứa mắt" trước lớp nhà văn dân sự, phục vụ trong quân đội.

Cũng trong 20 năm văn chương miền Nam, một khuynh hướng văn chương khác nữa, nở rộ, được đón nhận nồng nhiệt; có phần rôm rả hơn tất cả những khuynh hướng văn chương vừa kể; là khuynh hướng văn chương được gọi là nền *"văn chương mực tím"*.

Sáng tác của những cây bút này, chủ yếu nhắm vào tuổi học trò. Lứa tuổi "bản lề" giữa niên thiếu và sắp trưởng thành. Tới nay, chưa ai bỏ công nghiên cứu để biết:

Có phải xu hướng văn chương trong sân trường, giữa lớp học đã đưa tới sự thành hình của không biết bao nhiêu các thi văn đoàn hay, ngược lại?

Đây là loại văn chương không đòi hỏi một nỗ lực sáng tạo nào, từ hình thức tới nội dung; ngoài tính đơn giản, dễ hiểu. Vì thế, loại văn chương ấy, không chỉ thỏa mãn cảm quan của giới học sinh mà, còn đáp ứng được nhu cầu thưởng ngoạn của lớp độc giả trưởng thành, dễ tính nữa.

Sự kiện này, hiển nhiên nâng số lượng thơ, văn, sách báo trong vòng phấn "văn chương mực tím" của miền Nam, tới con số khá lớn. Nếu không muốn nói là đứng đầu mọi xu hướng.

Bên cạnh đó, những người quan tâm tới sinh hoạt văn học, nghệ thuật đô thị, cũng ghi nhận được một cơn bão trong... tách trà của một số nhà văn sống tại Saigon.

Đầu thập niên 1970, số nhà văn đô thị này, đã rất tâm đắc bàn bạc về cái gọi là phong trào *"Tiểu thuyết mới"* – Như một lối thoát, một thứ ánh sáng cuối đường hầm! Hay một phép thanh tẩy có khả năng "cứu rỗi" những bế tắc văn chương cho họ. Mặc dù, khi những nhà văn kia háo hức trước phát hiện cái gọi là *"tiểu thuyết mới"* thì, tại nguyên gốc, nơi phong trào "tiểu thuyết mới" được sinh ra, lại đang trên đường tàn lụi.

Theo tài liệu thì, phong trào "Tiểu thuyết mới" được đẩy lên tới đỉnh cao từ những năm cuối thập niên 1950, song song với phong trào kịch mà nhân vật không còn là chính diện hay tâm điểm, do các kịch tác gia Adamov, Beckett, Ionessco phát động.

Cầm đầu phong trào "Tiểu thuyết mới" ở giai đoạn khởi đầu này, là nhà văn Alain Robbe Grillet. Ông quy tụ một số bằng hữu viết văn quanh nhà xuất bản "*Nửa Đêm / Édition de Minuit*," ở Paris.

Theo nhà phê bình văn học Pháp, Carl Gustaf Bjurstrom, trong tác phẩm "*Văn Học Thế Giới Hiện Đại / Les Littératures Contemporaines À Travers Le Monde*," bản dịch của Bửu Ý (3) thì nhóm này chủ trương xóa bỏ loại tiểu thuyết từ hồi nào giờ, vẫn ôm chặt lấy nghệ thuật phân tích tâm lý, như thể đó là chuẩn mực cao nhất và, bất biến của văn chương. Trong khi theo họ (những người chủ trương "Tiểu thuyết mới") thì nó lại là những ước lệ, giả tạo, dối trá, hợm hĩnh của cái "*ta*" trong vai trò thượng đế, ban phước, giáng họa cho tất tật mọi nhân vật. Những nhà văn cổ súy phong trào "Tiểu thuyết mới" đòi hỏi nhà văn phải trở lại với những khách quan của một người quan sát, phải luôn tự giác trước thực tế đời sống, ngoại cảnh. Mạnh mẽ hơn, quyết liệt hơn, nhà văn Ollir, một thành viên khác trong nhóm, qua tiểu thuyết "*Đạo diễn*" đã cho thấy "*sự hiện diện của đồ vật là trên hết.*"

Vẫn theo tác giả Carl Gustaf Bjurstrom thì:

"Khuynh hướng này không hoàn toàn mới mẻ. Năm 1925 Gide đã viết '*Bọn Làm Bạc Giả*' đi ngược với mọi truyền thống kể chuyện. Cuốn '*Ulysse*' của James Joyce muốn ghi lại những cảm tưởng nguyên hình trạng. Và trong trường phái 'tiểu thuyết mới,' Nathalie Sarraute, với những bài đầu tiên viết trước thế chiến, thật ra đã nối kết ảnh hưởng của Joyce với tân trường phái. Tiểu luận '*Kỷ nguyên ngờ vực*', giống như '*Kỷ yếu về sự phân hóa*' của Cioran và '*Mục lục*' của Michel Butor báo hiệu trước bước đường cùng của tiểu thuyết tâm lý (…) Như thế, là 'tiểu thuyết mới' biến cải một cách thiết yếu cái '*điểm quan sát*' của tiểu thuyết gia. Không còn là kẻ kể chuyện đã biết hồi kết cuộc nên chi '*sắp xếp*' và diễn theo lối kết thúc đó. Nó chỉ là *chứng nhân* ghi nhận những hiện diện, những xúc cảm ..." (4)

Một trong số ít nhà văn Saigon, cuối thập niên 1990, đầu thập 1970 tỏ ra rất hưng phấn với phong trào này, là Nguyễn Đình Toàn. Ông là một nhà văn nổi tiếng của miền Nam. Tuy nhiên, những người biết ông qua chương trình phát thanh "Nhạc chủ đề" (trên đài Saigon, cùng với nhạc sĩ Vũ Thành An), lại nhiều hơn, những người biết ông qua văn chương.

Ưu điểm nào thấy được
trong văn chương Nguyễn Đình Toàn?

Nguyễn Đình Toàn bước vào nghiệp văn rất sớm. Từ những ngày ông còn ở Hà Nội, với bút hiệu Tô Hà Vân. (5)

Di cư vào miền Nam, năm 1954, ông trở thành biên tập viên đài phát thanh Quốc Gia. (Mọi người quen gọi là đài phát thanh Saigon, để phân biệt với đài Quân Đội).

Không biết có phải vì lý do công việc, hay để đánh dấu một giai đoạn khác của sự nghiệp văn chương, họ Nguyễn đã từ bỏ bút hiệu kể trên, để dùng tên thật của mình, như bút hiệu.

Những năm đầu ở miền Nam, ngoài công việc thường lệ của một biên tập viên phát thanh, Nguyễn Đình Toàn còn cùng ký giả Phan Lạc Phúc, chủ trương một chương trình văn học, nghệ thuật cho đài Saigon. Nhưng, như đã nói, ông được quần chúng biết tới nhiều hơn cả, khi ông cùng nhạc sĩ Vũ Thành An thực hiện chương trình *"Nhạc chủ đề"*.

Với những giới thiệu hay dẫn nhập bằng cách viết (cách nói) riêng của mình; nhất là qua giọng nói, như một thủ thỉ tư riêng giữa hai người, qua làn sóng điện, họ Nguyễn trở thành một thứ *"người tình không chân dung"* của rất nhiều nữ thính giả. Đồng thời, ông cũng là *"người bạn thiết"* của rất nhiều thính giả thuộc nam giới. Với lớp thính giả này, ông như người đã nói thay họ những điều họ muốn nói về tình yêu, âm nhạc, đời sống. Kể cả những điều họ không có trong đầu, trước khi nghe chương trình của ông.

Đây cũng là thời gian xuất hiện của hai tình khúc, như hai cơn bão nhỏ, lay động giới trẻ miền Nam: Ca khúc *"Tình khúc thứ nhất"* và, *"Em đến thăm anh đêm ba mươi."* nhạc Vũ Thành An, lời Nguyễn Đình Toàn, ra đời.

Vẫn với "cách nói khác", cách nói luôn mở ra những chân trời mới lạ, ảnh hưởng từ những nhân sinh quan tây phương, như:

"Có biết đâu niềm vui đã nằm trong thiên tai
Những cánh dơi lẻ loi mù trong bóng đêm dài
Lời nào em không nói em ơi
Tình nào không gian dối
Xin yêu nhau như thời gian làm giông bão mê say"
(Trích "Tình khúc thứ nhất")

Hoặc:

"Em đến thăm anh đêm ba mươi
Còn đêm nào vui bằng đêm ba mươi
Anh nói với người phu quét đường
Xin chiếc lá vàng làm bằng chứng yêu em
Tay em lạnh để cho tình mình ấm
Môi em mềm cho giấc ngủ em thơm..."
(Trích "Em đến thăm anh đêm ba mươi")

Ở thời điểm cuối thập niên 1950, đầu thập niên 1960 thì đó là cách nói cực kỳ mới mẻ. Người ta không thể tìm thấy ý niệm *"niềm vui trong thiên tai"*, *"yêu nhau như thời gian làm giông bão"*, hay vật chứng cho một tình yêu là *"chiếc lá vàng"* xin từ *"người phu quét đường"*... trong bất cứ một ca từ nào khác của nền tân nhạc Việt Nam, kể từ tiền chiến.

Một trong những đỉnh cao lãng mạn của nhạc tiền chiến là ca từ của Từ Linh, viết cho những ca khúc của Đoàn Chuẩn. Nhìn lại, ta thấy, dù sao thì những ca từ này cũng vẫn là những hình ảnh tượng trưng, sáo mòn. Như:

"Nhớ tới mùa thu năm nào mình anh lênh đênh rừng cùng
sông

Chiếc lá thu dần vàng theo
Nhớ tới ngày nào cùng bước đến cầu / ngồi xõa tóc thề
Còn đâu ân ái chăng người xưa?"

(Trích "Lá thư" của Đoàn Chuẩn – Từ Linh)

Hoặc:

"Mộng nữa cũng là không
Ta quen nhau mùa thu
Ta thương nhau mùa đông
Ta yêu nhau mùa xuân
Để rồi tàn theo mùa xuân
Người về lặng lẽ sao đành..."

(Trích "Tà áo xanh" của Đoàn Chuẩn – Từ Linh).

Người nghe có thể thấy mình thấp thoáng đâu đó, trong những ca từ vừa kể. Nhưng tuyệt nhiên, chúng không đem lại cho người nghe, những hình ảnh bất ngờ từ thị giác. Cái ngỡ ngàng, hạnh phúc của xúc giác mà ca từ của Nguyễn Đình Toàn (qua nhạc Vũ Thành An), đã đem lại cho họ.

Thời điểm này, ở lãnh vực văn chương, cũng là thời điểm văn giới, độc giả chào đón hai tác phẩm đầu tay của Nguyễn Đình Toàn. Đó là *"Mật đắng,"* thơ và; *"Chị em Hải,"* văn xuôi. Ông được dư luận ghi nhận là một trong vài trường hợp thành công sớm. Rất sớm.

Nguyễn Đình Toàn kể, trong một buổi họp đầu thập niên 1960 ở nhà xuất bản Cơ Sở Xuất Bản Tự Do, đường Võ Tánh, Saigon, cũ, cùng với nhà văn Thảo Trường, ông được mời tham dự, cùng nhiều nhân vật thuộc hàng "lão làng" thời đó.

Một trong những nhân vật "lão làng" này là nhà văn Hiếu Chân (tức Nguyễn Hoạt). Ông hỏi một nhân vật "lão làng" ngồi cạnh:

"Hai thằng nhóc nào vậy?"

Ông này đáp:

"Đó là tác giả "*Chị em Hải*" và "*Thử lửa*."

Tác giả "Tỵ Bái" thản nhiên bảo:

"Mang cho chúng nó hai ly sữa!"

Tôi không biết khi nói vậy, cố nhà văn Hiếu Chân / Nguyễn Hoạt có ý đùa hay thật? Nhắc lại chuyện này, tôi chỉ muốn nói, mặc dù với hai tác phẩm gây được tiếng vang đáng kể ở cả hai lãnh vực thơ cũng như văn, nhưng trong suốt thời gian tạp chí Sáng Tạo hiện diện từ 1956 tới ngày đình bản hẳn, họ Nguyễn không đóng góp một sáng tác nào cho tạp chí ấy. Do đó, ông lại càng không phải mà một trong những thành viên nòng cốt của Sáng Tạo, như một bài viết đã được đưa lên mạng!

Tôi nghĩ, người thứ nhất gắn nhãn "*thành viên tạp chí Sáng Tạo*" cho nhà văn Nguyễn Đình Toàn, có thể là người không hề tham dự trong sinh hoạt văn chương miền Nam, 20 năm, và cũng không bỏ công tra cứu trước khi viết. Khiến sau đó, một số người trẻ khác, lập lại nhiều lần, lầm lẫn to lớn, đáng tiếc này!

Nếu cần đi tìm phần đóng góp của họ Nguyễn ở lãnh vực báo chí, thì đó là sự tiếp tay đáng kể của ông cho tạp chí Văn (thời nhà văn Trần Phong Giao làm Thư ký tòa soạn). Ở giai đoạn ấy, Nguyễn Đình Toàn không chỉ đóng góp bài vở mà, ông còn ở trong ban tuyển chọn sáng tác thơ cũng như văn cho tạp chí Văn nữa.

Trở lại với thi phẩm "*Mật đắng*", họ Nguyễn cũng cho thấy ông nỗ lực đi tìm một "*cách nói khác*" cho thi ca của mình. Nhưng, với "*Chị em Hải*" thì không. Có thể vì nội dung "*Chị em Hải*" là một truyện vui. Nó có cùng dạng, tính với tác phẩm "*Gia đình tôi*" của Duy Lam, xuất bản và được độc giả đón nhận nồng nhiệt, trước đấy.

Phải đợi tới khi truyện dài "*Con đường*", rồi những tác phẩm kế tiếp, như "*Ngày tháng*", "*Giờ ra chơi*", "*Áo mơ phai*" v.v... xuất bản, lúc đó, cõi-giới văn xuôi Nguyễn Đình Toàn mới thực sự định hình.

Tuy là người từng tỏ ra rất hưng phấn với phong trào "Tiểu thuyết mới" phát xuất từ Paris vào những năm đầu thập niên 1940, nhưng khi sáng tác, họ Nguyễn lại không nhiệt tình ứng dụng những lý thuyết văn chương mà, phong trào này đề xướng. Ông vẫn xây dựng tác phẩm của mình trên những cảm nhận, kinh nghiệm riêng.

Tôi muốn nói, ông vẫn trung thành với quan niệm đi tìm một cách nói / cách viết khác" cho văn chương ông.

"Cách nói khác" đó là gì?

Bằng vào ghi nhận của của tôi thì, trước nhất, họ Nguyễn không quá bận tâm vào cốt truyện. Người đọc sẽ rất khó tìm thấy những nút thắt, nút mở, hay những cao trào trong diễn biến truyện. Kế tới, người đọc cũng không thấy trong truyện của ông, những chủ tâm phân tích tâm lý, như những "chân lý" dẫn đường, hay "xương sống" của tác phẩm.

Nét đặc thù trong truyện Nguyễn Đình Toàn là những mới mẻ lấp lánh ở phần mô tả nhân vật, cảnh tượng. Bản chất thông minh, đôi khi tới cay nghiệt (với nhân vật của mình), họ Nguyễn đã mặc nhiên khai thác ưu điểm đó, để nhập vai những chiếc cầu mà, thuật ngữ văn học gọi là liên tưởng, ẩn dụ (metaphor), hoán dụ hay hoán ngữ (metonymy)…

Nếu cần phải diễn tả một cách nào khác thì, theo tôi, chúng chính là tấm gương phản chiếu chân dung tài năng, con người của ông vậy.

Sau đây là một trích đoạn từ truyện ngắn *"Đêm lãng quên"*, của Nguyễn Đình Toàn, khi ông mô tả cùng lúc người và, sự việc… (6)

"Trong cái bóng đêm đen kịt của một cơn giông nín nghẹn, trận mưa đã không thể nào đổ xuống, đứa con gái hiện lên giữa khung cửa như một khói đen đặc, một mùi vị khác lạ, cái mùi vị chỉ những kẻ sống bao năm một mình như ta, mới có thể nhận biết ngay.

"Con nhỏ đứng sững lại giữa khung cửa, có lẽ mắt chưa quen

với bóng tối, nó la, sao tối thui vậy ông nội. Vậy ta phải thắp đèn lên để đón mày sao.

"Đứa nào đó? Tôi đây mà. Tôi có cây đèn đây. Ông nội có lửa cho con xin chút.

"*Nó đứng thẳng giữa cửa, một tay giơ cây đèn lên cao. Từ trong nhìn ra, bóng của đứa con gái cắt lên cái nền đen đục của khung cửa như một bức tượng nặng, tóc xõa trên tấm áo trắng ngắn, mầu quần đen lẫn với bóng tối. Cái bóng nặng chặn ngang những cơn gió nồng nực thổi tới làm cho hơi thở ta trở nên khó khăn hơn, có một chút gì đó đã tẩm lẫn vào không khí, cái không khí lạnh nhạt ta thở hít mỗi ngày, làm cho nó trở nên cay sè, mùi phấn, mùi nước hoa rẻ tiền. Một thứ mùi vị đã xa cách hẳn ta, như một tấm áo cũ lâu ngày mới được giở ra, hương vị đã phai nhạt đó lại trở nên gay gắt...*"

Chỉ là một trích đoạn rất ngắn so với toàn thể truyện mà, người đọc đã thấy khó biện biệt đâu là "chính diện?" Ông già? Đứa con gái xin lửa? Bóng tối? Mùi vị? (Hay mùi vị của mọi thành phần vừa kể?)

Hoặc:

"*Anh nhớ em trong lúc trở lại phòng. Mọi con đường trong bệnh viện đã tối đen, ánh trăng nhợt nhạt rãi trên cây cối, các đám cỏ. Tiếng người ho, kêu la, rên rỉ trong các dãy nhà thắp những bóng đèn vàng, mùi hôi ẩm, mùi của cái chết, của những vết thương tấy sưng, của những cuộn băng đầy máu mủ, của những thứ thuốc sát trùng, formol, đờm rãi, cống rãnh, chuột bọ, những giường nệm cáu ghét, loang lổ, bao nhiêu người đã nằm, đã chết, bao nhiêu người còn sống?*"

(Trích "*Đám cháy*," Văn Uyển XB, Saigon, 1971).

Hoặc nữa:

"*Những khu phố dịu dàng dưới sương đêm, sáng cái ánh sáng của vầng trăng lúc nào cũng giống như, trăng khi còn thơ ấu, và những cơn gió nhẹ thổi trên các lối đi, thổi lên các cành cây, chẳng khác những hơi thở nồng nàn tình ái, người ta không thể biết rõ cái vẻ dịu dàng của Hà Nội được tẩm đẫm nhan sắc, dáng vẻ của những người đàn bà, những cô gái Hà Nội, hay chính những người này thừa hưởng cái không khí êm đềm đó, những trận gió mang đầy hơi phù sa của sông Hồng, mùi cỏ của con đê Yên Phụ, mùi rượu ngang, rêu phong của những mái nhà cũ kỹ, của những bức tường thành của ngày Hà Nội bị xâm chiếm xa xưa, của các xưởng máy, của hoa đào, hoa sấu, sắc đỏ của những bông gạo vừa tàn rụng hết trong ngày hè với muôn ngàn tiếng chim kêu hót..."*

(Trích *"Áo mơ phai"*, (Nguyễn Đình Vượng, XB. Saigon, 1972.)

Cũng vẫn là sự trộn lẫn giữa người và sự vật. Giữa tình yêu, lòng nhớ nhung và cái chết và kỷ niệm. Cũng vẫn là mùi vị của tất cả những thành phần làm thành đoạn văn. Câu hỏi lại được nêu lên:

- Nhưng đâu là "chính diện?"

Tôi không biết. Tôi nghĩ có thể là tất cả. Tất cả đã quyện, quyến vào nhau thành một khối. Một khối trong một thời tiết. Một không khí. Không-khí-truyện-Nguyễn Đình-Toàn.

Lại nữa, với tôi, ở lãnh vực đối thoại, (điển hình đối thoại trong truyện dài *"Giờ ra chơi"* (7), họ Nguyễn cũng cho thấy bản chất thông minh (đôi khi tới cay nghiệt) của ông, cũng đã mặc nhiên làm thành tấm gương phản chiếu chân dung tài năng hay, nét đặc thù Nguyễn Đình Toàn. Dù cho những đối thoại ấy (giống như đa số đối thoại của các nhà văn khác), không xứng hợp với tâm thái nhân vật. (Chúng là tiếng nói của chính tác giả, trong văn chương). Nhưng, với cõi giới văn xuôi họ Nguyễn, tôi chưa thấy một ai cất tiếng hỏi. Họ không chỉ chấp nhận mà, dường như còn hân hoan đón, hưởng.

Từ đấy, tôi muốn ví những nét đặc thù kể trên của họ Nguyễn, là những "Máy Định Vị / GPS", giúp người đọc tìm được một cách chính xác ngôi nhà văn chương Nguyễn Đình Toàn – Một địa chỉ đẹp của hai mươi năm văn học miền Nam.

(Mar. 30-2011).

Chú thích:

(1): Jean Paul Sartre, triết gia, nhà văn Pháp (1905-1980), được trao giải Nobel Văn Chương năm 1964. Nhưng ông từ chối.

(2) Albert Camus, nhà văn Pháp, Giải thưởng Nobel Văn Chương 1957. Ông sinh năm 1913, mất năm 1960.

(3): *"Văn học thế giới hiện đại"* bản dịch từ Pháp ngữ của dịch giả Bửu Ý. Nhà Xuân Thu Hoa Kỳ, in lại tại Mỹ theo bản in ở Việt Nam. Nhưng, không ghi ngày tháng và, cũng không ghi tên nhà xuất đầu tiên. Người đọc cũng không tìm thấy một dấu chỉ nào để từ đó có thể suy ra ngày nguyên bản được phát hành; cũng như ngày bản dịch được hoàn tất!

(4) Sđd, các trang 62, 63 và, 64.

(5): Nguyễn Đình Toàn sinh ngày 6 tháng 9 năm 1936 tại Hà Nội. Ông là cựu học sinh Chu Văn An, đã xuất bản trên 20 tác phẩm. Cuối thập niên 1990, ông cùng gia đình định cư tại Hoa Kỳ. Tại đây, ông cho phát hành một số đĩa nhạc, gồm những ca khúc do ông sáng tác, Khánh Ly trình bày. Nguyễn Đình Toàn hiện cư ngụ tại miền nam California.

(6) Tập truyện *"Đêm lãng quên"*, do Văn Uyển, XB. Saigon, 1970.

(7) Truyện dài *"Giờ ra chơi"*, do Khai Phóng XB. Saigon, 1970.

Nguyễn Đình Toàn, văn xuôi.

Ngày Tháng *(trích.)*

Những tháng mưa làm cho ngày ngắn đi. Buổi chiều tan sở ra đến cửa đã thấy bóng tối chạng vạng lẫn trong sương mù và hơi nước, tôi đi dọc theo các khu phố trở về nhà dưới trời mưa, nghe gió lạnh thổi vào thấm qua quần áo, hôm nào có Vinh còn đỡ, bữa nào phải về một mình, vừa rét vừa buồn. Xe hơi bật đèn chạy khi còn ánh sáng làm cho buổi chiều hình như mất hết vẻ của nó. Đó là một khoảng thời gian không tên gọi, như tuổi ba mươi của một người đàn bà, ngày tháng và hy vọng đã bắt đầu thoi thóp. Vinh đối với tôi như ngọn đèn xanh đỏ ở ngã tư đường, giam hãm, giữ lại trong giây lát trước khi tôi vượt biên qua bên kia. Đó là lúc nghỉ chân nhưng cũng nhiều khi làm mình bực bội. Anh ở trên cao đó không liên quan gì đến tôi, nhưng tôi phải nghe theo anh, nếu không tôi không thể tránh được cảm tưởng là mình phạm lỗi. Tôi phải tuân theo hiệu đèn trước khi qua đường. Hẳn rằng ở đây không có người biên phạt. Nhưng ít ra tôi cũng phải tuân theo một luật lệ nào đó trong khi đến tuổi già, nếu không tôi chỉ là kẻ trôi xuôi trong dòng ngày tháng. Tôi phải được giữ lại trong cánh tay anh. Phải được sống với anh để nhận ra thân thể mình. Không thể ù lì như buổi chiều bị đêm nuốt không còn lại một dấu vết gì. Dù việc ấy ích lợi hay không tôi không cần biết, nhưng nếu còn có thể ngoi đầu lên khỏi mặt nước để thở, tôi phải ngoi lên để thở. Thở để sống. Và sống có nghĩa là sống với anh, sống với một người nào đó. Sống một mình là ngoắc ngoải, là chiều không ra chiều, đêm không ra đêm. Tự sờ mó thân thể mình là một điều nhục nhã, và tự làm ung thối mình. Không có nắng ấm làm cho chín. Phải có một người chồng chết đi trên tay tôi mới biết ra điều ấy. Tôi có yêu anh không có lẽ đây là việc tôi cũng chẳng cần đặt ra với mình nữa, bởi vì anh ấy đã chết. Còn Vinh? Lần thứ nhất gặp Vinh khi vừa từ một tỉnh xa trở về Sài Gòn, cái nóng bức của thành phố cũ còn vây hãm lấy tôi làm cho tôi khiếp sợ. Ở đó đêm không thể ngủ thẳng giấc vì trời nóng và vì tiếng phi cơ bay lượn suốt hai mươi bốn giờ một ngày. Gió từ những bãi cát trắng chói mắt ngoài bờ biển và các dãy núi đá, về mùa hè, thổi tới như hơi nước sôi. Những cây thông trong vùng phi trường cháy đen vì gió. Hoa phượng vĩ trên các hè đường giống như những tia lửa nhìn thấy đằng sau các chiếc phi cơ phản lực đinh tai nhức óc lên xuống mỗi phút. Đời sống cũng bàng hoàng như tin tức về cuộc chiến tranh mỗi ngày đè nặng lên đất nước, tiếng bom đạn và động cơ rung chuyển nhà cửa, người nói chuyện không nghe thấy tiếng nhau. Người lớn ngày tắm hai ba lần vẫn nóng, trẻ con rôm sẩy đầy mình. Tôi có thể nói một điều gì về Vinh trong tình trạng này chăng? Hơi lửa mặt trời còn chạy rần rần trong máu chưa thoát khỏi các lỗ chân lông cùng với cái chết của chồng tôi còn ở bên cạnh những đêm ngủ một mình. Vinh mời tôi uống một tách trà trong ngày đầu tiên ấy và tôi nghĩ anh còn trẻ hơn tôi nhiều. Buổi chiều đó cơn mưa thổi bụi và lá vàng bay xao xác trong công viên ở phía bên kia đường. Tôi nghĩ giá được sang ngồi trên chiếc ghế đá ở góc vườn hoa lúc đó cũng thích. Vinh bỏ đường, vắt chanh vào tách trà cho tôi. Chén trà ấy sẽ là phai đi phần nào lượng mặt trời đang muốn biến tôi thành cây thông cháy trong phi trường. Khi Vinh hôn tôi cái hôn đầu tiên, tôi nghĩ, cuộc hỏa hoạn đã được dập tắt, tôi bắt đầu phải thở hết thán khí ra khỏi ngực. Mấy ngón tay Vinh thơm mùi vỏ chanh. Mùi thơm ấy báo hiệu rằng tôi phải làm người làm vườn trở lại. Phải trồng trọt lại những tình cảm của mình. Trên mảnh đất tôi không nhìn rõ mặt. Trên mảnh đất tôi đã khóc than và đã chôn một quãng đời của mình. Chiếc taxi chạy đến, tôi mở mắt, nhìn vầng trán Vinh che kín trước mặt tôi chỉ biết lúc ấy trời đã tối, đèn lộ đã được thắp lên, Vinh đưa tôi đến một quán ăn. Chúng tôi ngồi trên gác và nhìn xuống phố, phía xa là đường xe lửa. Vinh hỏi tôi, Hà ăn gì? Tôi nói, em không đói. Không đói cũng phải ăn chứ. Đĩa thức ăn bốc khói trước mặt, máy điều hòa không khí chạy ì ì, dao nĩa và những chiếc thìa mạ kền sáng bóng, môi tôi bị bỏng rẫy, Vinh nhìn tôi, tôi biết anh đang làm quen với tôi và làm quen với cuộc tình anh vừa bắt gặp. Bữa ăn chẳng có gì ngon lành vì tôi không để ý đến các món. Tách cà phê cuối cùng cho tôi lấy lại bình tĩnh. Nhưng những giây phút bình tĩnh đối với tôi chỉ là những giây phút buồn bã. Chất nước đen ấm và ngọt làm tôi nhớ tới những buổi sớm làm lấy bữa ăn sáng của mình trước khi đến sở. Nói là bữa ăn sáng nhưng thường thường tôi chỉ uống một tách cà phê nhỏ mà thôi. Ngồi một mình trong chiếc ghế nhìn căn phòng vắng vẻ, chiếc quạt máy quay đều, tôi tưởng tượng hình dáng của chính mình sáng ngày hôm sau sẽ làm những cử động tương tự ra sao, và ngày tới có lúc bất chợt thấy mình có những dáng điệu giống như đã làm một lần rồi, khiến tôi hoảng sợ, không biết có phải mình bị dẫn dắt bởi tưởng tượng ngày hôm trước hay thực ra đã có những lần tôi đi lại, cử động như thế. Khi chúng tôi còn sống, có những sáng thức giấc, chợt nhìn thân thể mình trần trên giường, giống như nhiều sáng khác, nhưng chính nó lại cho tôi cảm giác thoải mái, cảm giác nôn nao của thứ hạnh phúc đầm đầm dưới da thịt, ngây ngất như giấc ngủ chưa đi hết, những sự lập lại này cho tới ý nghĩa rõ ràng rằng mình đã sống qua một đêm và mình đang tiếp tục sống. Tôi đang sống, đó là tiếng reo vui thì thầm thường làm tôi cười trong lúc nửa thức nửa ngủ đó, và giật mình vì bị ngạt hơi tỉnh hẳn dậy vì anh hôn tôi, anh đã mặc quần áo bay, sửa soạn ra phi trường, còn tôi, anh bắt em ngủ thế chứ bộ tại em sao, tôi làm nũng với anh, và giữ chặt anh với quần áo của anh để thấy rõ da thịt mình, hôm nay anh bay đâu, thôi đừng có cắn em đau nghe, tôi sẽ khép hai chân lại, nhưng làm thế nào giữ nổi anh, em ngủ lại nhé, anh đi nhớ khóa trái cửa rồi ném chìa khóa vào cho em, không ngộ nhỡ có ai đến thì chết. Những buổi sáng như thế tiếp diễn không biết được bao lâu, rồi có một buổi tôi chờ không thấy anh trở về nữa. Vị chỉ huy trưởng của anh đến tận nhà nói rõ hơn cho tôi hay là thôi, có lẽ anh không còn bao giờ trở về nữa. Buổi sáng đó là buổi sáng tôi tỉnh một lượt giấc ngủ của mình chứ không tỉnh làm hai ba lần như xưa nữa. Tôi rửa mặt soi bóng mình trong gương, nhìn chân tay người ngợm chỗ nào cũng làm tôi muốn khóc hết. Tôi khóc cả giờ trong buồng tắm, khóc cả giờ khi trở ra nằm xuống giường. Lúc anh đi anh không đánh thức tôi dậy. Thành thử tôi đã không nhớ được mặt anh trong ngày cuối cùng. Sự im lặng trong một góc phòng, dưới gầm giường, trên trần nhà, trong bồn nước, đè cứng lấy chân tay, tôi ăn uống và sống bằng một ý thức trong suốt, không lúc nào nín khóc, anh đã bị rơi máy bay đâu đó trong một khu rừng, tất cả chỉ còn lại một chút tro than, người ta đã phủ cho anh một lá cờ, thổi hiệu kèn vĩnh biệt, bồng súng chào người chết cho Tổ quốc. Tôi trả lại căn nhà cho căn cứ, ra phố thuê nhà ở, kiếm việc làm, những sáng thức dậy quen dần với sự vắng mặt của anh, tự làm bữa ăn lót dạ, và những cử chỉ dáng điệu lặp lại từ đó đã cho tôi ý nghĩa của cái chết chứ không phải sự sống nữa. Khi anh còn sống tôi sống với anh và hưởng những giây phút êm đềm hay gay gắt cùng với anh, sự hiện diện của anh lẫn lộn với những xúc động đó trong tôi, và tôi không một lần để ý phân biệt. Bây giờ anh không còn nữa, tôi không ngờ sự trống trải anh để lại, lại rộng lớn đến thế. Tôi đã bơi đến muốn kiệt sức mà không ra khỏi, tôi đã ngụp lặn, ngoi ngóp, thở những hơi tanh nồng, buổi sáng trở dậy đánh răng rửa mặt tôi ngửi rõ mùi rỉ sắt trong nước, buổi tối nằm ngủ trên chiếc giường mênh mông chỉ có chỗ người chạm xuống nệm là đủ cho tôi tin được một mình không ngã, đôi lúc trở mình tôi hốt hoảng tưởng như mất đà và đang lao đầu xuống vực, choàng thức dậy, tôi muốn gọi anh, muốn gọi tôi, nhưng không cất được thành lời, bởi vì lời kêu gọi ấy cũng như cái chết của anh, tôi làm sao lấy lại được, hai mắt khô cứng và cay xót vì thiếu ngủ và đã mở hoài trong tôi. Mọi sự đối với tôi bỗng trở nên bưng bít, hơi thở đau trong ngực tim đập từng hồi thôi thúc, lúc thoi thóp như không còn theo được nhịp máu, tôi mê thiếp trong giấc ngủ một nửa, phải lấy tay bóp dưới ngực giúp máu chạy đều sau khi vùng thoát được cơn thoi thóp, núm vú căng dưới bàn tay sâm sấp mồ hôi, có những sự chuyển động như các gân máu chằng kéo bên trong và đang xiết lại. Những trận thức dậy không giờ giấc nhất định như thế, đã tập cho tôi thói quen hút thuốc lá. Buổi tối trước khi đi ngủ việc đầu tiên của tôi là phải kiếm bao thuốc và chiếc hộp quẹt để trên mặt bàn ngủ để lúc cần thì lấy châm hút. Ngồi một mình trong màn, lưng tựa vào thành giường, đốt thuốc nhìn ngó căn phòng với ánh sáng mờ của ngọn đèn ngủ, tôi tập thở khói ra đằng mũi, ngó những ngón tay mình, ngửi mùi thuốc bắt đầu bám khét trên đó, ngó nhìn chiếc tủ áo nơi góc phòng, khung cửa sổ đóng kín, nghe ngóng tiếng những con chuột lục lọi nơi phía nhà sau, có lần ngủ quên để điếu thuốc rơi xuống nệm suýt cháy nhà, tỉnh dậy thấy khói bay mù mịt ho sặc sụa phải chạy xuống bếp lấy nước dội bừa lên dập tắt, sau đó giường ướt sũng phải ngủ dưới đất nơi tấm cói trải sàn chỗ bàn khách, sáng dậy phải lau lại nhà cửa, gói chiếc khăn trải giường và chiếc chăn mỏng bị cháy vào một bóc giấy bỏ thùng rác trước khi đi làm, tự nghĩ giá đừng thức dậy đêm qua. Mùi cháy khét làm cho căn phòng thêm mờ ám, buổi trưa về thay quần áo tôi tự ngửi mùi trên vai và trên hai cánh tay mình. Chỉ là những mùi vị ảo tưởng mà thôi. Một chút gì đó nơi mình đã bị cháy thiêu cùng với chăn nệm.

Người bạn ngày còn con gái đến chơi sáng Chủ nhật cho một

bức tượng phù thủy đựng trong chiếc hộp gỗ sơn, dưới chân hộp có chiếc ngăn kéo nhỏ, mở ra sẽ nghe một điệu nhạc từ trong phát ra, giống như tiếng dương cầm đồ chơi của trẻ con, hay chuông đồng hồ. Anh dạy học có vợ và đã có một đứa con trai, tôi chưa bao giờ gặp mặt vợ anh, đêm nghe điệu nhạc trong chiếc hộp nghe đi nghe lại trong vô thức, tưởng nhớ lại lúc còn nhỏ, một tỉnh ly nào buổi sáng có sương mù, có ga xe lửa, có chiếc cầu bắc qua một con sông nhỏ giữa hai triền núi, trong vườn có những cây đào trái chín đỏ cắn ngập răng, mùa đông co ro trong những tấm áo dày, hình dáng người bạn nói cười sâu trong trí nhớ không rõ nét, anh uống rượu và hút thuốc từ khi còn là sinh viên, anh mời tôi dự một buổi khiêu vũ gia đình do một người bạn tổ chức nhân dịp lễ đính hôn, đêm đó sáng trăng, khách rất đông, người ta nhảy từ trong nhà ra ngoài thềm, từ ngoài thềm xuống sân, rồi từ sân ra các lối đi lát xi măng xuống vườn, những điều anh nói cho tôi cười bây giờ cũng chỉ còn giống như thứ ánh sáng xanh biếc lọt qua kẽ lá xuống khu vườn.

Tôi hỏi anh bản nhạc trong chiếc hộp là bản gì thế? Cần gì biết. Chị cứ nghe cho đỡ buồn là được. Tôi bảo, có lẽ tôi không ở đây nữa đâu. Anh nói, chị gầy quá sức. Tôi bảo, tôi mất bình tĩnh quá. Tôi cũng hỏi anh, tại sao bức tượng trong chiếc hộp lại là một mụ phù thủy? Anh cười bảo, chắc người làm ra họ cho thế là đẹp. Có thể nó đã được giảng nghĩa bằng bản nhạc và cả chị lẫn tôi đều không hiểu. Tôi nói, anh đi dạy triết mà vẫn có cách trả lời như một sinh viên vậy. Anh vẫn cười bảo, giáo sư làm thế nào giỏi bằng phù thủy được. Chị muốn Sài Gòn à? Vâng. Cứ kể chị đổi chỗ ở đi cũng phải. Tôi nói, làm gì cũng được nhưng tôi không muốn ở đây nữa. Anh tỉ mẩn ngồi cho chạy lại bản đàn. Tiếng linh tinh bỗng làm tôi buốt óc. Chịu đựng một cái chết trong đời mình quả là một việc khó khăn quá. Anh bảo tôi, thôi chị làm thế nào thì làm, miễn chị bỏ được sự ám ảnh cũ. Vì cũng chẳng còn cách nào hơn. Tôi nói, vâng, và cũng không còn biết phải bắt đầu, có lẽ tôi đã bắt đầu rồi, từ hôm anh ấy bay đi, từ ngay cái phút anh ấy mới bước ra khỏi cửa, vâng, và từ phút này dù muốn hay không tôi cũng bắt buộc phải để lại tất cả những gì thuộc nửa quãng đời về trước, để tiếp tục phần còn lại, dầu với ý nghĩa như thế nào. Tiếng phản lực cơ xé trời giúp tôi khỏi phải nói với người bạn những lời tôi nghĩ ra được.

Tôi đáp phi cơ vào Sài Gòn, tàu bay nghiêng cánh cho nhìn thấy cái thành phố đầy cát trắng và mặt trời lần cuối. Vĩnh biệt những cây thông đen trong phi trường nơi tôi cũng đã cùng bốc cháy nhưng với ngọn lửa hạnh phúc nên chẳng thành tro than. Vĩnh biệt những chiếc buồng tắm mỗi ngày phải dùng tới hai ba lần. Vĩnh biệt anh yêu dấu, em sẽ phải quên anh. Mặt biển xanh trong suốt nhìn thấy cát dưới đáy sâu, dâng lên rồi xoáy hút xuống bên dưới, lấp kín cả ngôi mộ tôi không tìm thấy phương hướng, là lời đáp giã từ. Từng đám mây trắng xóa ngoài khung cửa phi cơ lướt qua không kịp nhận biết hình thù hút theo trí nhớ, tôi bịt mũi thổi hơi ra ngoài lỗ tai cho khỏi bị ù. Thân xác nhẹ tênh trong một cảm giác choáng váng, tôi cởi bỏ sợi dây an toàn, nhắm mắt thở nhẹ để cố giữ cho những hình ảnh còn sót lại trong óc đừng tan biến đi nốt, tưởng lại khu nghĩa trang trên cát và những lần tôi vào viếng thăm với bó hoa nhỏ trên tay, nhìn những cây thông đen đủi nứt nẻ reo trong hơi nóng, tôi phải tháo giầy ra cầm tay để đi chân không vào, giẫm trên những xác trái khô chìm lẫn dưới cát bỏng đến nỗi tôi lại phải bỏ giầy xuống đi, trở về nhà hai ngón chân cái thường bị xước da phía trên vì cát bám cọ vào mũi giầy. Lòng tôi cũng mang những xót xa tương tự, những nỗi xót xa nhỏ bé, vô ích, tôi biết một cách se thắt rằng giữa anh và tôi, dù thế nào, cũng chỉ còn một sự liên lạc mà thôi, đó là tấm bia mộ vô tri tôi phủi bụi mỗi lần.

Người bạn đã giới thiệu Vinh cho tôi, để "nếu có gì trục trặc về nơi ăn chốn ở mới, chị có thể nhờ anh ấy", Vinh làm thông tấn ngoại quốc ở đây. Tôi không biết Vinh làm công việc đó với một ý hướng như thế nào, nhưng đối với tôi chỉ có một ý nghĩa đáng kể trước nhất là, cả anh nữa, anh cũng hàng ngày ở gần với cái chết. Anh nói với tôi về những trận đánh trên núi, người ta đã thả bom lửa khiến cả mấy ngọn núi cháy dữ dội như hỏa diệm sơn.

Anh cũng nói với tôi về những quãng đường hành quân nghe tiếng nổ và nhìn thấy khói ở dưới đất bay lên, lính chết, và người ta có khi mất cả tháng không đi hết những đường hầm tìm thấy, một toán đi trên, một toán đi dưới hầm, liên lạc bằng máy vô tuyến, đánh nhau với địch cả trên và dưới đất suốt đêm ngày, không biết lúc nào và ở đâu. Anh đã ở những đồn quân tiền tuyến không nhớ nổi bao nhiêu ngày đã không ngoi ra khỏi hào lũy, không ló đầu lên khỏi mặt đất, trời mưa cũng như trời nắng.

Tôi cũng chẳng muốn nhắc với Vinh về cái chết của chồng tôi. Vinh đưa tôi đi ăn ở những tiệm ngoài thành phố, có khi anh ở lại Sài Gòn một vài ngày, nhiều là một hai tuần, rồi lại tiếp tục đi, cả tháng tôi mới gặp lại anh, anh trở lại với bụi bậm, mồ hôi và tính tình mỗi ngày một thay đổi, anh vừa thân vừa lạ với tôi như khắp mọi nơi, tôi chẳng tham dự nhưng hình như đã phải đơn phương vào đó bằng cái chết của chồng tôi, tôi hỏi Vinh có yêu tôi không, đó là câu hỏi hết sức tránh phải trả lời, anh chiều chuộng và mua tặng tôi những món quà không phải tôi không thích nhưng không cần thiết.

Nhưng có cần gì, đối với tôi, chỉ có anh, chỉ có sự gần gũi thực sự của anh bên cạnh là đáng kể. Tôi không thể chịu nổi nữa cái cảnh nói không ai nghe tiếng mình, có lẽ tất cả những người đàn bà không có ai yêu, hay người yêu đã chết đều hiểu rõ điều này, mặc dù tôi biết, tôi hiểu rằng, những điều tôi nói ra không có gì đáng nói, nhưng ý nghĩa của nó là được nói với người khác không phải nói một mình.

Căn phòng tôi thuê ở tầng thứ tư một building gần bờ sông có thang máy để lên xuống. Tôi mở chiếc cửa sắt bước vào, đóng cửa tìm cái nút số 4 ấn một cái. Chiếc thang máy chuyển động rồi chạy lên. Trời còn mưa ào ạt bên ngoài. Ngọn đèn nhỏ trong hộp thang chiếu trên đầu, tôi nhìn chiếc bóng mình áp trên tấm vách gỗ. Tầng thứ nhất rồi tầng thứ hai, bao giờ đứng trong thang máy tôi cũng cảm thấy nôn nao, chóng mặt. Tôi nghĩ giá lầu tôi ở cao hơn nữa, tầng thứ mười lăm hay hai mươi có lẽ tôi sẽ không chịu nổi. Chiếc thang dừng lại, tôi mở cửa bước ra, đi lại phía phòng mình, vừa đi vừa cởi bỏ áo mưa, tai vẫn còn nghe tiếng mưa đổ bên ngoài. Tôi nghĩ trước và sợ đêm nay sẽ phải ngủ một mình, mở cửa sổ ngó xuống chiếc sân bên dưới, sâu thẳm, ở đó những người ở cùng building đã lấy sơn trắng kẻ ô làm một chiếc sân đánh vũ cầu mỗi buổi chiều, bây giờ mưa chắc những phòng ở bên dưới không ai mở cửa sổ ánh sáng lọt qua các khe cửa không đủ sáng sẽ làm cho khoảng sân tối hơn và trở thành sâu hơn. Có lần đứng với Vinh nhìn xuống mảnh sân đó, tôi đã nghe Vinh nói đến cái vẻ quyến rũ của cái chiều sâu đó. Tiếng nói của anh đột ngột thổi suốt linh hồn, tôi cảm thấy rõ ràng như có một con vật gì như một con sâu nhỏ, có lông mềm, bò ở trong ống xương hai đầu gối. Tôi ngước mắt nhìn anh, mặt anh không có vẻ gì khác lạ khi anh nói một cái gì làm cho tôi sợ hãi, anh bỗng cao lớn và nặng nề như cái bóng đè trong lúc mê sảng, lúc đó tôi không hiểu anh, không thể nào thông cảm được điều anh nói, đối với tôi cái chết không thể nào có được vẻ quyến rũ, tôi không muốn chết, tôi không thích chết, cái chết của chồng tôi đã dạy cho tôi sự tuyệt vọng. Thế nhưng rồi một vài lần, mươi mười lăm lần, vào buổi trưa, buổi chiều, lúc sẩm tối, đứng một mình nhìn xuống cái chiều sâu thăm thẳm dựng đứng bên dưới đó, cái mặt sân láng xi măng cứng rắn bên dưới đó, đủ cao và đủ rắn cho một cái đầu bể nát, tôi tưởng tượng ra sự bắn vỡ tung tóe của máu óc, của một thân xác mềm nhũn, trút bỏ được hết ưu phiền, tôi cũng nhận ra sự khoan khoái rạo rực được lao xuống cái vực sâu đó, một cảm giác sung sướng thật sự như cơn khoái lạc của dục tình, nhưng to lớn hơn, rộng rãi hơn, nó mở thoát ra khỏi chân tay, chà xát được bằng cả sự ân ái trong mơ, tôi đã đứng nhìn như thế, và sự xúc động chỉ chấm dứt như chiếc đĩa hát quay hết một vòng cuối cùng ở đằng sau lưng (...)

Nguyễn Đình Toàn.

(Nguồn: Ngày tháng. Truyện dài của Nguyễn Đình Toàn. An Tiêm xuất bản lần thứ nhất... Bản điện tử do talawas thực hiện.)

Sự khác biệt về tính dục trong truyện Nguyễn Thị Thụy Vũ và các nhà văn nữ khác.

Đề cập tới trường hợp Nguyễn Thị Thụy Vũ, là trường hợp của một cây bút nữ từng tạo ra những nhận định khác nhau, thậm chí đối nghịch, mâu thuẫn của một số người cầm bút ở miền Nam, trước cũng như sau biến cố 30 tháng 4 -1975.

Tôi nghĩ, để dễ theo dõi hành trình văn chương của cây bút nữ họ Nguyễn này, chúng ta có thể tạm chia hành trình đó làm hai giai đoạn:

* Giai đoạn thứ nhất: Xuất hiện.

Những người từng dõi theo sinh hoạt văn chương của Nguyễn Thị Thụy Vũ kể rằng, năm 1963, trên tạp chí Bách Khoa, Saigon, người đọc thấy xuất hiện một số truyện ngắn của một cây bút nữ lạ hươ lạ hoắc. Sự hươ hoắc này không chỉ mang ý nghĩa một tên tuổi mới, mà, nó còn hươ hoắc ở cả phương diện nội dung nữa. Đó là những truyện ngắn ký tên Nguyễn Thị Thụy Vũ.

Nếu không kể những nhà văn nữ có tác phẩm và tên tuổi ít nhiều bập bùng bước trên lộ trình văn chương tiền chiến, (điển hình, ảnh hưởng dòng văn chương Tự Lực Văn Đoàn, như Nguyễn Thị Vinh, Linh Bảo...) thì đó là:

- Thời điểm của một Nhã Ca đã sớm có chỗ đứng riêng, vững vàng cả về thơ lẫn truyện.

- Thời điểm của một Túy Hồng đã định hình văn phong chanh ớt, rất địa phương. Rất Huế.

- Thời điểm của một Trùng Dương muốn trở thành phát ngôn viên của triết lý Hiện sinh ở miền Nam, thể hiện qua văn chương, nối tiếp bước đi của Francoise Sagan ở Pháp. (1)

- Và, đó cũng là thời điểm của một Nguyễn Thị Hoàng vừa chính ngọ, với tác phẩm *"Vòng Tay Học Trò"*...

Tuy xuất hiện có phần trễ hơn một chút so với những cây bút nữ vừa kể, nhưng Nguyễn Thị Thụy Vũ cũng đã cho thấy móng vuốt của mình. Những móng vuốt sắc, nhọn và, một võ công có thể gây hiểm nghèo cho địch thủ khi lâm trận...

* Giai đoạn 2: Hành trình văn chương Nguyễn Thị Thụy Vũ.

Tập truyện *"Mèo Đêm"* của Nguyễn Thị Thụy Vũ, gồm 4 truyện ngắn được coi là tiêu biểu cho thời kỳ thăm dò, khai khẩn cánh rừng chữ nghĩa. Cả bốn truyện đều có nội dung như những lưỡi dáo lao thẳng vào các mục tiêu tình dục.

Tình dục qua tác phẩm này, có hai nguồn mạch chính:

- Ẩn ức sinh lý của các nhân vật là những người nữ quá thì (Các truyện *"Một Buổi Chiều"* và *"Đợi Chuyến Đi Xa"*).

- Hai truyện còn lại *"Mèo Đêm,"* *"Nắng Chiều Vàng"* đề cập tới những hoạt động mưu sinh trên thân xác mình, của những cô gái bán bar và, bán thân cho quân đội Mỹ.

Không phải đợi tới lúc Nguyễn Thị Thụy Vũ xuất hiện, tính dục mới chiếm vai trò chính diện, hay trở thành con bài chủ của thế giới văn chương nữ giới miền Nam Việt Nam.

Trước bà, người ta đã được đọc một Nguyễn Thị Hoàng với những trang văn xuôi cháy khét những hòn than tình dục táo tợn.

Trước bà, người ta cũng đã được đọc một Túy Hồng với những dòng chữ như những khối thuốc nổ cận giờ bộc phá.

Và, sẽ là một thiếu sót lớn nếu chúng ta không nhắc tới một Trùng Dương qua văn chương, đã cho thấy tham vọng chiếm lĩnh ngọn cờ đầu mang tên hiện sinh, với những trang văn xuôi mở vào những cuộc phiêu lưu tình dục không duyên cớ. Ý niệm quá khứ, tương lai gần như vắng mặt, nhường sân khấu cho tình dục, khi xác thịt lên tiếng.

Tới đây, theo tôi, đã đến lúc chúng ta nên nêu câu hỏi:

- Lý do gì, hay tại sao những truyện ngắn của Nguyễn Thị Thụy Vũ ngay tự những xuất hiện thứ nhất, vẫn có khả năng khuất động biển nước tình dục? Trong lúc nó vốn không thiếu những con sóng cấp bảy, cấp tám, hung hãn đánh vào những thành trì bảo thủ cố cựu theo truyền thống khép kín của đa số phụ nữ Việt Nam thời đó!

Một câu hỏi khác, theo tôi đáng kể không kém, cũng nên nêu lên là:

- Cùng khai thác đề tài tình dục từ chỗ đứng, từ cảm nghĩ của người nữ như những ngọn hải đăng soi đường, vậy liệu có khác biệt nào không, giữa những cây bút nữ vừa kể với cõi giới văn xuôi Nguyễn Thị Thụy Vũ?

- Đồng thời: Sự khuấy động trong lãnh vực tính dục của những cây bút nữ kia, có mang một ý nghĩa nào khác hơn chính sự...khuấy động?

Về câu hỏi thứ nhất, theo tôi, tuy cũng là chủ tâm mở toang cánh cửa cấm cản, phá sập hàng rào giam hãm mọi phát biểu về sinh hoạt tâm - sinh lý người nữ bởi phong tục, tập quán lâu đời của phương đông, nhất là của người phụ nữ Việt Nam... Nhưng, nếu những nhà văn nữ đi trước Nguyễn Thị Thụy Vũ như Nguyễn Thị Hoàng, Trùng Dương hay Túy Hồng xây dựng bối cảnh tác phẩm của họ ở những thành phố lớn; với những nhân vật nữ hầu hết thuộc giai cấp trí thức, thành thị thì, bối cảnh của Nguyễn Thị Thụy Vũ lại là những nhân vật nữ tỉnh lẻ. Hầu hết không thuộc thành phần trí thức. Họ là những phụ nữ thuộc giới "chân quê".

Vì thuộc giới nông dân, lam lũ, ít học, cho nên những nhân vật của Nguyễn Thị Thụy Vũ không mấy bận tâm tới những vấn đề trừu tượng, như con người được sinh ra để làm gì? Định mệnh nào đã trói thúc tay chân con người và, sẽ đẩy đưa thân phận họ tới những vùi dập, lãng quên nào?

Nhân vật của Nguyễn Thị Thụy Vũ đơn giản hơn. Chân thật, mộc mạc hơn. Mặc dù cũng buông thả theo nhu cầu của bản năng, nhưng nhân vật của tác giả *"Mèo Đêm"* không được tác giả đắp, choàng lớp áo suy tư; sơn phết những lớp sơn triết lý lên thịt da trần trụi của nhân vật mình...

Tuy cùng khai thác đề tài tình dục từ chỗ đứng, từ cảm nghĩ của người nữ như những ngọn hải đăng soi đường, nhưng nhân vật của Nguyễn Thị Thụy Vũ vốn gốc tỉnh lẻ, chân quê, nên bà đã không cho họ bước ra tiền trường văn xuôi với nhung lụa văn chương rực rỡ, hoặc bóng bẩy, láng lẫy chữ nghĩa như Nguyễn Thị Hoàng.

Nhân vật của cõi-giới văn xuôi Nguyễn Thị Thụy Vũ cũng không đặt vấn đề thượng đế đã chết hay vẫn còn sống? Họ không hề thao thức, trằn trọc trước lằn ranh ăn thua đủ với Thượng đế, như trong truyện của Trùng Dương. Họ chỉ sống. Thản nhiên, sống. Như không hề cật vấn, tại sao được sinh ra?!?

Cũng vì tính tỉnh lẻ, lam lũ kia mà, ngôn ngữ đối thoại của các nhân vật trong truyện Nguyễn Thị Thụy Vũ, cũng là những đối thoại "trực chỉ". Không lập lòa trí thức. Không ẩn dụ kỳ khu cao siêu.

Đáng kể hơn nữa, theo tôi, đó là thứ ngôn ngữ mang đầy tính miền Nam. Thứ ngôn ngữ nói, thẳng đuột. Trần trụi.

Thí dụ đoạn đối thoại trong truyện dài *"Khung Rêu"*, một truyện lạc khỏi dòng chảy quen thuộc của Nguyễn Thị Thụy Vũ.

Một truyện được tác giả đặt trên vòng quay ngược thời gian, trở lại với những chủ đề ông chủ và đầy tớ, quan lớn và lê dân, tôi đòi thời phong kiến – Khiến người đọc nhớ tới những tác phẩm từng nổi tiếng một thời của chương xã hội, tả chân, thời tiền chiến. Điển hình như tiểu thuyết *"Tắt Đèn"* của Ngô Tất Tố; (3) *"Giông Tố"* của Vũ Trọng Phụng (4)...

Đó là mẫu đối thoại đầy tính chất nam bộ, trong buổi sáng mồng một Tết, giữa bà Phủ và cô đầy tớ như sau:

"Giọng bà Phủ làm ả chợt tỉnh:

" 'Sao? Chúc ông bà năm mới cái gì đây? Nói hết câu cho bà nghe coi.'

"Ngà nắm hai bàn tay vào nhau, ngập ngừng:

" 'Năm mới con chúc ông bà... trường thọ.'

"Bà Phủ cười cởi mở:

" 'Dữ ác hôn?' "

Ở lãnh vực tả cảnh, cũng vậy. Nguyễn Thị Thụy Vũ không chủ tâm làm văn chương. Bà cũng không cho những cảnh tượng được ghi nhận, một so sánh hay liên tưởng tân kỳ nào, ngoài thứ ngôn ngữ như những cú đấm chắc nịch.

Thí dụ, khi tả bóng đêm đã về trên đường phố, nếu là Nguyễn Thị Hoàng người đọc sẽ được thưởng thức chí ít cũng một đoạn dài, nếu không muốn nói là có thể dài tới nửa trang viết.

Nhưng ở thế giới văn chương Nguyễn Thị Thụy Vũ, nó đã được thu gọn trong một câu rất ngắn mà, rất gợi hình (kể cả gợi dục):

"Bóng tối đã ôm choàng thành phố ngoài khung cửa..."

("*Đợi Chuyến Đi Xa,*" trong "Mèo Đêm.")

Trong truyện *"Lao Vào Lửa"* (xuất bản năm 1967), khi tả sự ganh ghét, ty hiềm của những "đồng nghiệp" thâm niên trong nghề bán thân, trước sự may mắn hãn hữu của một "lính mới", được một chàng GI bất ngờ thương yêu thành thật, mua tặng cô những món quà quý giá... qua bút pháp của mình, Nguyễn Thị Thụy Vũ đã ghi lại "phát biểu" của một "đàn chị" cùng nghề như sau:

"Gái trinh mới có giá như vậy chớ. Còn tụi tui tan hoang như ống cống thì chỉ có cách kiếm tiền mua hột xoàn giả!"

Với những nét đặc thù kể trên, tôi không tìm thấy một đồng dạng thấp thoáng nào giữa cõi-giới văn xuôi của những nhà văn nữ ở miền Nam và chữ nghĩa của Nguyễn Thị Thụy Vũ. Nếu không muốn nói chúng là những mặt khác thô nhám, nhầy nhụa nhất của tình dục, nhìn từ đáy bùn. Cặn bã.

Nguyễn Thị Thụy Vũ, đời thường.

Ngoài họ Nguyễn, cũng có những nhà văn khác dùng ngòi bút của mình để săm soi hiện tượng xã hội xuống cấp: Sự xuất hiện của một thành phần xã hội mới. Thành phần mà thời đó, người ta thường gọi là *"Me Mỹ."*

Nhưng trước nhất, hầu hết những cây bút này thuộc nam giới, hiểu theo nghĩa họ không thể tiếp cận một cách triệt để đối tượng của họ.

Thứ đến, nhân vật cũng như bối cảnh của họ là những cô gái bán bar tại đô thị hay những thành phố lớn. Do đấy, tính xác thực qua những tâm sự về những cảnh đời của những cô gái kia có một tỷ lệ rất mỏng; nếu không muốn nói là nhiều phần được dàn dựng bài bản lâm ly, éo le, bi thảm... Đó là chưa nói tính chất xa lạ, mới mẻ không đáp ứng được nhu cầu tò mò của độc giả. Trường hợp Nguyễn Thị Thụy Vũ, ngược hẳn.

Chẳng những có lợi thế cùng giới tính, bà còn là người dạy tiếng Anh cho những cô gái nhà quê (nhiều người không biết chữ.)

Tiếng Anh với thành phần mới, thành phần *"Me Mỹ"* của xã hội miền Nam tỉnh ly, trước 1975 là "chìa khóa vàng", nụ cười của quỷ hay một thứ nhan sắc ma quái của định mệnh, giúp họ mở được những cánh cửa bước vào những ngôi nhà kín bưng, của những chàng GI nắm trong tay cả đống tiền đô xanh, đô đỏ...

Đã thế, hầu hết truyện ngắn cũng như truyện dài của Nguyễn Thị Thụy Vũ, luôn có cốt truyện rõ ràng. Lớp lang đâu đấy... Nên căn bản, thể tài của bà vốn là một từ trường có sức hút mạnh mẽ. Đồng thời, chúng còn đáp ứng được bản chất tò mò của người đọc nữa.

Tuy nhiên, sự thành công vang dội, nhậm lẹ của Nguyễn Thị Thụy Vũ, giúp bà sánh vai cùng những nhà văn nữ cùng khuynh hướng như Nguyễn Thị Hoàng, Túy Hồng, Trùng Dương không có nghĩa bà hoặc những người đồng thời với bà nhằm mục tiêu tranh đấu cho nữ quyền.

Bình tâm nhìn lại, chúng ta sẽ thấy, dòng văn xuôi 20 năm miền Nam phong phú, đa dạng tạo được, do nơi nhà văn có những biên độ tự do vừa đủ để chọn lựa, thể hiện xu hướng văn chương của mình. Từ chọn lựa viết về người lính miền Nam, chống cộng, phản chiến tới lãng mạn, viễn mơ, xã hội, lịch sử, phong tục, tập quán, vân vân...

Tóm lại, sự khuấy động mặt nước ao tù tính dục của Nguyễn Thị Thụy Vũ (cũng như một số nhà văn nữ thời đó), là những chọn lựa ứng hợp với cảm quan văn chương của họ Nguyễn.

Hành trình văn chương của Nguyễn Thị Thụy Vũ theo tôi, sẽ chỉ có hai giai đoạn rõ rệt là giai đoạn khởi đầu, với những truyện ngắn trên báo. Mau chóng định hình với tác phẩm đầu tay "*Mèo Đêm*" và những tác phẩm kế tiếp.

Với tổng số 10 tác phẩm được ấn hành, tính đến tháng 4-1975, càng về sau, Nguyễn Thị Thụy Vũ càng có những truyện mà, tính dục như ngọn triều lùi xa bờ cát. Vai trò chính diện, con bài chủ trong một số truyện của họ Nguyễn đã sang tay... Tính dục vẫn có đó. Nhưng nó chỉ như cái cớ để dẫn đến những mặt khác của bản chất con người. Thí dụ, truyện "*Trôi Sông*" với hai nhân vật chính: Một ông già và một đào hát bội hết thời.

Theo mô tả của tác giả thì cả hai có cùng một mẫu số chung

là mơ ước có được những ngày cuối đời sung túc, thơ mộng như để giải mã cho ẩn ức gay gắt tới nứt nẻ suốt thời thanh xuân. Những khát vọng cháy bỏng không tưởng của họ, xét cho cùng, cũng là một phản ứng tự nhiên. Rất con người. Mặc dù, cuối truyện, hai nhân vật *"Trôi Sông"* kia vẫn không được định mệnh "hồi tâm", ngoảnh lại, dành cho họ một nụ cười an ủi. Mà, khi hai chiếc đò nát gặp nhau, họ đã xáp lại như hai con thú cùng đường, động kinh. Để rồi, trong một ảo giác sau chót, ông già chết trên bụng bà đào hát hết thời. Như tiếng nấc hay lời nguyền rủa ai oán cuối cùng của những phần số bất hạnh.

Cũng vậy, trong truyện ngắn *"Đêm Tối Bao La"*, (còn có tên là *"Bà Điếc"*), Nguyễn Thị Thụy Vũ tả một thiếu nữ (thái cực khác của tuổi già?), mơ ước làm lại cuộc đời sau khi bị phụ tình. Cô phải phá thai. Nhưng không vì thế cô lạnh, nguội khát khao một lần được làm mẹ (bản năng bẩm sinh của người nữ)!

Trước phần số bùn đen của hai nhân vật trong truyện kể trên, định mệnh đỏng đảnh vẫn không mở khóa cánh cửa tương lai cho tuổi trẻ còn đó, của người con gái này!

Ở những truyện loại vừa kể, người đọc vẫn đối diện với một Nguyễn Thị Thụy Vũ móng sắc. Một Nguyễn Thị Thụy Vũ lúc hòa huỡn. Khi sôi nổi. Ngậm ngùi... Cũng vẫn còn đâu đó bản năng. Nhưng chúng là mặt khác của những mô tả dục tình thô nhám, trần trụi. Tôi muốn nói, bà đã xẻ dọc cánh rừng văn xuôi của bà, để mở lấy cho mình, một lối đi khác.

Trên con lộ mới xuyên qua thân phận làm người kia, những mơ ước chín đỏ cuối kiếp, hay xanh ương đầu đời, đã được bà đề cập (đào xới), như một bản năng song hành với bản năng tính dục. Tuy nhiên, phải đợi tới khi truyện ngắn *"Lòng Trần"* ra đời thì, giai đoạn thứ ba trong lộ trình văn chương của Nguyễn Thị Thụy Vũ mới rõ ràng hiển lộ.

"Lòng Trần" là một truyện ngắn tách thoát quyết liệt, toàn phần với thế giới văn xuôi bao nhiêu năm của Nguyễn Thị Thụy Vũ. Nó như một đứa con văn chương tư sinh của bà. Trong phần

nói về truyện ngắn *"Lòng Trần"* của mình, theo yêu cầu của nhà xuất bản Sóng, bà cho biết, truyện ngắn *"Lòng Trần"* của bà có tới tám mươi phần trăm sự thật. (5)

Nhân vật cô Năm Thàng, một nghệ sĩ hát bội, là bà con xa với bà nội tác giả. Trong truyện, cô Năm được một ông phú hộ bỏ ra phân nửa số ruộng đất của ông để chuộc cô ra khỏi gánh hát, đem về làm vợ. Chồng chết, cô Năm Thàng ở vậy, thủ tiết nuôi con. Mỗi khi đến ngày giỗ chồng, cô Năm lại nhập vai đào hát ngày xưa, với đầy đủ mũ mão, cân đai của sân khấu hát bội...

Cô Năm cũng giắt lông trĩ trên đầu. Cầm gươm trước bàn thờ chồng, cô biểu diễn những vai đào võ mà, trước kia ông phú hộ từng say mê qua tài diễn xuất của cô. Nhân vật thứ hai, ni cô Diệu Tâm, vẫn theo tác giả, cũng là chỗ bà con xa với bà nội của bà. Và, *"Ni cô chay lạt nâu sòng từ hồi còn nhỏ, nhưng đến khi chết, lại đòi uống một muỗng nước mắn..."*

Trong truyện, Nguyễn Thị Thụy Vũ đã nhập hai nhân vật vừa kể, làm một. Tác giả *"Khung Rêu"* viết:

"... Cô Năm Thàng là mẫu người quá khứ của ni cô Diệu Tâm, để cho người đọc thấy rõ là ni cô Diệu Tâm luôn mến tiếc thời vàng son của mình. Khi truyện nầy được đăng trên tạp san Văn thì các văn hữu gởi lời khuyến khích. Thật ra, ngay khi sáng tác, tôi không nghĩ rằng mình viết một truyện hàm chứa một vài tư tưởng Phật giáo trong quyển kinh Lăng Nghiêm, mà tôi chỉ thấy rằng cốt truyện có nhiều chi tiết ngộ nghĩnh, thế thôi."

(Trích "Những truyện ngắn hay nhất của quê hương ta," trang 399.)

Sau mấy chục năm, đọc lại phát biểu của tác giả *"Mèo Đêm,"* về truyện ngắn *"Lòng Trần,"* tôi thấy rõ hơn bản chất chân chất của bà. Tôi không dùng hai chữ *"ngay thẳng"* – Vì đôi khi sự *"ngay thẳng,"* cũng ẩn tàng cái chủ tâm muốn chứng tỏ của người sử dụng chúng.

Nhưng *"chân chất"* thì không! Vì *"chân chất"* theo phân biệt của tôi, là ngay thẳng hồn nhiên. Nó có sẵn tự bản chất. Nó làm nên nhân cách đời thường Nguyễn Thị Thụy Vũ. (6)

Sự *"chân chất"* của họ Nguyễn nằm nơi hai tiết lộ đáng kể trong trích đoạn trên. Đó là, bà được các văn hữu *khuyến khích* vì nó hàm chứa *một vài tư tưởng Phật giáo...*

Từ cảm nghiệm vừa kể, tôi bỗng hiểu ra, tại sao tác giả *"Lòng Trần"* có thể bình thản, mạnh mẽ sống lo cho các con. Trong số đó có một bé gái tên Thụy, sinh năm 1973. Cháu bị liệt từ năm lên 2 vì tai nạn té ngã trong nhà; do sự vô trách nhiệm của chị người làm trông nom cháu thời đó.

Vào những năm tháng đầu sau biến cố tháng 4-1975, nhà văn Văn Quang cho biết, có một thời gian Thụy Vũ đã phải làm lơ xe đò, chạy đường Saigòn-Thủ Đức. Suốt ngày bà chỉ đứng một chân... cho tới khi kiệt sức, không kham nổi, bà mang con cái về nhà mẹ ở Lộc Ninh. Chốn ở mới của bà là một nơi *"... không có điện, không có nước, (bà và các con) sống như người rừng!"*

Về "đời sống thực vật" của cháu Thụy, nhà Văn Quang ghi lại như sau:

"Suốt ngày hôm đó, cái hình ảnh cháu Khôi Thụy ám ảnh tôi không rời. Buổi trưa tôi ngồi với Ngân ngay trên sàn gạch nhà ngoài. Tôi nghe phòng bên văng vẳng tiếng cười rúc rích của Thụy Vũ, tiếng chị nựng nịu, tiếng nước chảy ào ào rửa nhà và tiếng hát ru của chị vẳng lên giữa núi rừng. Tôi có cảm tưởng như chị sống rất hồn nhiên, vui vẻ bên đứa con thơ hai ba tuổi. Càng nghe chị cười, chị thủ thỉ với con, tôi càng thấy nghẹn ngào. Đôi mắt Ngân chớp mau, cô nói như để che lấp nỗi lòng mình:

"- Anh thấy không, đó là nét đặc biệt nhất của Thụy Vũ. Chị luôn coi đứa con chị như khi còn hai tuổi và chị cứ hình dung cháu không hề bị bệnh, chị vẫn nựng nịu cháu, cười đùa hồn nhiên với cháu. Có miếng gì ngon chị cũng để phần cho cháu, dù chị biết rõ hơn ai hết rằng nó không hề phân biệt được cái gì là thức ăn chứ đừng nói đến ngon dở. Nhưng đó là tấm lòng bao la của người mẹ...

"- Phải nói rằng một người mẹ tuyệt vời và một tấm lòng can đảm vô bờ bến." (7)

Chỉ với một đoạn văn trên của nhà văn Văn Quang, đã cho thấy nhân cách Nguyễn Thị Thụy Vũ có phần chói lòa hơn cả văn nghiệp của bà.

Do đó, tôi không thấy cần thiết phải viết thêm dù chỉ một dòng, về cây bút nữ đầy cá tính của 20 năm văn học miền Nam này!

(Nov. 3-2010.)

_____

Chú thích:

(1) Francoise Sagan nữ văn sĩ Pháp, tên thật là Francoise Quoirez. Bà sinh năm 1935, mất năm 2004. Bà nổi tiếng ngay với tác phẩm đầu tay *"Bonjour Tristesse"* viết năm 1954, khi ới 18 tuổi. Độc giả VN khá quen thuộc với tác phẩm này, qua bản dịch *"Buồn ơi chào mi."* (theo Wikipedia-Mở).

(2) Tác phẩm được trao giải thưởng văn chương bộ môn Văn, năm 1970.

(3) Ngô Tất Tố sinh năm 1893 tại phủ Từ Sơn, Bắc Ninh, nay là huyện Đông Anh, Hà Nội. Ông mất năm 1954 ở Yên Thế, Bắc Giang. Tiểu thuyết *"Tắt đèn"* của ông bị chính quyền Pháp cấm lưu hành năm 1939. (Nđd)

(4) Vũ Trọng Phụng sinh năm 1912 tại Hưng Yên. Lớn lên và mất tại Hà Nội năm 1939. Phóng sự xã hội "Giông Tố" được đăng tải từng kỳ trên tờ Hà Nội Báo, với tựa đề *"Thị Mịch"*. Trước khi xuất bản thành sách, tác giả đổi tựa thành *"Giông tố"*. *"Giông tố"* do nhà Văn Thanh xuất bản bản lần đầu tiên tại Hà Nội, năm 1937. (Nđd)

(5) Nhà xuất bản Sóng do nhà văn Nguyễn Đông Ngạc chủ trương. Năm 1974, ông xuất bản một tuyển tập nhan đề *"Những truyện ngắn hay nhất của quê hương ta,"* gồm 45 truyện ngắn của 45 nhà văn miền Nam (tính từ 1954 tới 1973).

(6) Nguyễn Thị Thụy Vũ tên thật là Nguyễn Băng Lĩnh, sinh năm 1939 tại Vĩnh Long. Bà làm nghề gõ đầu trẻ tại tỉnh lỵ này cho tới năm 1961 thì dời lên Saigon.

(7) Trích *"Người con gái 27 năm với đời sống thực vật"*, Văn Quang, Saigòn, tháng 4- 2000.

Nguyễn Thị Thụy Vũ, truyện ngắn.

Lòng Trần.

Con đê dài rộng, hai bên trồng dừa Tân Quan cao hơn đầu người thẳng hàng, đều khoảng. Những quày dừa màu hỏa hoàng oằn trái. Bóng dừa chìm dưới đáy nước của hai đầm sen - bên trái đầm sen trắng, còn bên phải đầm sen hồng. Từ con đê đi vào khoảng ba trăm thước, một ngôi chùa nằm im lìm giữa hai hàng dương.

Chùa này vì ít thiện nam tín nữ lui tới nên càng thêm vẻ đìu hiu, lạnh ngắt. Từ đường cái nhìn vào, ít khi người ta nhìn thấy bóng dáng những nhà tu. Chỉ nhìn thấy chiếc tháp cao trơ vơ với rêu bám nham nhở và vài viên gạch mục rớt ra lở lói. Mái chùa thấp ẩm ướt và bóng tối đặc quánh. Tiếng kêu vo ve của đám muỗi đói lẫn tiếng chí chóe của đàn chuột dưới những bàn thờ và tiếng vỗ cánh của đàn dơi hoang. Cao hứng chúng bài tiết bừa bãi không vị nể các ông Phật đang ngồi trang nghiêm nhìn ánh đèn chong leo lét. Bình hoa huệ sắp tàn, chỉ còn vài búp gắng gượng trên chót nhánh. Những cánh trắng héo hắt rớt tả tơi trên bàn thờ không mấy ai buồn dọn quét chăm sóc.

Lâu lắm, người ta mới thấy bóng một sư nữ gầy gò xanh xao ngoài năm mươi tuổi ngồi bên hông chùa, uể oải cầm chiếc dao cùn chặt những cành dương khô rớt trên nền đất và bó thành từng bó nhỏ. Ni cô ngồi dưới bóng nắng loang lổ đỏ, khoác chiếc áo cà sa màu cà. Hình như bà cố tìm vài mảnh nắng rớt nhiều nhất trên nền đất để hóng nắng. Giữa màu lá xanh bao quanh da mặt, bà càng thêm nhợt nhạt. Đôi mắt trũng sâu nhiều, tròng trắng nhìn bâng quơ khi cánh tay gầy guộc khô khan của bà đưa chiếc dao chành lên xuống vài lượt, và giọng ho húng hắng được đè nén làm bà run rẩy.

Bà đã đến tu ngôi chùa này hồi hai gò má còn hồng và nụ cười tươi sáng ẩn một chút ngổ ngáo. Nay hàm răng trắng xa xưa đã rụng mất vài ba cái và đóng bợn vàng ối.

Ông yết ma vốn người bán nam bán nữ, cao to mập trắng hếu và có đôi mắt lém lỉnh. Hình như ông yết ma này gọi ni cô bằng dì họ. Ông này cùng theo bà đến chùa hồi mười tuổi và bây giờ ông đã quá ba mươi. Ông có tật lãng tai, mỗi khi ni cô nói với ông điều gì, bà phải lấy tàn hơi gào thét. Ông cứ vểnh tai ra, nét mặt ngơ ngác như người đi lạc vào một thế giới xa lạ thiếu âm thanh. Ni cô mỗi lần muốn đàm đạo với ông cháu quí phải nặng hơi mỏi cổ nên bà lười biếng ít muốn nói chuyện với ông ta lâu. Ngoài hai người, còn có một chú tiểu đầu để chỏm với thẻo tóc dài vắt qua vành tai. Chú tiểu này vừa giúp đỡ ni cô như một tiểu đồng, vừa làm thông ngôn khi ni cô muốn nói chuyện dài với ông yết ma. Chú tiểu có vẻ nhẫn nhục và cam chịu. Chú sống thui thủi giữa hai người lớn, mỗi người có một thế giới bưng bít. Họ chỉ họp nhau vào những buổi tụng niệm, còn ngoài những giờ lo cho Đấng Từ Bi, họ mỗi người mỗi việc tưởng chừng như sự hiện diện của nhau thật là mờ nhạt thừa thãi. Chú tiểu lo phần cơm nước. Những bữa cơm dọn với rau muối mè, tương hột đơn sơ, chú tiểu có thể quán xuyến chu tất. Mỗi buổi sáng, chú ra sau chùa bứt những đọt mùng tơi, hái những bông mướp vàng ối còn thơm mật, nhổ vài nắm rau đắng mọc dọc mé đê đem vào luộc. Ông yết ma ngoài mấy buổi tụng kinh, gõ mõ, còn có bổn phận vun quét vườn rau, cưng dưỡng mấy dây bầu và giàn mướp sai trái. Cái quá khứ không tì vết của ông yết ma - ông sống xa người trần tục không tiếp nhận cuộc sống đầy rẫy bon chen - khiến ông chỉ hiểu cuộc đời lờ mờ ngoài mái chùa. Cơm rau mỗi ngày hai bữa, ông làm việc hùng hục ngoài vườn rau và ngủ li bì vào những giờ rảnh rỗi. Những giấc ngủ êm đềm khoan khoái nuôi dưỡng thân xác ông mỗi ngày một to béo đẫy đà. Vẻ mặt ông cười cợt dễ dãi và phẳng phiu như tâm hồn ông. Đi tu từ lúc còn bé, ông sống kham khổ cũng đã quen. Ông cảm thấy yên phận để dọn mình mai sau về với Phật Tổ, dẫu làm con chuột uống dầu tại chùa Tây Phương cũng cam. Đầu óc ông tiêm nhiễm giáo lý một cách lờ mờ, cuộc sống trong kinh kệ chưa in rõ vào đầu óc ông. Ông còn mơ ước gì hơn; vả lại, ông không có thì giờ để nghĩ ngợi suy ngẫm gì ngoài những thủ tục đọc kinh, trồng rau. Công việc nhà chùa chiếm hết ngày tháng. Ông dạy chú tiểu học kinh và cách tụng kinh. Chú ấy cũng là người để cho ông ta tâm sự về sự tiến triển của mấy dây bầu, của nụ hoa mướp có mòi thành quả. Chỉ có vậy thôi, thế mà ông ta sống lây lất hơn hai mươi năm qua đến không ngờ. Ngày đó, ông theo ni cô Diệu Tâm đến ngôi chùa này giữ vai trò một tiểu đồng, Lúc đó còn sư cụ và ni cô thì mới ngoài ba mươi tuổi, dung nhan còn mặn mòi sắc lẻm. Đến khi sư cụ qua đời và được mai táng trong cái tháp trước sân chùa, ni cô Diệu Tâm mới lo quán xuyến ngôi chùa này.

Những ngày rằm hoặc những ngày lễ Phật, chỉ vài ba thiện nam tín nữ đến dâng hương vội vã. Hình như họ nghĩ rằng chùa nào đông đúc tấp nập, Phật Trời mới có mặt thường xuyên. Chớ chỗ buồn bã như vầy, chắc Phật Trời cũng lười lui tới. Ông yết ma cảm thấy phơi phới trong cuộc sống trống vắng quạnh hiu. Những lúc đám khách thập phương này chiếu cố chùa, ông có cảm tưởng như họ đến quấy rầy sự yên tĩnh của ông. Nhưng ông phải giữ đúng quy luật nhà chùa là cửa thiền lúc nào cũng mở rộng. Ông biết láng máng về quá khứ của ni cô ngày xưa lúc bà mới hai mươi tuổi, bà là vợ kế của nhà phú hộ trong làng Đạo Ngạn thuộc tỉnh Mỹ Tho. Ruộng vườn của bà cò bay thẳng cánh. Thủa đó, tất cả phụ nữ miền Nam chưa hề trang điểm, thế mà bà đã biết dùng phấn nụ do các công chúa của triều đình Huế sai tì nữ đem bán. Trước khi đánh phấn, bà dùng chỉ đánh cho săn lại rồi lăn lên da, nhổ sạch những sợi lông măng để cho da mặt tiếp nhận phấn dễ dàng. Đoạn bà dùng phấn nụ bôi lên mặt, lấy giấy hồng đơn thấm nước đắp lên mặt má. Bà nhai trầu cho đôi môi nhuộm đỏ.

Thật ra bà vốn là đào hát bộ, tên Năm Thàng. Ông phú hộ có tính phong lưu tao nhã. Đời ông chỉ có việc lấy hát xướng làm tiêu khiển. Bất kỳ gánh hát nào có bà, ông cũng ngồi ghe bầu theo coi cho bằng được. Ngồi ghế thượng hạng để cầm chầu, ông say sưa chiêm ngưỡng tấm nhan sắc chim sa cá lặn của bà trong vai Phàn Lê Huê, Hồ Nguyệt Cô, hoặc Lưu Kim Đính. Người bạn theo hầu kiêm luôn anh đầu bếp giỏi, và tối đến, được theo chủ xem hát. Người phu trạo đã bắt đầu ghiền cuộc sống rày đây mai đó. Cũng bao nhiêu tuồng hát đó mà nhà phú hộ nọ vẫn coi hoài không chán mắt. Đối với ông, cô Năm Thằng từ cánh gà tuôn ra làm đổi mới cả sân khấu.

Hai năm xuôi ngược mỏi mê, ông cố gắng điều đình với ông bầu gánh chuộc cô Năm Thằng bằng mười mẫu đất, đem về làm vợ kế. Muốn thoát khỏi cảnh đời rày đây mai đó, cô Năm Thằng bằng lòng với ngôi vợ thứ hai do sự đồng ý cưới hỏi rỡ ràng của bà phú hộ. Cuộc sống huyên náo bỗng dừng lại làm cô Năm ngỡ ngàng xa lạ. Sự giàu sang và chiều đãi, nâng như nâng trứng hứng như hứng hoa của chồng không bao lâu làm cô thêm nhớ lại cuộc đời sống cũ. Cô nhớ sân khấu, nhớ đời sống lang thang trên những chiếc nghe chài xê dịch từ làng này sang tỉnh khác. Cuộc sống tập thể tuy quấy nhiễu cô thường xuyên, nhưng đem lại cho tâm hồn cô những đổi mới. Cô say những vai trò nữ tướng, công chúa, bà hoàng... để bôi xóa tạm bợ trong vài tiếng đồng hồ đời sống nghèo đói cơ cực của mình. Một cô đào hát tên tuổi chưa được mấy mà đã làm bà phú hộ, có kẻ hầu người hạ. Thế mà cảnh giàu có vẫn không quyến rũ được cô lâu, không đủ quyền lực làm cô quên hẳn quá khứ.

Ni cô bừng mắt nghe tiếng nói lào xào văng vẳng đâu đây. Ni cô nhướng đôi mắt còn chút ít thần sắc nhìn quanh trai phòng. Chú tiểu túc trực bên giường mừng rỡ hỏi dồn:

- Dạ thưa ni cô cảm thấy đỡ chưa?

Bà lặng lẽ gật đầu và muốn ngồi dậy. Chú tiểu hiểu ý đến đỡ bà lên tựa lưng vào thành giường. Bỗng cửa trai phòng vụt mở. Diệu Tâm nhếch mép cười tiếp nhận sự có mặt của đứa cháu dâu và cô em họ đến đúng lúc bà thấy cơn bịnh này không hy vọng lành.

Đứa cháu dâu gọi bà bằng cô chuyên nghề sống với nghề cờ gian bạc lận và nghề cho vay đoạt nợ. Nghề nghiệp nàng đến mức tuyệt xảo. Riêng cô em họ cùng đi theo cô cháu dâu đến thăm bà là một tay từng nhổ râu ông huyện này, cạo đầu ông phủ kia. Cô em họ có tấm nhan sắc cũng ưa nhìn thôi, nhưng cô có biệt tài hễ cặp sách với ông nào thì nạn nhân tình ái của cô phải tán gia bại sản một cách nhanh chóng và êm thấm. Hai người đàn bà thân thích này thường lui tới cửa thiền hầu sám hối để chuộc tội. Họ thích thân thiện với bà có lẽ nghĩ rằng khi Diệu Tâm đắc đạo để về chầu Đấng Từ Bi sẽ với tay níu họ theo lên cõi Niết Bàn. Vì mặc cảm tội lỗi nên họ càng thích đi chùa dâng hương đem lễ lạt hồng hối lộ Trời Phật cho giải bớt những oan khiên mà ở trần gian họ đã làm, đang làm và tiếp tục làm nữa... Càng thấy họ đi chùa là phải hiểu rằng họ vừa làm được một cái áp phe. Khi có nhiều tiền, họ lại vào chùa thành khẩn hối lỗi, nhưng khi bước ra khỏi chánh điện thì họ lại quên tuốt.

Ni cô mệt nhọc gắng gượng trả lời họ vài ba câu hỏi thăm sức khỏe. Rồi không còn ngồi được nữa, bà nằm rũ xuống. Cô em họ đề nghị ông Yết Ma nên tụng kinh cho Diệu Tâm để nếu như bà có phải về nơi cực lạc cũng sớm được nhẹ nhàng hồn phách.

Ni cô nghe trong người rã rời từng khớp xương. Bà cố mở mắt nhìn ánh đèn vàng vọt đặt trên chiếc bàn cạnh bàn nước. Cổ họng bà khô đắng và lạt lẽo. Ni cô hé mắt nhìn cô em họ đang ngồi bên cạnh và cô cháu dâu đang loay hoay rót nước từ trong vỏ bình vào tách định bưng lại. Ni cô khoát tay tỏ ý không cần uống nước. Bà đã ăn chay ròng rã hơn hai mươi năm quá đạm bạc nên thân thể bà thiếu cả chất đạm.

Bà làm việc quần quật, suốt ngày. Không biết bà tìm cách quên ẩn tình hay để tăng ngân quỹ nhà chùa. Người ta thấy ni cô Diệu Tâm không sống cho mình nữa, kể từ khi bà bước vào chùa này. Bà sống kham khổ, nhẫn nhục và chịu đựng. Tiền công quỹ nhà chùa được đem ra bố thí cho những người tàn tật nghèo khổ. Bà ăn uống bất thường và coi việc ẩm thực là điều phụ thuộc. Chỉ cần một chén tương và một nhúm rau chấm tương cũng rồi một bữa. Từ một tháng nay, bà không ăn uống được như thường nhật, mỗi khi ăn xong, bà đều mửa thốc mửa tháo ra, đến cả thuốc men cũng không giữ được trong bao tử. Họ hàng hay được tin bà thọ trọng bịnh cho mời biết bao danh y đến cứu chữa. Phần linh hồn thì do ông Yết Ma và một số sư sãi các chùa lân cận đến tụng niệm siêu độ.

Thân xác bà mỏi mòn trong giấc hôn mê chập chờn, bà nghe tiếng tụng niệm ngoài chánh điện. Trong bóng tối mù mờ, loáng thoáng có tiếng muỗi vo ve, đột nhiên ni cô Diệu Tâm cảm thấy miệng mình lạt quá, lạt kinh khủng. Phải chi có một chút nước tương để bà nếm thử. Trí óc của bà dán chặt vào ý nghĩ lưỡi bà khô đi, đồng thời nước dãi tuôn ra đầy miệng. Thế rồi ý nghĩ của bà trôi xa hơn, nước tàu vị yếu, rồi nước mắm. Cơ thể bà vụt bùng lên. Nước mắm! Nước mắm! Ni cô Diệu Tâm nuốt ực nước miếng. Một nỗi xót xa làm nước mắt bà ướt đẫm. Có cái gì chống đối trong từng thớ thịt, khớp xương của bà.

Bà vụt nghĩ, nếu có một muỗng nước mắm chui vào bao tử bà thì có lẽ những chấn động, phản đối trong cái cơ thể mỏi mòn sinh lực của bà sẽ dịu xuống, và muỗng nước mắm sẽ đem lại cho bà sự khỏe khoắn để bà ngủ một giấc thật ngon và ngày mai bà sẽ tiếp tục sinh hoạt lại như cũ dưới mái chùa này.

- Nước mắm! Muỗng nước mắm!

Ni cô hoàn toàn quên mất cái đời sống hiện tại ở trong chùa, quên cả mấy mươi năm tu hành khổ hạnh. Bà rơi trong một ý thức mù mờ chỉ có hình bóng muỗng nước mắm bằng sứ trắng chứa một thứ nước vàng và trong suốt như nước trà. Kê miệng mà nếm thử thì biết. Ni cô Diệu Tâm co rúm lại, thở hổn hển. Ba tiếng muỗng nước mắm như ba nhát búa đập vào đầu óc bà làm bà lảo đảo.

Ngoài hậu liêu, hình như trời đã chiều. Mùi thuốc bắc sắc trong siêu ngai ngái bay lên làm bà có cảm tưởng mình sắp nghẹt thở.

Bà phải uống một muỗng nước mắm. Ngày mai dầu có phải đọc kinh sám hối, bà cũng không màng. Bà tin chắc rằng dầu đọc kinh cứu khổ cứu nạn với Bạch Y Quan Thế Âm Bồ Tát cũng chưa chắc mầu nhiệm bằng một muỗng nước mắm. Nước mắm sẽ là một món thuốc tiên làm cho cây khô trổ bông. Cố gắng lấy hết tàn hơi, bà thều thào gọi chú tiểu kiếm cho bà một muỗng nước mắm. Tất cả những người có mặt bên giường đều ngạc nhiên lẫn hốt hoảng.

Diệu Tâm lặp đi lặp lại mấy lần:

- Mô Phật! Cho tôi muỗng nước mắm, tôi uống vào sẽ hết bịnh liền.

Tiếng kêu gọi như một lời van vỉ, thê thảm. Hai tay Diệu Tâm chìa ra tuyệt vọng. Chú tiểu bưng đến gần tách trà ướp sen kề gần miệng. Ni cô khép chặt môi, lắc đầu phản đối:

- Tôi chỉ cần uống một chút nước mắm cho mặn môi.

Nói xong ni cô dìm hồn vào trong cơn đồng thiếp hai cánh tay còn xòe ra quờ quạng van xin.

Cô em họ bước ra trai phòng thì thầm :

- Rõ là ma đưa lối, quỷ dẫn đường. Hồi nào tới giờ chỉ ăn chay lạt, đến lúc sắp chết lại đòi uống nước mắm. Tôi nhất định chống lại lời ma quỷ xúi biểu, xui khiến chỉ phạm trai giới. Thà để cho chỉ chết mà không mang tội với Trời Phật và không uổng công tu khổ hạnh hai mươi mấy năm nay.

Nói đoạn bà xuống trú phòng ngồi nói chuyện áp phe với cô cháu dâu, hoặc những thành quả bà đã thu đoạt được kể từ ngày bà bước chân vào đời. Giọng bà oang oang uốn éo và những tràng cười nói xôn xao vọng lên trên chánh điện. Ông Yết Ma với đôi mắt nhắm lại và nét mặt phẳng phiu dễ dãi thường nhật nhuốm một chút lo âu. Không khí nặng nề trùm xuống, nghẹt thở. Tiếng hét từ trai phòng vang lên. Ông lẹ chân tông cửa vào vừa lúc chú tiểu định bước ra, vẻ mặt còn hốt hoảng. Tất cả đứng im lặng quanh giường chờ đợi phút nghiêm trọng của ni cô trong khi cô đang vật vã từng đợt với tử thần. Tiếng nói bà vụt sang sảng như lúc còn ở trên sân khấu. Giọng nói trong trẻo tỉnh táo, nhưng đôi mắt bà vẫn nhắm nghiền:

- Tôi mới biết thương mình mấy năm mình khổ công theo đuổi tôi, mình đặt tuồng hát cho tôi hát.

- Con ráng học cho đỗ đạt làm quan nghe con cưng của má.

- Tôi chỉ thích sắm vai Đoàn Hồng Ngọc hơn làm Phàn Lê Huê. Mình thích tôi diễn vai nào nhất?

- Bớ này Tiết Giao! Ô này bạc tình lang! Mặt chàng đẹp trai mà làm chi? Lời chàng ngọt ngào mà làm chi? Cổ thiếp ngày nay mất ngọc, thân thiếp bơ vơ.

Cả một quá khứ trôi nhanh lên ký ức bà rõ rệt và nhanh như một đoạn phim quay hết tốc lực của nó. Bà độc thoại từ quãng đời sân khấu đến quãng đời làm vợ ông phú hộ Thọ. Giọng bà sang sảng vụt dừng lại và dưới ánh đèn hiu hắt, ni cô mở trừng trừng đôi mắt trắng nhợt như cố thu nhận hình ảnh sau cùng của đời sống và ni cô quờ quạng hai bàn tay trơ xương với lời van vỉ đứt nối:

- Hãy cứu tôi, cho tôi uống một muỗng nước mắm thôi.

Cô cháu dâu nhìn bà em họ:

- Mợ ơi ! Mợ nhờ sư sãi đọc kinh trừ tà nghen. Cần nhứt là canh giữ đừng cho ai đem nước mắm lại.

Bà em họ tức mình:

- Để tôi đi đọc kinh cứu khổ. Hồi xưa Phật Thích Ca gần đắc đạo thì ma vương tới phá. Còn cái chị này sắp về Tây Phương tới nơi mà cũng chưa yên thân.

NTTV

(Nguồn "Những truyện ngắn hay nhất của quê hương chúng ta," nxb Sóng, Sàigòn, 1974.)

Khuynh hướng hiện thực xã hội trong truyện ngắn Sâm Thương.

Trong ghi nhận của tôi, sinh hoạt văn xuôi của 20 năm văn học miền Nam có thể chia thành hai khuynh hướng chính.

- Khuynh hướng thứ nhất: Văn chương lãng mạn.

- Khuynh hướng thứ hai: Văn chương hiện thực xã hội.

Nếu không kể thể loại phóng sự, bút ký thì, ở khuynh hướng thứ hai, tiếng là khuynh hướng hiện thực xã hội, nhưng thị phần hiện thực cũng chỉ chiếm giữ khoảng trên dưới 50% mà thôi. Phần còn lại vẫn là tính văn chương, nghệ thuật. Đó là chưa kể các nhà văn thuộc khuynh hướng này, thường "quên" những chi tiết hiện thực, như nơi chốn, địa danh... Để độc giả tự hình dung, suy đoán. Hoặc có thể ứng dụng cho bất cứ một hoàn cảnh, vùng địa lý nào. (Nhất là thể loại truyện ngắn).

Nói như vậy, không có nghĩa trong sinh hoạt văn xuôi của 20 năm văn học miền Nam, không có những nhà văn chủ trương ghi nhận một cách trung thực bối cảnh dựng truyện của họ.

Một trong những nhà văn chủ trương bối cảnh dựng truyện phải cụ thể, có thật, hiểu theo nghĩa từng đi tới, trải qua những ngày tháng sống thực ở những nơi chốn được chọn làm bối cảnh dựng truyện của mình, là nhà văn Sâm Thương.

Khởi viết từ những năm đầu đại học, 1964, tính tới hôm nay, với hàng chục tác phẩm đủ loại, đã xuất bản, Sâm Thương, tác giả của một trong những tập truyện nổi tiếng: "Cõi Người," chủ trương bối cảnh của văn chương không thể hoàn toàn đi ra từ tưởng tượng! Ông không thuộc lớp "nhà văn thành phố", "nhà văn phòng trà" theo cách nói của nhà văn Trần Hoài Thư. Ông quan niệm, nhà văn cần nắm vững bối cảnh truyện; trước khi gửi một "thông điệp" hay, tư tưởng, triết lý nào vào phần nội dung.

Trước quan điểm này của tác giả "Cõi Người," tôi nghĩ, có lẽ cũng nên nói thêm rằng: Cùng lúc với những bước chân dấn sâu trong lãnh vực văn chương, Sâm Thương cũng đã say mê nghiên cứu, học hỏi điện ảnh... (Cụ thể, về sau, ông đã tham gia công tác đào tạo sinh viên ngành diễn xuất và, biên kịch).

Vì thế, khuynh hướng hiện thực đã sớm định hình trong quan niệm sáng tác văn chương của Sâm Thương. Nên truyện ngắn nhan đề *"Một Tác Phẩm Nghệ Thuật"* của Sâm Thương, in lại trong tuyển tập truyện kể trên, đã được văn giới ghi nhận, như thể đó là một thứ bán-hồi-ký hay tự-sự-kể của một người trong cuộc. Mà, tính xác thực (chí ít cũng về phương diện bối cảnh) đã đóng góp phần không nhỏ, đem xúc động đến cho người đọc.

Phải chăng, đó cũng là một trong những lý do *"Một Tác Phẩm Nghệ Thuật"* của Sâm Thương đã được sao lục, in lại trong bộ sách Văn Xuôi Miền Nam, xuất bản bởi Thư Ấn Quán, Hoa Kỳ. (1)

Được biết, *"Một Tác Phẩm Nghệ Thuật"* (2) được tác giả viết vào tháng 12 năm 1972; khi cuộc chiến miền Nam bị cuốn sâu trong cơn bão tăng tốc khốc liệt! Với những cái chết không thể phi lý, vô nghĩa hơn của đồng bào miền Nam, khi quân đội CS miền Bắc thọc những mũi dùi đẫm máu trên nhiều trận tuyến mà Đông Hà - Quảng Trị, trong giai đoạn này là một điểm nóng chảy sắt.

Câu chuyện mở đầu với một nhân vật xưng "tôi," được một đạo diễn tên Phú Văn thuê mướn đi quay một đoạn phim tài liệu về trận chiến Đông Hà. Và, nhân vật nữ tên Maggie, người Mỹ, có anh ruột, mới tốt nghiệp đại học West Virginia, bị gọi quân dịch, đưa qua Việt Nam, chết ngay trong cuộc hành quân hỗn hợp Việt-Mỹ đầu tiên ở Tây Ninh.

Bên cạnh ba nhân vật chân vạc này, những nhân vật của thời sự thuở đó, như Trung Tướng Trần Văn Trung, Bộ trưởng Hoàng Đức Nhã… cũng được đề cập, như những nhân vật phụ, làm nền cho tính hiện thực.

Diễn giải nguồn gốc đưa tới cuộc tình giữa nhân vật xưng tôi và Maggie, tác giả kể, hai năm sau cuộc gặp gỡ lần thứ nhất, liên quan tới cái chết của anh mình, Maggie viết thư hỏi nhân vật xưng "tôi," nghĩ gì về chiến tranh? Nhân vật xưng "tôi" trả lời:

"… *Sau khi đọc xong thư, tôi đã viết cho cô: 'Tôi rất vui khi nhận được thư của Maggie và hy vọng được gặp lại cô ở Việt Nam. Tôi muốn trả lời câu hỏi của cô, mà đúng ra để trả lời cho chính tôi. Thú thật tôi vẫn chưa chọn được cho mình một thái độ dứt khoát. Phải chăng tôi là một kẻ ngụy tín?…' Trong thư, tôi không nói gì về những thay đổi của tôi. Sau khi tốt nghiệp Đại học Văn khoa, tôi đã bỏ dạy học và viết báo để theo học một khóa quay phim. Mãn khóa tôi được gửi đi tu nghiệp ở Paris. Trở về, tôi chính thức làm việc tại Trung Tâm Quốc Gia Điện Ảnh. Công việc ở đây, ít ra đã không trực tiếp bắt tôi cầm súng. Tôi không muốn bắn vào người anh em tôi bên kia chiến tuyến; cũng như tôi không muốn ngã xuống trước họng súng của họ. Ngoài công việc được giao phó, thỉnh thoảng tôi cộng tác với một vài hãng phim ngoại quốc, nhưng tôi vẫn luôn ấp ủ thực hiện những tác phẩm nghệ thuật của tôi, những phim tài liệu thể hiện nỗi đau của đồng bào tôi đang phải gánh chịu trong cuộc chiến tranh tàn khốc này…*"

Đoạn trích dẫn trên, theo tôi, phần nào phản ảnh thực trạng tâm lý phân vân, ngã ba đường của giới trẻ, trí thức miền Nam thời ấy!

Cũng với những chi tiết khá cụ thể, ở một đoạn khác, đoạn nói về chuyến đi tới "hiện trường" của cuộc chiến Đông Hà - Quảng Trị, Sâm Thương viết:

"... Sau khi kiểm tra lại máy móc, đồ nghề lần cuối tôi leo lên chiếc xe Citroen cà tàng mà ông Phú Văn mượn hay thuê của ai đó, và tự mình cầm lái. Trên mặt kiếng trước của xe, ông không quên dán chữ PRESS thật rõ. Chúng tôi lên đường đi Quảng Trị. Tôi nhìn lên mặt đồng hồ: 13 giờ 37, ngày 17.5.1972.

"Khi xe chạy qua cầu Trường Tiền, tôi chợt hiểu ra một điều, có lẽ một trong những lý do thúc đẩy tôi nhận lời theo ông Phú Văn ra đây, nó hoàn toàn không mang tính nghề nghiệp. Tôi cứ tưởng tôi không quan tâm đến Huế, không muốn nhắc tới Huế. Nhưng trong tâm thức tôi vẫn khát khao muốn nhìn lại Huế. Huế vẫn là nỗi nhớ, là niềm đau trong lòng tôi. Những tà áo trắng bay bay của các nữ sinh Đồng Khánh trong gió mỗi sáng mỗi chiều tôi đi qua trên đó thuở nào đã luôn khuấy động tâm hồn tôi, chìm sâu trong vô thức.

"Qua các ngả đường, ở đâu cũng thấy quán ăn, tiệm nước, vẫn đông đúc người qua kẻ lại. Nhưng sao khuôn mặt của Huế có vẻ như thất thần, mất máu. Xe chúng tôi chạy giữa con đường thẳng tắp quen thuộc với hai hàng cây cao, cành lá xanh, hoa phượng vỹ đỏ rực, mặt nước sông Hương loang loáng màu bạc trắng. Tôi nhớ khi còn học ở Quốc Học, đã bao nhiêu lần tôi lang thang trên con đường này, đứng dưới chân chiếc lư nhìn mưa bay trên sông, phía sau là cầu Trường Tiền mờ mờ ảo ảo. Bây giờ, cầu bị đánh sập đi mấy vài chưa kịp sửa, chiếc cầu mới dựng lên, án ngữ mất tầm nhìn, như một bức tranh có một lỗ hổng thật lớn. Tuổi trẻ của tôi cũng bị cuốn đi trong cơn lốc của chiến tranh..."

(Như bất cứ đứa con nào của Huế, Sâm Thương viết về nơi chốn ông được sinh ra và lớn lên, với tất cả rung-động-quá-khứ, sau nhiều năm xa và, những tưởng đã quên...)

Mạch văn đi tiếp tới một địa danh cũng có thực khác:

"Tới An Lỗ, tôi bắt đầu cảm nhận được thế nào là cái nắng

nóng và những ngọn gió nồm nơi vùng đất khắc nghiệt này quất lên da mặt rát bỏng. Mặt đường nhựa sáng loáng như những vũng nước ảo giác giữa sa mạc, là đà bốc khói. Hai bên đường chỉ có cát và cát, cây cối khô héo, hút tầm mắt nhức nhối một màu bạc phếch, nghèo đói, khô cằn... Nhưng sao dân chúng vẫn bám vào đây để sống, để hiện hữu. Cái gì đã níu giữ họ? Vùng đất này không chỉ khắc nghiệt bởi thiên nhiên nóng cháy, bởi giông bão cuồng nộ, mà còn hứng chịu nhiều hơn bất cứ đâu lượng bom đạn của cuộc chiến tranh dai dẳng này..."

Sâm Thương và "Thời tiết" truyện.

Sâm Thương nâng cấp cái nóng trong truyện của ông tới mức tối đa. Như một thứ "cao trào". Nhưng nó không phải là cái nóng thiên nhiên. Mà nó là cái "nóng" của bi kịch. Cái "nóng" cháy tan thịt da mỏng manh, tội nghiệp con người!

Đó là đoạn Sâm Thương tả khi chiếc xe chở ông:

"... Tiếp tục chạy về phía Hải Lăng, vượt qua trên đoạn đường dài lỗ chỗ những hố bom, những xác người vương vãi, những chiếc sọ trắng hếu vất vưởng. Bất ngờ ông Phú Văn cho xe ngừng lại. Phía trước, ngay trên mặt đường nhựa có những ụ cát như những chiếc nón, những nấm mồ, cách khoảng vài ba mét một ụ, có đến mấy chục ụ. Tôi ngạc nhiên chưa hiểu chuyện gì. Ông Phú Văn thản nhiên bước xuống xe và quay lại nói với tôi:

"Ở dưới những ụ cát đó có thể là mìn, hoặc chỉ để nghi binh..."
(3)

Đây là lúc định mệnh lạnh lùng xuất hiện. Hoặc xâu chuỗi kịch tính (quan niệm văn chương với những "cao trào"), được tác giả khai thác để dẫn người đọc bước lần vào "bãi mìn" kỹ thuật truyện của mình:

"... Bất ngờ, phía cuối đường những âm thanh náo loạn dội lại. Một chiếc xe khách, tôi nhìn kỹ nó giống như một chiếc xe khách xuất hiện trên mặt đường, trên xe chất đầy người, những người dân chạy loạn, có lẽ họ từ Hải Lăng vào; ngoài những người ngồi

chật cứng trên nóc, những người khác đeo toòng teng vào thành xe và cánh cửa. Tôi hoảng hốt khi nhận ra chiếc xe chạy thẳng về phía những ụ cát. Không kịp suy nghĩ, tôi bỏ máy chạy về phía chiếc xe khách đang trườn tới, đưa hai tay ngăn và hét lên:

- Ngừng lại! Ngừng lại! Nguy hiểm... Không nên chạy qua đó!

Nhưng ông Phú Văn đã chạy theo, nắm tay tôi kéo trở lại:

- Cậu làm gì vậy? Trách nhiệm của cậu là đứng sau máy quay!

Tôi quắc mắt nhìn ông:

- Thế ai trách nhiệm về cái chết của những người đi trên chuyến xe đó?

Ông Phú Văn giận dữ đấm thẳng vào mặt tôi một cú đấm như trời giáng. Tôi đau đớn bật ngửa người, ngồi bệt xuống, hai tay chống lên mặt cát bỏng, tê cứng không cử động được.

Ông nhìn tôi, gằn giọng:

- Tôi trả lời câu hỏi của cậu đây. Trách nhiệm về cái chết của những người đó, chắc chắn không phải là trách nhiệm của tôi hay của cậu. Cậu đừng có ảo tưởng. Đó là trách nhiệm của Thượng Đế, nếu cậu tin có Thượng Đế hay ít ra là của hai phe đang đánh nhau kìa. Tôi không làm chính trị, cũng không làm từ thiện. Tôi làm điều mà tôi yêu thích, đó là nghệ thuật. Ít ra, trong cuộc đời tôi cũng có một công việc để đeo đuổi, để tận tụy và tôi sẽ đi đến cùng mục đích của tôi.

Nói xong, ông thản nhiên lùi lại bên máy quay, đưa mắt vào ống kính điều chỉnh, rồi bấm lên nút tự động của máy, ống kính vẫn chiếu thẳng về phía những ụ cát cuối cùng trên đường nhựa.

Chiếc xe vẫn vô tình tiến tới, rồi những tiếng nổ dữ dội liên tiếp vang lên, những tiếng la hét thất thanh.

Tôi quay lại, chiếc xe đò bị hất bắn lên, những xác người tung tóe văng ra, máu tươi vung vãi.

Tôi nhắm nghiền đôi mắt không dám nhìn thêm cảnh tượng bi thương đang diễn ra trước mắt. Ông Phú Văn vẫn kiên trì và chăm chú bên máy quay. Tiếng máy vẫn chạy rè rè xoáy vào tai tôi. Bình thường tôi yêu những âm thanh quen thuộc này lắm, bởi vì nó là mơ ước, là khát vọng và là cuộc sống của tôi; nhưng sao hôm nay nó làm tôi đau đớn, phẫn nộ, đầu tôi căng nhức như bị động kinh. Trong cơn hốt hoảng, trí óc tưởng như tê dại, tôi cắm đầu chạy, bỏ mặc ông Phú Văn với những thước phim của ông, một tác phẩm nghệ thuật đang hình thành..." (4)

Sâm Thương kết thúc truyện ngắn *"Một Tác Phẩm Nghệ Thuật"* của ông, bằng hình ảnh vinh quang / nguyệt quế. Bằng nước mắt, vòng tay người tình. Rất "happy ending."(5) Đúng tiêu chuẩn dựng phim của người Mỹ:

"... Khi tôi bước vào nhà hàng Continental, Maggie đã ngồi sẵn chờ tôi ở đó tự bao giờ. Nhìn thấy tôi, nàng đứng dậy, đưa hai tay ôm chặt lấy tôi, như sợ vuột mất. Khuôn mặt nàng như thể được chiếu sáng từ bên trong bởi một nguồn sáng có sức cuốn hút kỳ diệu. Tôi có cảm giác chưa bao giờ nàng cảm thấy hạnh phúc như lúc này. Maggie rưng rưng nước mắt:

- Cám ơn Thượng Đế đã trả anh về cho em.

Không đáp lại lời nàng, tôi hôn lên đôi mắt của Maggie. Khi đã ngồi xuống ghế nệm dài, bên một cái bàn nhỏ, Maggie đẩy tờ Washington Post đến trước mặt tôi, đưa tay chỉ vào cột báo ở trang nhất, bên phải.

Tôi cầm tờ báo lên, đọc qua, bài viết hết lời khen ngợi cuốn phim, cũng như tài năng của ông Phú Văn.

Không ngạc nhiên, tôi đặt tờ báo xuống bàn.

Maggie nhìn thẳng vào mắt tôi, giọng nàng nửa yêu thương, nửa hờn trách:

- Em đã được mời xem phim. Cuốn phim đã cuốn hút em, tạo ấn tượng rất mạnh đối với em và tất cả những người cùng xem. Thật khủng khiếp! Em không tin nổi những hình ảnh đã quay được. Nhưng em thắc mắc không biết làm cách nào các anh có thể có được góc máy như thế, chiếc xe tung bổng lên khỏi mặt đất,

những đôi chân bị cắt ngang từ từ rơi xuống? Và tại sao anh vắng mặt trong buổi chiều ra mắt?

Sự ân cần của nàng, sự dịu dàng của nàng khiến tôi xúc động. Tôi nắm chặt lấy hai bàn tay xinh đẹp của Maggie và muốn nói, nói tất cả, nhưng có cái gì đó đã làm tôi nghẹn ứ cổ họng, nói không ra tiếng.

Nhưng tôi vẫn cố gắng hết sức, không kềm giữ được:

- Maggie, anh đã trở về đây, nhưng anh không có thước phim nào trong tay để tặng em như anh đã mơ ước. Anh không thể xây dựng tác phẩm của anh bằng chính nỗi đau của người khác..." (6)

Khi ra khỏi câu chuyện, đương nhiên mọi "thời tiết" trong truyện, sẽ trở về nơi nó xuất phát. Nhờ thế, người đọc dễ nhận ra "thông điệp" hay, ẩn dụ tác giả muốn gửi gấm.

Thông điệp rõ nét nhất trong truyện ngắn *"Một tác phẩm nghệ thuật"* theo tôi là, tùy vị trí, tham vọng... mà, mỗi con người trong chiến tranh (cũng như trong đời thường), sẽ phải chọn lựa trước một tình huống. Đó là sự chọn lựa giữa:

"Nghệ thuật và lương tâm?"

"Tên tuổi cá nhân và sinh mạng kẻ khác?"

Phần tác giả, Sâm Thương, tôi nghĩ, ông đã chọn!.!

(Garden Grove, May 29-2013)

Chú thích:

(1) Tiểu sử nhà văn Sâm Thương, được trang mạng Wikipedia ghi lại vắn tắt, nguyên văn như sau: "Sâm Thương là nhà văn, nhà biên kịch, nghiên cứu phê bình điện ảnh nổi tiếng. Ông là người bạn thân nhất của nhạc sĩ tài hoa, bạc mệnh Trịnh Công Sơn và là tác giả của nhiều tác phẩm nổi tiếng, có thể kể tới như: *Những huyền thoại điện ảnh thế giới thứ 2* (1986), *Dưới ánh đèn sân khấu* (2005, phê bình sân khấu), *Con đường máu* (1987, kịch bản sân khấu), *Một thế giới bị chia cắt* (2001, tập truyện), *Trịnh Công Sơn, Ánh nến & truyền hình* (1998, nghiên cứu), *Những bộ phim trong đời tôi I* (2011, phê bình điện ảnh)..."

- Về bộ "Văn Miền Nam" 4 cuốn. Cuốn cuối cùng xuất bản năm 2009. Liên lạc Trần Hoài Thư: tranhoaithu@verizon.net.

(2) Tạp chí Văn Mới, Saigon, tháng 12-1972.

(3), (4), (6): Sđd.

(5) Sâm Thương cũng là tác giả tập sách "Viết Kịch Bản Điện Ảnh & Truyền Hình." Thanh Niên, XB. In lần thứ hai, Saigon, tháng 7-2012.

Sâm Thương, văn xuôi.

Đêm Địa Ngục.

(Trich)

Đó là một trong hàng trăm những căn nhà mái lá, vách đất thuộc công xã mới được xây dựng, từng dãy chạy dài dưới chân núi. Những căn nhà này dành làm nơi trú ngụ cho những thị dân Phnom Penh bị xua đuổi ra khỏi thành phố sau khi lực lượng Khmer Đỏ lên nắm chính quyền ở Campuchia. Bên trong, nhà nào cũng giống nhà nào, được bày biện đơn giản, một vài vật dụng như bàn ghế, giường được đóng bằng gỗ tạp sơ sài. Duy có khung ảnh bán thân của lãnh tụ Pon Pot treo nơi được coi là trang trọng nhất, tạo nên một sự tương phản lạ lùng.

Công xã đang chìm dần trong bóng đêm. Riêng trong nhà của vợ chồng Suvantha, ngọn đèn dầu đặt trên bàn hắt ánh sáng lù mù. Bên dưới, một bếp lửa cháy bập bùng. Bé Thanakri đang nằm trên giường. Chay Bofa ngồi cạnh con gái, ru con bằng giọng hát trầm buồn:

...Con ngủ đi đừng khóc
Cơm nguội với mật ong
Ăn rồi con đi chơi
Đi gần đừng đi xa ...

Lời ru miên man, diệu vợi hòa với tiếng côn trùng, tiếng ếch nhái kêu đêm. Bé Thanakri đã yên ngủ. Bé không còn nghe những lời ru ai oán của mẹ. Chị vẫn tiếp tục hát, mà không biết hát để làm gì. Chị thoáng nhớ hôm nào, đoàn người rồng rắn trên đường ra khỏi thành phố như những bóng ma lầm lũi đi về nơi vô định, trong đó có gia đình chị. Chị không làm sao quên được ánh mắt của những người đồng hành, hình như họ không che giấu nổi hoài nghi hay thất vọng, nỗi sợ hãi hay chịu đựng khác nhau. Những gì đó đã luôn ám ảnh chị cho đến tận bây giờ. Chị tiếp tục hát, vẫn giọng trầm buồn...

*

Suvantha rời khỏi giường người bệnh, đứng dậy quay về phía người chồng nói:

- Cứ làm đúng lời tôi chỉ dẫn chắc chắn chị nhà sẽ khỏi bệnh. Chỉ xin gia đình giữ kín đừng cho ai biết tôi đã chữa trị cho chị là được rồi.

Người chồng nhìn Suvantha, giọng như nghẹn lại:

- Chúng tôi không biết lấy gì để tạ ơn cứu sinh của bác sĩ, lòng dạ nào lại hại bác sĩ.

Suvantha xua tay:

- Khi hoạn nạn có nhau, đừng quan tâm đến ân nghĩa. Tôi phải về đây!

Người chồng nói nhỏ:

- Bác sĩ đợi tôi xem chừng bọn chúng có theo dõi không đã rồi hãy đi.

Suvantha gật đầu, người chồng bước ra ngoài, nhìn theo những ngả tắt, nghe ngóng, rồi quay vào nhà nói với Suvantha:

- Bác sĩ có thể đi được rồi.

Suvantha lặng lẽ bước ra, lẻn vào đêm tối tìm đường trở về nhà. Những ngỏ tắt đã trở nên quá quen thuộc đối với anh. Anh hiểu cuộc sống của anh hoàn toàn không có lối thoát, anh là kẻ bị đày ải trong địa ngục trần gian này, nhưng dù sao cuộc sống của anh cũng có ý nghĩa. Anh tâm nguyện phải làm tất cả những gì mà một bác sĩ như anh có thể làm được trong hoàn cảnh này để bớt đi nỗi đau của những người cùng cảnh ngộ, sống chung quanh anh.

*

Bé Thanakri đã ngủ say. Chay Bofa nhìn đăm đăm vào khoảng tối trước mặt. Chị mơ thấy mình đang múa trên sân khấu. Đôi cánh tay Chay Bofa uốn lượn nhịp nhàng, đôi bàn tay, rồi những ngón tay duỗi ra, gập lại giao hòa với tư thế của thân thể và đôi chân, tỏa ra từ những cảm xúc của âm thanh... Chay Bofa đang thể hiện hình tượng của nàng Seda trong vũ kịch mà chị đã một thời vang tiếng. Nhưng trong khi Seda đang hân hoan giữa một thiên nhiên khoáng đạt, nàng không hề hay biết rằng vua quỷ Riep vừa xuất hiện. Hắn khao khát trước vẻ đẹp tuyệt trần của nàng, và không kiềm chế nổi, hắn nhào tới bắt lấy Seda. Nàng sợ hãi, né tránh một cách vô vọng. Cuối cùng hắn đã bắt được nàng. Nàng ngã xuống... Và, lúc đó, Chay Bofa choàng tỉnh, chị hét lên thất thanh:

- A! Ai cứu tôi với?

Từ bên ngoài, Suvantha nghe tiếng thét chạy nhanh vào, đến bên vợ, lo lắng hỏi:

- Chay Bofa! Chuyện gì vậy?

Khuôn mặt Chay Bofa ướt đẫm mồ hôi, ánh mắt hiện rõ nét hoảng loạn:

- Em vừa trải qua một giấc mơ khủng khiếp. Em nhớ lại em đang diễn cảnh hoàng hậu Seda bị tên vua quỷ Riep bắt cóc...

Suvantha nắm lấy đôi bàn tay vợ, giọng dịu dàng:

- Em bình tĩnh lại đi. Đó chỉ là một giấc mơ, mà dù là thật thì cũng chỉ là một vở diễn.

Chay Bofa ngước lên, thổn thức:

- Chúng ta bị đưa đến đây bao lâu rồi hả anh?

Suvantha gắng gượng mỉm cười, hình như anh rất sợ khi phải trả lời câu hỏi này. Anh nhớ dưới thời Lon Nol, khi đó anh đang làm việc ở Bệnh viện Trung ương Phnom Penh, anh là một bác sĩ giải phẫu nổi tiếng, dù được ưu đãi, nhưng điều đó không làm anh bớt ray rứt và phẫn nộ. Anh đã không chịu đựng nổi sự thối nát, mục rữa của xã hội đó, và anh đã mong chờ một ngày mai công bằng và tốt đẹp hơn cho tất cả mọi người. Thế rồi, họ đã đến, đến như những nhân vật thần thoại mà anh hằng ngưỡng mộ.

Dưới mắt anh thì họ là đại biểu cho những gì cao quý nhất của kiếp người- đó là phẩm giá, đạo đức, là sự công bằng, tình yêu, là lòng vị tha...là những phẩm chất đã thúc đẩy anh đến với công việc của người thầy thuốc. Anh còn nhớ hôm ấy, trong nỗi vui mừng vô hạn, hai vợ chồng anh đã thắp lên những cây nến của ngày cưới để đón mừng cuộc đổi thay lịch sử . Và ngay lúc đó, một toán Angkar đã xông vào, dùng súng và lưỡi lê xua cả gia đình anh ra khỏi nhà, đẩy đi, đi mãi cùng với hằng nghìn, hằng triệu người khác. Và rồi, trên chặng đường dài khủng khiếp đó, anh đã nhìn thấy những cảnh giết người công khai không xét xử, những xác người thối rữa bị bỏ lại, cả những người còn sống thoi thóp nằm ngổn ngang.

Anh đã nghe thấy những giọt nước mắt, những lời kêu gào xé ruột, đã chứng kiến nỗi căm thù sục sôi, và chỉ thấy nỗi căm thù đó trút xuống trên đầu những người dân vô tội...

- Em không nhớ thật sao?

- Hình như em đã mất đi ý niệm về thời gian.

- Chúng ta đã bị đuổi ra khỏi Phnom Penh hơn tám tháng rồi!

- Tám tháng? Tám tháng quả thật quá dài đối với kiếp người như chúng ta hiện tại. Họ đã cướp mất mẹ và con trai chúng ta. Hằng ngày còn biết bao nhiêu người bị bắt, bị đày đọa đến chết. Chắc chẳng bao giờ em còn được trở lại nhà hát...

Suvantha đau đớn gật đầu, anh nhớ lại những cảnh giết người mà anh từng chứng kiến, mà nạn nhân là những người trí thức. Họ là nhà sử học có mơ ước viết lại lịch sử của giai đoạn đang diễn ra, một nhà vật lý ,giáo sư của một trường Đại học, một luật sư ở Tòa Thượng thẩm.., những người anh tình cờ quen biết trên đường. Tất cả họ đều bị giết chỉ vì bọn chúng khám phá ra họ là những trí thức. Khác với mọi nơi trên thế giới, ở đây trí thức là một tội và kẻ có tội phải được kết án ngay không cần xét xử. Họ bị hành quyết trước mắt anh, bằng những nhát cuốc chặt vào đầu. Anh đã tận mắt chứng kiến những chiếc đầu rơi xuống, lăng lông lốc, máu văng tung tóe. Những thân phận người lạc loài, đã không được chọn lựa miền đất đầu thai, cũng không quyết định được chính cái chết của mình. Họ còn bất hạnh hơn cả cỏ cây, côn trùng...

- Anh cũng vậy. Anh sẽ chẳng bao giờ được trở lại bệnh viện cầm con dao mổ trong tay. Anh đã phải che giấu tên tuổi, nghề nghiệp vì sợ bị phát hiện là một trí thức. Anh chữa bệnh mà cứ phải lén lút như một kẻ tội phạm.

Chay Bofa như bừng tỉnh, nhìn chồng lo lắng:

- Anh vừa đi chữa bệnh? Có cần thiết không khi điều đó đe dọa đến sinh mạng của anh?

Suvantha đăm đăm nhìn đôi bàn tay của vợ, nó đã không còn giữ được vẻ thon dài xinh đẹp của một diễn viên múa Apsara thuở nào, vì phải lao động ngoài công trường từ sáng đến tối . Anh thấy thương cảm đến ứa nước mắt. Anh áp bàn tay chị lên má mình, giọng nhẹ nhàng:

- Nếu anh không làm điều đó thì anh đâu còn là anh, đâu còn là người chồng mà em yêu thương trân quý!

Bỗng Suvantha ngưng nói, bên ngoài có tiếng bước chân. Hai vợ chồng hốt hoảng im lặng lắng nghe. Chay Bofa bình tĩnh bước vội đến bên giường ngồi cạnh bé Thanakri. Bất ngờ, Bun Thum,một cán bộ lãnh đạo công xã, theo sau là một toán Angkar súng ống bước vào. Hắn đưa mắt soi mói nhìn quanh căn nhà, rồi từ từ tiến về phía Suvantha, hất hàm hỏi:

- Ở Phnom Penh anh làm nghề gì?

Nhớ lời dặn của Phayna, người công nhân nhà máy điện, người bạn láng giềng hiện tại của anh, anh bình tĩnh trả lời:

- Tôi công tác ở bộ phận sửa chữa lưu động của nhà máy điện.

Bun Thum cười gằn:

- Còn một tên trí thức nữa đang ẩn náu trong công xã này. Hắn là ai? Chúng ta nhất định sẽ tìm ra chân tướng của hắn với những bằng chứng cụ thể. Hắn phải chịu một hình phạt thảm khốc nhất.

Bỗng có những tiếng súng nổ từ xa vẳng lại. Bun Thum cau mày như có vẻ không hài lòng. Hắn nhìn Suvantha với ánh mắt đe dọa, rồi quay ngoắt người bước ra trước cái nhìn ngỡ ngàng,lo âu của Chay Bofa. Chị ngước nhìn chồng:

- Hắn nghi ngờ anh?

Suvantha cười mỉa mai:

- Hắn nghi ngờ bất cứ ai. Nếu như hắn thật sự tìm ra tông tích của anh thì hắn đã không tha thứ cho anh.

Bỗng bé Thanakri cựa mình, khóc:

- Mẹ ơi! Con đói bụng, con muốn ăn trứng gà !

Chay Bofa quay lại, cố vỗ về con:

- Con cố gắng ngủ đi, ngủ là hết đói liền hà...Sáng mai mẹ sẽ kiếm trứng gà cho con ăn.

- Đói lắm mẹ ơi! Con muốn ăn ngay bây giờ!

Suvantha nhìn vợ. Chay Bofa cố tránh cái nhìn của chồng, nước mắt ứa tràn lên má , tiếp tục dỗ con:

- Nín đi Thanakri. Con không sợ vua quỷ Riep bắt con sao?

Một ý nghĩ thoáng đi qua trong đầu, chị đứng dậy, trao con cho chồng:

- Anh trông con, em đi đây một lát.

Suvantha nhìn vợ, thắc mắc:

- Khuya khoắt như thế này, em đi đâu?

Chay Bofa không nói, chị hấp tấp bước ra khỏi nhà biến vào

trong đêm tối. Như linh cảm một điều gì đó, Suvantha đặt con xuống chạy theo gọi vợ lại, nhưng chị đã không còn nghe thấy hay cố tình không muốn nghe, chị đã biến vào đêm tối.

*

Chay Bofa vẹt bụi cây, từng bước thận trọng hướng về phía sau trại nuôi gà của công xã, thường thì phía đó, mọi lần chị để ý không thấy ai canh gác. Tiếng khóc của bé Thanakri đã thôi thúc chị bằng mọi giá. Khi đến bên vách ngăn, chị đứng yên nghe ngóng trước khi ép sát người lách qua khe ván, rồi với tay mò lên máng ăn của gà, chị hy vọng sẽ lấy được một hai trứng về cho bé Thanakri, nhưng vẫn không thấy. Chị cố rướn mình sâu thêm chút nữa để có thể với tay xa hơn, cánh tay đau rát vì bị ép chặt giữa khe hở. Mắt chị sáng lên, đầu ngón tay chị đã đụng được cái trứng. Chị cố chịu đau, dấn tay sâu hơn, và chị đã nắm được cái trứng trong lòng bàn tay...Nhưng chị chưa kịp rút tay bỏ cái trứng vào túi áo, thì một tiếng "ầm" vang lên. Vách ngăn đổ nhào xuống. Vẫn giữ chặt hột trứng gà trong lòng bàn tay, chị quay người bỏ chạy. Chỉ mới được một đoạn, thì một đám người đèn đuốc lố nhố đã án ngữ trước mặt. Chị bất lực đứng im như một pho tượng, nước mắt chảy tràn trên má...

Trong khi đó, ở nhà mình, Suvantha bồng con đến bên lu nước, lấy gáo múc cho con bé:

- Con tạm thời uống nước cho đỡ đói, mai ba sẽ tìm cách kiếm trứng gà cho con ăn.

Bé Thanakri ngước lên nhìn cha:

- Chừng nào về Phnom Penh con lại được đi học phải không ba?

Suvantha gật đầu, vụng về như kẻ có tội:

- Ừ...

- Sao đây không có trường học hở ba?

- Thì mình di chuyển tạm thời thôi mà. Đâu cần phải mở trường làm gì.

- Sao ở đây không có sách vở hở ba?

- Ba đã nói với con rồi, ở đây người ta không thích sách và không thích cả ai đọc sách nữa.

- Tại sao người ta không thích sách?

Hình như Suvantha không còn kiềm chế được nữa, giọng anh vẫn nhỏ nhẹ, nhưng anh không biết mình đang nói với con:

- Bởi sách dạy cho chúng ta làm con người, còn họ chỉ muốn chúng ta làm súc vật.

Bé Thanakri vẫn tiếp tục:

- Họ không thích sách , nhưng họ có thích múa không hở ba?

Suvantha như đụng phải lửa, anh hốt hoảng nhìn con:

- Suỵt! Ba cấm con không được nhắc đến chuyện mẹ biết múa đấy. Con mà nhắc đến thì họ bắt mẹ đi, giam mẹ đấy.

Đôi mắt to tròn của bé Thanakri ngước lên nhìn ba:

- Sao lạ vậy ba? Múa mà cũng có tội hở ba?

Suvantha gắt gỏng:

- Ba đã bảo không bao giờ nhắc đến chuyện múa mà! Con không vâng lời ba, không thương mẹ sao?

Bé hốt hoảng nắm chặt lấy tay cha:

- Con xin lỗi ba, con sẽ không nhắc nữa.

Suvantha ôm chặt lấy bé Thanakri vào lòng, đôi vai anh rung lên vì xúc động. Anh cảm thấy yêu thương con hơn bao giờ, hơn cả chính mình, nhưng anh không biết rồi đây tương lai con anh sẽ ra sao con anh, tương lai sẽ ra sao. Đó chính là nỗi đau lớn nhất trong trái tim anh.

Bất ngờ, Chay Bofa hai tay bị trói từ ngoài đẩy vào, theo sau là Bun Thum và toán Angkar thủ hạ của hắn. Suvantha sửng sốt nhìn vợ, còn Thanakri vùng dậy xông tới gào khóc, ôm lấy chân mẹ. Nhưng một tên Angkar lạnh lùng dùng báng súng gạt hai mẹ con rời ra, và một tên khác giữ chặt bé lại. Bé không ngớt vùng vẫy và gào lớn:

- Mẹ... mẹ ơi!

Bun Thum nhìn thẳng vào mặt Suvantha:

- Vợ anh bị bắt quả tang vì tội ăn cắp trứng gà của công xã.

Rồi hắn quay lại phía Chay Bofa, hất hàm hỏi:

- Ai bảo mày làm việc này?

Chay Bofa lắc đầu:

- Không ai bảo tôi cả ! Tôi ăn cắp vì không nỡ nhìn con tôi đói.

- Mày phải nói thật ! Bọn mày làm thế nào để tiếp tế cho bọn phản động?

- Tôi không biết !

- Chúng mày đừng hòng qua mặt tao. Mấy tháng nay công xã đã xảy ra nhiều vụ mất cắp. Tao chắc chắn những thứ đó chúng bay lấy không phải để ăn, mà để tiếp tế cho bọn phản động.

Bé Thanakri vùng vẫy:

- Mẹ ơi! Con không đòi ăn trứng gà nữa đâu.

Bun Thum như hụt hẫng, quay lại :

- Con bé , mày nói sao?

Suvantha chen vào:

- Xin các ông tha cho vợ tôi. Chẳng qua vì con chúng tôi quá đói. Ngày mai tôi sẽ đền bù lại cho các ông những gì đã mất.

Bun Thum nhìn thẳng vào mặt Suvantha với ánh mắt ranh mãnh:

- Anh đã học tập nội quy của công xã?

Suvantha gật đầu:

- Tôi hiểu...

Bun Thum mỉm cười hiểm độc:

- Công xã có nên dung túng kẻ ăn cắp không?

Suvantha run rẩy:

- Không, nhưng ...

Bun Thum đứng thẳng dậy, quát lớn:

- Hãy đánh con mụ kia đi!

Một tên Angkar cầm cây roi da bước tới trước mặt Chay Bofa. Chị từ từ lùi lại sợ hãi. Ngọn roi vung lên. Chị rú lên đau đớn, đưa tay che lấy mặt. Không chịu đựng nổi, Suvantha lao người đến ôm chầm lấy vợ. Ngọn roi da trên tay Angkar vẫn liên tục giáng xuống hai kẻ bất hạnh, trước đôi mắt sợ hãi bất lực của bé Thanakri trong đôi tay rắn như sắt của tên Angkar đang cố kìm giữ .

Khi ngọn roi da ngừng lại, vợ chồng Suvantha đau đớn, mệt lả gục xuống ngất đi, không còn biết gì nữa. Bun Thum quay qua tên thủ hạ đang giữ chặt bé Thanakri, lạnh lùng ra lệnh:

- Hãy đem con bé theo. Nó phải được giáo dục để trở thành những con người của các thế hệ sẽ chỉ biết có Tổ quốc và Lãnh tụ.

Lập tức, tên Angkar bồng xốc bé Thanakri ra khỏi nhà, mặc cho bé vùng vẫy kêu gào. Bun Thum lạnh lùng nhìn lại hai vợ chồng một lần cuối trước khi cùng đồng bọn kéo đi.

Công xã đã trở lại yên tĩnh, một sự yên tĩnh nặng nề đến khủng khiếp. Thỉnh thoảng đâu đó vẳng lại tiếng cú kêu đêm.

*

Hai tháng sau, một đêm ở căn nhà cũ. Suvantha và Phayna, công nhân ở nhà máy điện Phnom Penh đang nhỏ to trao đổi với nhau ở bàn. Chay Bofa đang ngồi trên giường, lần mò vá lại chiếc áo của Thanakri trong ánh đèn dầu chập choạng. Một sự im lặng ngột ngạt bao trùm. Bỗng dưng , Chay Bofa cất tiếng ru con:

Con ngủ đi đừng khóc

Cơm nguội với mật ongĂn rồi con đi chơi

Đi gần đừng đi xa ...

Nhưng Thanakri đã bị bắt đi mất, Chay Bofa ôm chặt chiếc áo vào lòng nấc lên tức tưởi. Suvantha đứng dậy, bước tới bên vợ, an ủi:

- Đừng khóc nữa em. Rồi con nó sẽ về với chúng ta.

- Không về nữa đâu! Tha Bory đã vĩnh viễn ra đi. Đến lượt Thanakri cũng bị bắt đi mất!

Phayna quay về phía Chay Bofa, nói chen vào:

- Chị Chay Bofa, hãy tin tưởng. Tôi đang tìm tung tích của cháu Thanakri để mang về cho chị. Tôi hứa!

Ngừng một lát, Phayna nói với Suvantha:

- Còn anh Suvantha! Tôi nghĩ rằng chính thảm kịch mà gia đình anh đang gánh chịu phải làm cho anh suy nghĩ...

Suvantha lắc đầu chán nản:

- Tôi đã không suy nghĩ gì nữa từ lâu. Đầu óc tôi hoàn toàn trống rỗng..

- Nhưng những gì đang diễn ra chung quanh anh lại hoàn toàn không trống rỗng chút nào mà đầy ắp máu và nước mắt của đồng bào ruột thịt chúng ta.

- Làm sao tôi có thể có trách nhiệm về sự đổi thay xã hội khi mà tôi không tin tôi có thể gánh nổi trách nhiệm cuộc đời tôi và vợ con tôi.

- Thế tại sao chúng ta không đấu tranh để thay đổi số phận khắc nghiệt, cái định mệnh bi thảm do bọn chúng áp đặt lên cuộc sống của chúng ta?

- Chúng ta là ai?

- Nhân dân. Không trừ một ai!

- Cứ coi như anh có lý. Nhưng rất tiếc, trong hàng ngũ đó không có tôi. Anh cho phép tôi sống cuộc sống của tôi.

- Cuộc sống của anh à? Nếu anh chấp nhận lối sống đó, theo tôi, thà anh tự tử đi còn hơn, để khỏi bị đọa đày...

Suvantha ôm đầu đau khổ:

- Tự tử là một cách chạy trốn. Tôi không có quyền chạy trốn ! Tôi phải có trách nhiệm về sự chọn lựa của tôi đến tận cùng. Có lẽ vì vậy mà tôi phải sống. Tôi muốn giữ sự thành tín của tôi đối với những điều tôi đã nói, đã làm. Tôi hiểu một cách rõ ràng , tôi không có khả năng thay đổi lịch sử, không biến cải số phận của đồng bào mình khác đi, thì ít ra tôi phải cùng san sẻ, chịu những tai ương cùng với họ hôm nay.

Phayna nhìn Suvantha lắc đầu:

- Anh Suvantha, tôi thành thật xin lỗi anh, anh nói những lời lẽ của chủ nghĩa nhân đạo, nhưng là một thứ nhân đạo dựa trên cơ sở phi nhân. Tôi học hành ít hơn anh, nhưng tôi nhớ một câu chuyện như thế này: Có một triết gia, hình như của đế quốc La Mã thì phải. Khi người chủ bẻ chân ông ta, ông ta nói: Coi chừng gãy đấy ! Người chủ vẫn bẻ, và cái chân gãy thật. Lúc đó, ông ta bình thản nói: Đấy, tôi đã bảo mà ông không nghe! Anh Suvantha à! Tay chân anh thì người ta có bẻ gãy cũng không sao, song có thể gọi là nhân đạo được không khi vì anh mà tay chân của vợ con anh bị người ta bẻ gãy, và biết đâu cũng vì anh mà thảm họa sẽ đổ chụp lên số phận của nhiều người khác nữa...

Có tiếng lao xao bên ngoài. Chay Bofa lo lắng nhìn ra cửa, rồi quay lại nói với Phayna, giọng thúc hối:

- Anh Phayna! Bọn chúng đến. Anh về nhà ngay đi !

Nhanh như một con sóc, Phayna lẻn ra cửa sau, trở về nha của mình gần đó. Chỉ mấy phút sau,

BunThum cùng với đám Angkar cận vệ dẫn Kun Su, một nông dân đẩy cửa bước vào. Bun Thum đưa mắt về phía Kun Su, rồi chỉ Suvantha:

- Có phải đúng là tên này không?

Kun Su nhìn Suvantha lắc đầu:

- Không, không phải người này!

- Tại sao mày che giấu cho hắn?

- Tôi đã nói với ông , người này không phải là người chữa bệnh cho vợ tôi.

Bun Thum giận dữ gầm lên:

- Vậy thì ai là người đã chữa bệnh cho vợ mày? Bệnh của vợ mày thì cả công xã này ai cũng biết là chỉ chờ chết, vậy mà nó đã sống...Kun Su, nếu mày bằng lòng nói rõ ai là kẻ chữa bệnh cho vợ mày thì tao sẽ tha mày lập tức. Còn nếu không nói - hắn rít lên -tao sẽ cắt lưỡi mày ngay.

Kun Su ngước lên nhìn Bun Thum như van nài:

- Có Đức Phật chứng giám, tôi không thể ...

Bun Thum rút con dao ra cầm ở tay:

- Tao cho mày cơ hội cuối cùng. Nói thật đi! Có phải hắn đã chữa bệnh cho vợ mày không?

Kun Su nhìn con dao lấm lét, sợ hãi. Bun Thum hét lớn:

- Mày có chịu khai không?

Kun Su run rẩy:

- Không... không... Tôi không biết!

Bun Thum bóp miệng Kun Su há ra, đưa con dao trước mặt:

- Nói đi tao tha.

Kun Su sợ hãi, lắp bắp:

- Nói... vâng... Tôi nói...

Bun Thum thả bàn tay ra, chờ đợi. Kun Su rũ xuống nền đất với vẻ tuyệt vọng và đau khổ tột cùng. Mặt anh méo đi, giọng vỡ khàn trong tiếng khóc. Anh đang trải qua một cố gắng, một cuộc đấu tranh, dẫn vặt tinh thần ghê gớm. Bỗng ...

- Không, không... Xin Đức Phật tha thứ cho tôi...Tôi không thể vu cáo cho người này. Hãy cắt lưỡi tôi đi ! Hãy giết tôi đi ! Không...tôi không thể vu cáo. Ông ta chẳng liên quan gì với vợ chồng tôi hết !

Bun Thum giận dữ nạt lớn:

- Khốn nạn!

Hắn điên tiết xông đến bóp chặt cuống họng Kun Su. Lưỡi dao trong tay hắn vung lên. Kun Su rú lên một tiếng đau đớn cùng cực, rồi ôm chiếc miệng đỏ máu chạy loanh quanh trong nhà như một kẻ mộng du, cuối cùng anh ngã vật xuống nền đất, rên rỉ, lăn lộn như một con giun bị cắt đuôi. Bun Thum và toán Angkar vẫn đứng đó, mặt không đổi sắc. Hắn đăm đăm nhìn Suvantha vẫn đứng im thất thần nhìn Kun Su đang giãy giụa trên mặt đất. Chay Bofa đến bên chồng, nắm chặt lấy tay chồng. Kun Su vẫn lăn lộn. Suvantha bất lực đau khổ. Bun Thum quan sát Suvantha với vẻ khoái trá tàn nhẫn.Một lát, Bun Thum quay sang đám thủ hạ... :

- Đem hắn đi!

Nói xong, quay người bước ra. Bọn thủ hạ kéo lê Kun Su theo. Những tiếng rên la ai oán vẫn còn vọng lại. Chay Bofa bước tới cửa nhìn xem coi bọn chúng đã thực sự đi xa chưa, rồi quay lại bên chồng, đưa hai tay choàng qua ngực chồng.

Suvantha đau khổ đến tuyệt vọng. Anh thầm nhủ, tại sao anh im lặng? Tại sao anh có thể làm ngơ và bất lực trước nỗi đau đớn của Kun Su? Anh sợ hãi điều gì? Anh coi thường cái chết, nhưng thực ra anh lại sợ chết. Anh nói đến sự thành tín nhưng lại hành động như một kẻ ngụy tín. Mày chỉ là một kẻ ngụy tín, chọn thái độ lưu đày để tự an ủi, thỏa mãn tự ái riêng tư. Mày hãy tự hỏi, hãy tự tra vấn , thực sự mày có phải là một trí thức hay không? Không! Suvantha, mày nói đến trách nhiệm, đến chọn lựa, đến trách nhiệm về sự chọn lựa. Và mày bằng lòng về điều đó, tâm hồn mày đã nhảy múa, reo ca trước những nỗi dằn vặt do chính mày tạo ra. Mày đã cầm dao tự đâm vào tay trái để rồi dùng tay phải mà băng bó nó lại. Suvantha! Có phải như vậy không? Mày hãy đào bới tâm hồn mày lên. Có phải như vậy không? (...)

Sâm Thương.

((Nguồn: Xtgem.com)

Thảo Trường,
mỗi chúng ta là một vùng đất trũng.

"mỗi chúng ta là một vùng đất trũng
"mà đau thương là mạch nước trôi xuôi."
Thơ dtl.

Tháng Tám ra đi, nhưng không quên gửi lại cho tôi nhiều tin buồn lớn! Tôi muốn nói tới chuyến *"đi xa"* của nữ danh ca Minh Trang, người bạn đời của cố nhạc sĩ Dương Thiệu Tước. Bà mất ngày 17 tháng 8! Một tuần sau, tới lượt ca sĩ Thúy Nga, tức bà quả phụ Hoàng Thi Thơ, từ trần ngày 24 tháng 8!

(Những người ở thế hệ của tôi, nhiều người còn giữ được hình ảnh ca sĩ Thúy Nga, tóc thề, áo dài trắng nữ sinh, với chiếc Accordion tự đệm cho mình hát vào những năm cuối thập niên 1950, ở Saigòn.)

Những tưởng sự mẫn cán của thần chết dành cho giới làm văn học, nghệ thuật ở quê người như vậy, cũng đã vượt "chỉ tiêu!" Ai ngờ, chỉ ba ngày sau, 27 tháng 8, một buổi chiều từ chỗ làm, T. gọi về báo tin:

"Anh Thảo Trưởng mất rồi!"

Đang viết bài, tôi buột miệng hỏi một câu vô nghĩa:

"Chắc không? Sao T. biết?"

"Gia đình của anh ấy gọi đến NV báo tin." T. đáp.

Tôi bần thần đứng dậy. Ra vườn. Ngồi bên hồ cá. Nói thầm mấy câu với tác giả *Người Đàn bà mang thai trên kinh Đồng Tháp.*" Như với chính mình!

Tháng Tám trao tay lái chiếc xe thời gian cho Tháng Chín. Tháng Chín ngồi chưa ấm chỗ, đã hấp tấp gõ cửa ngôi nhà bằng hữu tôi, cho tin:

"Nhạc sĩ Trần Quan Long không còn nữa."

Theo tấm lịch treo tường của tôi thì, đó là ngày mồng 3 của mùa thu miền nam California.

Lần này, tới phiên tôi báo cho T. biết. Tôi nghe được trong im lặng của T. những mũi kim lao xao chạm tới các đầu dây thần kinh liên tưởng...

Chỉ 2 tuần thôi, tôi lui tới Tang môn quán Feek Family Funeral Home ba lần. Nhiều và nhanh tới độ, một nhân viên ở đây ngỏ lời chia buồn với tôi. Ông ý nhị pha loãng nỗi buồn tử biệt sinh ly bằng câu nói vui (không cười nổi):

"Tôi đoán chừng ông không có ý định tìm việc ở đây?"

"Vâng. Hẳn nhiên là tôi không có ý định ấy. Nhưng tìm một chỗ nằm ở đây thì có." Tôi đáp.

Vẫn bằng giọng đùa vui nhẹ nhàng (không cười nổi), ông bảo:

"Khi nào tới lượt ông, tôi sẽ lo cho ông 'đảm bảo' chu đáo."

Tôi cảm ơn và kể khá nhiều bằng hữu của tôi, cuối cùng, đã tìm đến nơi này. Tôi nói, có những người theo trật tự của sự xếp hàng dọc, thì họ ở sau tôi xa lắm. Vậy mà vì lý do nào đấy, họ đã tách khỏi hàng. Xăm xăm đi trước... Làm như vội vã *đi xa* kia, hiểu theo một nghĩa nào, cũng là một hạnh phúc. Thứ hạnh phúc ngần ngật đớn đau cho người ở lại.

Mỗi lần tới Peek Family, trong tôi lại âm vang một câu trong bài *"Thánh Hỏa Ca"* của "Minh giáo" trong truyện chưởng *"Cô Gái Đồ Long"* của Kim Dung. Đó là khi toàn bộ "cán bộ đầu não" của Minh giáo bị những người thuộc phe "chánh phái" vây khốn trên Quang Minh Đỉnh. Với cái chết đang lầm lì xiết chặt vòng vây, họ quây quần quanh đống lửa, cùng hát bài chia tay trần gian.

Trong bài hát ấy, có một câu đại ý: Sống không hẳn đã vui, chết chưa chắc đã buồn. Vậy thì hà cớ gì chúng ta không hát ca trước khi cùng chết...

Đó là những trang sách tôi đọc nhiều sớm mai, lúc chờ người phụ trách mở cửa căn phòng ở tòa nhà chính của Peek Family, cho tôi vào thắp nén hương đầu ngày cho Mẹ tôi. Trước khi anh tôi và, những người viếng thăm tìm đến.

Đó là những ngày đầu tiên của trung tuần tháng 11 năm 1988, thời điểm mẹ tôi từ trần.

Đã hai mươi hai năm, khi đó, Feek Family còn xa lạ với cộng đồng người Việt ở quận hạt Orange County này.

Xa hơn nữa của ký ức tôi, là cuối thập niên 1960. Thời điểm chúng tôi dọn về căn phòng ở đường Hồng Thập Tự, trong khu cư xá Bưu Điện, đối diện căn nhà số 7 (Cư xá Thành Tín. Trụ sở chính của hai đài phát thanh Tiếng Nói Tự Do và, Gươm Thiêng Ái Quốc (tiền thân đài Mẹ Việt Nam.)

Tôi không biết có phải vì ở khúc đường rất ngắn này, có tới hai cư xá lâu đời; nên người ta đã lợi dụng khoảng trống giữa bức tường thấp và, hông cư xá Bưu Điện để giăng bạt, bày xe bán từ bún riêu, bún bò Huế, phở tới bánh cuốn, cháo gà, xôi lạp xưởng... Khiến nó trở thành một thứ *foods court* nổi tiếng, không chỉ với cư dân thuộc hai cư xá vừa kể mà, còn "hút" khách từ đài Truyền Hình Việt Nam cũng như nhân viên của đài phát thanh Saigòn (đầu đường Phan Đình Phùng,) đi tắt qua bức tường vỡ...

Thời gian này tôi gặp tác giả *"Viên Đạn Bắn Vào Nhà Thục"* gần như mỗi sáng.

Khi ấy Thảo Trường phục vụ tại Cục An Ninh Quân Đội. Sáng

nào ông cũng tới sở sớm. Cất xe. Đi bộ vài chục bước. Tới căn nhà tôi ở. Dùng loa tay, ông gọi tôi đi ăn sáng.

Ông không phải là người kiệm lời. Nhưng khi dùng loa tay gọi tôi, ông chỉ sử dụng một trong hai *"khẩu lệnh"*:

- "Thằng Lê dậy chưa, ra mau, tao cho ăn sáng!" (Hoặc)
- "Lê ơi, dậy đi. Ra ăn sáng với tao!"

Tới hôm nay, tôi vẫn không rõ khi nào bạn tôi dùng *"khẩu lệnh"* thứ hai, tương đối nhẹ nhàng, êm ái hơn *"khẩu lệnh"* thứ nhất. Chỉ nhớ, dù với *"khẩu lệnh"* nào, khi ông bắc loa miệng gọi tới lần thứ ba, bao giờ bác chủ nhà cũng rụt rè gõ cửa phòng tôi, nhắc: *"Ông ra mau, bạn ông đang đợi."*

Trước nghi ngại này, tôi cũng không biết có phải bác chủ nhà vì lòng tốt không muốn bạn tôi phải đợi lâu? Hay chỉ vì bà sợ nếu để Thảo Trường "ra lệnh" thêm một lần nữa thì, cường độ *"khẩu lệnh"* sẽ "tăng tốc", khiến đứa cháu mới mấy tháng tuổi bà có thể giật mình. Khóc thét! Tuy nhiên, dù tôi ra nhanh hay chậm, bạn tôi luôn hỏi *"Hôm nay mày muốn ăn gì?"* Trước khi tự gọi món ăn cho mình.

Đó cũng là thời gian rất nhiều bằng hữu của chúng tôi *"đi xa."* Không ít người chúng tôi mới thấy đó... bỗng được tin họ tử trận!

Gặp nhau trong tình cảnh ấy, lần nào Thảo Trường cũng lắc đầu. Ngao ngán. Chúng tôi không biết nói với nhau điều gì, khác hơn câu nói quen thuộc Thảo Trường dành cho tôi, như một điệp khúc:

"Đời sống sao buồn quá!"

Phần tôi, cũng chỉ có một câu trả lời (lặp lại):

"Ừ! Đời sống buồn quá!"

Khi ấy, chúng tôi đều là lính, hiểu theo nghĩa cái chết đối với chúng tôi, đã mặc nhiên sẵn đấy. Như khí trời. Nhưng thú thật, chẳng vì thế mà chúng tôi có được cái tinh thần "cười cợt" trước sự chết (như những người thuộc phe 'ma giáo' trong truyện chưởng Kim Dung! Chúng tôi vẫn mừng rỡ gặp lại nhau sau những chuyến công tác dài ngày.

Trước đó một năm, Thảo Trường rủ tôi in chung với ông một tập truyện. Ông bảo tôi chỉ việc chọn truyện... Ông đã liên lạc với Thế Nguyên. Trình Bày sẽ phụ trách tất cả những việc còn lại.

Do đấy, trên nguyên tắc Thảo Trường là người có quyền chọn một nhan đề truyện ngắn của ông, làm nhan đề chung cho cả tập. Nhưng ông nhường quyền ấy cho tôi. Ông bảo:

"Mày chọn đi. Nhan đề một truyện ngắn nào đó của mày, làm tên chung tập truyện của hai đứa."

Tôi chọn một nhan đề truyện của tôi:

"*'Chung cuộc'* được không?"

"Được lắm. OK ngay. Tao không biết nội dung truyện ấy của mày thế nào. Nhưng với tao, hai chữ *'chung cuộc'* mang ý nghĩa chúng ta cùng chơi chung một cuộc chơi..." Rồi như để tôi khỏi áy náy, ông tiếp:

"Nhưng tao giao trước rằng, tiền tác quyền cưa đôi đó nghe..."

"Đương nhiên", tôi đáp.

Thở ấy, đa số các nhà xuất bản chưa quen với nguyên tắc trả bản quyền cho tác giả theo kiểu tính phần trăm trên giá bán, trên số in. Thường thì hai bên thỏa thuận với nhau một khoản tiền nào đó. Xong, tác giả giao bản thảo cho nhà xuất bản và, không bận tâm nữa. Nhưng nhà Trình Bày của Thế Nguyên thì khác. Thế Nguyên cho tôi biết, Trình Bày sẽ trả tác quyền cho tác giả là 10% tính trên giá bán và số in. Lại nữa, nhà Trình Bày cũng có "tục lệ" khi in xong một tác phẩm, sẽ mời tác giả đi ăn tối cùng một số thành viên của nhà xuất bản. Tôi và Thảo Trường đương nhiên được mời (không phải góp tiền), sau khi Thế Nguyên giao sách cho nhà Hiện Đại, phát hành.

Tuy nhiên, tôi suýt hố nặng, nếu Thảo Trường không giải thích thêm rằng, nhà xuất bản chỉ đài thọ tiền ăn cho một mình tác giả thôi. Muốn đem theo một người nào khác, tôi phải cho Thế Nguyên biết trước. Và tôi sẽ là người phải trả phần sai biệt.

"Nhưng không sao," Thảo Trường nói. "Mày muốn mời ai cũng được. Khỏi hỏi thằng Thế Nguyên. Tao sẽ lo cho mày chuyện ấy..."

Buổi họp mặt ăn nhậu mừng tập truyện "*Chung Cuộc*" ra đời, (1) cuối cùng đã diễn ra một cách suôn sẻ tại một nhà hàng... thịt chó, bên hông vườn Tao Đàn. Tôi và Thảo Trường đi mình ên. Phía bên nhà xuất bản, ngoài Thế Nguyên còn có Diễm Châu, Nguyễn Khắc Ngữ, Nguyễn Ngọc Lan... cũng mình ên.

Nhắc lại những chuyện này, tôi chỉ muốn nhấn mạnh, bề ngoài tác giả "*Thử Lửa*" to con, dềnh dàng, đen... ròn. Ông di chuyển cẩn trọng, nhưng nhanh nhẹn như một con beo gấm, lúc nào cũng trong tư thế sẵn sàng tấn công. Hay như một tay chơi giang hồ thứ thiệt... Dù bản chất ông lại là người thích nuông, chìu bạn. Bất cứ ai, khi trở thành thân thiết, đều được ông đối xử ân cần, tế nhị. Như sự tế nhị, ân cần mà, người ta có thể dành cho một tình nhân.

Thời gian tôi còn ở thuê trong một căn nhà thuộc cư xá Bưu Điện, cũng là thời gian Thảo Trường được mời viết một feuilleton cho nhật báo Tiền Tuyến. Ông đặt tên cho tiểu thuyết này của ông là "*Bà Phi*".

Anh em văn nghệ không ai bận tâm "*Bà Phi*" có thật, hay chỉ là nhân vật tưởng tượng? Chỉ biết ngay từ những kỳ báo đầu tiên, truyện "*Bà Phi*" của Thảo Trường đã lôi cuốn người đọc. Đồng thời Thảo Trường cũng nói, đó không phải là một tiểu thuyết thường. Nó là trường thiên dầy trên nghìn trang. Khi công bố ý định của mình, ông dọa:

"Có khi báo Tiền Tuyến chết ngắc mà, "*Bà Phi*" mới chỉ đi được nửa đoạn đời... Chừng đó, tao không biết phải cho bà ấy 'tái giá' với ai nữa?!?"

Giữa lúc feuilleton "*Bà Phi*" của Thảo Trường tăng dần độ

"nóng", thì một buổi trưa Thảo Trường điện thoại cho tôi, bảo ra ngay La Pagode:

"*Bà Phi* muốn gặp mày!"

Café La Pagode là "tụ điểm" một thời của văn nghệ Saigòn tính tới ngày 30 tháng 4-1975. Ở đó mọi người không chỉ biết mà, còn rõ cả tính nết nhau. Khi tôi ra tới, Thảo Trường và *Bà Phi* đã ngồi sẵn nơi một trong hai chiếc bàn kê giữa hai chiếc cột gỗ vuông, lắp kính một phần, giữa quán.

Bà Phi là một phụ nữ cao lớn. Rắn chắc. Duyên dáng... Nhiều phần hơi... bị khác những gì Thảo Trường mô tả trong truyện. Suốt cuộc gặp gỡ, *Bà Phi* tuyệt nhiên không hé lộ một chút gì về thân thế mình. Thảo Trường cũng vậy. Tôi không biết và, cũng không thấy tiện hỏi tên bà. Chúng tôi đồng tình gọi bà là "*Bà Phi*." Cá nhân bà, lâu dần cũng tự xưng mình là... "*Bà Phi*."

Qua những lần gặp lại nhau sau này cũng ở Café La Pagode, tôi chỉ biết đại khái *Bà Phi* không ở Saigòn. Bà có *business* ở nhiều nơi, luôn cả ngoại quốc (?) Một tháng đôi lần bà về Saigòn, chỉ để thăm người viết chuyện... "*Bà Phi*" mà thôi.

Tôi không biết có phải vì *Bà Phi* không muốn gặp những người bạn khác của Thảo Trường, hay do thói quen nghề nghiệp mà, không lần nào tôi thấy Thảo Trường mời những người bạn khác của chúng tôi ở Pagode ngồi chung bàn với họ.

Khi tôi gặp *Bà Phi* cũng là lúc rạp Rex mới chiếu phim Doctor Zhivago với tên Việt là "*Vĩnh Biệt Tình Em*" (?) Thảo Trường có đôi nét hao hao giống Omar Sharif, tài tử chính gốc Ai Cập trong phim. Một lần, tôi hỏi *Bà Phi* có biết chúng tôi gọi Thảo Trường là Omar Sharif Việt Nam không? Bà hỏi ngược lại, có phải tôi muốn nói bà là Lara? Tôi đành phải gật đầu:

"Chắc vậy!"

Tôi nghĩ bạn tôi có vẻ thích thú với so sánh này. Bằng chứng sau đấy, mỗi khi gọi tôi để thông báo chuyện *Bà Phi*, Thảo Trường bảo *"Lara mới về!"* Phần ông, những khi cao hứng cũng xưng: *"Omar Sharif gọi mày đây!"*

Cuối năm 1972, chúng tôi rời khu cư xá Bưu Điện về làng Báo Chí Thủ Đức. Khoảng cách địa lý cũng như tình hình chiến sự leo thang khiến Omar Sharif / Thảo Trường không còn cơ hội ban "khẩu lệnh" cho tôi mỗi sớm mai. Chúng tôi ít gặp nhau. Nhưng do một chuyện không vui, tôi lại được biết rõ hơn công việc của bạn tôi ở Cục An Ninh Quân Đội.

Số là trong mấy năm cuối cùng của miền nam Tự Do, tôi có hai người bạn vướng vòng lao lý. Họ bị tạm giữ ở Cục An Ninh. Mỗi khi muốn gặp bạn, tôi phải tìm Omar Sharif của tôi tại nơi ông làm việc. Nhờ thế, tôi biết tác giả *"Hà Nội, Nơi Giam Giữ Cuối Cùng"*, sự thực chẳng giữ một chức vụ, hay một vai trò ghê gớm gì, ngoài việc biên soạn... tài liệu học tập cho Cục An Ninh!

Trước đó như đã nói, vì bản chất Thảo Trường kín đáo, ít tâm sự, nên dù chơi với nhau thân thiết bao nhiêu năm, tôi vẫn hình dung bên cạnh con người nhà văn, trong tưởng tượng của tôi, ở đời thường có thể bạn tôi là một thứ James Bond, điệp viên... thượng hạng, ngoại hạng!!!

Năm 1993, tôi đang ở Houston chữa bệnh thyroid thì được tin Omar Sharif / Thảo Trường đoàn tụ gia đình ở Orange County. Sau khi nhận được cam kết của hai bạn chúng tôi là Phương Hoa / Đăng Khánh sẽ cung cấp phương tiện, nơi chốn cho việc tổ chức một buổi *"Houston, Chào đón nhà văn Thảo Trường,"* tôi bay về Santa Ana. Để chuẩn bị buổi chào đón vừa kể, tôi cũng chuẩn bị thực hiện một số báo Văn Nghệ chủ đề *"Thảo Trường, Người đàn bà mang thai trên kinh Đồng Tháp."*

Người đón và chở tôi đến gặp Omar Sharif của tôi là Trần Duy Hòe, em ruột của Thảo Trường / Trần Duy Hinh. Hòe nói:

"Thảo Trường nôn gặp mày lắm."

"Tao cũng vậy. Mày thấy nó sao?" Tôi hỏi.

Hòe cười:

"Gặp rồi biết."

Sau mười tám năm bặt tin mới được gặp lại nhau, tôi còn nhớ cảm giác nôn nao, đồng thời lo lắng của mình. Tôi nôn nao gặp bạn và, lo lắng không biết thời gian có cho lại chúng tôi những ngày tháng cũ? Tôi hiểu mười bảy năm tù đầy là một điều gì quá ư khủng khiếp. Nếu không có một nghị lực phi thường, tôi nghĩ khó ai có thể tồn tại trong hoàn cảnh, cùng những điều kiện sống thua cả cầm thú như thế!

Bên cạnh đó, không hiểu tại sao, tôi lại thấy mình như có lỗi! Như không phải với bạn! Mặc dù những người di tản từ năm 1975 như chúng tôi, cũng có những thảm cảnh mà, người đi sau khó thể hình dung. Chưa kể đời sống riêng của cá nhân tôi còn rách nát hơn nữa.

Gặp lại Omar Sharif của tôi trong ngôi nhà khang trang ở thành phố Huntington Beach, để được thoải mái, chúng tôi kéo nhau ra hiên sau, nơi nắng chiều chan hòa nhất.

Bề ngoài, bạn tôi không thay đổi nhiều sau hơn một năm được vợ, con chăm, bón từ hải ngoại. Cạnh đó, bạn tôi cũng có vài thay đổi. Tôi cảm nhận được khá rõ. Đó là cử chỉ của bạn tôi có phần chậm chạp. Tinh thần thì mạnh mẽ, vẫn lạc quan. Nhưng, đáng kể nhất đối với tôi là sự thay đổi cách xưng hô của bạn.

Tôi không biết đổi thay này do bạn tôi phải giữ ý trước mặt vợ, con? Hay từ nguyên nhân sâu xa nào khác? Chỉ nhớ, thoạt tiên tôi ngỡ ngàng. Cũng nhiều phút sau, tôi mới quen khép mình theo cách xưng hô *"anh anh, tôi tôi"* của bạn.

Thảo Trường nói rất ít về những năm lao tù, dù tôi hỏi và muốn nghe. Ngược lại ông bảo ở Việt Nam, nhưng ông cũng biết khá nhiều chuyện về tôi. Ông kể những điều ông nghe được. Không bình luận. Không phê phán. Như ngày nào. Chúng tôi tôn trọng đời riêng của nhau!

Cũng có những lúc chúng tôi im lặng nhìn nhau. Lặng lẽ hút thuốc. (Thời gian mới tới Mỹ, Thảo Trường còn hút thuốc.)

Với tôi đó là giây phút tôi sống lại với Saigòn. Với Hạnh Thông Tây. Hồng Thập Tự. La Pagode. *Bà Phi* / Lara. Với cả những "tai họa" mà tôi mang tới cho bạn. Nhiều lần tôi định hỏi ông về *Bà Phi,* nhưng luôn kịp giữ lại. Tôi cho tốt nhất nên để bạn mình tự ý.

Tới lúc phải ra về, tôi nghĩ, dường như hình ảnh Lara trong Omar Shrif của tôi, không còn nữa. Nó như chiếc lá đã lìa cành? Đã dạt, trôi cõi khác?

Đêm xuống nhanh khi tôi ngồi vào chiếc sofa nơi chiếc nhà kho biến thành phòng làm việc của tôi và Trần Duy Đức, nhiều năm trước. Chiếc cửa sổ duy nhất, nhỏ xíu trên cao mở hết cỡ, vẫn không nói với tôi điều gì khác câm nín. Ngột ngạt.

Tôi mượn điện thoại của Đức gọi ngược về Houston, báo cho Phương Hoa / Đăng Khánh biết: Thảo Trường không thể qua Houston ngay lúc này. Nhanh nhất cũng phải sáu tới tám tháng nữa. Ông cần nghỉ ngơi. Tĩnh dưỡng. Làm quen với đời sống mới.

Đêm đó, tôi nằm mơ thấy tôi được ngồi trên chiếc xe jeep của bạn tôi, đi cùng khắp Sàigon. Gặp lại từng khuôn mặt. Trò chuyện, la hét ì xèo với các bằng hữu một thời Pagode. Chỉ một người tôi không gặp lại (trong giấc mơ), là *Bà Phi.*

Phải chăng khi một chiếc lá đã lìa cành, thì chính nó cũng không biết nó sẽ dạt, trôi về đâu? Huống hồ kẻ ngoài nó!

Trở lại Houston không lâu, tới phiên tôi là chiếc lá lìa cành!

Đó là thời điểm tôi lặng lẽ quyết định bỏ ngang tờ Văn Nghệ. Dứt ngang chương trình điều trị bệnh thyroid mới đi được khoảng một phần ba đường. Cắt đứt mọi liên lạc dù *với* những người thân nhất. Tôi *"chạy trốn"* ngày tháng, giống như tựa một tác phẩm của Thảo Trường, xuất bản năm 1964 ở Saigòn.

Ẩn mình trong căn nhà dưới đáy một con dốc của Nguyễn Văn Phán, tức Phán Râu, ở Springfield, Virginia, tôi như con thú chỉ ra khỏi hang khi an toàn cho phép. Toan tính thực hiện một buổi *"Houston, Chào đón nhà văn Thảo Trường,"* trở thành hư không. Như những hư không khác, dầy đặc trong đời tôi.

Hai năm sau, trở về Cali, T. giúp tôi làm lại từ đầu. Nhưng

cũng mất thêm nhiều năm nữa, tôi mới gặp lại Omar Sharif của tôi. Những gặp gỡ tình cờ ở phở Nguyễn Huệ. Bên cạnh bạn tôi, luôn là người vợ như vầng trăng vằng vặc chung thủy và, đứa cháu xinh đẹp nằm trong chiếc nôi xách tay, của ông.

Một lần khác, cũng tình cờ tôi gặp ông ở nhà hàng Tài Bửu. Khi đó nhà hàng này còn ở gần ngã tư đường Magnolia và Bolsa. Bạn tôi vẫn đi ăn với người vợ "như vầng trăng vằng vặc thủy chung"của mình.

Lần đó, Omar Sharif ra hiên ngồi cùng bàn với tôi, nhạc sĩ Nguyễn Hiền, Tony Hoài (và vài người bạn trẻ khác của Hoài.) Biết mình không có nhiều thì giờ, bạn tôi lại nói ngay về cuốn thơ "*Tay Gõ Cửa Đời*" của tôi mà, ông đem theo được tới Mỹ. Tôi không nhớ đó là lần thứ bao nhiêu, bạn tôi nói về tập sách này. Cũng như tôi không nhớ lần thứ bao nhiêu, tôi và T. từng ngỏ lời mượn lại để copy... Lý do đó là một trong những cuốn sách mà, sau nhiều vất vả kiếm tìm, chúng tôi vẫn chưa có lại.

Tôi cũng nhớ có lần tôi còn nhấn mạnh, nếu không tin tưởng tôi, ông có thể giao cho T... Nhưng câu trả lời của ông trước, sau vẫn là cái lắc đầu. Dứt khoát! Hay ông thấy tôi không xứng đáng có lại một đứa con tinh thần của mình? Có thể!

Dĩ nhiên, bạn tôi có lý!

Lần gặp đó, ông kể thêm, trong tù hằng đêm ông nhẩm đọc bài "*Thạch sùng*" in trong tập thơ ấy. (2) Bài thơ nhỏ kia, đã ở với ông lâu tới độ bây giờ ông cố khu trục nó khỏi đầu mà không được.

Tôi tự hỏi, phải chăng vì bài thơ khởi đầu với những câu như:

những lúc ngủ tôi thường quen lặp lại
một điều gì in là tôi đã nói
và đôi khi cũng lầm bầm
những khao khát từ lâu tôi hằng dấu kín
dù mơ ước không bao giờ làm nên sự thực

nhưng giúp mình bật dậy ở ngày mai
để kéo tiếp đời lên dốc đá
chờ một giờ
bỗng, buột ngã, xuôi tay...

Hay:

tôi sống như thạch sùng
đêm chép miệng từng hồi kiếm bóng.
...
hãy cố sống đời ta
đừng vẽ lầm dung nhan kẻ khác...

Hoặc giả ngay tự năm, tháng quê nhà, ông đã thấy chúng tôi là hiện thân của câu thơ:

mỗi chúng ta là một vùng đất trũng
mà đau thương là mạch nước trôi xuôi...

Phần nào ứng hợp với kiếp tù-không-án của bạn tôi? Nên nó ở được với ông như người "bạn vô hình" (chữ của Thảo Trường) trong đêm đen lao xá một phần đời ông?

Ở những lần gặp tình cờ sau đó, chúng tôi không nhắc nữa, cuốn thơ.

Tôi vẫn nghĩ kho ngữ vựng của Thời Gian rất giới hạn, nghèo nàn. Suốt ngày nó đắc chí với hai chữ *"lãng quên."* Như thể nó đã mua đứt bản quyền từ ngữ này.

Mặt khác vẫn theo tôi, nó lại có phần hơi... bị *"tửng"* khi ra mặt đố kỵ hai chữ *"lặp lại!"* Tuy nhiên, cách gì tôi cũng phải nghe lời nó.

Tôi hiểu, thời gian không cho phép chúng tôi lập lại hẹn hò một buổi *"Houston, Chào đón nhà văn Thảo Trường"* giữa một Texas nắng cháy. Thời gian cũng không cho phép chúng tôi nhắc nhớ *Bà Phi* / Lara. Dù Omar Sharif của tôi, đôi lần đề cập tới mơ ước in thành sách bộ trường thiên tiểu thuyết này.

Thời gian cũng không cho phép tôi kể, cuối thập niên 90, đầu tân thiên niên kỷ 2000, tôi nhận được điện thoại của *Bà Phi*, gọi từ thành phố San Jose. Đó là thời gian bà thình lình xuất hiện như sự hóa thân bất ngờ của chiếc lá lìa cành dạt, trôi đã lâu. Bà nói bà đang gọi tôi từ nhà hàng *"Hàng Xanh"* nằm trên đường Santa Clara. Bà kể, bà chọn tên *"Hàng Xanh"* và, dùng một đoạn nhạc trong ca khúc *"Đêm, Nhớ Trăng Saigòn"* của Phạm Đình Chương, để quảng cáo cho nhà hàng của mình.

Đó là đoạn: *"Đêm về theo bánh xe qua / nhớ tôi xa lộ / nhớ nhà hàng xanh / nhớ em kim chỉ khíu tình / trưa ngoan lớp học chiều lành khóm tre..."*

Nhưng ngày 1 tháng 9 vừa qua, khi cùng Phạm Phú Minh, Đạm Thạch, Đặng Phú Phong dàn hàng ngang, thắp nén hương trước linh cữu tác giả *"Những Miểng Vụn"*, tôi nghĩ đây là lúc tôi có thể *"kể"* chuyện *Bà Phi*... cho bạn tôi nghe mà, không sợ mang tội với ai. Cũng không ngại bạn tôi, bối rối! (3)

Tôi cho, thời gian dù quyền năng tới đâu, cũng có lúc sẽ bị thần chết vô hiệu hóa.

Đó là lúc con người thực sự được giải thoát khỏi nhà tù mang tên *Thời Gian.* Để bạn tôi tự do bước tới với những *"... mơ ước không bao giờ làm nên sự thật."* Tự do *"chép miệng mỗi đêm tìm bóng."* Hoặc giả, mỗi chúng tôi, dù chỉ là *"một vùng đất trũng"* thì, cũng sẽ không bao giờ *"vẽ lầm dung nhan kẻ khác."*

(Calif. Sept. 10 -2010.)

Chú thích:

(1) *"Chung Cuộc,"* tập truyện Thảo Trường, Du Tử Lê. Trình Bày xuất bản. Saigòn, 1969.

(2) Muốn đọc trọn bài, xin vào dutule.com , cột mục *"Du Tử Lê, những bài thơ cũ."*

(3) Theo Wikipedia-Mở thì: "Nhà văn Thảo Trường tên thật là Trần Duy Hinh, sinh 1936 tại Nam Định, nổi tiếng tại miền Nam trước 1975,

đã qua đời tại Quận Cam, California, Hoa Kỳ, ngày 26/8/2010 vì bệnh ung thư gan, thọ 74 tuổi. Ông nguyên là sĩ quan thời Đệ Nhất và Đệ Nhị Cộng Hòa tại miền Nam trước 1975, với cấp bực thiếu tá, cũng là một trong những người tù lâu năm nhất: 17 năm qua 18 trại giam từ Nam ra Bắc. Di cư vào Nam năm 1954, ông vào trường Sĩ quan Thủ Đức, phục vụ ngành pháo binh vùng giới tuyến và bắt đầu viết văn. Truyện ngắn đầu tiên Hương gió lướt đi đăng trên tạp chí Sáng Tạo, Sài Gòn, ký bút hiệu Thao Trường, đã gây ngay được tiếng vang trong giới độc giả trẻ thời đó, vì đề tài và giọng văn đơn giản và mới mẻ.

Ghi chú thêm:

Ngay từ đầu, tác giả "Hương Gió Lướt Đi" đã ghi bút hiệu của ông là "Thảo Trường". Nhưng khi nhà văn Mai Thảo chọn đăng truyện, đã cắt bỏ dấu hỏi, để trở thành "Thao Trường". Về sau, khi in sách, họ Trần đã lấy lại bút hiệu đúng của mình.

Trả lời câu hỏi của chúng tôi sau này, cố nhà văn Mai Thảo nói, ông cũng không nhớ tại sao ông làm như vậy? Có lẽ bút hiệu "Tôi thấy bút hiệu Thao Trường nó mạnh hơn...", ông nói.

Thảo Trường, truyện ngắn.

Những Đứa Trẻ Đầu Thai Giữa Hàng Rào.

"Đi tơ xong, con đực con cái
đều bị kẽm gai cào rách da thịt!"

Nhà trẻ kế bên bệnh xá. Trong góc một trại giam. Nhà trẻ có sáu đứa con nít. Bệnh xá có mấy bệnh nhân già. Coi bệnh xá là một tù nam nguyên là y tá ngoài đời. Coi nhà trẻ là một tù nữ án chung thân. Coi cả hai nơi ấy là một công an mà mọi người vẫn gọi là bác sĩ! Sáu đứa con nít đều là con hoang. Mẹ chúng nó là nữ tù bên khu B, đừng hỏi cha chúng đâu vì chúng sẽ không biết trả lời thế nào.

Cũng đừng bao giờ hỏi mẹ chúng nó về chuyện ấy vì rằng đó là chuyện riêng và cũng là những chuyện rất khó trả lời. Thảng hoặc có ai đó được nghe kể thì lại là những chuyện rất tình tiết ly kỳ lâm ly bi đát... chuyện nào cũng lạ, chuyện nào cũng hay... Cũng như khi có ai lỡ miệng hỏi những người nữ tù đó án gì thì thường được trả lời "cháu giết chồng!" Trong khu B trại giam nữ phần đông các nàng đều khoái mang cái án giết chồng và họ thường trả lời như thế nếu bị hỏi, mặc dù có người chưa có chồng bao giờ và bị tù vì một chuyện tào lao nào khác.

Đó là một câu trả lời theo mốt của khu B. Trại giam bắt các bà mẹ đi cuốc đất, lũ trẻ con bị gom lại trong một căn buồng và gọi đó là nhà trẻ. Một người coi sóc chúng nó thì được gọi là cô giáo. Lũ trẻ ở với mẹ trong buồng giam, chúng cũng bị sắp hàng điểm danh cùng với mẹ và các nữ tù khác mỗi sáng tối. Chúng là những tù nhân không có án và không có tên trong danh sách tù của bộ nội vụ nước cộng hòa xã hội chủ nghĩa ưu việt.

Sáng ra buồng, chúng ùa chạy theo cô giáo sang nhà trẻ để có ăn trong ngày hôm ấy. Tối, khi cô giáo dẫn về khu B chúng ùa chạy về với mẹ để kịp vào buồng giam có chỗ ngủ. Lũ trẻ cũng phải sống theo tiếng kẻng, nghĩa là chúng cũng phải chạy theo nội qui trại giam. Chúng sinh ra và lớn lên trong trại giam. Chúng không có trách nhiệm gì về tội phạm và luật pháp nhưng chúng lại là những kẻ bị tù đày. Như thiệt vậy. Và cũng không ai thắc mắc. Đến bữa cô giáo xách xoong xuống bếp trại lãnh cơm cho chúng nó y như các trực đội đi lãnh cơm cho đội.

Ngày nào có thức ăn thì chúng cũng được lãnh, ngày nào cơm không hoặc có củ khoai củ sắn thì chúng cũng sắn khoai như các tù nhân khác. Những đứa còn nhỏ cô giáo lấy cơm nấu thành cháo cho nó ăn hoặc uống nước. Đứa nào biết đi biết nói gặp công an phải khoanh tay lại "chào cán bộ". Đứa nào không chào sẽ bị phê bình là "mất dạy" và cô giáo sẽ bị khiển trách là không hoàn thành nhiệm vụ. Từ căn nhà trẻ buổi sáng cũng như buổi chiều thường vang ra tiếng hát "ai yêu bác Hồ" hoặc "chúng cháu chào cô ạ". Bác Hồ thì công an bắt cô giáo phải dạy còn chào cô thì cô giáo thích được chào như vậy, cho nên hai đấng tối cao ấy được suy tôn trong nhà trẻ rất có tổ chức và thể thống! Bác Hồ thì không hiểu do cái quyền lực ma quỉ nào ở đâu chi phối, nhưng cô giáo thì thực sự do quyền lực của cô tại chỗ, đứa nào hỗn cô bắt quỳ hoặc không cho ăn là sợ ngay.

Ban ngày ở nhà trẻ chúng cũng được học chữ và học múa hát, chúng cũng có thời gian chơi đùa với nhau. Đó là những lúc cô nấu ăn, tắm rửa cho mấy đứa còn nhỏ hoặc lúc cô bận nói chuyện với anh y tá... Trong sáu đứa thì ba đứa lớn hơn thích chơi trò công an. Con Ti bảy tuổi tù, khôn vô cùng, mẹ nó không kể chuyện về bố nó cho ai nghe bao giờ, chắc là tình buồn, chỉ thấy mẹ con nó chuyển đến trại này lúc con Ti còn bế ngửa. Thằng Bắc cũng bảy tuổi nhưng phải gọi con Ti là chị xưng em đàng hoàng nếu không con Ti nó chửi cho. Kế đến là thằng Cọp, sáu tuổi, khoe có bố, người Thượng, nên mẹ nó đặt tên như thế cho có vẻ nhớ rừng.

Thiên tình sử của mẹ nó rất là ly kỳ. Mẹ nó có chồng có con, chồng mẹ nó tập kết ra Bắc 54 khi đứa con của hai người mới đẻ. Đại thắng mùa xuân, chồng bà ấy trở về làm cán bộ huyện ủy ngay tại quê nhà, bà ấy hãnh diện được mấy tháng, đứa con đã hơn hai mươi tuổi cũng hãnh diện được mấy tháng, thế rồi mẹ đi tù chung thân sau giảm xuống hai mươi năm, thằng con bị tử hình. Hỏi mẹ thằng Cọp tội gì, lần nào và bao giờ bà ấy cũng nói: - Tôi chỉ cầm cái đèn. - Chỉ cầm đèn mà tù chung thân? - Tôi cầm đèn soi cho thằng con tôi nó bổ. - Bổ? - Dạ.

Nó cầm búa bổ vào đầu cha nó! - Chồng bà? - Đúng. Chồng tôi. Cha nó. Bị ổng đánh tôi hoài, đánh đau quá, con tôi nó thương tôi, tôi thù ông ấy, nên hai mẹ con phải... giải quyết. Buổi tối như mọi tối, ông ấy say rượu về chửi mắng tôi một hồi rồi cầm cây rượt đánh tôi. Tôi bỏ chạy ra đồng, con tôi chạy theo mẹ. Ở ngoài đồng mẹ con tôi khóc với nhau. Trước kia, khi ông ấy đi làm cách mạng, hơn hai mươi năm không có ông ấy ở nhà, mẹ con tôi sống yên ổn. Đại thắng trở về, ông ấy đem theo một bà vợ Bắc, tật uống rượu đế và đánh đập vợ con. Tôi nghĩ khổ quá, thà ông ta cứ đi kháng chiến, thà ông ta cứ làm cách mạng, thà ông ta cứ đi xa, thà ông ta đừng trở về...

Thằng con tôi nó nói: "Thì lại cho ông ấy đi xa, hai mẹ con lại sống với nhau như xưa." Thế rồi mẹ con tôi mò mẫm trong đêm tối trở về nhà, ông ấy ngủ say trên bộ ván ngựa, thằng con tôi đi lấy cái búa, tôi đốt đèn dầu, cầm giơ cao soi cho nó thấy rõ. Mà bổ. Con tôi nó bổ cả chục nhát, ông ấy không kêu được tiếng nào. Ngày hôm sau vợ hai của ông ấy từ trên huyện về nhận xác chồng tôi đem an táng tại nghĩa trang liệt sĩ. Nghe nói đám tang lớn lắm, có nhiều vòng hoa, có người đọc điếu văn nữa, tôi chỉ nghe nói thế vì ngay đêm hôm đó mẹ con tôi bị bắt giam ở công an huyện. Ở tù cho đến bây giờ vẫn... chưa hết tù. - Nghe nói thằng con...

- Ờ, nó bị tử hình vì tội ám sát cán bộ nhà nước. Bắn ngay. Bà ta nói đến đó kéo thằng Cọp vào lòng ôm cứng: - Mất thằng đó tôi có thằng này. Ở tù được gần mười năm tôi buồn quá sẵn có người đàn ông gạ gẫm, tôi bèn cho, mấy lần thì có thằng này. - Trại giam nữ biệt lập làm sao có bầu? - Hỏi ngớ ngẩn, bà ta nói, trong trại toàn nữ nhưng ngoài trại cũng có đàn ông chứ. Có đực, có cái là có thể có con được. - Cái bên trong hàng rào kẽm gai, đực bên ngoài hàng rào kẽm gai. Làm sao? Bộ thằng cu này nó đầu thai ngay giữa hàng rào kẽm gai à?

Vô lý! Mới chỉ có thụ tinh trong ống nghiệm chứ làm gì có thụ tinh giữa hàng rào kẽm gai. Mẹ thằng Cọp dắt con đi, bà quay lại nói câu chót: - Làm sao có con thì thôi, mình mất một lấy lại một, tôi sẽ sống với thằng này khi ra tù cũng như trước kia tôi đã sống với thằng lớn. Tôi vẫn hai mẹ con. Và chỉ hai mẹ con. Không có kẻ nào chen vào phá vỡ được tình mẹ con tôi. Mẹ con thằng Cọp được tiếng là thương nhau nhất trong sáu cặp mẹ con trong trại giam. Người ta kể rằng bà ta thường để dành đồ ăn của bà cho thằng con, bà thường ngồi quạt cho con ngủ trong những đêm hè nóng nực ở buồng giam...

Thằng Cọp cũng thương mẹ nó, ban ngày ai cho gì nó thường để dành đến tối cho mẹ. Những lúc được nghỉ mẹ con thường quấn quýt nhau hơn là đi chơi với người khác. Ba đứa lớn là con Ti, thằng Bắc và thằng Cọp thường chơi trò làm công an hoặc diễn tuồng cải lương. Chơi trò công an thì con Ti nhận vai cán bộ chấp pháp, thằng Bắc làm trật tự, thằng Cọp làm tù... do đó con

Ti được quyền chửi thằng Cọp: "Tao còng đầu mày". Thằng Bắc được quyền trói thằng Cọp.

Thằng Cọp thì phải nói với con Ti là "Thưa cán bộ". Hằng ngày chúng nghe công an nói năng quát mắng tù làm sao thì chúng lại diễn in như thế. Cũng có khi ba đứa lớn diễn tuồng cải lương thì con Ti làm hoàng hậu, thằng Bắc làm vua, thằng Cọp làm quân sĩ. Vua gọi "quân sĩ đâu" thằng Cọp phải "dạ" thật lớn. Hoàng hậu sai làm gì quân hầu phải quì xuống "tâu vâng". Được cái thằng Cọp cũng dễ bảo và nó làm tuồng cũng có vẻ dễ ợt.

Khán giả là ba đứa nhỏ mới biết bò trên nền nhà hoặc nhốt trong cái cũi bằng gỗ gọi là cái nôi. Chuyện tưởng không ai biết nhưng ở trại giam sao cái gì cũng bị báo cáo lên cai tù hết, cho nên cán bộ chấp pháp đã rình xem được đủ cả cảnh ba đứa trẻ diễn trò chức năng và nghiệp vụ của mình một cách rất sống thực. Anh ta tức quá bèn "cách chức" cô giáo cho đi cuốc đất, tuyển một nữ tù khác coi nhà trẻ. Đứa nhỏ nhất trong đám là con bé mới tám tháng tuổi. Mẹ nó trước kia khiêu vũ rất đẹp, chơi tứ sắc cũng rất bền lì, ở tù vì vượt biên có tổ chức và có súng.

Cũng tính một ăn cả ngã về không. "Một là nuôi cá, hai là nuôi má, ba là má nuôi", chẳng may má nuôi thật. Trong tù buồn quá bèn yêu một anh chàng tù nam ở khu A. Anh này là dân giang hồ, không chịu được cảnh đàn áp chơi cha thiên hạ của nhà cầm quyền nhà quê ngoài kia vào cưỡi đầu cưỡi cổ, trong một lần xích mích ở khu phố anh bèn lụi mấy dao... thế là cũng chung thân. Ở Chí Hòa, gây lộn, anh ta lại lụi mấy cái dùi, thêm một cái chung thân nữa!

Một chung thân nếu được giảm may ra còn có ngày về, hai cái kể như "thua" luôn, anh ta nói thế, cho nên sống trong trại giam anh ta "xù" tất cả. Muốn cái gì là làm cái ấy, muốn nghỉ là nghỉ, nhưng được cái anh ta vốn dân giang hồ cho nên nhiều lúc rất dễ thương. Anh gặp chị ngoài sân trại mấy lần. Nhìn. Cười. Cười lại. Nhìn lại. Thế là thân nhau. Khi hai người ở hai khu A và B nhìn nhau cách một cái sân bèn nghĩ ra kế truyền tin cho nhau bằng cách dùng cây chỉ lên những chữ thích hợp trong các chữ ở những khẩu hiệu trên tường nhà giam.

Những chữ "thương nhiều, nhớ nhiều; thương hoài, nhớ mãi" được hình thành qua những xê dịch của đầu gậy trên những khẩu hiệu chữ lớn màu đỏ sặc sỡ. Chị đánh tín hiệu xong anh đánh trả lời. Những buổi chiều đẹp như thế là những kỷ niệm họ không bao giờ quên. Một lần gặp nhau ngoài sân trại anh nói: - Những khẩu hiệu hoan hô đả đảo sơn đầy rẫy trên tường tưởng vô bổ hoá ra cũng có ích. Chị nói: - Đừng tưởng bác Hồ vô tích sự, nhờ những khẩu hiệu hoan hô bác, hoan hô đảng mà mình thông tin được cho nhau. Anh buột miệng: - Bố tiên sư nhà nó! - Anh nói gì? - À, không, anh chửi cái cột đèn... - Em không thích anh văng tục lúc này. - Được thôi.

Trong những giờ phút ngắn ngủi được ra ngoài sân gặp nhau vào những buổi chiều nghỉ, dưới bao nhiêu con mắt theo dõi canh chừng của trật tự và công an trại, tù nhân cần phải tranh thủ, cái gì cũng thật nhanh, thật gấp, hết giờ là phải trở về khu của mình nhìn nhau từ xa mà thôi. Một lần anh ta nói với chị:

- Anh thèm em quá.

- Biết rồi. Ở đây ai cũng thiếu cũng thèm cả.

- Bây giờ làm sao?

Anh cầm đại bàn tay chị nhét vào giữa hai đùi mình mà kẹp và nghiến răng mà đay, chị nhẫn nại gỡ ra:

- Tụi nó đang nhìn kìa.

Anh thả tay chị ra thở dài:

- Đau thật. Giữa thời này mà cầm tay nhau cũng không được, mẹ nó, nếu ở Sài Gòn lúc này tụi mình chơi nhau đã đời.

Chị huých khuỷu tay vào sườn anh mắt thì lườm, dài ra, có đuôi. Anh nói:

- Anh chẳng có ngày về. Chắc chắn là như vậy. Em còn mấy năm nữa?

- Tám.

- Như vậy nhiều lắm em cũng chỉ phải ở sáu năm nữa mà thôi.

- May ra là như vậy.

Sau lần gặp ấy chị thương anh vô cùng, chị diễn tả "không biết thế nào mà nói". Thế rồi chị tính toán theo ý chị. Chị sẽ không mặc đồ lót. Chị sẽ mặc một cái quần mỏng mở chỉ hở dưới đáy. Cái quần cũng được luồn dây thung nhẹ. Chị thử kéo lên tuột xuống thấy nhẹ thì rất ưng ý. Chị cũng thử khom khom lưng và nghĩ làm sao cho anh được dễ dàng nhanh chóng, phải tạo điều kiện thuận tiện nhất cho anh ta hành sự. Thời gian không có nhiều. Tất cả chỉ trong nhấp nháy. Chớp mắt. Là phải xong. Thời giờ là vàng bạc.

Cái này cũng giống như chiến thuật mà các anh cán bộ cách mạng hay khoe "đánh mạnh, đánh mau, rút lẹ". Phải dùng sách của các anh mới được. Sách của giới giang hồ chúng tôi là "bắn chậm thì chết". Lớ ngớ còn đang thập thò mà các anh bắt được thì... tù mọt gông. Chị cũng bàn trước với anh để về phần anh cũng phải chuẩn bị không để một cái gì cản trở, như "Mỹ họ lắp ráp phi thuyền trên vũ trụ ấy", như pháo binh "nhanh chóng, chính xác và hiệu quả", như cán bộ vẫn leo lẻo "tư tưởng thông hành động đúng" ấy, anh hiểu chưa, khổ quá! Phải tập cho thuộc để khi có dịp là bập liền nghe chưa anh yêu!

Như vậy mà được đấy. Những mấy lần cơ. Có lần chiều sắp tối, trời lại lất phất mưa, chị tình nguyện đi lãnh cơm cho đội. Từ bên khu A theo dõi anh thấy và cũng mặc áo mưa đi xuống bếp trại. Khi trở về hai người ôm hai xoong cơm, liếc nhìn không thấy thi đua trật tự đâu, đến một chỗ hàng rào khu, kẽm gai đơn thưa thớt mấy sợi, chị bèn đứng lại khom lưng xuống chổng mông sang phía anh, xoong cơm của đội chị vẫn ôm nơi bụng, từ bên kia những sợi kẽm gai, anh luồn tay sang níu hai bên hông chị ghì tới...

Chị nghe có tia nước ấm áp phóng sang và chị cảm thấy thành công và thắng lợi. Hai tay anh buông lỏng ra, chị còn nghe tiếng anh thở hổn hển, chị đứng thẳng người lên, vẫn ôm xoong cơm của đội nơi bụng, chị liếc nhìn sang anh, miệng cười như mếu rồi bước vội về buồng giam của mình. Anh ta cũng lật đật cài áo mưa lại, cầm cái xoong cơm treo trên cột hàng rào rồi cũng quay bước về phòng mình. Hai người hai hướng câm lặng và xót xa. Đứa con được tạo thành trong những cơn mê mẫn ấy.

Khi biết mình có bầu, chị giấu kín không giám cho ai biết. Giám thị trại giam biết được họ sẽ bắt chị phá thai và cùm ở nhà kỷ luật cả hai người.

Chị giấu kín cho đến khi nào không giấu được nữa. Chị nói cho anh biết là chị sẽ không nói ai là bố đứa bé, chị sẽ giữ bí mật làm kỷ niệm đời mình. Chị sẽ có nó bên mình khi ra tù và dù không bao giờ anh về, không bao giờ được sống chung với anh thì cũng có đứa con với anh để mà thương mà nhớ.

Chị sẽ bảo vệ nó để nó được ra đời làm người. Chị nói với anh rằng bí mật này chỉ anh biết và anh sẽ không lo bị liên lụy. Mình chị sẽ đối phó với tất cả bạo quyền để chị và con chị được tồn tại. Chị sẽ ra khỏi tù với một đứa con của tình yêu giữa một xã hội bất nhân, bất nghĩa và độc ác! Và rồi khi ra được ngoài chị cũng sẽ lại tìm cách dẫn con chị đi tìm một xứ sở khác mà sống. Chị sẽ đưa con chị đi, đi đâu cũng được, miễn là không phải sống trong cái chế độ khốn nạn này.

Chị giấu giếm được sáu tháng thì bị lộ. Cái bụng chị lớn phình ra, mang "ghen" nó cũng vượt mặt. Trong phòng bàn tán, rồi trong khu bàn tán, rồi cả trại bàn tán. Chúng hỏi chị, rồi chúng gọi y tá khám thai, chúng nhốt chị trong nhà kỷ luật, chúng cùm một chân chị, chị vẫn không khai ra anh. Tức quá tên thượng úy Ban đá vào bụng chị chửi:

- Địt mẹ, không khai ra tao đá chết cha cả mẹ, cả con mày. Mày ngủ với thằng nào hả?

Chị ngồi co quắp, dùng hai chân hai tay bảo vệ cái bụng, chị nghĩ chết thì chết cả mẹ lẫn con cũng được. Tên Ban đấm đá chị nhiều nhất vì hắn là K trưởng. Coi trại tù mà để cho tù có bầu thì hắn sẽ bị mất điểm thi đua hằng năm, hắn sẽ không khá lên được. Nhưng thấy chị lỳ quá, chỉ ngồi khóc mà không chịu khai, hắn chửi:

- Địt mẹ, phải có một thằng nào chứ? Không có thằng nào thì

làm sao có con "loăng quăng" trong bụng mày được? Tại sao mày không nói?

Thấy chị vẫn chỉ khóc hắn hét lên:

- Tao cho mày đi bệnh viện nhà nước móc cái của nợ ra, chết ráng chịu.

Chị hoảng quá lạy tên Ban:

- Lạy ban, xin ban cho tôi nuôi, nó là con tôi, đẻ ra tôi nuôi con tôi.

Hắn hét lên:

- Địt mẹ mày, mày có biết mày đang ở tù không? Cái thân mày nhà nước còn phải nuôi, bây giờ mày nói mày nuôi con mày, vậy lấy cái máu đẻ mà nuôi à? Mày có biết mày sướng có một tý mà bao nhiêu người khổ vì mày không? Tao ăn làm sao nói làm sao với lãnh đạo bên trên, hả?

Nói rồi hắn lại đấm đá túi bụi vào người chị. Hắn cố ý đá vào bụng chị cho cái thai phải ra, hắn thù đứa nhỏ trong đó hơn là ghét chị, chị cố chịu đòn để bảo vệ con.

Khi còn một mình trong nhà cùm, chị thiếp đi rồi tỉnh lại, tỉnh lại rồi thiếp đi. Có lúc chị kêu lên với mình:

- Con ơi!

Nửa đêm một tên cầm đèn pin vào phòng giam, hắn để cái đèn pin đứng chĩa thẳng lên trần, ánh sáng đèn dội xuống đủ cho chị nhìn thấy hắn là cán bộ giáo dục, hắn cũng đội mũ kết... cũng phù hiệu đỏ của ngành công an nhân dân... cũng sao thượng uý trên cổ áo... cũng mang dép râu ở chân...

Hắn đạp dép bình trị thiên lên mặt chị... hắn giẫm cái dép kháng chiến vào bụng chị... chị co mình ôm lấy bụng che chở cho cái bào thai, hắn bèn đạp thí mạng lên người chị, chỗ nào cũng được. Đau quá chị la lên hắn bèn cúi xuống vả vào mồm chị, đấm vào mắt chị nẩy đom đóm, hắn nhổ nước bọt vào mặt chị, hắn chửi "địt mẹ" um sùm. Rồi hắn vạch quần chĩa cái dương vật đen đủi lủng lẳng đái tè tè vào mặt chị làm chị sặc sụa.

Chị lợm cổ ói mửa ra nước mật đắng. Chị ngộp thở và khóc oà nức nở. Hắn vẩy vẩy con cu cho những giọt nước đái chót văng xuống rồi mới nhét vào trong quần. Nước mắt và nước đái lại khiến chị tỉnh ra. Chị nghe hắn nói:

- Như thế cho mày tiến bộ hơn lên.

Tiếng tên Ban nói ngoài cửa:

- Thôi đi ra, thối quá, chắc đồng chí đánh nó vãi cứt ra rồi. Thử ít đòn trên da thịt người đẹp Sài Gòn xem nó thế nào thôi.

Sáng sau khi chúng lôi chị ra khỏi nhà cùm thì tóc tai mặt mũi chị dính đầy cứt. Chúng đưa chị đi bệnh viện tỉnh để nạo thai, chị vùng vẫy chống cự không chịu ra xe, tên Ban lại đấm đá chị túi bụi, những người trông thấy đều xót xa cho chị. Tên Ban quát:

- Đi tống nó ra rồi còn về lao động, một đứa đẻ nằm đó là trại mất một công lao động, hiểu chưa?

Bọn chúng túm chị lôi ra xe rồi còng tay chị vào ghế xe chạy đi. Nhưng bệnh viện không dám nạo vì họ nói cái thai đã quá lớn, sắp đến ngày đẻ, họ trả chị về trại. Chúng không làm gì được cái thai nên nhốt chị trong nhà cùm, chúng còn dọa cùm cho đến chết luôn.

Chị nằm trong nhà tối lạnh lẽo đau đớn đói bụng nhưng chị lại thấy mình hạnh phúc. Cái thai cựa quậy chị cũng vui. Cái thai đạp vào da bụng chị lồi lên làm chị phì cười. Chị cười và chị vui trong bóng tối. Đến một hôm chị nghe tiếng anh ở gian kế bên gọi, lúc đầu chị sợ quá, sau thì chị cũng cảm động. Hai bên không trông thấy nhau mà chỉ nghe tiếng nói của nhau, như thế, chị nghĩ cũng được an ủi lắm.

Hai người có lúc đã thông tin với nhau bằng cách chỉ chữ trên khẩu hiệu thì bây giờ tuy không thấy mặt nhưng trao đổi bằng chính tiếng nói của nhau thì cũng đã mãn nguyện lắm. Chị được anh cho biết là anh đã nhận là cha của đứa con, chúng nghi ngờ anh và chúng gọi anh lên hỏi, anh thấy là anh cần phải nhận, nhận không phải vì anh sợ chúng mà vì anh là bố của con anh,

anh nhận vì anh có trách nhiệm với nó và anh phải xác nhận điều đó. Chúng trói anh lại đánh anh thừa sống chí chết. Tên thượng úy Ban vừa đấm đá anh vừa chửi rủa thậm tệ, làm như chúng đánh ghen không bằng, anh nói với chị như thế.

Nhờ thời gian bị giam chung trong phòng tối nhà kỷ luật hai người có thêm những kỷ niệm. Buổi sáng chị hỏi:

- Anh uống cà phê đen hay cà phê sữa?

- Cà phê sữa.

- Anh ăn hủ tiếu hay ăn mì?

- Hủ tiếu.

- Nấu khô hay nước?

- Khô.

- Thôi em đừng hỏi nữa, anh thèm quá.

- Em cũng thèm quá và đói bụng nữa. Tiên sư chúng nó!

- Cũng đừng chửi nữa, không có đứa nào nó nghe thấy đâu.

- Dạ.

Im lặng hồi lâu.

- Nó đạp em.

- Đứa nào dám đạp em?

- Con.

- À, thích không?

- Dạ, thích lắm.

Lại im lặng.

- Buồn không?

- Buồn.

- Đưa em đi phố nghe?

- Được thôi.

- Coi phim nhé?

- Xong ngay, coi phim cũ, Lost Command, Anthony Quinn đóng, được không?

Sau đó đi nhảy ở Queen Bee. OK?

- Thế... không ăn gì à?

Cả hai cùng cười khúc khích.

- Có. Trước khi đi nhảy mình ăn cơm Tàu, nửa đêm ăn bánh cuốn và cháo sườn bàn cờ. Có thích phở Lạng Sơn không, phở chua ấy?

Có khi giữa ban ngày cũng:

- Chúc ngủ ngon nghe.

- Good night...

Sau một tháng cùm kẹp, chúng thả chị ra nhưng chúng đưa anh sang một trại giam khác, chia cách hai người. Chúng bắt chị đi lao động đến tận ngày đẻ. Đứa con ra đời ban đêm trong trại tù, trong sự đùm bọc của rất đông nữ tù đồng cảnh với mẹ nó. Một tháng sau chị phải gửi con bên nhà trẻ và chúng bắt chị đi cuốc đất như trước.

Đứa trẻ lớn dần lên trong trại giam cùng với những đứa đồng cảnh của nó. Tù trong trại khi nói đến chúng có người hỏi không biết những đứa này, đứa nào sẽ là chủ tịch, tổng thống, nữ hoàng, thủ tướng, vua, quan, sư sãi, cha cố, thầy bà, tướng tá, đồng chí, đảng viên, cướp giật, buôn lậu, hiếp dâm, ăn tục nói phét, dân biểu, nghị sĩ, trí thức, mù chữ, tù nhân, cai tù... đứa nào sẽ là bác là đảng... đứa nào sẽ là anh hùng, là nhát gan... đứa nào sẽ là nhà văn, nhà báo... Đứa nào? Trong số tụi bay, ừ, đứa nào trong số tụi bay sẽ là chính nhân quân tử, nhỏ nhen, hèn mọn? Cứt chó khô ba nắng! Và còn lại đứa nào, ừ, còn lại đứa nào nhỉ, để làm dân đen?

*

Bác già cầm cái quạt nan ra ngồi băng gỗ ngoài vườn trước bệnh xá. Bác phe phẩy cái quạt nhìn những toán tù nhân lũ lượt kéo nhau về. Bác nhớ lại mình trước đây cũng thế, có khi mặc luôn quần áo ướt mà về trại cho tiện khỏi phải thay đổi mang theo mất công. Ở tù phải thu xếp sao cho càng giản tiện gọn nhẹ càng tốt. Bệnh xá có mấy bệnh nhân già thường trú chờ ngày về. Một bác bị tai biến mạch máu não. Một bác lao phổi thời kỳ chót.

Một bác cắt ruột dư vết mổ nhiễm trùng chảy mủ hoài không lành. Một bác bị lác đồng tiền sần sùi khắp mình mẩy. Một bác bị sốt cấp tính thể não phát điên khùng xém chết. Một bác trụy tim... Các bác tự gọi mình là tù binh hưu trí không có chính quyền nào nhận lãnh! Mỗi tháng các bác chờ gia đình vợ con họ hàng lên thăm nuôi tiếp tế và nghe hỏi "bao giờ về", để rồi trả lời "sắp". Tháng nào cũng vậy!

Lũ trẻ kéo nhau sang chào ông ngoại. Ba đứa lớn, nguyên gánh hát, không có đám khán giả tí hon. Bắt buộc, giờ này chúng đã được cô giáo bế về trả cho mẹ chúng nó bên phòng giam. Ba đứa lớn biết hôm nay có một ông ngoại có thăm nuôi nên chúng chạy sang chào. Và chờ.

Thông cảm, chúng còn nhỏ nhưng chúng cũng là người nên cần những thứ mà cơ thể đòi hỏi. Ông ngoại cũng biết thế và ông ngoại có những thứ mà chúng thèm, dù không thừa thãi, nhưng ngoại già rồi, ngoại ăn nhiều rồi, ngoại hưởng thụ nhiều rồi, ngoại đã nếm đủ thứ mùi đời, ngoại đã từng đi Tây, Tàu, Nhật, Mỹ, ngoại đã được "nhất dạ đế vương"... thì ngoại có thể nhín ra cho chúng chút ít.

Chúng mới ra đời, lại ra đời trong một cái nhà tù, lại là cái nhà tù cộng sản lấy khoai sắn làm nền tảng chiến lược dinh dưỡng và sự giả dối lừa bịp là văn hoá sáng tạo trí tuệ... chúng thiếu ăn mà chúng còn thiếu những điều kiện làm người, chúng là những kẻ đã bị tước đoạt tất cả mọi thứ kể cả cái quyền ra đời của chúng.

Chúng mà ra được cái cõi đời oe oe khốn khổ này đã là một sự thoát chết. Chúng thèm ăn thèm uống thèm mặc thèm chơi đùa cho nên ngoại ngồi chờ sẵn ở đó. Với lại ngoại cũng buồn chán cô đơn bỏ mẹ. Ngoại cũng muốn thấy chúng, cũng muốn nói và nghe chúng nói. Mấy câu. "Cũng đủ lãng quên đời". Sau nghi lễ chào hỏi, ông ngoại cho phép chúng ngồi trên băng ghế với mình, ngay ngắn rồi, con nữ hoàng vào đề ngay:

- Hôm nay ông ngoại có thăm nuôi?

Thằng Cọp quân sĩ:

- Hồi chiều ở bên nhà trẻ chúng con trông thấy ông ngoại mặc đồ đẹp.

Ở trại giam khi mặc đồ đẹp là đi gặp gia đình. Thấy ông ngoại cứ ờ ờ thằng vua sốt ruột:

- Sắp đến kẻng nhập buồng rồi ông ngoại.

Ông ngoại phì cười nhìn đám trẻ tương lai của đất nước nói riêng, nhân loại nói chung:

- Xong rồi, quí vị đừng có lo, tôi đã biết phải làm gì và tôi đã sắp sẵn, quí vị nói chuyện tôi nghe mấy câu đi.

Con cán bộ chấp pháp lại khôn:

- Thằng Bắc đừng có vòi vĩnh ông ngoại. Hỗn. Cô giáo bảo trẻ con không được đòi hỏi.

Ông ngoại lên tiếng hỏi:

- Ở đây mới có ba đứa, còn ba đứa nữa đâu?

Thằng trật tự can thiệp ngay:

- Chúng con mang về cho các em ấy.

Con nữ hoàng kể lể:

- Mẹ chúng ẫm chúng ra ngoài khu vui chơi nói chuyện với bồ.

Thằng vua:

- Má con Tiểu Hỉ cũng có bồ rồi.

Thằng quân sĩ:

- Má con không có bồ.

Con chấp pháp thẩm vấn:

- Ai thăm ông ngoại?

Thằng tù Cọp:

- Bà ngoại thăm ông ngoại?

Ông ngoại buồn:

- Bà ngoại ở bên Mỹ.

Thằng quân sĩ phỏng vấn:

- Thế ai thăm ông ngoại?

Ông ngoại khai:

- Bà hàng xóm của bà ngoại lên thăm ông ngoại.

Lũ trẻ nhâu nhâu:

- Ông ngoại có thăm thêm giờ không?

- Thăm thêm giờ là "bà ngoại nhí" có bầu.

- "Bà ngoại nhí" sẽ đẻ ra em bé.

- Ông ngoại sẽ có con như tụi con.

Con nữ hoàng chợt la nhỏ:

- Ông ngoại đừng thương "bà ngoại nhí" nghe.

- Tại sao?

- Để ông ngoại thương tụi con.

- Ừ, cũng được, tụi bay ở tù miết hóa ma mãnh hết. Ngồi chờ đây tao vào lấy quà cho.

Bác già vào phòng mang ra một cái bị cói đưa cho ba đứa trẻ:

- Trong này có sáu gói bằng nhau và giống nhau cho sáu đứa, lớn nhỏ gì như nhau hết, ông ngoại cho các con mang về chia nhau. Ngoan, ông ngoại thương.

Ba đứa trẻ nhảy từ trên ghế xuống đứng khoanh tay cám ơn ông ngoại. Thằng vua và thằng quân sĩ khiêng cái bị đi trước, con nữ hoàng hay con đệ nhất phu nhân gì đó đi sau. Kẻng vào phòng đổ hồi, ba đứa trẻ cũng rảo bước chạy nhanh về phòng giam của chúng như những tù nhân khác trong trại. Cái bị cói ông ngoại xách thấy nặng thế mà mấy đứa trẻ mang như bay.

Bác già cầm quạt nan che lên đầu dù là trời sắp tối, chậm chạp đi vào phòng bệnh. Bác ở tù đến năm thứ mười bảy và vì là tù binh không có án cho nên bác cũng không biết đến bao giờ mới hết. Bác không thuộc một chế độ nào nữa cả, bác thuộc về lịch sử.

Vào phòng bệnh bác chui vào mùng cho khỏi muỗi, nghĩ tới những người tù trẻ mới bị bắt và những đứa bé mới sinh ra đời.

(Nguồn: Sontrung's Blog)

Ngọn hải đăng nào trong tiểu thuyết Tuấn Huy?

Về phương diện văn chương, có người cho rằng Tuấn Huy / Nguyễn Năng Toàn là nhà văn viết dễ dàng... Theo tôi, kết luận này không phải là câu trả lời thỏa đáng cho sự thành công của họ Nguyễn, căn cứ trên những tiểu thuyết ông đã cho xuất bản.

Đọc kỹ truyện của Tuấn Huy, người đọc sẽ nhận ra rằng, chẳng phải khi không mà những người trẻ miền Nam một thời, rất ưa thích truyện của ông.

Nếu cần phải tìm cho ra một sự xuyên suốt những sáng tác của Tuấn Huy, hoặc chỉ danh ngọn hải đăng nào (?) soi, rọi dọc lộ trình nội dung tiểu thuyết Tuấn Huy – Từ "Nỗi buồn tuổi trẻ", qua tới những tác phẩm kế tiếp như "Ngày vui qua mau", "Yêu trong bóng tối", "Hương cỏ may"... Theo tôi, có dễ đó là tính hoài nghi, cô đơn, mất định hướng của tuổi trẻ trong chiến tranh.

Tuổi trẻ miền Nam một thời, từng là nạn nhân và cũng là con tin tuyệt vọng, trực tiếp của cuộc chiến. Họ lớn lên, sống với hoài nghi và những câu hỏi không lời giải đáp, trong một thời thế đốn mạt. Một thời thế xâm thực mọi niềm tin! Tuổi trẻ không tìm thấy tia sáng hy vọng nào, ngoài chán nản, bất mãn...

Thác lời nhân vật Vĩnh, trong tiểu thuyết "Yêu trong bóng tối", Tuấn Huy viết:

... "Vĩnh im lặng. Trong ký ức của anh thốt nhiên sống dậy những hình ảnh đen tối thê thảm. Anh nghĩ đến cuộc chiến tranh mà anh đã tham dự. Nghĩ đến những thân thể gầy còm vì thiếu cơm thiếu gạo. Nghĩ đến những ông già, những đứa trẻ, những người đàn bà; và ngay cả lớp thanh niên nam nữ cùng trang lứa với mình, đã phải sống một cuộc đời không đáng gọi là đời người nữa. Họ quần quại, rên xiết dưới đủ mọi hình thức đàn áp, của cả bên kia lẫn bên này. Họ kéo dài những ngày tháng bi đát giữa hai mũi dùi,và nai lưng đón nhận những oán thù chồng chất..." (Tuấn Huy, "Yêu Trong Bóng Tối", trang 181.) (4)

Ở tư cách nhà văn, qua tiểu thuyết, Tuấn Huy còn ghi nhận tuổi trẻ thế hệ của ông bi thảm hơn nữa! Khi họ không chỉ bơ vơ, lạc lõng giữa cuồng lưu đời sống mà, họ cũng cô đơn, thất lạc ngay trong tổ ấm, nơi được gọi là gia đình của họ.

Qua nhân vật nữ, tên Kim, Tuấn Huy viết:

"... Nhưng chưa bao giờ em cảm thấy em khổ sở hơn. Má em cũng chẳng khi nào hiểu em nổi. Bà tưởng rằng em đã hư hỏng. Và những điều em nói với bà toàn là bịa đặt..." (5)

Vẫn theo ghi nhận của họ Nguyễn thì, sự hoài nghi không chỉ là những ngọn lửa thường trực bập bùng cháy phỏng thần trí những người trẻ, vốn không có được cho họ một điểm tựa tinh thần vững chắc. Mà, ngay cả nhân vật chính trong tiểu thuyết "Hương cỏ may", được tác giả giới thiệu là một Sư Huynh, cũng ngơ ngác, hoang mang không kém.

Nơi những dòng chữ đầu tiên của truyện, nhân vật này cũng đã cất tiếng hỏi, cũng đã tự tra vấn mình, vì những hoài nghi ngày một lớn cao, gập ghềnh trong cảm nhận sâu thẳm:

"... 'Kính mừng Maria đầy ơn phước, đức Chúa Trời ở cùng Bà...' Đọc xong mười kinh kính mừng, người sư huynh vẫn quỳ.

Anh cầu nguyện: 'Lạy Chúa, xin Chúa giúp đỡ, để con vững tâm noi theo mãi mãi con đường thánh thiện của Người. Từ ít lâu nay, tâm hồn con đã bị xao động. Con không còn đủ bình tĩnh và sáng suốt như trước. Xin Chúa cho con chọn sự lành và lánh xa sự dữ. Con tin cậy kính mến Chúa trên hết mọi sự ở đời'..." (Tuấn Huy, "Hương cỏ may". Trang 9). (5)

Ở một đoạn khác, nhân vật Sư Huynh của Tuấn Huy thú nhận:

"... Anh băn khoăn về cuộc chiến đấu âm ỉ nhưng dữ dội – sự đối kháng của tuổi trẻ trước cuộc đời - Hốt nhiên, anh nghẹn ngào một cảm giác cô đơn. Trước mặt là vùng biển lạnh. Trời đen tối không cùng. Và hôm nay chắc biển động nên chẳng có chiếc thuyền đánh cá nào ra khơi... 'Trong mọi vẻ đẹp trần gian, con như đều thấy rõ Chúa. Vậy mà, lạy Chúa, đôi lúc con yêu Chúa ít hơn. Có lẽ tại bao nhiêu tội trọng đã xua đuổi Thiên Chúa ra khỏi tâm hồn con rồi' ". (6)

Dù cố tình chọn nhân vật chính cho tiểu thuyết của mình là "Sư Huynh", hiểu theo nghĩa nhân vật thuộc về một thành phần ít ỏi trong xã hội. Thành phần được huân tập, xây dựng, trưởng thành trong ánh sáng chói lòa của Ơn-Thiên-Triệu. Nhưng cách gì, theo tác giả, nhân vật kia cũng vẫn là một con người. Con người hiểu theo nghĩa bản năng. Yếu đuối. Nói cách khác, vị Sư Huynh nọ đã bị những trận bão cám dỗ cuốn đi! Hoặc bị quỷ Satan bắt hồn dẫn về địa ngục:

"... 'Chắc Tư bây giờ cũng đang chờ đợi tôi. Nàng đứng ở khung cửa đó, những ngón tay mềm vuốt ve quanh vòng cổ trắng ngần. Nhưng Tư ơi, tôi không thể quay lại nữa. Không có một sức mạnh tinh thần nào trói buộc được tôi cả... Tôi sẽ bỏ đi. Tôi lại lao đầu vào những ngày lang thang vô tận. Những ngày nghèo khó, ăn mày bám víu bạn bè; những ngày không định hướng, không mục đích; những ngày đốt thuốc hoang phí tuổi trẻ; những ngày say mềm ngủ vùi trên ghế đá công viên... Tuy có lúc, tôi đã nghĩ rằng, tôi sẽ ở lại đây, mà sống bên Tư cho đến chết. Thời gian ngắn ngủi thần tiên vừa qua, tôi đã tìm được một chút – chỉ một chút thôi – quân bình trí não nơi thành phố nhỏ bé này, trong căn nhà ấm cúng của Tư. Nhưng bây giờ tôi lại muốn lao vào những cơn điên say cuồng loạn. Tôi muốn chạy, muốn nhảy, và hét lên một tiếng thật to, để rồi phóng mình xuống hỏa diệm sơn thăm thẳm...” (7)

Đó là một phần tâm cảnh vị sư huynh, trong truyện Tuấn Huy.

Qua nhân vật nêu trên, tôi nghĩ, phần nào giải thích được sự yêu thích truyện Tuấn Huy của lớp độc giả trẻ tuổi của miền Nam trước đây.

Nếu nhân vật này không hiện ra như một lời “tự-biện-hộ” cho cuộc sống mất phương hướng, tuyệt vọng, chán nản, buông trôi của giới trẻ thì, Sư Huynh trong tác phẩm của họ Nguyễn, với những cuộc tình bão táp, những thành phố đi qua, sống với..., chí ít cũng đáp ứng mơ ước hoặc khát khao thầm kín của đa số độc giả đó vậy.

Bối cảnh và dữ kiện trong tiểu thuyết Tuấn Huy.

Tuy ngọn hải đăng soi, rọi dọc lộ trình nội dung hầu hết những tiểu thuyết của Tuấn Huy là tính hoài nghi, cô đơn, mất định hướng của tuổi trẻ trong chiến tranh. Tuổi trẻ, một thành phần của xã hội miềm Nam những năm (19)60 và (19)70 từng là nạn nhân trực tiếp của cuộc chiến và, cũng là con tin tuyệt vọng của tương lai... Nhưng đọc truyện Tuấn Huy/ Nguyễn Năng Toàn, thản hoặc người đọc vẫn bắt gặp những đoạn văn chứa đựng ít, nhiều chất thơ. Trước những so sánh hay liên tưởng này của họ Nguyễn, tôi muốn ví chúng như những que diêm bất ngờ; bật lên những ngọn lửa xanh, chấp chới giữa trùng trùng bóng tối.

Trong tiểu thuyết “Hương Cỏ May”, qua nhân vật chính Tên Đông, Tuấn Huy viết:

“...‘ Lá cây còn xanh và tôi đang sống. Một ngày kia lá cây vàng và sẽ rụng. Rồi tôi sẽ chết khi thời gian vụt qua. Nhưng có hề gì. Nếu một ngày kia tôi chết, khi tôi đã được một lần xanh như cây lá...' " (Sđd. Trang 27).

Hoặc:

"Thở dài. Đông đứng dậy, tiếp tục bước. Một mùi hương đêm - xa lạ - thoáng gặp trong không gian. Những tiếng tây-ban-cầm dồn dập và trong sáng. Niềm hoan lạc điên dại đã phai tàn. Tất cả những háo hức trào lên như một lớp bọt. Rồi lớp bọt đó sẽ vỡ ra và tan đi... Có tiếng còi tàu thủy hú lên ở đâu đó. Phải chăng có một con tàu vừa nhổ neo rời xa đất liền?..." (Sđd. Trang 182).

Nếu hai trích đoạn trên là những dợn mây hẫng nhẹ, trôi giữa bầu trời tiểu thuyết Tuấn Huy, thì bối cảnh tiểu thuyết của ông, lại luôn được xác định một cách minh bạch. Chúng không hề là một thành phố (tưởng tượng) nào đó...! Chúng cũng không là một thị trấn (nào đó), hiện ra như một thách đố khả năng phỏng đoán của người đọc!

Thực vậy. Những ai từng sống ở Nha Trang, Đà Lạt, đọc "Hương Cỏ May" của họ Nguyễn, tôi nghĩ sẽ rất vui khi gặp lại những con đường, những địa danh làm thành nhan sắc riêng những nơi chốn mình đã ở.

Đây là Nha Trang, nơi nhân vật Đông (cũng như tác giả?) từng một thời gắn bó:

"Cúi gầm mặt xuống, anh đi thật nhanh như một người muốn lẩn trốn. Con đường Yersin với những cây muồng. Bãi biển ở cuối con đường ấy (...) Anh đứng lại. Biển cả mở ra bao la một màu xanh. Phía tay mặt anh, những công viên với những hàng cây cắt xén đều đặn. Xa nữa là mạn Cầu Đá và Hải Học Viện..." (Sđd. Trang 17).

Còn đây là Đà Lạt theo ghi nhận của Tuấn Huy:

"Đông nhìn những căn nhà mái tôn ở dưới mạn cư xá. Trên kia – qua con đường Quang Trung – những biệt thự sang trọng quét vôi, sáng sủa (...) Một chiếc xe ca từ miệt Mê Linh xuống chợ. Đông giơ tay ngoắt lại. Hết khu địa dư. Qua một chiếc cầu. Sân vận động. Hồ Xuân Hương. Nhà Thủy Tạ... Gió lùa vào lạnh căm. Đông thấy Đà Lạt vẫn buồn và đẹp như một người em gái họ xa – bị lao phổi – ngồi bên cửa sổ, trong vùng êm đềm kỷ niệm...” (Sđd. Trang 207).

Và bối cảnh Hà Nội trong tiểu thuyết “Yêu trong bóng tối”, nơi tác giả đã sống trọn thời niên thiếu của mình:

“... Người anh lớn của Vĩnh đi theo kháng chiến từ cuối 1946. Ở nhà, chị Hạnh phải đi làm phụ rửa chai dưới nhà máy rượu. Và Vĩnh phải bỏ học để đi làm thợ sắp chữ trong một nhà in... (...) Mỗi ngày từ ngăn hầm tòa-án, Vĩnh đi dọc con đường Hàng Bông Thợ Ruộm, lên tận cuối phố hàng Đẫy để làm việc (...) Hết giờ làm việc, Vĩnh đi lang thang giữa những phố đông người. Ra ngồi ở bờ sông, hoặc ngồi bên Hồ Gươm...” (Sđd. Trang 30).

Theo một số bằng hữu thân thiết với nhà văn Tuấn Huy / Nguyễn Năng Toàn thì, họ Nguyễn không chỉ nêu đích danh nơi chốn được dùng làm bối cảnh cho mọi diễn biến truyện mà, những nhân vật chính trong tiểu thuyết của ông, cũng được mô phỏng, hoặc tiểu thuyết hóa từ đời thực của bằng hữu quanh ông. Hoặc đó là chính ông, đã cải dạng phần nào.

Hơn một người bạn thân của Tuấn Huy cho biết, nhân vật Đông “Hương Cỏ May” của họ Nguyễn, là hình ảnh và đời thực của cố thi sĩ, giáo sư Phạm Công Thiện.

Những người biết rõ cuộc đời Phạm Công Thiện từ những ngày còn trẻ, cũng xác nhận, họ Phạm từng có một thời gian khá dài, sống ở thành phố Nha Trang. Trước khi cải đạo, ông vốn là một Ky-Tô - Hữu. Công việc chính, gần như suốt đời ông, là dạy học(giống nhân vật Đông trong truyện).

Những cá tính mạnh mẽ của Phạm Công Thiện, như uống rượu, hút thuốc liền tay; như không ngần ngại ném mình vào những đam mê dữ dội... Hoặc thường trực nổi loạn; thường trực đập tan, xóa bỏ chính mình... để phiêu lưu, để tựu thành một “tôi” khác... cũng được Tuấn Huy mô tả chi tiết, đầy đủ.

Nhưng điểm dễ nhận diện về con người Phạm Công Thiện nhất, là khả năng ngoại ngữ. Sự uyên bác của ông về phương diện văn học và triết học (nhất là văn học và triết học Tây phương.) Ở điểm này, qua nhân vật Đông, tác giả "Hương cỏ may" viết:

"... Anh nhặt ba bốn que tăm, loay hoay xếp thành những chữ M, rồi T, rồi L, rồi K...

"Khánh hỏi:

"- Sao dạo này thầy Đông không viết sách nữa. Ở trên này, ngày trước học sinh, sinh viên đều thích đọc sách của thầy. Cuốn nhận định về Metamorphose của Kafka, thầy viết rất hay...

"Đông xóa bỏ những que tăm đi. 'Tài năng của tôi ngày trước còn hay không? Hoặc chính tôi đã phá hủy nó rồi':

"- Vâng. Có lẽ dịp này tôi sẽ viết lại. Nhưng tâm hồn tôi đã chuyển sang một chân trời khác. Những cái tôi sắp viết, sẽ không còn giống những cái ngày trước. Có thể tôi sẽ nhìn cuộc đời bằng một nhãn quan mới – nhãn quan của người đã nhìn rõ được mình...." (Sđd.Trang 241, 242).

Hoặc:

"... Tiếng máy chạy dồn dập giữa những tiếng cười vui. Đông nghĩ đến những mảnh đời cần mẫn và an phận. 'Họ hạnh phúc hay tôi hạnh phúc? Có lẽ phải đập vỡ cái đầu này ra rồi sống thế kia lại sung sướng hơn. Heidegger – Kafka – Henry Miller – Nietzsche – Faulkner – William Saroyan... Tất cả, tôi đã tìm đến và tôi đã chán ngán. Tôi phải có một nơi bình yên để lui về nghỉ ngơi khi đã quá mệt mỏi và buồn khổ'..." (Sđd. Trang 296).

Lại nữa, thành phố Mỹ Tho, nơi sinh của Phạm Công Thiện, cũng được Tuấn Huy nhắc tới, tựa thêm một ngón tay nữa, chỉ nhân vật Đông, cũng là Phạm Công Thiện, bạn ông vậy.

.

"Ngày Vui Qua Mau" như cuộc đời của tác giả ... "qua mau" – Những nụ cười thân ái của định mệnh dành cho họ Nguyễn, cũng đã tắt – Nhưng tiểu thuyết Tuấn Huy không hề ..."qua mau"

– Nếu không muốn nói chúng có đời riêng, nghịch chiều với đấng sinh thành ra chúng.

(Mar. 12-2013)

Chú Thích:

(4) Nhà Xuân Thu chụp lại bản in ở Saigon trước tháng 4-1975, phát hành tại Hoa Kỳ. Không ghi nơi chốn, năm tháng xuất bản.

(5) Vẫn do Nhà Xuân Thu chụp lại bản in ở Saigon trước tháng 4-1975, phát hành tại Hoa Kỳ. Không ghi nơi chốn, năm tháng xuất bản.

(6) Sđd. Trang 163.

(7) Sđd. Trang 179.